ജീവസ്സുറ്റ ജീവശാസ്ത്രം

jeevasutta jeevasasthram
•
popular science
•
prof. p appukuttan, v babusenan
•
first chintha edition
october 2008
•
typesetting and published
chintha publishers, thiruvananthapuram
•
cover
ambeesh kumar

വിതരണം
ദേശാഭിമാനി ബുക്ക് ഹൗസ്
H O തിരുവനന്തപുരം–695 001

ബ്രാഞ്ചുകൾ
ദേശാഭിമാനി റോഡ് തിരുവനന്തപുരം • ഓവർബ്രിഡ്ജ് തിരുവനന്തപുരം • കെ എസ് ആർ ടി സി ബസ് സ്റ്റേഷൻ ആലപ്പുഴ • കെ എസ് ആർ ടി സി ബസ് സ്റ്റേഷൻ എറണാകുളം • ഐ ജി റോഡ് കോഴിക്കോട് • കെ എസ് ആർ ടി സി ബസ് സ്റ്റേഷൻ കോഴിക്കോട് • എൻ ജി ഒ യൂണിയൻ ബിൽഡിംഗ് കണ്ണൂർ

CO- 1143 / 1969

ജീവസ്സുറ്റ ജീവശാസ്ത്രം

പ്രൊഫ പി അപ്പുക്കുട്ടൻ
വി ബാബുസേനൻ

ചിന്ത പബ്ലിഷേഴ്സ്
തിരുവനന്തപുരം-695 001

പ്രൊഫ പി അപ്പുക്കുട്ടൻ

1931ൽ തിരുവനന്തപുരം ജില്ലയിലെ കടയ്ക്കാവൂരിൽ ജനനം. ജന്തുശാസ്ത്രത്തിൽ ബിരുദാനന്തര ബിരുദം നേടി. 32 കൊല്ലത്തെ അദ്ധ്യാപനവൃത്തിക്കുശേഷം തിരുവനന്തപുരം യൂണിവേഴ്സിറ്റികോളേജിൽനിന്നു ജന്തുശാസ്ത്രവിഭാഗം മേധാവിയായി വിരമിച്ചു. കേരള ഭാഷാ ഇൻസ്റ്റിറ്റ്യൂട്ട് പ്രസിദ്ധീകരിച്ച *ജനിതകവിജ്ഞാനം* എന്ന ഗ്രന്ഥത്തിന്റെ കർത്താവാണ്.

വിലാസം : 'മഞ്ജുഷ', ടി സി 14/2150
പാളയം, തിരുവനന്തപുരം 34
ഫോൺ : 0471-2320473

വി ബാബുസേനൻ

1935ൽ തിരുവനന്തപുരത്തു ജനനം. ഊർജ്ജതന്ത്രത്തിൽ ബിരുദവും ഇംഗ്ലീഷ്സാഹിത്യത്തിൽ ബിരുദാനന്തരബിരുദവും നേടി. 1990ൽ റിസർവ്വ് ബാങ്കിന്റെ ചെന്നൈ ശാഖയിൽനിന്നു കറൻസി ഓഫീസറായി വിരമിച്ചു. 2002ൽ പ്രസിദ്ധീകരിച്ച ഒന്നാമത്തെ കൃതിയായ *ബർട്രൻഡ് റസ്സൽ* എന്ന ജീവചരിത്ര ഗ്രന്ഥത്തിനു കേരളസാഹിത്യ അക്കാദമി പുരസ്കാരം, പി കെ പരമേശ്വരൻ നായർ പുരസ്കാരം, മേത്തല ശ്രീനാരായണസമാജത്തിന്റെ 'ഗുരുദർശന' പുരസ്കാരം എന്നിവ ലഭിച്ചു. കൃതികൾ: *ന്യൂക്ലിയർ യുദ്ധവും ബർട്രൻഡ് റസ്സലും, കുട്ടികളുടെ ബർട്രൻഡ് റസ്സൽ, ആണവരംഗവും ഇന്ത്യയും.*

വിലാസം : 'ലുംബിനി', 17, എം പി അപ്പൻ നഗർ
വഴുതക്കാട്, തിരുവനന്തപുരം 14
ഫോൺ: 0471-2334194

മുഖവുര

'**എ**ന്തൊരു സൃഷ്ടിയാണീ മനുഷ്യൻ!' എന്നത്ഭുതം കൂറിയ ഷേക്സ്പിയർക്ക് ജനറ്റിക്സിനെക്കുറിച്ച് ഒന്നും തന്നെ അറിയില്ലായിരുന്നു. അത് 16–ാം നൂറ്റാണ്ടായിരുന്നില്ലേ? ജനറ്റിക്സിനെക്കുറിച്ചറിഞ്ഞിരുന്നെങ്കിൽ, വാക്കുകൾക്ക് ഒരു പഞ്ഞവുമില്ലാത്ത ആ കവികുലകൂടസ്ഥൻ, മനുഷ്യനുചുറ്റും വിസ്മയത്തിന്റെ ഒരു പരിവേഷംതന്നെ സൃഷ്ടിക്കുമായിരുന്നു.

കുറഞ്ഞകാലംകൊണ്ടു വളർന്ന്, പടർന്ന്, പന്തലിച്ച ഒരു മഹാവൃക്ഷമാണ് ജീവശാസ്ത്രം. ജനറ്റിക്സ് അതിന്റെ താരതമ്യേന നൂതനമായ ഒരു ശാഖമാത്രം.

ജീവശാസ്ത്രത്തെക്കുറിച്ചുള്ള സാമാന്യമായ അറിവുതന്നെ ഒരഭ്യസ്തവിദ്യന്റെ സ്വത്വത്തിനു പുതിയ അർത്ഥതലങ്ങൾ പ്രദാനം ചെയ്യുമെന്നു ഞങ്ങൾ വിശ്വസിക്കുന്നു. ആ വിശ്വാസമാണ് ഈ പുസ്തകമെഴുതാൻ ഞങ്ങളെ പ്രേരിപ്പിച്ചത്. ശാസ്ത്രഗ്രന്ഥങ്ങൾ വായിക്കാൻ താത്പര്യമില്ലാത്ത സാധാരണ വായനക്കാർക്കുവേണ്ടി, ബാക്റ്റീരിയത്തിൽ തുടങ്ങി, ജൈവസാങ്കേതികവിദ്യവരെ എത്തിനില്ക്കുന്ന, ജീവശാസ്ത്രത്തെക്കുറിച്ച് അവശ്യം അറിഞ്ഞിരിക്കേണ്ട കാര്യങ്ങൾ, വിരസത ഉളവാക്കാതെ വായിച്ചുപോകാൻ പാകത്തിൽ, ഇപ്പുസ്തകത്തിൽ പ്രതിപാദിച്ചിട്ടുണ്ടെന്നാണു ഞങ്ങളുടെ വിശ്വാസം. അതെത്രത്തോളം ഫലവത്തായി എന്നു നിശ്ചയിക്കേണ്ടത് അനുവാചകരാണ്.

ഞങ്ങളിലൊരാൾ 32 വർഷം കേരളത്തിലെ വിവിധ കോളെജുകളിൽ ജീവശാസ്ത്രം പഠിപ്പിച്ചിട്ടുണ്ട് എന്നതാണ് ഉദാത്തമായ ഈ മേഖലയിലേക്കു പ്രവേശിക്കാനുള്ള ഞങ്ങളുടെ പാസ്.

ഒരു വസ്തുത ഇവിടെ എടുത്തുപറയാൻ ഞങ്ങൾ ആഗ്രഹിക്കുന്നു. ജീവശാസ്ത്രം ഒറ്റപ്പെട്ട ഒരു തുരുത്തല്ല. അനുബന്ധവിഷയങ്ങൾ പലതുമുണ്ടാവും. ദൈവവും മതങ്ങളും നന്മതിന്മകളുമൊക്കെ അവയിൽ ഉൾപ്പെടും. ജീവിതാനുഭവങ്ങളുള്ള വ്യക്തികൾ നടത്തുന്ന ചർച്ച എന്ന നിലയ്ക്കു സ്വാഭാവികത ഉളവാക്കാൻ ഇത്തരം വിഷയങ്ങൾ കൂടി, പത്തു സായാഹ്നങ്ങൾ നീണ്ടുനിന്ന, ഈ ചർച്ചകളിൽ ഉൾപ്പെടുത്തിയിട്ടുണ്ട്.

ഈ ഗ്രന്ഥരചനയ്ക്കു പ്രേരിപ്പിച്ച പലരോടും ഞങ്ങൾക്കു കടപ്പാടുണ്ട്. അവരുടെ പേരുകൾ എടുത്തുപറയുന്നില്ല. പക്ഷേ, പേരെടുത്തു പറയേണ്ട ഒരു മാന്യസുഹൃത്തുണ്ട്. റിസർവ്വ് ബാങ്കിൽനിന്ന് ഓഫീസറായി

വിരമിച്ച ശ്രീ സി ദിവാകരൻ: ഇംഗ്ലീഷിലും മലയാളത്തിലും ഒരുപോലെ കൃതഹസ്തനായ അദ്ദേഹത്തോട് വിലപ്പെട്ട നിർദ്ദേശങ്ങൾക്കു നന്ദിപറഞ്ഞുകൊണ്ട് 'ജീവസ്സുറ്റ ജീവശാസ്ത്രം' എന്ന ഈ കൃതി സഹൃദയസമക്ഷം വിനയത്തോടെ സമർപ്പിക്കുന്നു.

അൽപം ആശങ്കയോടെ 2006 സെപ്റ്റംബറിൽ പ്രസിദ്ധപ്പെടുത്തിയ ഈ പുസ്തകത്തിന് അനുവാചകരിൽനിന്നും വിമർശകരിൽനിന്നും ലഭിച്ച ഹൃദ്യമായ പ്രതികരണം ഞങ്ങളെ ഏറെ സന്തോഷിപ്പിച്ചു. ആ സന്തോഷത്തിനു മകുടംചാർത്തുന്നതുപോലെയായിരുന്നു തലസ്ഥാനത്തെ 'വായന' എന്ന പ്രഗല്ഭരുടെ കൂട്ടായ്മയിൽനിന്ന് ഈയിടെ ഞങ്ങൾക്കു ലഭിച്ച പുരസ്കാരം. ഈ പശ്ചാത്തലത്തിൽ പുസ്തകത്തിന് ഒരു രണ്ടാംപതിപ്പുണ്ടായാൽ കൊള്ളാമെന്ന ഞങ്ങളുടെ ആഗ്രഹം ക്ഷന്തവ്യമാണെന്നു തോന്നുന്നു. ആ ആഗ്രഹം സഫലമാക്കാൻ മുന്നോട്ടുവന്ന ചിന്ത പബ്ലിഷേഴ്സിനോടു ഞങ്ങൾ നന്ദി പറയുന്നു; ഒപ്പം ആഗ്രഹത്തെ ഊട്ടിവളർത്തിയ സുഹൃത്തുക്കൾക്കും നന്ദി പറയുന്നു.

ആദ്യപതിപ്പിൽ കടന്നുകൂടിയ ചില തെറ്റുകൾ തിരുത്താനും പുതിയ സംഭവവികാസങ്ങളുടെ വെളിച്ചത്തിൽ ചില്ലറ കൂട്ടിച്ചേർക്കലുകൾ വരുത്താനും ഞങ്ങൾ തുനിഞ്ഞിട്ടുണ്ട് എന്നുകൂടി പറഞ്ഞുകൊള്ളട്ടെ.

പി അപ്പുക്കുട്ടൻ
വി ബാബുസേനൻ

ഉള്ളടക്കം

1

വിശ്വാസികൾക്കു വിനയായ ജീവശാസ്ത്രം

പുഞ്ചിരിച്ചുകൊണ്ടു പ്രൊഫസർ ഉണ്ണിക്കൃഷ്ണൻ നടന്നടുത്തപ്പോൾ ശിവപുരത്തെ ദേവീക്ഷേത്രത്തിനു മുന്നിലുള്ള ആൽത്തറയിൽ ഇരുന്നിരുന്നവർ എഴുന്നേറ്റ് അദ്ദേഹത്തെ വന്ദിച്ചു. കാമരാജിനെ അനുസ്മരിപ്പിക്കുന്ന രൂപവും വേഷവുമുള്ള ഒരാൾ – മത്തായിസാർ – കൂടെയുള്ളവരെ പ്രൊഫസർക്കു പരിചയപ്പെടുത്തി: "നാരായണക്കുറുപ്പും ദാമോദരൻപിള്ളയും കൃഷ്ണൻനായരും അങ്ങയുടെ ബാല്യകാലസുഹൃത്തുക്കളാണ്. അവരെ പരിചയപ്പെടുത്തേണ്ട കാര്യമില്ല. പരിചയപ്പെടുത്തേണ്ടത് ഈ രണ്ടു വില്ലന്മാരെയാണ്. സ്നേഹക്കൂടുതൽകൊണ്ടാണ് ഞാൻ അവരെ അങ്ങനെ വിശേഷിപ്പിച്ചത്. ഇതു പരമേശ്വരൻ, ഇതു സുന്ദരേശൻ. രണ്ടുപേരും കേന്ദ്രഗവൺമെന്റ് ഉദ്യോഗസ്ഥരായിരുന്നു. നല്ല വായനക്കാരുമാണ് അതിന്റെ ഹുങ്കു വേണ്ടുവോളം ഇവർക്കുണ്ട്. സത്യം പറയാമല്ലോ, ഇവരുള്ളപ്പോഴേ കാര്യമായ എന്തെങ്കിലും ചർച്ച ഇവിടെ നടക്കാറുള്ളൂ. ചിലപ്പോൾ തീപ്പൊരി ചിതറും. ഏറ്റവും വലിയ ചൂടന്റെ ചെലവിലാണ് അന്നത്തെ പഴമ്പൊരിയും ചായയും."

"ഇനി ഞാൻ എന്നെ ഇവർക്കു പരിചയപ്പെടുത്തട്ടെ." പ്രൊഫസർ പറഞ്ഞു.

"വേണ്ട, വേണ്ട. അതു ഞാൻ എന്നേ ചെയ്തുകഴിഞ്ഞു. പ്രൊഫസറുടെ ബയോഡാറ്റാ ഇവർക്കു നല്ല നിശ്ചയമാണ്."

"മത്തായിസാറിനെ ഞാൻ ഔപചാരികമായി പരിചയപ്പെടുത്താം. അല്ലെങ്കിൽ പ്രൊഫസർ പോകുമ്പോൾ പുള്ളി എന്നോടു തട്ടിക്കയറും. ശിവപുരം അപ്പർ പ്രൈമറി സ്കൂളിലെ പ്രതാപശാലിയായ ഹെഡ്മാസ്റ്ററായിരുന്നു ഇദ്ദേഹം. ഇപ്പോൾ സ്കൂൾ അപ്ഗ്രേഡ്ചെയ്തു. സാറാണെ

ങ്കിൽ, പെൻഷൻ പറ്റിയശേഷം, ഒരു ഫുൾടൈം കർഷകനായി മാറിയിരിക്കുന്നു." കുറുപ്പാണ് ഇതു പറഞ്ഞത്.

"കുറുപ്പിനോർമ്മയില്ലേ, നമ്മൾ യു.പി. സ്കൂൾ വിട്ട വർഷത്തിലാണ് മത്തായിസാർ അവിടെ അദ്ധ്യാപകനായി ചേർന്നത്."

"മത്തായിസാറിന്റെ പുറം പരുക്കനാണെങ്കിലും അകം തനിത്തങ്കമാണ്." ഈ സർട്ടിഫിക്കറ്റ് നൽകിയതു പിള്ളയായിരുന്നു.

"സുഖിപ്പിക്കാതെ പിള്ളേ. നമുക്കിനി കാര്യത്തിലേക്കു കടക്കാം. തലസ്ഥാനത്തെ ഒരു പേരെടുത്ത കോളേജിൽനിന്നു ജീവശാസ്ത്ര പ്രൊഫസറായി റിട്ടയർ ചെയ്തശേഷം കൊച്ചുമക്കളെ താൻ ജനിച്ചുവളർന്ന നാടുകാണിക്കാനായി വന്നിരിക്കുകയാണ് ഇദ്ദേഹം. പ്രൊഫസർക്ക് അങ്ങനെ ഒരു സന്മനസ്സു തോന്നിയതിൽ പഴയ സുഹൃത്തുക്കൾക്ക് അതിയായ സന്തോഷമുണ്ട്. ഇവിടെ ഈ ആൽച്ചുവട്ടിൽ ഞങ്ങൾ പെൻഷൻകാർ ഒത്തുകൂടാറുണ്ടെങ്കിലും ഞങ്ങൾക്കു സംസാരിക്കാനുള്ള വിഷയങ്ങൾ പരിമിതമാണ്. സ്വന്തം കുടുംബപ്രശ്നങ്ങൾ, രോഗവിവരങ്ങൾ, പരദൂഷണം, പെൻഷൻ പരിഷ്കരണം, ക്ഷാമബത്തയുടെ ഗഡു, ട്രഷറിക്കാരുടെ മയമില്ലാത്ത പെരുമാറ്റം– ഇവയ്ക്കപ്പുറത്തേക്കു ഞങ്ങളുടെ ചർച്ച പോകാറില്ല. ഞാൻ നേരത്തേ സൂചിപ്പിച്ചതുപോലെ, വല്ലപ്പോഴും എരിവും പുളിയും ഉണ്ടാകുന്നത് ഇവർ, ഈ പരമേശ്വരനും സുന്ദരേശനും, വരുമ്പോഴാണ്. ജീവശാസ്ത്രത്തെക്കുറിച്ച് അവശ്യം അറിഞ്ഞിരിക്കേണ്ട ചില കാര്യങ്ങൾ ഞങ്ങൾക്കു പറഞ്ഞുതരാമെന്നു പ്രൊഫസർ സമ്മതിച്ചത് ഒരു വലിയ കാര്യമാണ്. അതുകേട്ടപ്പോൾ ഇവർക്കുണ്ടായ സന്തോഷം ചില്ലറയല്ല."

"മത്തായിസാറേ, നിങ്ങൾ ആറുപേരേ ഈ ആൽത്തറയിൽ കൂടാറുള്ളോ? നമ്മളുടെ ബാല്യകാലത്ത് ഇവിടം നിറയെ ആളുകളായിരുന്നല്ലോ"

"അക്കാലമൊക്കെ പോയി പ്രൊഫസറേ. ചെറുപ്പക്കാർക്കു സൊറ പറയാൻ നേരമില്ല, അവർക്കതിനു താത്പര്യവുമില്ല. വയസ്സന്മാരിൽ മിക്ക പേരെയും പഞ്ചായത്താഫീസിന്റെ മുമ്പിലുള്ള പാർക്കിൽ കാണാം, ബാക്കിയുള്ളവരെ ടിവിയുടെ മുമ്പിലും."

"ഞാൻ ജീവശാസ്ത്രത്തെക്കുറിച്ചു ചില കാര്യങ്ങൾ നിങ്ങളോടു സംസാരിക്കാം എന്നു മത്തായിസാറിനോടു പറഞ്ഞതു ശരിയാണ്. പക്ഷേ, വിഷയത്തിലേക്കു കടക്കുന്നതിനുമുമ്പ് ഒന്നുരണ്ടു കാര്യങ്ങൾ ആമുഖമായി പറയാൻ ഞാൻ ആഗ്രഹിക്കുന്നു. നിങ്ങളെപ്പോലുള്ള പെൻഷൻകാരെ ഇതുവരെ ഞാൻ അഭിസംബോധനചെയ്തിട്ടില്ല. എന്നിലുള്ള അദ്ധ്യാപകൻ കൂടക്കൂടെ തലപൊക്കും. അപ്പോൾ എന്നെ ഓർമ്മിപ്പിക്കാനും വിരസത തോന്നുമ്പോൾ തുറന്നുപറയാനും മടിക്കരുത്. ഇതൊരപേക്ഷയാണ്."

"പ്രൊഫസർക്ക് ഒരാശങ്കയും വേണ്ട. ചർച്ച സജീവമായിരിക്കുമെന്നു

ഞങ്ങൾക്കുറപ്പുണ്ട്. ഇടയ്ക്കിടെ ഞങ്ങൾ കൊച്ചുവർത്തമാനം പറയും. പ്രൊഫസർക്ക് അതു ശല്യമായി തോന്നരുതെന്നു മാത്രം." മത്തായി സാർ പറഞ്ഞു.

''ജീവശാസ്ത്രം ഒരു തുരുത്തല്ല. ആധുനികമായ മറ്റു ശാസ്ത്രശാഖകളുമായി അതിന് അഭേദ്യമായ ബന്ധമുണ്ട്. അതുകൊണ്ട്, ജീവശാസ്ത്രത്തെക്കുറിച്ചുള്ള സാമാന്യമായ ചർച്ചയിൽപ്പോലും, മറ്റു വിജ്ഞാനശകലങ്ങൾ കടന്നുവരുന്നതു സ്വാഭാവികമാണ്. പക്ഷേ പ്രധാനമായ മറ്റൊരു കാര്യം നമ്മുടെ ജീവിതവീക്ഷണത്തെ പരിപാകപ്പെടുത്തുന്നതിൽ ജീവശാസ്ത്രം വഹിക്കുന്ന പങ്കാണ്. ഇതൊക്കെ വഴിയേ നമുക്കു വ്യക്തമാകും.

ജീവന്റെ ശാസ്ത്രത്തെക്കുറിച്ചുള്ള വിചിന്തനങ്ങൾ മനുഷ്യജീവന്റെ ഉദയത്തിൽ, ഗർഭസ്ഥശിശുവിൽ, തുടങ്ങുന്നത് ഉചിതമാണെന്നു തോന്നുന്നു."

"മരണത്തെക്കുറിച്ചുള്ള വിചിന്തനത്തിൽ ചർച്ച അവസാനിപ്പിക്കുകയും ചെയ്യാം." സുന്ദരേശനാണ് ഇതു പറഞ്ഞത്.

"ആ നിർദ്ദേശം കൊള്ളാം സുന്ദരേശൻ." മത്തായിസാർ.

"ഗർഭധാരണം വളരെ നാടകീയമായ ഒരു പ്രക്രിയയാണ്." പ്രൊഫസർ പറഞ്ഞുതുടങ്ങി. "സ്ത്രീയുടെ അണ്ഡാശയത്തിൽനിന്നു വേർപെടുന്ന ഒരണ്ഡത്തെത്തേടി പോകുന്ന പുരുഷബീജങ്ങൾ ഒന്നും രണ്ടുമല്ല കോടിക്കണക്കിനാണ്. ഓരോ ബീജവും വാൽമാക്രിയെപ്പോലിരിക്കും. ഒരു തലയും വാലും കാണും. അതിസൂക്ഷ്മമാണെന്നു മാത്രം. അല്പായുസ്സുകളാണവ. മൂന്നുദിവസത്തെ ആയുസ്സുമാത്രമേ അവയ്ക്കുള്ളൂ.

അണ്ഡത്തിന്റെ ആയുസ്സാണെങ്കിൽ ഇതിലും കഷ്ടിയാണ്. വെറും ഇരുപത്തിനാലു മണിക്കൂർ മാത്രം. ഗർഭാശയത്തെ ലക്ഷ്യമാക്കി മന്ദം മന്ദം നീങ്ങുന്ന അണ്ഡത്തിന് ഈ കുറഞ്ഞ സമയത്തിനുള്ളിൽ ഒരു പുരുഷബീജത്തെ ലഭിച്ചില്ലെങ്കിൽ അതിന്റെ ജന്മം വിഫലമാകും.

കോടിക്കണക്കിനുള്ള പുരുഷബീജങ്ങളിൽ അണ്ഡത്തെ കണ്ടെത്തുന്നത് വെറും മുന്നൂറോ നാനൂറോ ആയിരിക്കും. ബാക്കിയെല്ലാം പ്രതികൂലസാഹചര്യത്തിൽ ചത്തൊടുങ്ങും. അണ്ഡത്തെ സമീപിക്കുന്ന ബീജങ്ങളിൽ ഒരെണ്ണത്തിനു മാത്രമേ അണ്ഡത്തിനുള്ളിൽ കയറാൻ കഴിയുകയുള്ളു. ഒരു ബീജം അണ്ഡത്തിന്റെ കവചം ഭേദിച്ച് ഉള്ളിൽ കയറിക്കഴിഞ്ഞാലുടനെ ഒരു മെംബ്രെയിൻ, അഥവാ സ്തരം, അണ്ഡത്തിനു ചുറ്റും രൂപം കൊണ്ടു മറ്റു ബീജങ്ങൾ അകത്തു കയറുന്നതു ഫലപ്രദമായി തടയുന്നു."

"മറ്റു ബീജങ്ങൾക്ക് എന്തു സംഭവിക്കുന്നു?" മത്തായി സാർ ചോദിച്ചു.

"സംശയമെന്ത്? ചത്തുപോകുന്നു. കഷ്ടിച്ചു മൂന്നു ദിവസത്തെ ആയുസ്സല്ലേ അവയ്ക്കുള്ളൂ." സാറിന്റെ സംശയം തീർത്തതു പരമേശ്വരനാണ്.

“ബീജസങ്കലനം കഴിഞ്ഞ അണ്ഡത്തെ ‘സൈഗോട്ട്’ അഥവാ ‘സിക്താണ്ഡം’ എന്നു പറയുന്നു. മാതാവിന്റെ ഗർഭാശയത്തെ ലക്ഷ്യമാക്കി സാവധാനം നീങ്ങുന്ന ഈ സിക്താണ്ഡത്തിനു മാറ്റങ്ങൾ സംഭവിച്ചുകൊണ്ടിരിക്കുന്നു. ബീജത്തിന്റെയും അണ്ഡത്തിന്റെയും ന്യൂക്ലിയസുകൾ, അഥവാ കോശകേന്ദ്രങ്ങൾ, ചേർന്ന് ഒന്നാകുന്ന പ്രക്രിയയാണ് ആദ്യം നടക്കുന്നത്. അങ്ങനെ ഉണ്ടാകുന്ന കോശം സ്വയം രണ്ടായി പിളരുന്നു. 2, 4, 8, 16 എന്ന കണക്കിന് ഈ കോശങ്ങൾ അനുസ്യൂതം പിളർന്നുകൊണ്ടിരിക്കുന്നു. അങ്ങനെ വിഭജിച്ചുണ്ടാകുന്ന കോശങ്ങൾ എല്ലാം ചേർന്ന് ഒരു പന്തുപോലെയാകുന്നു. ഇതിനെ ‘മോറുല’ എന്നു വിളിക്കുന്നു. ഇടയ്ക്ക് ക്ഷമാപണത്തോടെ ഒരു കാര്യം പറയട്ടെ. പലപ്പോഴും, എന്നല്ല മിക്കപ്പോഴും, ഇംഗ്ലീഷ് പദങ്ങളായിരിക്കും ഞാൻ ഉപയോഗിക്കുക. അതു ശീലം കൊണ്ടാണ്.

മോറുല’ എംബ്രിയോയുടെ ആദ്യഘട്ടമാണ്. അതിനു മലയാളത്തിൽ ‘ഭ്രൂണം’ എന്നു പറയും.

“ഭ്രൂണം’ ഒരു സംസ്കൃതപദമല്ലേ, പ്രൊഫസർ?” സുന്ദരേശനു സംശയം.

“അതേ. സാങ്കേതികപദങ്ങൾക്കു തുല്യമായ മലയാളപദങ്ങൾ മിക്കപ്പോഴും സംസ്കൃതപദങ്ങൾ തന്നെയാണ്. ഒരുദാഹരണം പറഞ്ഞാൽ ‘ബോയിലിങ് പോയിന്റ്’ എന്നതിന്റെ മലയാളം ‘ക്വഥനാങ്കം’ എന്നാണു ഞങ്ങൾ സ്കൂളിൽ പഠിച്ചത്.”

“അക്കാര്യത്തിൽ നാം തമിഴരെ കണ്ടുപഠിക്കണം.” പിള്ള പറഞ്ഞു. “കോളേജ്’ എന്ന ഇംഗ്ലീഷ് വാക്കിന് ‘കോളേജ്’ എന്നുതന്നെയോ ചിലപ്പോൾ, ‘കലാലയം’ എന്നോ നാം മലയാളത്തിൽ പ്രയോഗിക്കും. തമിഴർ ‘കല്ലൂരി’ എന്നു പറയും. ‘ലോകോളേജ്’ അവർക്കു ‘ചട്ടക്കല്ലൂരി’യാണ്.”

“ഞാൻ തുടരട്ടെ. ഭ്രൂണത്തിനുള്ളിൽ ദ്രാവകം നിറഞ്ഞ ഒരറ ക്രമേണ ഉണ്ടാകുന്നു. കോശങ്ങൾ രണ്ടു ഗ്രൂപ്പുകളായി തിരിയുന്നു.”

“‘ഇടയ്ക്ക് ഒന്നു ചോദിച്ചോട്ടെ.... “എംബ്രിയോ” എന്നും ‘ഫീറ്റസ്’ എന്നും പറഞ്ഞുകേൾക്കുന്നത് ഒന്നിനെത്തന്നെയാണോ?” നായർ ചോദിച്ചു.

“ചോദ്യം കൊള്ളാം. ഗർഭധാരണം കഴിഞ്ഞ് ആദ്യത്തെ എട്ടാഴ്ച വരെ ‘എംബ്രിയൊ’ എന്നും, തുടർന്നു പ്രസവം വരെ, ‘ഫീറ്റസ്’ എന്നും പറയുന്നു. ഫീറ്റസിനു ‘ഗർഭസ്ഥശിശു’ എന്നു മൊഴിമാറ്റം നടത്താം.

രണ്ടു ഗ്രൂപ്പായിത്തിരിഞ്ഞ കോശങ്ങളിൽ ഒരു ഗ്രൂപ്പ് ഭ്രൂണത്തിന്റെ കവചമായി മാറുന്നു. മറ്റേ ഗ്രൂപ്പ് കവചത്തിനുള്ളിൽ ഒരു പിണ്ഡമായി പറ്റിച്ചേർന്നിരിക്കുന്നു. ഈ ഘട്ടത്തിൽ ഭ്രൂണത്തിന്റെ ശാസ്ത്രനാമം ‘ബ്ലാസ്റ്റോസിസ്റ്റ്’ എന്നാണ്.

ബ്ലാസ്റ്റോസിസ്റ്റ് ക്രമേണ ഗർഭാശയത്തിന്റെ ഉള്ളിൽ കടന്ന് അതിന്റെ

നനുനനുത്ത ഭിത്തിയിൽ പറ്റിച്ചേർന്നു നിൽക്കുന്നു. ഭ്രൂണത്തിന്റെ കവചം സ്രവിപ്പിക്കുന്ന ഒരു ദ്രാവകം ഗർഭാശയത്തിന്റെ ഭിത്തി കരണ്ട് അവിടെ ഭ്രൂണത്തിനെ കുടിയിരുത്താൻ സൗകര്യമുണ്ടാക്കുന്നു.

ഇനി നടക്കുന്ന കാര്യങ്ങൾ വളരെ രസകരമോ അത്ഭുതകരമോ ആണ്. പിണ്ഡരൂപിയായ കോശങ്ങൾ മൂന്നു പടലങ്ങളായി വേർതിരിയുന്നു. മൂന്നിനും വിഭിന്നസ്വഭാവങ്ങൾ കൈവരുന്നു. ഒരു പടലത്തിൽനിന്നു ശിശുവിന്റെ ത്വക്ക്, തലമുടി, നഖങ്ങൾ, നാഡീവ്യൂഹം മുതലായവ ഉണ്ടാകുന്നു. രണ്ടാമത്തെ പടലത്തിൽനിന്ന് അസ്ഥികൂടം, പേശികൾ, രക്തം, രക്തവാഹിനികൾ മുതലായവ രൂപപ്പെടുന്നു. മൂന്നാമത്തെ പടലത്തിൽനിന്ന് ദഹനേന്ദ്രിയങ്ങൾ, മൂത്രാശയം, ശ്വാസകോശം എന്നിവയുടെ അകത്തെ ഭിത്തികൾ രൂപംകൊള്ളുന്നു."

"വിദഗ്ധനായ ഒരു ശില്പി കുഴച്ചുവച്ച കളിമണ്ണു മൂന്നായി പകുത്ത് അതിൽനിന്ന് സുന്ദരമായ ഒരു ശില്പം മെനഞ്ഞെടുക്കുന്നതുപോലെയാണ് പ്രൊഫസറുടെ വിവരണം കേട്ടപ്പോൾ തോന്നിയത്. ആരാണാ ശില്പി?" കുറുപ്പു ചോദിച്ചു.

"കർത്താവു തന്നെ. അല്ലാതാരാ?" മത്തായി സാർ സംശയലേശമെന്യേ പറഞ്ഞു.

"'ശില്പി' എന്നു പറഞ്ഞാൽ ശരിയാവുകയില്ല 'ശില്പികൾ' എന്നു വേണം പറയാൻ. ജീനുകളാണ് ആ ശില്പികൾ. ജീനുകളെക്കുറിച്ചു നമുക്കു പിന്നീടു ചർച്ചചെയ്യാം.

വളരെ വേഗത്തിലാണ് ഗർഭസ്ഥ ശിശുവിന്റെ നിർമ്മാണം നടക്കുന്നത്. ഭ്രൂണത്തിനു കവചം നിർമ്മിച്ച കോശങ്ങൾതന്നെ അതിന് ആവശ്യമായ പോഷകങ്ങൾ എത്തിക്കാനും മാലിന്യങ്ങൾ പുറത്തുകളയാനും ഉള്ള സംവിധാനമായി മാറുന്നു. 'മറുപിള്ള'യെന്നും 'പൊക്കിൾക്കൊടി'യെന്നും നാം പറയുന്ന ഈ സംവിധാനങ്ങളെ ഇംഗ്ലീഷിൽ യഥാക്രമം 'പ്ലാസെന്റാ' എന്നും 'അംബിലിക്കൽ കോർഡ്' എന്നും പറയുന്നു. ഭ്രൂണത്തിൽനിന്നു പ്ലാസെന്റയിലേക്കും തിരിച്ചുമുള്ള രക്തക്കുഴലുകൾ അംബിലിക്കൽ കോർഡിലൂടെ കടന്നുപോകുന്നു.

ഗർഭധാരണം കഴിഞ്ഞു മൂന്നാമത്തെ ആഴ്ചയിൽ ഭ്രൂണത്തിന് ഒരു പയർമണിയുടെ രൂപമാണ്. എന്നാൽ അതിന്റെ മുകൾവശം ഉരുണ്ടും താഴ്വശം കൂർത്തുമിരിക്കുന്നു. രണ്ടിനുമിടയ്ക്ക് നട്ടെല്ലു ചെറുതായി രൂപംകൊണ്ടുവരുന്നു.

നാലാമത്തെ ആഴ്ചയിൽ ഭ്രൂണം C എന്ന ഇംഗ്ലീഷ് അക്ഷരം പോലെ വളഞ്ഞിരിക്കും. മസ്തിഷ്കത്തിന്റെ മുൻഭാഗം രൂപംകൊണ്ടുവരുന്നു. നെഞ്ചിന്റെ ഭാഗത്ത് ഒരു തള്ളലും നട്ടെല്ലിന്റെ കീഴ്ഭാഗത്ത് ചെറിയൊരു വാലും കാണാം. അംബിലിക്കൽ കോർഡും ഉണ്ടായിവരുന്നു.

അഞ്ചാമത്തെ ആഴ്ചയിൽ ചെവിയുടെ രൂപം കണ്ടുതുടങ്ങുന്നു. മൂക്കിന്റെയും കണ്ണിന്റെയും സ്ഥാനത്ത് രണ്ടു കുഴികൾ വീതം കാണ

പ്പെടുന്നു. കീഴ്ത്താടി തെളിയുന്നു. കൈകാലുകൾ രൂപംകൊള്ളാൻ തുടങ്ങുന്നു. നെഞ്ചിന്റെയും വയറിന്റെയും കലകളും പൊക്കിൾക്കൊടിയും വളരുന്നു.

ആറുമുതൽ എട്ട് ആഴ്ച വരെയുള്ള കാലയളവിൽ ഭ്രൂണത്തിന്റെ മുഖം മനുഷ്യരൂപം കൈക്കൊള്ളുന്നു. കഴുത്തും കൈകാലുകളുടെ സന്ധികളും വിരലുകളും രൂപം കൊള്ളുന്നു.

എട്ടാഴ്ച കഴിയുമ്പോൾ ഭ്രൂണത്തിനു സാധാരണഗതിയിൽ രണ്ടര സെന്റീമീറ്ററോളം നീളം കാണും. ആന്തരാവയവങ്ങൾ മിക്കതും ഉണ്ടായിക്കഴിഞ്ഞിരിക്കും. ബാഹ്യരൂപം പൂർണ്ണമായി ഒരു മനുഷ്യശിശുവിന്റേതായിരിക്കും.

ചുരുക്കിപ്പറഞ്ഞാൽ ഗർഭധാരണത്തിനുശേഷമുള്ള ആദ്യത്തെ മൂന്നു മാസം അവയവങ്ങൾ രൂപപ്പെടാനും അടുത്ത മൂന്നുമാസം അവയവങ്ങൾക്കു പൂർണ്ണത കൈവരാനും വിനിയോഗിക്കപ്പെടുന്നു."

"എന്നാൽ പിന്നെ മൂന്നുമാസം കൂടി എന്തിനാണ് അമ്മയെക്കൊണ്ടു ചുമപ്പിക്കുന്നത്; കുഞ്ഞിനു പുറത്തുവന്നുകൂടേ?" ഈ ചോദ്യം മത്തായി സാറിന്റേതായിരുന്നു.

"പുറംലോകം കാണുന്നതോടെ കുഞ്ഞ് ഒരു പ്രത്യേക വ്യക്തിയായി മാറുന്നു. അതിനുവേണ്ട തന്റേടവും ശരീരപുഷ്ടിയും കുഞ്ഞിനു കൂടിയേ തീരൂ. ആ തയ്യാറെടുപ്പിനുവേണ്ടിയാണ് മൂന്നുമാസം കൂടി അത് അമ്മയുടെ ഗർഭപാത്രത്തിൽ കഴിയുന്നത്.

ഒമ്പതുമാസം കഴിയുമ്പോൾ പൂർണ്ണവളർച്ചയെത്തിയ ശിശുവിനെ ഗർഭാശയം പുറത്തേക്കു തള്ളുന്നു. പ്രസവവേദന എന്ന ലക്ഷണത്തോടെ തുടങ്ങുന്ന ഈ പ്രതിഭാസത്തിന്റെ പൂർണ്ണരൂപം ഇന്നും ശാസ്ത്രജ്ഞർക്ക് അജ്ഞാതമാണ്."

"ആർക്കും അറിയണമെന്നുമില്ല. ഇക്കാലത്തു പ്രസവങ്ങൾ ഒട്ടുമിക്കവയും സിസേറിയനാണല്ലോ." കുറുപ്പു പറഞ്ഞു.

"ഇപ്പോഴത്തെ പെൺപിള്ളേർക്കു പേറ്റുനോവു സഹിക്കാൻ വയ്യല്ലോ. 'നിന്നെ നൊന്തുപെറ്റതല്ലേടാ, മക്കളേ' എന്നു പറയാനും നിവൃത്തിയില്ല." മത്തായിസാർ.

"വൈദ്യശാസ്ത്രത്തിന്റെ മഹത്വങ്ങളിൽ ഒന്ന് വേദനയിൽനിന്ന് അതു നമ്മെ നല്ലൊരു പരിധിവരെ രക്ഷിച്ചു എന്നതാണ്. മുൻകാലങ്ങളിൽ ഒരു ഓപ്പറേഷൻ എന്നു പറഞ്ഞാൽ ആളുകൾ എത്ര ഭയപ്പെടുമായിരുന്നു. എത്ര വേദന അനുഭവിക്കണമായിരുന്നു. പ്രസവങ്ങളും അതുപോലെ തന്നെ. ശാസ്ത്രീയമായ അറിവില്ലാത്ത പതിച്ചികൾ പേറെടുക്കുന്നു. എത്ര സാധുസ്ത്രീകളാണ് പ്രസവത്തോടെ മരിച്ചുപോയത്. ഇന്നാ നില മാറിയെങ്കിൽ, വേദന ചവച്ചിറക്കാതെ പ്രസവിക്കാമെങ്കിൽ, അതു നല്ലതല്ലേ? അതിനു സ്ത്രീകളെ പഴിക്കാൻ പറ്റുമോ? ഒന്നാലോചിച്ചുനോക്കൂ മത്തായിസാറേ."

"ഞാൻ തർക്കിക്കുന്നില്ല, പ്രൊഫസറേ, സമ്മതിച്ചു. എനിക്കും നേരിട്ടനുഭവമുള്ള കാര്യമാണത്. ഈയിടെ മൂത്രതടസ്സത്തിന് ഒരു ഓപ്പറേഷൻ നടത്തിയപ്പോൾ ഞാൻ ഒട്ടും വേദന അറിഞ്ഞില്ല. ഓപ്പറേഷൻ നടക്കുന്നത് നോക്കിക്കാണാൻ പറഞ്ഞിട്ടും ഞാൻ അങ്ങോട്ടു നോക്കിയില്ല. കണ്ണും പൂട്ടിക്കിടന്നു. പക്ഷേ പണം കുറെ ചെലവായി കേട്ടോ"

"ചൂടാൻ മലരും ഘനമായ് തോന്നിയ ദോഹദകാലത്തിൽ
ചുമന്നിരിപ്പൂ ദുർഭരഗർഭം സുഖേന ജനയിത്രി

എന്നു മഹാകവി ഉള്ളൂർ പാടിയിട്ടുണ്ടല്ലോ *പ്രേമസംഗീത* ത്തിൽ. ഗർഭത്തിന് അത്രയ്ക്കു ഭാരമുണ്ടോ പ്രൊഫസറേ?" നായർ ചോദിച്ചു.

"നമുക്കൊരു ഏകദേശക്കണക്കെടുക്കാം നായരേ. പ്രസവത്തോടടുക്കുമ്പോൾ ഫീറ്റസിന് 3 കിലോഗ്രാമോളം ഭാരം വരും. മറുപിള്ളയുടെ ഭാരം 500 ഗ്രാം. ദ്രാവകങ്ങളുടെയെല്ലാം ഭാരം 1 കിലോഗ്രാം. വികസിച്ച ഗർഭപാത്രത്തിന്റെ ഭാരം 500 ഗ്രാം. ഇങ്ങനെ മൊത്തം 5 കിലോഗ്രാം. ഈ കൂടുതൽ ഭാരത്തിനു പുറമേ ഗർഭസംബന്ധമായി അമ്മയ്ക്കുണ്ടാകുന്ന പല ശാരീരികമാറ്റങ്ങളും അസ്വാസ്ഥ്യജനകങ്ങളാണ്."

"ഭ്രൂണത്തെ ഗർഭാശയത്തിൽ വളർത്തുക എന്ന ചുമതല മാത്രമേ മാതാവിനുള്ളോ?" സുന്ദരേശൻ ചോദിച്ചു.

"നല്ല ചോദ്യം. 'ഹോമൻകുലസ്' എന്നൊരു വാക്കു നിങ്ങൾ കേട്ടിരിക്കാൻ ഇടയില്ല പാശ്ചാത്യലോകത്ത് ഒരന്ധവിശ്വാസം നിലനിന്നിരുന്നു: മനുഷ്യരൂപത്തിലുള്ള ഒരു വസ്തു പുരുഷബീജത്തിൽ അടങ്ങിയിരിക്കുന്നു. ഇതാണ് ഹോമൻകുലസ്. അതിനെ ഗർഭാശയത്തിൽ വളർത്തി ശിശുവാക്കി പ്രസവിക്കുക എന്ന റോളായിരുന്നു സ്ത്രീക്കു കല്പിച്ചിരുന്നത്. ഒരു ശിശുവിനു ജന്മം നല്കുന്ന കാര്യത്തിൽ പുരുഷനും സ്ത്രീക്കും തുല്യപങ്കാളിത്തമാണുള്ളതെന്ന് ജനിതകശാസ്ത്രം സംശയാതീതമായി തെളിയിച്ചിരിക്കുന്നു. സ്ത്രീയുടെ പങ്കാളിത്തത്തിനു നേരിയ മുൻതൂക്കം ഉണ്ടുതാനും. അതിനെക്കുറിച്ചു പിന്നീടു വിശദമായി ചർച്ചചെയ്യാം.

"ജീനുകളുടെ കാര്യം പ്രൊഫസർ സൂചിപ്പിച്ചല്ലോ. അവയെക്കുറിച്ച് അല്പം കേട്ടാൽ കൊള്ളാമെന്നുണ്ട്." സുന്ദരേശന്റെ അഭ്യർത്ഥന.

"ജീനുകൾ എന്താണെന്നറിയുന്നതിനു മുമ്പ് കോശങ്ങൾ എന്താണെന്നറിയണം. ഈ രണ്ടു വാക്കുകളും ഞാൻ പ്രയോഗിച്ചു– രണ്ടാമത്തേതു പലതവണ. ജീവന്റെ അടിസ്ഥാനഘടകമാണ് 'സെൽ' എന്ന് ഇംഗ്ലീഷിൽ പറയുന്ന കോശം. അമീബകളും ബാക്റ്റീരിയങ്ങളും ഏകകോശജീവികളാണ്. പല രൂപത്തിലും വലുപ്പത്തിലുമുള്ള ഒരുലക്ഷം കോടി കോശങ്ങളാൽ നിർമ്മിതമാണ് നമ്മുടെ ശരീരം. പല ജോലികൾ ചെയ്യുന്ന ഈ കോശങ്ങളുടെ കണിശമായ പ്രവർത്തനംകൊണ്ടാണ് നാം ജീവിക്കുന്നത്– നാമെന്നല്ല എല്ലാ ജീവികളും. സമസ്ത ജീവജാലങ്ങളുടെയും കോശങ്ങളുടെ ആന്തരികസ്വഭാവം അടിസ്ഥാനപരമായി ഒന്നുത

ന്നെയാണ്. കോശത്തിനുള്ളിൽ ഒരു ന്യൂക്ലിയസ് അഥവാ കോശകേന്ദ്ര മുണ്ട്. ഇതിൽ ചുരുണ്ടുകൂടിക്കിടക്കുന്ന നാരുകൾപോലുള്ള ക്രോമസോമുകളുണ്ട്. ഈ ക്രോമസോമുകളിൽ കുടികൊണ്ടിരിക്കുന്ന അത്ഭുതവസ്തുക്കളാണു ജീനുകൾ. പാരമ്പര്യത്തെ വഹിക്കുന്ന ഘടകങ്ങളാണിവ. ജീവിതത്തിന് അനുപേക്ഷണീയമായ പ്രോട്ടീനുകളുടെ നിർമ്മാണത്തിനുവേണ്ട നിർദ്ദേശങ്ങൾ നല്കുന്നതിലൂടെയാണ് പാരമ്പര്യം ജീനുകൾ നിലനിർത്തുന്നത്."

"ചുരുക്കത്തിൽ, പൂച്ച പൂച്ചക്കുട്ടികളെത്തന്നെ പ്രസവിക്കുന്നതും മനുഷ്യരുടെ സന്താനങ്ങൾ മനുഷ്യക്കുട്ടികളായിത്തന്നെ ഇരിക്കുന്നതും ജീനുകൾ ഉള്ളതുകൊണ്ടാണല്ലേ? ജീനുകൾക്ക് എന്റെ വിനീതനമസ്കാരം." കുറുപ്പു പറഞ്ഞു.

"മനുഷ്യശരീരത്തിലുള്ള ഇരുപത് അമിനോ ആസിഡുകളെ പലതരത്തിൽ കോർത്തിണക്കിയാണ് ശരീരത്തിന്റെ ഘടനയ്ക്കും പ്രവർത്തനത്തിനും ആവശ്യമായ പ്രോട്ടീനുകളെ കോശങ്ങൾ നിർമ്മിക്കുന്നത്. എപ്രകാരമാണ് അവയെ കോർത്തിണക്കേണ്ടതെന്ന് ഉപദേശിക്കുന്നത്, നേരത്തെ സൂചിപ്പിച്ചതുപോലെ, ജീനുകളാണ്. ഓരോ പ്രോട്ടീനിന്റെയും കോഡ് ഓരോ ജീനിലാണുള്ളത്. ന്യൂക്ലിയസിനു പുറത്തിറങ്ങാതെയാണ് ജീനുകൾ ഈ കർമ്മം നിർവഹിക്കുന്നത്. തൽക്കാലം ഇത്രമാത്രമേ ജീനുകളെക്കുറിച്ചു ഞാൻ പറയുന്നുള്ളൂ. വിസ്തരിച്ചുള്ള ചർച്ച പിന്നീടൊരിക്കൽ ആവാം.

പക്ഷേ, ഒരു കാര്യം ഇപ്പോൾ പറയാതിരിക്കാൻ വയ്യ. അതു പ്രോട്ടീനുകളുടെ പ്രാധാന്യത്തെക്കുറിച്ചാണ്.

കോശത്തിലെ മുഖ്യകഥാപാത്രമാണ് പ്രോട്ടീൻ. അതു നിർവഹിക്കാത്ത ധർമ്മങ്ങൾ കുറവാണ്. എൻസൈമുകൾ എന്ന നിലയിൽ രാസത്വരകങ്ങളായും ഹോർമോണുകൾ എന്ന നിലയിൽ വിവരവാഹികളായും പ്രോട്ടീൻ പ്രവർത്തിക്കുന്നു. രോഗാണുക്കളെ പ്രതിരോധിക്കുന്ന ആന്റീബോഡികളും പ്രാണവായുവിനെ രക്തത്തിലൂടെ വഹിച്ചുകൊണ്ടുപോകുന്ന ഹീമോഗ്ലോബിനും പ്രോട്ടീനാണ്. കോശങ്ങൾക്കുള്ളിലേയ്ക്കും പുറത്തേയ്ക്കും വസ്തുക്കളെകൊണ്ടുപോകുന്നതും പേശീചലനങ്ങളെ സഹായിക്കുന്നതും പ്രോട്ടീൻ തന്നെ, പേശികൾ തന്നെ പ്രോട്ടീൻ ആണെങ്കിലും. ചുരുക്കത്തിൽ പ്രോട്ടീനില്ലെങ്കിൽ ജീവിതമില്ല– മനുഷ്യനെന്നല്ല ഒരു ജീവിക്കും.

രാസത്വരകങ്ങൾ എന്നാൽ എന്താണെന്നു മത്തായിസാർ ചോദിക്കാൻ തുടങ്ങുകയാണ്. സ്വയം പരിവർത്തനത്തിനു വിധേയമാകാതെ, ഒരു രാസപ്രവർത്തനത്തിൽ പങ്കെടുത്ത് അതിന്റെ വേഗംകൂട്ടുന്ന വസ്തുക്കളെയാണ് ക്യാറ്റലിസ്റ്റുകൾ അഥവാ രാസത്വരകങ്ങൾ എന്നു പറയുന്നത്. നമ്മുടെ ശരീരത്തിൽ ഒട്ടേറെ രാസപ്രവർത്തനങ്ങൾ നടക്കുന്നുണ്ട്. ആ പ്രവർത്തനങ്ങളുടെ സമയക്രമം നിർണ്ണയിക്കുന്നതും അവയുടെ

വേഗം നിയന്ത്രിക്കുന്നതും 'എൻസൈമുകൾ' എന്നു പേരുള്ള പ്രോട്ടീനുകളാണ്. വിദേശനിർമിതമായ യന്ത്രംകൊണ്ടു വ്യവസായം നടത്താൻ ഉദ്ദേശിക്കുന്ന ഒരാൾ യന്ത്രം ഇറക്കുമതി ചെയ്തിട്ടു ഫാക്ടറികെട്ടാനും വൈദ്യുതിക്കുവേണ്ടി അപേക്ഷിക്കാനും ശ്രമിക്കുന്നത് സമയത്തിന്റെ ദുർവ്യയമാണ്. വിദേശത്തുനിന്ന് യന്ത്രം ഇറക്കുമതി ചെയ്യാൻ വേണ്ട കാലദൈർഘ്യം, ഫാക്ടറി കെട്ടാനും റോഡുനിർമ്മാണത്തിനും വൈദ്യുതകണക്ഷനും വേണ്ട സമയം, ഇതെല്ലാം ബുദ്ധിപൂർവ്വം കണക്കാക്കി മുന്നോട്ടുനീങ്ങിയാൽ അനാവശ്യമായ കാലതാമസം ഒഴിവാക്കാൻ കഴിയും. സങ്കീർണ്ണമായ ഒരു ഫാക്ടറി നിർമ്മിക്കാനും പരമാവധി കാര്യശേഷിയോടെ പ്രവർത്തിപ്പിക്കാനും വേണ്ടതിനെക്കാൾ എത്രയോ മടങ്ങ് സാമർത്ഥ്യത്തോടെയാണ് എൻസൈമുകൾ അതിസങ്കീർണ്ണമായ മനുഷ്യശരീരം എന്ന കെമിക്കൽ ഫാക്ടറി പ്രവർത്തിപ്പിക്കുന്നതെന്നറിയാമോ? ഇത്ര കാര്യശേഷിയും ശുഷ്കാന്തിയുമുള്ള എൻസൈമുകളെ രൂപപ്പെടുത്താൻ പ്രകൃതിക്ക് എത്രയോ സഹസ്രാബ്ദങ്ങൾ വേണ്ടിവന്നിട്ടുണ്ടാവും!

എൻസൈമുകൾ എന്നപോലെ പ്രോട്ടീനുകളുടെ മറ്റൊരു രൂപഭേദമാണ് 'ഹോർമോണുകൾ.' ശരീരത്തിന്റെ ഒരു ഭാഗത്തുള്ള ഗ്രന്ഥിയിൽനിന്ന്, മറ്റൊരു ഭാഗത്തു പ്രവർത്തിക്കാനായി, സ്രവിക്കുന്ന ഒരു രാസവസ്തുവാണ് ഹോർമോൺ. നമുക്കു സുപരിചിതമായ ഒരു ഹോർമോണിന്റെ പേരു പറയാമോ ആർക്കെങ്കിലും.?"

അല്പനേരം ആരും ഒന്നും പറഞ്ഞില്ല. നിശ്ശബ്ദത ഭഞ്ജിച്ചതു സുന്ദരേശനാണ്: "ഇൻസുലിൻ."

"ആങ്ഹാ. ഇൻസുലിനോ? അതു ഞാൻ കാലത്തും രാത്രിയിലും കുത്തിവയ്ക്കുന്ന സാധനമാണല്ലോ." മത്തായിസാർ പറഞ്ഞു.

"അപ്പോൾ നല്ല ഷുഗറുള്ള ആളാണല്ലേ? ഇതുവരെ ഇക്കാര്യം ഒളിച്ചുവച്ചു മമ്മതിന്റെ കടയിലെ പഴംപൊരി സുഖിച്ചു തിന്നുകയായിരുന്നല്ലോ." കുറുപ്പു ചോദിച്ചു.

"വല്ലപ്പോഴും കുറച്ചു മധുരം ആവാമെന്നു ഡോക്ടർ പറഞ്ഞിട്ടുണ്ടെടോ കുറുപ്പേ." ആദ്യത്തെ വാക്ക് സ്വരംതാഴ്ത്തി പറഞ്ഞു.

"പാൻക്രിയാസ് എന്ന ഗ്രന്ഥിയാണ് ഇൻസുലിൻ ഉൽപ്പാദിപ്പിക്കുന്നത്. പാൻക്രിയാസിലുള്ള ചില കോശസഞ്ചയങ്ങൾ ഒഴുക്കുന്ന ഈ ഹോർമോൺ രക്തത്തിലെ ഗ്ലൂക്കോസിന്റെ തോതു നിയന്ത്രിക്കാൻ സഹായിക്കുന്നു. ഭക്ഷണം കഴിക്കുമ്പോൾ രക്തത്തിലെ ഗ്ലൂക്കോസിന്റെ അളവു വർദ്ധിക്കുന്നു. അതു കണക്കാക്കി പാൻക്രിയാസ് കൂടുതൽ ഇൻസുലിൻ സ്രവിപ്പിക്കുന്നു. ഇൻസുലിൻ രക്തത്തിലെ ഗ്ലൂക്കോസിന്റെ അളവു കുറയ്ക്കുന്നു. ഗ്ലൂക്കാഗോൺ എന്ന ഹോർമോൺ രക്തത്തിലെ ഗ്ലൂക്കോസിന്റെ അളവ് ഉയർത്തുന്നു. രണ്ടു ഹോർമോണുകളും സ്രവിക്കുന്നതു പാൻക്രിയാസിൽനിന്നാണ്."

''പാൻക്രിയാസിനു പുറമേ ഹോർമോണുകൾ സ്രവിക്കുന്ന പ്രധാനപ്പെട്ട ഗ്രന്ഥികൾ ഏതെല്ലാമാണു പ്രൊഫസർ?" പിള്ള ചോദിച്ചു.

"സ്രവിക്കുന്ന ഹോർമോണുകളെ കുഴൽവഴിയല്ലാതെ നേരിട്ടു രക്തത്തിൽ കലർത്തുന്ന ഗ്രന്ഥികളെ 'എൻഡോക്രൈൻ' ഗ്രന്ഥികൾ എന്നു പറയുന്നു. ഓരോ ഗ്രന്ഥിയും ഒന്നോ, അതിലധികമോ, ഹോർമോണുകളെ ഒഴുക്കുന്നു. പാൻക്രിയാസ് എന്തുചെയ്യുന്നുവെന്നു നാം കണ്ടുകഴിഞ്ഞു. മറ്റു പ്രധാനപ്പെട്ട ഗ്രന്ഥികൾ എഡ്രിനലും തൈറോയിഡും പിറ്റ്യൂട്ടറിയുമാണ്. പുരുഷന്റെ വൃഷണവും സ്ത്രീയുടെ അണ്ഡാശയവും ഇത്തരത്തിലുള്ള ഗ്രന്ഥികളായും പ്രവർത്തിക്കുന്നു.

നമുക്ക് ഒരു ജോടി വൃക്കയുണ്ടെന്ന് അറിയാമല്ലോ. ഇതിൽ ഓരോന്നിന്റെയും മുകളിൽ സ്ഥിതിചെയ്യുന്ന ഗ്രന്ഥിയാണ് എഡ്രിനൽ ഗ്രന്ഥി. ഈ ഗ്രന്ഥിയില്ലാതെ മനുഷ്യർക്കും മിക്ക ജന്തുക്കൾക്കും രണ്ടുദിവസത്തിൽ കൂടുതൽ ജീവിക്കുക സാധ്യമല്ല എന്നതുതന്നെ അതിന്റെ പ്രാധാന്യത്തെ സൂചിപ്പിക്കുന്നു. ശരീരത്തിലെ ലവണാംശവും കലകളിലെ ജലാംശവും ഭാഗികമായി നിയന്ത്രിക്കുന്നത് ഈ ഗ്രന്ഥിയാണ്. ഈ ഗ്രന്ഥി ഉൽപ്പാദിപ്പിക്കുന്ന 'എഡ്രിനാലിൻ' എന്ന ഹോർമോൺ ആപത്തിനെ ചെറുത്തുനില്ക്കാനോ, കുമാരനാശാൻ പറഞ്ഞതുപോലെ, 'ഏറ്റ വൈരിക്കു മുമ്പുഴറിയോടിയ ഭീരുവാ'കാനോ വ്യക്തികളെ പ്രേരിപ്പിക്കുന്നു. ഇന്റർവ്യൂബോർഡിനെ നേരിടുമ്പോഴോ പ്രസംഗിക്കാൻ എഴുന്നേല്ക്കുമ്പോഴോ നെഞ്ചു പടപടാ അടിക്കുന്നതിന്റെ കാരണക്കാരനും എഡ്രിനൽ ഗ്രന്ഥി തന്നെ.

തൊണ്ടയ്ക്കടുത്തു സ്ഥിതിചെയ്യുന്ന തൈറോയിഡ് ഗ്രന്ഥി 'തൈറോക്സിൻ' എന്ന ഹോർമോൺ ഉൽപ്പാദിപ്പിക്കുന്നു. ശരീരത്തിന്റെ മെറ്റാബൊളിസത്തിന്റെ വേഗംകൂട്ടുന്നത് ഈ ഹോർമോണാണ്. കുട്ടികളുടെ ശാരീരികവും മാനസികവുമായ വളർച്ചയ്ക്ക് തൈറോക്സിൻ ആവശ്യമാണ്. തൈറോക്സിന്റെ നിർമ്മാണത്തിന് അത്യാവശ്യമായ അയോഡിൻ ലഭിച്ചില്ലെങ്കിൽ തൈറോയിഡ് ഗ്രന്ഥി വീർക്കും. ഇതിനാണ് ഗോയിട്ടർ അഥവാ തൊണ്ടമുഴ എന്നു പറയുന്നത്. കറിയുപ്പിലൂടെ അയൊഡിൻ ശരീരത്തിനു ലഭ്യമാക്കിയാൽ ഈ ദുരവസ്ഥ ഒഴിവാക്കാം.

മസ്തിഷ്കത്തിന്റെ നടുവിൽ അടിവശത്തു സ്ഥിതിചെയ്യുന്ന ഒരു പയർമണിയോളം മാത്രം വലുപ്പമുള്ള പിറ്റ്യൂട്ടറിയാണ് ഗ്രന്ഥികളുടെ രാജൻ. മനുഷ്യശരീരത്തിന്റെ വളർച്ചയും മറ്റു ഗ്രന്ഥികളുടെ പ്രവർത്തനവും നിയന്ത്രിക്കുന്ന ഗ്രന്ഥിയാണിത്. ഒരു പിഗ്മിയെയോ അതികായനെയോ ഉണ്ടാക്കി രസിക്കാൻ ഈ ഗ്രന്ഥിക്കു കഴിയും. ശരീരത്തിലെ ജലാംശവും രക്തസമ്മർദ്ദവും നിയന്ത്രിക്കുന്നതിന് പിറ്റ്യൂട്ടറി ഒഴുക്കുന്ന ഒരു ഹോർമോൺ സഹായകമാണ്.

വളർച്ചയുടെ ഒരു പ്രത്യേകഘട്ടത്തിൽ, വൃഷണവും അണ്ഡവും യഥാക്രമം ഒഴുക്കുന്ന ഹോർമോണുകൾ പുരുഷലക്ഷണങ്ങളും സ്ത്രൈണലക്ഷണങ്ങളും വളർത്തുന്നു.

"എന്താണു പ്രൊഫസർ മെറ്റാബൊളിസം?" നായർ ചോദിച്ചു.

"ജീവശാസ്ത്രം കൈകാര്യം ചെയ്യുന്ന ഞങ്ങൾക്കു വളരെ പ്രിയപ്പെട്ട വാക്കാണത്. 'മാറ്റം' എന്നർത്ഥമുള്ള ഒരു ഗ്രീക്കുപദത്തിൽനിന്നാണ് ഇതിന്റെ ഉത്ഭവം. ശരീരത്തിലെ ഓരോ കോശത്തിലും സംഭവിച്ചുകൊണ്ടിരിക്കുന്ന രാസമാറ്റങ്ങളെയും തത്ഫലമായി ശരീരത്തിനു മൊത്തത്തിലുണ്ടാകുന്ന മാറ്റത്തെയും സൂചിപ്പിക്കുന്ന വാക്കാണിത്. ഇതിനെക്കുറിച്ചു വിശദമായി മറ്റൊരവസരത്തിൽ ചർച്ചചെയ്യാം."

"കേട്ടിടത്തോളം അത്ഭുതം തോന്നുന്നു. കേൾക്കാത്തതുകൂടി അറിയുമ്പോൾ മഹാത്ഭുതം എന്നല്ലാതെ എന്തുപറയാൻ." മത്തായിസാറാണ് ഇതുപറഞ്ഞത്.

"മത്തായിസാർ ശരിയായി മനസ്സിലാക്കിയിരിക്കുന്നു. നിരന്തരം പ്രവർത്തിച്ചുകൊണ്ടിരിക്കുന്ന നമ്മുടെ ശരീരത്തിൽ നാം അറിഞ്ഞുനടക്കുന്ന പ്രവർത്തനങ്ങളെക്കാൾ എത്രയോ കൂടുതലാണു നാം അറിയാതെ നടക്കുന്നവ. വിസ്തരിക്കാൻ തുടങ്ങിയാൽ ഈയിടെയൊന്നും എനിക്കു വീട്ടിലേക്കു മടങ്ങാൻ കഴിയുകയില്ല.

'ഹോമോ സേപ്പിയൻസ്' എന്ന ലാറ്റിൻവാക്കുകൊണ്ടാണ് നാം നമ്മെ വിശേഷിപ്പിക്കുന്നത്. 'ബുദ്ധിയുള്ള മനുഷ്യൻ' എന്നാണ് അതിന്റെ അർത്ഥം. ബുദ്ധിയില്ലാത്ത മനുഷ്യർ അതിനു മുമ്പുണ്ടായിരുന്നു എന്നാണു വ്യംഗ്യം. ഈ ബുദ്ധിയുള്ള മനുഷ്യർ ലോകത്ത് ഉത്ഭവിച്ചിട്ട് രണ്ടുലക്ഷം വർഷമായി എന്നാണു നരവംശശാസ്ത്രജ്ഞന്മാർ പറയുന്നത്. നമ്മൾ ഇതുവരെ വളരെ ചുരുക്കത്തിൽ അങ്ങുമിങ്ങും തൊട്ടു മാത്രം ചർച്ചചെയ്ത ഗർഭധാരണവും ശിശുവിന്റെ വളർച്ചയും പ്രസവവും ശരീരത്തിന്റെ പ്രവർത്തനങ്ങളും രണ്ടു ലക്ഷം വർഷങ്ങളായി അനുസ്യൂതം നടന്നുകൊണ്ടിരിക്കുന്നു എന്നാലോചിച്ചാൽ അത്ഭുതം തോന്നുകയില്ലേ?"

"വളരെ വിലപ്പെട്ട അറിവുകളാണ് പ്രൊഫസർ ഈ ചുരുങ്ങിയ സമയത്തിനുള്ളിൽ നൽകിയത്. നന്ദിയുണ്ട്. ജീവിതസായാഹ്നത്തിലെങ്കിലും ജീവിതം അമൂല്യമാണെന്ന് അറിയാൻ കഴിഞ്ഞതുതന്നെ ആകസ്മികമായി വന്നുചേർന്ന ഒരു ഭാഗ്യമാണ്. പക്ഷേ പ്രൊഫസറുടെ ദൈവനിന്ദ എന്റെ മനസ്സിനെ വല്ലാതെ നൊമ്പരപ്പെടുത്തിയിരിക്കുന്നു." മത്തായിസാർ വികാരവായ്പ്പോടെ പറഞ്ഞു.

മറ്റുള്ളവർ അമ്പരന്നു. "ദൈവനിന്ദയോ? അതിനു പ്രൊഫസർ ദൈവത്തെക്കുറിച്ച് ഒന്നും പറഞ്ഞില്ലല്ലോ." കുറുപ്പു ചോദിച്ചു.

പ്രൊഫസർ പുഞ്ചിരിച്ചതേയുള്ളൂ. അദ്ദേഹത്തിനു കാര്യം പിടികിട്ടി.

മറ്റുള്ളവർക്ക് എന്തുതോന്നുന്നു എന്നതു മത്തായിസാറിനു പ്രശ്നമല്ല. അദ്ദേഹം തുടർന്നു. "ഞാൻ ഒരു സത്യക്രിസ്ത്യാനിയാണെന്നും ബൈബിൾ വിശ്വാസിയാണെന്നും പ്രൊഫസർക്കറിയാം. എന്റെ അപ്പന്റെ അപ്പൻ ഉപയോഗിച്ചുകൊണ്ടിരുന്ന ഇംഗ്ലീഷ് ബൈബിളാണ്

ഞാൻ ദിവസവും രാത്രി വായിക്കുന്നത്. ദൈവം ലോകത്തെ സൃഷ്ടിച്ചിട്ട് ആറായിരം വർഷമേ ആയിട്ടുള്ളു എന്ന് അതിൽ എഴുതിവച്ചിട്ടുണ്ട്. അപ്പറഞ്ഞതിൽ ഒരു വള്ളിപുള്ളി വ്യത്യാസം വരാൻ സാധ്യമല്ല. മറിച്ച് ആരുപറഞ്ഞാലും അതു സത്യവിരോധം മാത്രമല്ല ദൈവനിന്ദയുമാണ്. ഇന്നത്തെ മനുഷ്യൻ ഉണ്ടായിട്ട് രണ്ടുലക്ഷം വർഷത്തോളമായി എന്നു പറഞ്ഞാൽ ഞാൻ അതെങ്ങനെ സഹിക്കും?"

"മത്തായിസാർ വികാരാധീനനായതിൽ ഞാൻ അദ്ദേഹത്തെ ഒരിക്കലും കുറ്റപ്പെടുത്തുകയില്ല. അദ്ദേഹം സാധാരണക്കാരനായ ഒരു മതവിശ്വാസിയാണ്. വലിയ മതപണ്ഡിതരായ ജെയിംസ് ഉഷറും ജോൺ ലൈറ്റ് ഫുട്ടും, ബൈബിളിൽ എഴുതിയിരിക്കുന്നതു വാച്യാർഥത്തിൽ വിശ്വസിച്ച്, ദൈവം ഭൂമിയെ സൃഷ്ടിച്ചതു ബി സി 4004 ഒക്ടോബർ 23 -ന് കാലത്തു ഒമ്പതുമണിക്കായിരുന്നെന്നു കൃത്യമായി കണക്കുകൂട്ടി കണ്ടുപിടിച്ചു! ഈ കണ്ടെത്തൽ വിശുദ്ധ ബൈബിളിന്റെ അധികൃത ഇംഗ്ലീഷ് തർജ്ജമയിൽ 19-ാം നൂറ്റാണ്ടുവരെ എഴുതിച്ചേർത്തിരുന്നു. അതിന്റെ ഒരു കോപ്പിയാണു മത്തായിസാറിന്റെ കൈവശമുള്ളത് എന്നു തോന്നുന്നു."

"അതേ, അതുതന്നെ."

"സാറേ, അതൊക്കെ പഴയ കഥകളാണ്. 18-ാം നൂറ്റാണ്ടിൽ ബ്യൂഫോൺ എന്ന ഫ്രെഞ്ചുകാരനായ ഭൗമശാസ്ത്രജ്ഞൻ പാറകളെയും അവയിൽ കണ്ട ജീവികളുടെ ഫോസിലുകളെയും സൂക്ഷ്മമായി പഠിച്ചുപറഞ്ഞത് ഭൂമിക്ക് 75,000 വർഷമെങ്കിലും പ്രായം കാണും എന്നാണ്. ദൈവനിന്ദയ്ക്കു ബ്യൂഫോൺ ശാസിക്കപ്പെട്ടു. അന്നു വിശ്വാസികൾ പറഞ്ഞതെന്താണെന്നു കേൾക്കണോ? ഭൗമശാസ്ത്രജ്ഞന്മാരെന്നു ഞെളിഞ്ഞുനടക്കുന്ന ബ്യൂഫോണെപ്പോലുള്ള പമ്പരവിഡ്ഢികളെ കബളിപ്പിക്കാൻ ദൈവം കാട്ടിയ കുസൃതിയാണ് അതെന്നായിരുന്നു. കാലനിർണ്ണയത്തിന് ഇപ്പോൾ പല സാങ്കേതികവിദ്യകളുണ്ട് അവയിലൊന്നാണ് റേഡിയോ കാർബൺ ഡേറ്റിങ്. നിങ്ങൾ കേട്ടുകാണും ആ പേര്. അതെന്താണെന്നു ഞാൻ ചുരുക്കിപ്പറയാം. ജീവജാലങ്ങൾക്കു ഹാനികരമായ കോസ്മിക് രശ്മികൾ ഭൗമാന്തരീക്ഷത്തിന്റെ ഉപരിതലത്തിൽ കാർബൺമൂലകത്തിന്റെ ഐസോട്ടോപ്പായ കാർബൺ-14 എന്ന വസ്തുവിനെ നിരന്തരമായി സൃഷ്ടിച്ചുകൊണ്ടിരിക്കുന്നു. എല്ലാ ജീവികളുടെയും ഉള്ളിൽ കാർബൺഡയോക്സൈഡ് എന്ന വാതകമുണ്ട്. കൂട്ടത്തിൽ കാർബൺ 14-ം കാണും. കാർബൺഡയോക്സൈഡിലെ കാർബൺ സ്ഥിരതയുള്ള കാർബൺ-12 അണെന്നും അറിയുക.'

"പ്രൊഫസറേ ഒരു സംശയം. കാർബൺ-12, കാർബൺ-14, ഐസോട്ടോപ്പ് ഇതൊക്കെ എന്താണ്?" നായർ ചോദിച്ചു.

"കൊള്ളാം. ഈ ചോദ്യം ഞാൻ പ്രതീക്ഷിച്ചതാണ്. എല്ലാ മൂലകങ്ങളുടെയും പരമാണുവിന്റെ നടുവിൽ സെല്ലുകളിലുള്ളതുപോലെ ഒരു

ന്യൂക്ലിയസ് ഉണ്ടെന്നറിയാമല്ലോ. ഈ ന്യൂക്ലിയസിനു ചുറ്റുമാണ് എലക്ട്രോണുകൾ ഭ്രമണം ചെയ്യുന്നത്. പ്രോട്ടോണുകളും ന്യൂട്രോണുകളും ചേർന്നതാണ് ന്യൂക്ലിയസ്. ന്യൂക്ലിയസിലുള്ള പ്രോട്ടോണുകളുടെ എണ്ണമാണ് ആ മൂലകത്തിന്റെ അറ്റോമിക് നംബർ. കാർബണിന്റെ അറ്റോമിക് നംബർ 6 ആണ്. എന്നു പറഞ്ഞാൽ കാർബണിന്റെ പരമാണുവിന്റെ ന്യൂക്ലിയസിൽ 6 പ്രോട്ടോണുകളാണുള്ളത് എന്നർത്ഥം. കാർബൺ-12 എന്നത് 6 പ്രോട്ടോണും 6 ന്യൂട്രോണും ചേർന്ന നംബറാണ്. ഇതിനു 'മാസ് നംബർ' എന്നാണു പേര്. കാർബൺ-14 എന്നു പറഞ്ഞാൽ 6 പ്രോട്ടോണും 8 ന്യൂട്രോണും എന്നാണർത്ഥം. ഇവിടെ ന്യൂട്രോണിന്റെ എണ്ണത്തിൽ വ്യത്യാസം വന്നിരിക്കുന്നു, പ്രോട്ടോണിന്റെ എണ്ണം മാറുന്നുമില്ല. രാസഗുണങ്ങളിൽ വ്യത്യാസമൊന്നും ഇല്ലെങ്കിലും ന്യൂട്രോണിന്റെ എണ്ണത്തിലുള്ള വ്യത്യാസംകൊണ്ട് ഭൗതികഗുണങ്ങളിൽ വ്യത്യാസമുള്ള, ഒരേ മൂലകത്തിന്റെ വിവിധരൂപങ്ങളെയാണ് ഐസോട്ടോപ്പുകൾ എന്നുപറയുന്നത്. കാർബൺ-12 സാധാരണ കാർബണും കാർബൺ-14 ഐസോട്ടോപ്പുമാണ്. മിക്ക ഐസോട്ടോപ്പുകൾക്കും റേഡിയോ ആക്ടിവതയുണ്ട്.

ഒരു ജീവിയുടെ മൃതശരീരത്തിൽ കുടുങ്ങിയിരിക്കുന്ന കാർബൺ -14 ന്റെ റേഡിയോ ആക്ടിവത സഹസ്രാബ്ദങ്ങൾ നിലനിൽക്കും. ക്രമേണ കുറഞ്ഞുകൊണ്ടിരിക്കുന്ന ഈ റേഡിയോ ആക്ടിവതയുടെ തോതിനെ ആധാരമാക്കി കാലപ്പഴക്കം കണ്ടുപിടിക്കുന്ന സമ്പ്രദായത്തെയാണ് റേഡിയോ കാർബൺ ഡേറ്റിങ് എന്നു പറയുന്നത്. മുപ്പതിനായിരം വർഷത്തിനപ്പുറം കാലപ്പഴക്കമുള്ള വസ്തുക്കളെ സംബന്ധിച്ചിടത്തോളം ഈ സമ്പ്രദായം കാര്യക്ഷമമല്ല. മുപ്പതിനായിരം വർഷത്തിലേറെ പഴക്കമുള്ള വസ്തുക്കളുടെ കാലനിർണയത്തിന് പൊട്ടാഷ്യം ഓർഗോൺ ഡേറ്റിങ്, യൂറേനിയം സീരീസ് ഡേറ്റിങ്, എലക്ട്രോൺ സ്പിൻറെസൊണൻസ് എന്നിങ്ങനെയുള്ള ആധുനികസങ്കേതങ്ങൾ ലഭ്യമാണ്. ഈ നൂതനസങ്കേതങ്ങളുടെ സഹായത്തോടെ ഭൗമശാസ്ത്രജ്ഞർ ഭൂമിയുടെ പ്രായം നിശ്ചയിച്ചിരിക്കുന്നു- അത് ആറായിരം അല്ല, നാനൂറ്റി അമ്പതുകോടി സംവത്സരങ്ങളാണെന്ന്! അവർ മറ്റൊന്നുകൂടി പറയുന്നു: ഭൂമിയിൽ ജീവൻ നാമ്പെടുത്തിട്ട് സുമാർ മുന്നൂറ്റി അമ്പതുകോടി വർഷങ്ങൾ കഴിഞ്ഞിരിക്കുന്നു എന്ന്."

മത്തായിസാർ തികച്ചും അസ്വസ്ഥനായി കഴിഞ്ഞിരുന്നു. ഇടറിയ സ്വരത്തിൽ അദ്ദേഹം പറഞ്ഞു. "പ്രൊഫസറേ, ഞാൻ ഇതു വിശ്വസിക്കുന്നില്ല."

"ആശ്ചര്യമില്ല സാർ. എത്ര തെളിവുകൾ നിരത്തിയാലും ആ തെളിവുകളുടെ വെളിച്ചത്തിൽ തങ്ങളുടെ വിശ്വാസങ്ങളെയോ മുൻവിധികളെയോ പുനഃപരിശോധിച്ചു വേണ്ട മാറ്റങ്ങൾ വരുത്താൻ കൂട്ടാക്കാത്ത എത്രയോ പേർ ഈ ലോകത്തിലുണ്ട്. പണ്ടു ഞാൻ കേട്ട ഒരു കഥ പറ

യാം. തിരുവിതാംകൂർ സംസ്ഥാനത്ത്, രാജഭരണം നിലവിലുണ്ടായിരുന്ന കാലത്ത്, ന്യായാധിപന്മാരുടെ യോഗ്യത നിയമത്തിലുള്ള പരിജ്ഞാനത്തെക്കാൾ രാജകുടുംബവുമായുള്ള അടുപ്പമായിരുന്നു. അങ്ങനെയുള്ള ഒരാളിന്റെ കോടതിയിൽ യുവാവായ ഒരഭിഭാഷകൻ മദ്രാസ്, ബോംബെ, അലഹബാദ് എന്നീ ഹൈക്കോടതികളുടെ വിധിന്യായങ്ങൾ തന്റെ കക്ഷിക്കുവേണ്ടി ഉദ്ധരിച്ചപ്പോൾ കോപിഷ്ഠനായ ന്യായാധിപൻ പറഞ്ഞു. 'വെറുതേ തൊള്ളതുറക്കേണ്ടടോ വക്കീലേ, ഞാൻ അവനെ ശിക്ഷിക്കും.' എങ്ങനെയുണ്ട്?"

പത്രമാസികകൾ വായിക്കുന്ന ശീലമുള്ള പരമേശ്വരൻ പറഞ്ഞു. "പ്രൊഫസർ അത്രയ്ക്കൊന്നും പുറകോട്ടു പോകണമെന്നില്ല. 1988 ൽ നടന്ന ഒരു സംഭവം പറയാം. 290 യാത്രക്കാരെയും കൊണ്ടു പറക്കുകയായിരുന്ന ഇറാന്റെ ഒരു വിമാനം അമേരിക്കൻ വിമാനവേധികൾ അബദ്ധത്തിൽ വെടിവെച്ചിട്ടു. യാത്രക്കാരെല്ലാം മരിച്ചു. ലോകമനസ്സാക്ഷിയെ ഞെട്ടിച്ച ഒരു സംഭവമായിരുന്നു അത്. പറ്റിപ്പോയ അബദ്ധത്തിന് അമേരിക്ക മാപ്പുചോദിക്കുമെന്നു ലോകം കരുതി. അബദ്ധം പറ്റിയത് ലോകത്തിനായിരുന്നു. അന്നത്തെ അമേരിക്കൻ പ്രസിഡന്റ് – ഇപ്പോഴത്തെ പ്രസിഡന്റ് ബുഷിന്റെ പിതാവ്– പറഞ്ഞതെന്താണെന്നറിയാമോ: "അമേരിക്കൻ ഐക്യനാടുകൾക്കുവേണ്ടി ഞാൻ മാപ്പുചോദിക്കുകയില്ല. വസ്തുതകൾ എനിക്കു പ്രശ്നമല്ല." അത്രയ്ക്കുണ്ട് അമേരിക്കയുടെ ഔദ്ധത്യം!

"അമേരിക്കയുടെ ഔദ്ധത്യം തൽക്കാലം നമുക്കു വിസ്മരിക്കാം. സീനിയർ ബുഷിന്റെ പ്രസ്താവനമാത്രം നമുക്കു പരിഗണിക്കാം. 'വസ്തുതകൾ എനിക്കു പ്രശ്നമല്ല' എന്നദ്ദേഹം പറഞ്ഞത് അശാസ്ത്രീയമായ ചിന്താഗതിക്ക് ഒന്നാന്തരം ഉദാഹരണമാണ്. തെളിവുകളിൽ താൽപര്യമില്ല എന്ന മനോഭാവവും തെളിവുകൾ ചോദിക്കരുത്, എതിർവാദം ചെയ്യുകയും അരുത്, ഇപ്പറയുന്നതു വിശ്വസിക്കണം എന്ന നിലപാടും ഒരേ നാണയത്തിന്റെ രണ്ടു വശങ്ങളാണ്. ഈ നാണയത്തിന്റെ ഇംഗ്ലീഷ് പേര് 'ഡോഗ്മാ' എന്നാണ്. ഡോഗ്മാ കൊടികുത്തിവാഴുന്ന മേഖലയാണ് വ്യവസ്ഥാപിതമതവിശ്വാസം. ഏറ്റക്കുറച്ചിലുകൾ ഉണ്ടെങ്കിലും ഒരു മതവും അതിനതീതമല്ല. യുക്തിഭദ്രതകൊണ്ടും ആശയസമ്പന്നതകൊണ്ടും വിശ്വപ്രസിദ്ധി ആർജ്ജിച്ച '*ഭഗവദ്ഗീത*'യിൽപോലും ഡോഗ്മയുടെ നിഴലാട്ടങ്ങൾ നമുക്കു ദർശിക്കാം."

"ഞാൻ നിത്യവും *ഗീത* പാരായണം ചെയ്യുന്ന ആളാണ്. ഗീതാജ്ഞാനയജ്ഞങ്ങൾ പലതിലും ഞാൻ പങ്കെടുത്തിട്ടുമുണ്ട്. എങ്കിലും എനിക്കങ്ങനെ തോന്നിയിട്ടില്ല. ഒരുദാഹരണം പറയാമോ?" കുറുപ്പാണ് ഇങ്ങനെ ചോദിച്ചത്.

"ഗീതയിലെ രണ്ടാമദ്ധ്യായത്തിലേക്കു ഞാൻ കുറുപ്പിന്റെ ശ്രദ്ധക്ഷണിക്കുന്നു. അതിൽ കൃഷ്ണൻ അർജ്ജുനനെ ആശ്വസിപ്പിക്കാൻ

പലതും പറയുന്ന കൂട്ടത്തിൽ ഇങ്ങനെയും പറയുന്നു: 'അർജ്ജുനാ ജനിച്ചവൻ മരിക്കും, മരിച്ചവൻ വീണ്ടും ജനിക്കും. പരിഹാരമില്ലാത്ത ഇക്കാര്യത്തെക്കുറിച്ചു ചിന്തിച്ച് എന്തിനാണു നീ വെറുതെ ദുഃഖിക്കുന്നത്?' തികച്ചും യുക്തിഭദ്രമായ ഒരു ഉപദേശമാണിത്– ഒരു ഭാഗമൊഴിച്ചു. മരിച്ചവൻ വീണ്ടും ജനിക്കും എന്നതിനു തെളിവില്ല. അതുകൊണ്ട് ശാസ്ത്രീയചിന്തയ്ക്ക് അതു സ്വീകാര്യമല്ല, പറഞ്ഞത് ജഗദ്ഗുരുവായ കൃഷ്ണനാണെങ്കിൽപോലും."

ഈ അഭിപ്രായം ഗുരുവായൂരപ്പന്റെ ഭക്തനായ പിള്ളയ്ക്ക് അത്ര രുചിച്ചില്ല. അദ്ദേഹം തന്റെ പ്രതിഷേധം ഇങ്ങനെ പ്രകടിപ്പിച്ചു." ഉപദേശിച്ചതു സാക്ഷാൽ ശ്രീകൃഷ്ണപരമാത്മാവാണ്. പുനർജ്ജന്മവിശ്വാസം ഹിന്ദുമതത്തിന്റെ ഭാഗവുമാണ്."

"പിള്ള എന്നെ തെറ്റിദ്ധരിക്കരുത്. മതവിശ്വാസങ്ങളെ ചോദ്യം ചെയ്യുക എന്നത് എന്റെ ഉദ്ദേശ്യമല്ല. പിള്ള പറഞ്ഞതിൽത്തന്നെ ഡോഗ്മ ഉണ്ടെന്ന് അല്പം ചിന്തിച്ചാൽ മനസ്സിലാകും. ശാസ്ത്രത്തിനു വേണ്ടതു തെളിവാണ്, ആരു പറഞ്ഞു എന്നതല്ല. തെളിവുകളുടെ താങ്ങില്ലാത്ത ആശയങ്ങൾ ആരു പറഞ്ഞാലും അതു ശാസ്ത്രീയമല്ല എന്നേ ഞാൻ ഉദ്ദേശിച്ചുള്ളൂ. തെളിവുകളുടെ പിൻബലമില്ലാത്തതിനെയെല്ലാം താഴ്ത്തിപ്പറയുന്നതും നല്ല ജീവിതവീക്ഷണമല്ല. പക്ഷേ തെളിവുകൾ നിരത്തിയാലും വിശ്വാസം പുനഃപരിശോധിക്കുകയില്ല എന്ന വാശി ആരോഗ്യകരമായ ഒരു പ്രവണതയല്ല."

"ഞാനൊന്നു ചോദിക്കട്ടെ. ദൈവവിശ്വാസം നിങ്ങളുടെ ശാസ്ത്രജ്ഞന്മാർക്കു നിഷിദ്ധമാണോ? ദൈവവിശ്വാസമുള്ള ശാസ്ത്രജ്ഞന്മാരില്ലേ?" മത്തായിസാറിന്റെ ചോദ്യം.

"ഉണ്ടല്ലോ. ദൈവവിശ്വാസമുള്ള ശാസ്ത്രജ്ഞന്മാർ നിരവധി പേരുണ്ട്. സർ ഐസക്ന്യൂട്ടന്റെ പേരു കേൾക്കാത്തവരായി ആരെങ്കിലുമുണ്ടോ? അദ്ദേഹത്തെക്കുറിച്ച് ആംഗലകവി അലക്സാണ്ടർപോപ്പ് ഇങ്ങനെ എഴുതി. 'പ്രകൃതിയും പ്രകൃതിനിയമങ്ങളും ഇരുട്ടിൽ ഒളിഞ്ഞു കിടന്നു. 'ന്യൂട്ടൻ ജനിക്കട്ടെ' എന്നു ദൈവം ആജ്ഞാപിച്ചു. ന്യൂട്ടൻ ജനിച്ചു. എങ്ങും പ്രകാശം പരന്നു.' ന്യൂട്ടൺ തികഞ്ഞ ഈശ്വരവിശ്വാസിയായിരുന്നു. ആധുനിക ഊർജ്ജതന്ത്രത്തിൽ വിപ്ലവം സൃഷ്ടിച്ച മഹാപ്രതിഭകളായിരുന്നു മാക്സ് പ്ലാങ്കും ഐൻസ്ടൈനും നെയിൽസ് ബോറും. ക്വാണ്ടം തിയറിയുടെ ഉപജ്ഞാതാവായ മാക്സ് പ്ലാങ്ക് ന്യൂട്ടനെപ്പോലെ ഉറച്ച ദൈവവിശ്വാസിയായിരുന്നു. അദ്ദേഹത്തിനു നാലുമക്കളായിരുന്നു– രണ്ടുപെണ്ണും രണ്ടാണും. പെൺമക്കൾ രണ്ടും ആദ്യപ്രസവത്തിൽ മരിച്ചു. ഒരു മകൻ ഒന്നാംലോകമഹായുദ്ധത്തിൽ മരിച്ചു. ശേഷിച്ച ഒരേയൊരു മകനെ ഹിറ്റ്ലർ വെടിവച്ചുകൊന്നു. രണ്ടാം ലോകമഹായുദ്ധത്തിന്റെ അന്ത്യഘട്ടത്തിൽ സഖ്യകക്ഷികൾ ബെർലിൻ നഗരം ബോംബുചെയ്തപ്പോൾ മാക്സ്പ്ലാങ്കിന്റെ ഭവനവും അമൂല്യമായ റെക്കോർഡുകളും കത്തി

നശിച്ചു. പക്ഷേ കരുണാമയനായ ദൈവത്തിലുള്ള വിശ്വാസം മാക്സ് പ്ലാങ്കിനെ സംബന്ധിച്ചിടത്തോളം അചഞ്ചലമായിരുന്നു. വിശ്വസിക്കാൻ പറ്റുമോ?"

"തികഞ്ഞ ദൈവവിശ്വാസിയാണെന്നു സ്വയം കരുതുന്ന ഞാൻപോലും ഈ ശാസ്ത്രജ്ഞന്റെ മുന്നിൽ തലതാഴ്ത്തുന്നു." മത്തായിസാർ വികാരഭരിതനായി പറഞ്ഞു.

"ഐൻസ്ടൈനും ദൈവവിശ്വാസിയായിരുന്നു. പക്ഷേ അദ്ദേഹത്തിന്റെ ദൈവസങ്കല്പം കുറച്ചു വ്യത്യസ്തമായിരുന്നു എന്നുതന്നെ പറയാം. അദ്ദേഹത്തിന്റെ ദൃഷ്ടിയിൽ ദൈവം അതുല്യനായ ഒരു ഗണിതജ്ഞനായിരുന്നു. ഐൻസ്ടൈൻ മതവിശ്വാസിയുമായിരുന്നു. അദ്ദേഹത്തിന്റെ പ്രശസ്തമായ വാക്യം ഓർമയുണ്ടോ? "മതവിശ്വാസമില്ലാത്ത ശാസ്ത്രം മുടന്തനെപ്പോലെയാണ്. ശാസ്ത്രത്തെ തള്ളിപ്പറയുന്ന മതം അന്ധനെപ്പോലെയും.' മതവും ശാസ്ത്രവും സമരസപ്പെടുത്തിയുള്ള ഒരു ജീവിതവീക്ഷണമാണു മനുഷ്യനു വേണ്ടതെന്നാണ് അദ്ദേഹം പറഞ്ഞതിന്റെ അർത്ഥം."

"പരമാണുവിന്റെ ഉള്ളുകണ്ട നെയിൽസ് ബോറും ദൈവവിശ്വാസി ആയിരിക്കാനാണിട" കുറുപ്പു പറഞ്ഞു.

"അതാണു വിചിത്രം. അദ്ദേഹം ദൈവവിശ്വാസിയേ ആയിരുന്നില്ല. സത്യാന്വേഷിയായ ഒരു ശാസ്ത്രജ്ഞന് ദൈവവിശ്വാസം അനുപേക്ഷണീയമല്ല എന്നതിന്റെ തെളിവായിരുന്നു ബോർ.

മത്തായിസാർ സംസ്കൃതം പഠിച്ചിട്ടുണ്ടല്ലോ. ഉപനിഷത്തുകൾ വല്ലതും നോക്കിയിട്ടുണ്ടോ?"

ഉണ്ട്, ഈശോപനിഷത്ത് നോക്കിയിട്ടുണ്ട്."

"ഈശോയെക്കുറിച്ചുള്ള ഉപനിഷത്താണെന്നു കരുതിയാവും നോക്കിയത്." സുന്ദരേശൻ കളിയാക്കി.

"താൻ പോടോ, സുന്ദരേശാ. ഈശോപനിഷത്ത് എന്നു പറഞ്ഞാൽ *ഈശാവാസ്യോപനിഷത്ത്* എന്നാണർത്ഥം. തനിക്ക് ഇതിനെക്കുറിച്ചൊക്കെ എന്തറിയാം. കാട്ടുജാതിക്കുണ്ടോ സംക്രാന്തിയും മാസപ്പിറവിയും."

"നിങ്ങൾ വഴക്കുകൂടണ്ട. ഈശാവാസ്യത്തിൽ ഗാന്ധിജിയെ വളരെ ആകർഷിച്ച രണ്ടു വരികളുണ്ട്. തോന്നുമോ സാറേ?"

"തോന്നും: 'ഹിരണ്മയേന പാത്രേണ സത്യസ്യാപിഹിതം മുഖം'."

"സത്യത്തിന്റെ മുഖം സ്വർണ്ണപ്പാത്രം കൊണ്ടു മൂടിവച്ചിരിക്കുന്നു എന്നാണല്ലോ അതിന്റെ അർത്ഥം."

"മിക്ക സത്യാന്വേഷികളുടെയും വിചാരം സ്വർണ്ണപ്പാത്രത്തിനുള്ളിലെ സത്യം പാത്രംപോലെ സുന്ദരമായിരിക്കും എന്നാണ്. എന്നാൽ പാത്രം പൊക്കിനോക്കാനുള്ള ധൈര്യവുമില്ല. അഥവാ സത്യത്തിന്റെ മുഖം വികൃതമാണെങ്കിൽ, അതു താങ്ങാൻ പറ്റുമോ?" സുന്ദരേശൻ പറഞ്ഞു.

"യഥാർത്ഥ സത്യാന്വേഷികൾ മുൻവിധിയോടെ സത്യത്തെ സമീ

പിക്കാൻ പാടില്ല. സ്വർണ്ണപ്പാത്രം തുറന്നുനോക്കുമ്പോൾ സത്യം അസുന്ദരമാണെങ്കിൽ അതു പറയാൻ അവർ സന്നദ്ധരാവണം– വിശേഷിച്ച് ശാസ്ത്രജ്ഞന്മാർ."

"നമ്മൾ കാടുകയറുന്നില്ലേ എന്ന് എനിക്കൊരു സംശയം. നമുക്കു മത്തായിസാറിന്റെ പ്രശ്നത്തിലേക്കു മടങ്ങിവന്നുകൂടെ?" പിള്ളയാണ് ഇങ്ങനെ പറഞ്ഞത്.

"നമ്മൾ കാടുകയറിയില്ല, പിള്ളേ. സത്യത്തെ മുൻവിധിയോടെ സമീപിക്കുന്നതു ദോഷമാണ് എന്നു ചൂണ്ടിക്കാട്ടാനാണ് ഇത്രയും പറഞ്ഞത്. മത്തായിസാറിന്റെ പ്രശ്നവും അതുതന്നെയാണ്. മത്തായിസാറിന്റെ പ്രശ്നം എന്നു ഞാൻ പറഞ്ഞത് അത് ഒരു ശരാശരി മതവിശ്വാസിയുടെ പ്രശ്നമായതുകൊണ്ടാണ്. വ്യവസ്ഥാപിത മതങ്ങൾ വിശ്വാസികളെ സ്വതന്ത്രമായി ചിന്തിക്കാൻ അനുവദിക്കുകയില്ല. തന്റെ സ്വന്തം രൂപത്തിൽ സൃഷ്ടിച്ച മനുഷ്യനു വെളിച്ചം നൽകാൻവേണ്ടിയാണ് ദൈവം സൂര്യചന്ദ്രന്മാരെ സൃഷ്ടിച്ചതെന്ന് ബൈബിളിലെ ഉത്പ്പത്തി പുസ്തകത്തിൽ പറഞ്ഞിട്ടുണ്ട്. അതു വാച്യാർത്ഥത്തിൽ വിശ്വസിച്ചാൽ മനുഷ്യൻ അധിവസിക്കുന്ന ഭൂമിയാണു കേന്ദ്രം എന്നുകൂടി വിശ്വസിക്കേണ്ടിവരും. മറിച്ചൊരഭിപ്രായം ആരെങ്കിലും പറഞ്ഞാൽ അതു ബൈബിളിനെ ചോദ്യം ചെയ്യലാകും, ദൈവനിന്ദയുമാകും. അങ്ങനെ അഭിപ്രായം പറയുന്ന നിഷേധികളെ മര്യാദ പഠിപ്പിക്കാനാണ് ദണ്ഡനമുറകൾക്കു കുപ്രസിദ്ധമായ ഇൻക്വിസിഷനു രൂപം നൽകിയത്. ഭൂമി സൂര്യനെ ചുറ്റുന്നു എന്ന അഭിപ്രായത്തിൽ ഉറച്ചുനിന്നതിനാണ് ജിയോർഡാനോ ബ്രൂണോ എന്ന ഇറ്റലിക്കാരനെ ചുട്ടുകൊന്നത്. ക്രൂരമായ ആ സംഭവം നടന്നിട്ട് നാനൂറു വർഷമേ ആയിട്ടുള്ളൂ. സത്യം ആരുടെ പക്ഷത്തായിരുന്നെന്ന് ഇന്നു നമുക്കറിയാം. ബ്രൂണോ പറഞ്ഞതു സ്ഥിരീകരിച്ച ഗലീലിയോ ജീവിച്ചിരിക്കാൻ വേണ്ടി മാപ്പു ചോദിച്ചു. അങ്ങനെ കീഴടങ്ങിക്കൊടുത്തതു തെറ്റോ ശരിയോ എന്നതു മറ്റൊരു കാര്യം. സ്വതന്ത്രചിന്തയ്ക്കു വിലങ്ങിടാനുള്ള ശ്രമം, അതേ നൈഷ്ഠുര്യത്തോടെ, യൂറോപ്പിൽ അധികനാൾ തുടരാൻ വ്യവസ്ഥാപിതമതത്തിനു കഴിഞ്ഞില്ല. ഭൗതികശാസ്ത്രങ്ങൾ അത്ഭുതകരമായി മുന്നേറിയപ്പോൾ ബൈബിളിൽ അധിഷ്ഠിതമായ മതവിശ്വാസങ്ങൾ പിൻവലിഞ്ഞുതുടങ്ങി. 19–ാം നൂറ്റാണ്ടിലെ ഈ പ്രതിഭാസത്തെ മാത്യു അർനോൾഡ് എന്ന ആംഗലകവി *ഡോവർ ബീച്ച്* എന്ന കവിതയിൽ ഹൃദയാവർജ്ജകമായി ചിത്രീകരിച്ചിട്ടുണ്ട്. അർനോൾഡിന്റെ പ്രസിദ്ധമായ ഈ കവിത പലരും പഠിച്ചിരിക്കാനും ഇടയുണ്ട്. ആർക്കെങ്കിലും ഓർമ്മയുണ്ടാവുമോ എന്തോ."

"എനിക്ക് ഓർമ്മയുണ്ട്." സുന്ദരേശൻ പറഞ്ഞു. "ഞാൻ കോളേജിൽ അർനോൾഡിന്റെ *ദി ഫൊർസേക്കൺ മെർമാൻ* എന്ന കവിത പഠിച്ചിട്ടുണ്ട്. എന്നെ ആ കവിത ആകർഷിച്ചതുകൊണ്ട് കോളേജ് ലൈബ്രറിയിൽ പോയി അർനോൾഡിന്റെ മറ്റു ചില കവിതകൾ ഞാൻ വായിച്ചു.

അവയിൽ എന്നെ സ്പർശിച്ച കവിതയാണ് *ഡോവർ ബീച്ച്*. അതു ഞാൻ ഹൃദിസ്ഥമാക്കി. മുഴുവനും ഇപ്പോൾ ഓർമ്മയില്ല. പക്ഷേ പ്രസക്തഭാഗം ഞാൻ ചൊല്ലാം:

The Sea of Faith
Was once, too, at the full....
But now I only hear
Its melancholy long withdrawing roar

"എടോ, സുന്ദരേശാ. താൻ ഒരുണക്ക ബുദ്ധിജീവിയാണെന്നല്ലേ ഞാൻ ഇതുവരെ കരുതിയത്. ആ വരികളുടെ അർത്ഥംകൂടി ഒന്നുപറഞ്ഞുതാടോ." മത്തായിസാർ തന്റെ പരുക്കൻരീതിയിൽ അഭിനന്ദനം അറിയിച്ചു.

'മതവിശ്വാസം എന്ന സമുദ്രവും ഒരിക്കൽ നിറഞ്ഞിരുന്നു. പക്ഷേ ഇപ്പോൾ ഞാൻ കേൾക്കുന്നത് തിരകളുടെ പിൻവാങ്ങുന്ന ശോകസാന്ദ്രമായ ഗർജ്ജനം മാത്രം.' ഇതാണർത്ഥം.

പ്രൊഫസർ തുടർന്നു: "മതവിശ്വാസത്തിന്റെ പിൻവാങ്ങൽ സ്പർശിച്ചതു മാത്യു അർനോൾഡിനെപ്പോലെയോ വേർഡ്സ്വർത്തിനെപ്പോലെയോ ഉള്ള കവികളെയും ധൈഷണികവ്യാപാരങ്ങളിൽ ഏർപ്പെട്ടിരുന്നവരെയും മാത്രമായിരുന്നു. അവരെ അസ്വസ്ഥമാക്കിയ ചിന്തകളൊന്നും സമൂഹത്തിലെ മദ്ധ്യവർഗത്തെ ബാധിച്ചില്ല. അവർക്കു പാരത്രികചിന്തകളെക്കാൾ ഇഷ്ടം ഐഹികജീവിതത്തിലെ സുഖാസ്വാദനമായിരുന്നു. ഇന്ത്യയെപ്പോലുള്ള കോളണികളിലെ സമ്പത്ത് ഊറ്റിയെടുത്തു സുഖിച്ചുകൊണ്ടിരുന്ന ശരാശരി ഇടത്തരക്കാരനായ ഇംഗ്ലീഷുകാരന് ഏറ്റവും ഇഷ്ടപ്പെട്ട ബൈബിൾവചനം ദൈവം സ്വന്തംരൂപത്തിൽ മനുഷ്യനെ സൃഷ്ടിച്ചു എന്നതായിരുന്നു. പക്ഷേ മനുഷ്യരുടെ നിർവചനത്തിൽ കോളണിനിവാസികൾ പെടുകയില്ല. മൃഗപ്രായരായ അക്കൂട്ടരെ മനുഷ്യരാക്കി എടുക്കുക എന്ന ശ്രമകരമായ ജോലി കരുണാമയനായ ദൈവം തങ്ങളെ ഏല്പ്പിച്ചിരിക്കുകയാണ്. വിശ്വാസപരമായ ഈ ഔദ്ധത്യത്തിന്റെ നേർക്ക് ബോംബെറിയാൻ ഒരാൾ അക്കാലത്തുണ്ടായി."

"ബിൻലാദനെപ്പോലെയുള്ള വല്ല ഭീകരനുമായിരുന്നോ?" മത്തായിസാർ ചോദിച്ചു.

"ഭീകരനല്ല. അഥവാ ഭീകരനാണെങ്കിൽ, സാത്വികനും ശാന്തനുമായ ഭീകരൻ. ചാൾസ് ഡാർവിൻ എന്നായിരുന്നു അദ്ദേഹത്തിന്റെ പേര്. *ജൈവജാതികളുടെ ഉൽപ്പത്തി* എന്ന പുസ്തകമായിരുന്നു ആ ഭീകരൻ ആദ്യം പ്രയോഗിച്ച ബോംബ്. തുടർന്ന് ഒരു ബോംബുകൂടി എറിഞ്ഞു. '*മനുഷ്യന്റെ പരിണാമം*' എന്ന പുസ്തകം. ആദ്യത്തെ പുസ്തകത്തിന്റെ, അതായത് '*ജൈവജാതികളുടെ ഉൽപ്പത്തി*'യുടെ. 1250 കോപ്പികളും 1859ൽ പ്രസിദ്ധീകരിച്ച ദിവസംതന്നെ വിറ്റുപോയി! അതൊരു റെക്കോർഡായിരുന്നു."

"ജനപ്രീതി നേടിയ പുസ്തകം ബോംബാകുന്നതെങ്ങനെ?" നായരുടെ ന്യായമായ ചോദ്യം.

"പ്രസിദ്ധീകരിച്ചുകിട്ടാൻ കാത്തിരുന്ന പുസ്തകം എന്നു പറയുന്നതാവും ശരി. ഇന്നു നാം കാണുന്ന ജീവജാലങ്ങൾ ദീർഘകാലത്തെ പരിണാമം കൊണ്ടുണ്ടായതാണെന്നും പ്രകൃതിനിർദ്ധാരണം എന്ന പ്രക്രിയയിലൂടെയാണ് അതു സാധിച്ചതെന്നും ആ പ്രക്രിയ തുടരുകയാണെന്നുമാണ് ഡാർവിൻ തന്റെ പുസ്തകത്തിലൂടെ സ്ഥാപിക്കാൻ ശ്രമിച്ചത്. സൃഷ്ടികർമ്മത്തെക്കുറിച്ചു ബൈബിളിലുള്ള വിവരണത്തിനു വിരുദ്ധമാണിതെന്നു പറയേണ്ടതില്ലല്ലോ. ദൈവം സൃഷ്ടിച്ച ജൈവജാതികളുടെ പിന്തുടർച്ചക്കാരാണ് എക്കാലത്തും ഉള്ളതെന്ന വിശ്വാസവുമായി പൊരുത്തപ്പെടാത്തതുകൊണ്ടും ഡാർവിന്റെ സിദ്ധാന്തത്തിൽ സൃഷ്ടികർത്താവ് എന്ന നിലയിൽ ദൈവത്തിനു സ്ഥാനമില്ലാത്തതുകൊണ്ടും ബൈബിൾ വിശ്വാസികൾ ചന്ദ്രഹാസം ഇളക്കി. എന്നാൽ സമൂഹത്തിലെ ഉന്നതസ്ഥാനീയരെ പ്രകോപിപ്പിച്ചത് കുരങ്ങുകൾ പരിണമിച്ചു മനുഷ്യരുണ്ടായി എന്നു ഡാർവിൻ പറഞ്ഞതാണ്. യഥാർത്ഥത്തിൽ ഡാർവിൻ പറഞ്ഞത് അങ്ങനെയല്ല. ആൾക്കുരങ്ങുകൾക്കും മനുഷ്യർക്കും ഒരു പൊതു പൂർവ്വികൻ ഉണ്ടായിരുന്നു എന്നാണ്. ഈ ആശയത്തിന് സമീപകാലത്തു നടത്തിയ ജീനോം താരതമ്യപഠനം ആധികാരികത നല്കിയിരിക്കുന്നുവെന്നതു ശ്രദ്ധേയമാണ്."

"കേട്ടതുപാതി, കേൾക്കാത്തതു പാതി, ഗോഗ്വാ വിളിച്ചുകൊണ്ടു യുദ്ധത്തിനു ചാടിപ്പുറപ്പെടുന്ന സ്വഭാവം മനുഷ്യനു പുതിയതല്ല." സുന്ദരേശൻ.

"കാളപെറ്റെന്നു കേൾക്കുമ്പോൾ കയറുമായി ഓടുന്ന നാട്ടുമ്പുറത്തെ വിഡ്ഢിയായ കൃഷിക്കാരൻ എങ്ങും എക്കാലത്തുമുണ്ട്, അല്ലേ പ്രൊഫസറേ?" ഒട്ടും പ്രതീക്ഷിക്കാത്ത സ്ഥാനത്തുനിന്നായിരുന്നു ഈ കമന്റ് – മത്തായിസാറിൽനിന്ന്.

"ആ വിഡ്ഢിവേഷം കെട്ടിയത് പണ്ഡിതനും വാഗ്മിയുമായ ഒരു ബിഷപ്പായിരുന്നു എന്നു കേൾക്കുക രസമാണല്ലേ?"

"ഏതായാലും അദ്ദേഹം ഞങ്ങളുടെ സഭയിലെ ബിഷപ്പായിരിക്കുകയില്ല."

എല്ലാവരും ചിരിച്ചതല്ലാതെ ആരും ഒന്നും പറഞ്ഞില്ല.

"ഓക്സ്ഫഡിലെ ബിഷപ്പായ റെവ. സാമുവൽ വിൽബർഫോഴ്സായിരുന്നു കഥാപാത്രം. ശാസ്ത്രവിഷയങ്ങൾ ചർച്ചചെയ്യുന്ന 'ബ്രിട്ടീഷ് അസോസിയേഷൻ' എന്ന സംഘടന 1860 ജൂണിൽ ചർച്ചയ്ക്കെടുത്ത വിഷയം ഡാർവിന്റെ പരിണാമസിദ്ധാന്തമായിരുന്നു. യോഗസ്ഥലം ഓക്സ്ഫഡ് തന്നെ. നാടൊട്ടുക്കു നടന്ന വാദകോലാഹലങ്ങളിലൊന്നും ഡാർവിൻ പങ്കെടുത്തിരുന്നില്ല. കൊടുങ്കാറ്റ് അഴിച്ചുവിട്ടിട്ട് അദ്ദേഹം ഗ്രാമപ്രദേശത്തുള്ള സ്വന്തം ഭവനത്തിൽ ഒതുങ്ങിക്കഴിയുകയായിരുന്നു. അദ്ദേ

ഹത്തിന്റെ പക്ഷംപിടിച്ച് എല്ലായിടത്തും വാദിച്ചതു ടി.എച്ച്. ഹക്സ്‌ലി എന്ന ജീവശാസ്ത്രജ്ഞനായിരുന്നു. അതുകൊണ്ട് ഓക്സ്ഫഡിലെ മഹായോഗത്തിന്റെ വേദിയിൽ ഹക്സ്‌ലിയും ഉണ്ടായിരുന്നു. പ്രസംഗത്തിൽ കത്തിക്കയറിയ റെവ. വിൽബർഫോഴ്സ് ഒരു ഘട്ടത്തിൽ വേദിയിൽ ഇരിക്കുന്ന ഹക്സ്‌ലിയെ നോക്കി കപടവിനയത്തോടെ ചോദിച്ചു. 'മിസ്റ്റർ ഹക്സ്‌ലി, അങ്ങു കുരങ്ങിന്റെ പിൻഗാമിയെന്നവകാശപ്പെടുന്നത് അപ്പൂപ്പൻ വഴിയോ അമ്മൂമ്മ വഴിയോ?' തകർപ്പൻ കൈയ്യടി. ഹക്സ്‌ലി കുലുങ്ങിയില്ല. ബിഷപ്പിനു ഡാർവിന്റെ പരിണാമസിദ്ധാന്തം മനസ്സിലായിട്ടില്ലെന്ന് അദ്ദേഹത്തിനു ബോദ്ധ്യമായി. പ്രസംഗിക്കാനുള്ള ഊഴം വന്നപ്പോൾ ഹക്സ്‌ലി ശാന്തമായി അതിന്റെ പൊരുൾ സദസ്സിനു മനസ്സിലാക്കിക്കൊടുത്തു. പ്രസംഗം അദ്ദേഹം ഉപസംഹരിച്ചത് ഇങ്ങനെയാണ്: ' എന്റെ പൂർവ്വികൻ ഒരു കുരങ്ങാണെന്നു പറയാൻ എനിക്കു ലജ്ജയില്ല. പക്ഷേ, തന്റെ വലിയ സിദ്ധികൾ സത്യത്തിന്റെ മുഖം മറയ്ക്കാൻവേണ്ടി പാഴാക്കുന്ന റവ. വിൽബർഫോഴ്സിനെപ്പോലുള്ള ഒരു വ്യക്തിയുമായി എന്തെങ്കിലും ബന്ധമുണ്ടെന്നു പറയേണ്ടിവന്നാൽ ഞാൻ ലജ്ജിച്ചു തല താഴ്ത്തും.' സദസ്സ് ഇളകിമറിഞ്ഞു. യോഗം അലങ്കോലമായി. ചില പുരോഹിതന്മാർ ഹക്സ്‌ലിയെ രഹസ്യമായി അനുമോദിച്ചുവെന്നു പറയപ്പെടുന്നു."

"പ്രൊഫസർ, കഠിനമായ എതിർപ്പ് പൗരോഹിത്യത്തിൽ ഒതുങ്ങിയോ, അതോ മറ്റു വമ്പന്മാർ കൂടി അക്കൂട്ടത്തിൽ ചേർന്നോ?" കുറുപ്പു ചോദിച്ചു.

"ബ്രിട്ടീഷ് പ്രധാനമന്ത്രിപദം അലങ്കരിച്ച ഡിസ്രെയ്‌ലിയും ഗ്ലാഡ്സ്റ്റണും എതിർപ്പു പ്രകടിപ്പിച്ചവരുടെ കൂട്ടത്തിൽ പെടുന്നു. അതു സ്വാഭാവികമാണ്. എന്നാൽ എതിർത്തവരുടെയും പരിഹസിച്ചവരുടെയും കൂട്ടത്തിൽ ശാസ്ത്രജ്ഞന്മാരും ഉണ്ട്. റോയൽ സൊസൈറ്റി അംഗവും ജീവശാസ്ത്രജ്ഞനുമായ ജോർജ് മിവാറെറ്റ് പറഞ്ഞത് ഡാർവിന്റെ പുസ്തകങ്ങൾ പുറത്തുവന്നതിനുശേഷം മൃഗശാലയിലെ കളക്ഷൻ കൂടി എന്നായിരുന്നു– പൂർവികന്മാരായ കുരങ്ങന്മാരെ കാണാനുള്ള തിരക്കു കാരണം."

"ശാസ്ത്രജ്ഞന്മാർ അങ്ങനെ പരിഹസിച്ചതു ശരിയായില്ല." നായർ പറഞ്ഞു.

"ഇംഗ്ലണ്ടിൽ ഒതുങ്ങിയില്ല എതിർപ്പ്. അമേരിക്കയിലും ശക്തമായ എതിർപ്പുണ്ടായിരുന്നു. പലതവണ പ്രസിഡന്റ് സ്ഥാനത്തേക്കു മത്സരിച്ച വില്യം ജെന്നിങ്സ് ബ്രയൻ പറഞ്ഞതു കേൾക്കുക. 'നമുക്ക് രണ്ടാഴ്ച ആഫ്രിക്കൻ വനപ്രദേശത്തു തമ്പടിച്ചു കുരങ്ങന്മാരെ നിരീക്ഷിക്കാം. ഏതെങ്കിലും കുരങ്ങൻ മനുഷ്യനാവുകയാണെങ്കിൽ ഡാർവിൻ പറഞ്ഞതു ശരിയാണെന്നു ഞാൻ സമ്മതിച്ചുതരാം."

"എത്ര ബാലിശമായ അഭിപ്രായം! ഇങ്ങനെയുള്ള ഒരാൾ പ്രസിഡന്റായാൽ എന്തും സംഭവിക്കാം." പരമേശ്വരൻ പറഞ്ഞു.

"ഇവരെയൊന്നും കുറ്റപ്പെടുത്തിയിട്ടു കാര്യമില്ലെന്നാണ് എനിക്കു

തോന്നുന്നത്." സുന്ദരേശൻ അഭിപ്രായപ്പെട്ടു. "പരിണാമസിദ്ധാന്തത്തിലെ കാലയളവിനെക്കുറിച്ച് അടിസ്ഥാനപരമായ അജ്ഞതയാണ് ഇങ്ങനെയൊക്കെ പറയാൻ പ്രേരിപ്പിക്കുന്നത്. അതിരിക്കട്ടെ. പത്രങ്ങളുടെ സമീപനം എന്തായിരുന്നു.?"

"സമ്മിശ്രം. എങ്കിലും പരിഹാസത്തിൽ പൊതിഞ്ഞ വിമർശനങ്ങൾക്കായിരുന്നു മുൻതൂക്കം. 'എഡിൻബറോ റിവ്യു' അഭിപ്രായപ്പെട്ടത് ഡാർവിന്റെ '*ജൈവജാതികളുടെ ഉൽപ്പത്തി*' സ്വീകരണമുറിയിലെ ഷെൽഫിൽ വയ്ക്കാൻ കൊള്ളാവുന്ന നല്ല ഒരു നോവലാണെന്നാണ്! നോവലായിപ്പോലും വായിക്കാൻ കൊള്ളുകില്ല എന്നു വ്യംഗ്യം. പുസ്തകത്തിന്റെ എല്ലാ പ്രതികളും ആദ്യദിവസം തന്നെ വിറ്റുപോയെങ്കിലും അതു വായിച്ചുമനസ്സിലാക്കിയവർ കുറവായിരുന്നു."

"മാർക്സിന്റെ 'ദാസ് ക്യാപ്പിറ്റലി'നും ബർട്രൻഡ് റസ്സലിന്റെ '*പ്രിൻസിപ്പിയാ മാത്തമാറ്റിക്ക*'യ്ക്കും ഇതേ അനുഭവം തന്നെ ആയിരുന്നല്ലോ." സുന്ദരേശൻ പറഞ്ഞു.

"ഈ രണ്ടു പുസ്തകങ്ങളും പ്രസിദ്ധീകരിച്ച ദിവസം തന്നെ വിറ്റുപോയില്ല എന്നൊരു വ്യത്യാസം കൂടിയുണ്ട്. '*പ്രിൻസിപ്പിയാ മാത്തമാറ്റിക്കാ*' രചിച്ച റസ്സലിനും ഗുരുവിനും പത്തുവർഷത്തെ കഠിനാദ്ധ്വാനത്തിനു പ്രതിഫലമൊന്നും ലഭിച്ചില്ലെന്നു മാത്രമല്ല, സ്വന്തം കീശകളിൽനിന്നു പണവും നഷ്ടപ്പെടേണ്ടിവന്നു."

"അതുവച്ചുനോക്കുമ്പോൾ ഡാർവിൻ ഭാഗ്യവാൻ തന്നെ." മത്തായിസാർ പറഞ്ഞു.

"ഡാർവിന്റെ പുസ്തകത്തെ '*പഞ്ച്*' എന്ന പ്രസിദ്ധ വിനോദമാസിക കവിതാരൂപത്തിലാണു വിലയിരുത്തിയത്. അതിന്റെ സത്തമാത്രം ഞാൻ പറയാം.

'തെളിയിക്കാനാവാത്ത സങ്കല്പനങ്ങൾക്കു താൻ രൂപം നൽകാറില്ലെന്നു സർ ഐസക് ന്യൂട്ടൻ പറഞ്ഞു. അദ്ദേഹം പറഞ്ഞതു തികച്ചും ശരിയാണെന്നു തെളിയിക്കപ്പെട്ടു. എന്നാൽ ഡാർവിന്റെ സിദ്ധാന്തങ്ങൾ മറ്റൊരിനത്തിൽ പെടുന്നു. അവയ്ക്കു തെളിവുകളുടെ പിന്തുണയില്ല.' ഡാർവിൻ പറഞ്ഞതൊക്കെ കെട്ടുകഥകളാണെന്ന് വ്യംഗ്യം.

ഇവിടെ പ്രസക്തമായ ഒരു വസ്തുതയുണ്ട്. അതിലേക്ക് സുന്ദരേശൻ വിരൽചൂണ്ടിക്കഴിഞ്ഞു."

"കാലദൈർഘ്യത്തിന്റെ കാര്യമായിരിക്കും പ്രൊഫസർ സൂചിപ്പിക്കുന്നത്."

"അതേ, സുന്ദരേശാ. വിശ്വപ്രകൃതി അവതരിപ്പിക്കുന്ന ജീവന്റെ മഹാനാടകത്തിലെ ഓരോ സീനിന്റെയും കാലദൈർഘ്യം മിനിട്ടുകളോ, ഷായുടെ നാടകങ്ങളിലെപ്പോലെ, മണിക്കൂറുകളോ അല്ല, കോടിക്കണക്കിനു വർഷങ്ങളാണ്. ഈ വസ്തുത ഉൾക്കൊള്ളാൻ കഴിയുന്നവർക്കേ ഡാർവിന്റെ പരിണാമസിദ്ധാന്തം മനസ്സിലാവുകയുള്ളു. അതിനു കഴി

യാത്ത നമ്മെപ്പോലുള്ളവർ, ന്യൂട്ടൻ പറഞ്ഞതുപോലെ, കടൽത്തീരത്തു ചിപ്പികൾ പെറുക്കുന്ന വെറും കുട്ടികളാണ്. ന്യൂട്ടൻ വിനയം കൊണ്ടു പറഞ്ഞതാണെങ്കിലും നമ്മെ സംബന്ധിച്ചിടത്തോളം അതു വാച്യാർത്ഥത്തിൽത്തന്നെ സത്യമാണ്."

"അമേരിക്കൻ പ്രസിഡന്റാവാൻ മോഹിച്ച ബ്രയൻപോലും അങ്ങനെയായിരുന്നില്ലേ?" കുറുപ്പു സ്വയം സമാധാനിപ്പിച്ചു.

"ഭൂമിയുടെ പ്രായത്തെക്കുറിച്ചു നാം ചർച്ചചെയ്തത് ഓർക്കുന്നുണ്ടാവുമല്ലോ. ഈ വിഷയത്തിൽ കാര്യമായ സംഭാവനകൾ ചെയ്ത ശാസ്ത്രജ്ഞന്മാരിൽ പ്രമുഖർ നാലുപേരാണ്: കോംപ്തേ ഡിബൂഫോൺ, ജോർജ് കൂവിയർ, സർ ഫ്രാൻസിസ് ലെയൽ, ലൂയി അഗാസി. മഹാ സാഹസികനായിരുന്നു അഗാസി."

"ഒന്നാന്തരം ടെന്നിസ് താരവും." നായർ തന്റെ അഭിനന്ദനം വെളിപ്പെടുത്തി.

"ആ അഗാസിയല്ല ഇത്. 19-ാം നൂറ്റാണ്ടിൽ ജീവിച്ചിരുന്ന സ്വിസ് ഭൗമശാസ്ത്രജ്ഞനായ അഗാസിയുടെ കാര്യമാണു ഞാൻ പറഞ്ഞത്. ആൽപ്സ് പർവതത്തിലെ അഗാധഗർത്തങ്ങളിൽ ഇറങ്ങിച്ചെന്നു പാറയുടെ പ്രായം നിശ്ചയിച്ച സാഹസികനായ ഭൗമശാസ്ത്രജ്ഞനാണ് അഗാസി. ഫോസിലുകളെക്കുറിച്ചുള്ള അദ്ദേഹത്തിന്റെ പഠനങ്ങൾ അമൂല്യമാണ്.

ഭൂമിക്കു 450 കോടി വർഷത്തെ പഴക്കമുണ്ട്. അന്നുമുതൽ ഇന്നുവരെയുള്ള അതിദീർഘമായ കാലഘട്ടത്തെ ഭൗമശാസ്ത്രജ്ഞർ പല കല്പങ്ങളായി തിരിച്ചിട്ടുണ്ട്. ഭൂമിയിൽ ജീവന്റെ ഉത്പത്തി ഉണ്ടായിട്ട് 350 കോടി വർഷങ്ങളായി. ഇവയ്ക്കിടയിലുള്ള 100 കോടി വർഷക്കാലത്തെ ജീവന്റെ സാന്നിധ്യമില്ലാത്ത കാലം എന്ന അർത്ഥത്തിൽ 'എസോയിക് കല്പം' എന്നു വിളിക്കുന്നു. 'ജീവനില്ലാത്ത' എന്നർത്ഥമുള്ള 'എസൂസ്' എന്ന ഗ്രീക്കുപദമാണ് ഈ വാക്കിന്റെ ഉറവിടം.

അടുത്തത് 'ആർക്കിയോസോയിക്'കല്പമാണ്. 'ജീവന്റെ പുരാതനകാലം' എന്നാണ് ഈ വാക്കിന്റെ അർത്ഥം. 350 കോടി വർഷം മുതൽ 137.5 കോടി വർഷം വരെയുള്ള ഈ കാലഘട്ടത്തിലെ പാറകളിൽ ഫോസിലുകൾ കണ്ടെത്താൻ കഴിഞ്ഞില്ലെങ്കിലും ജീവികൾ ഉണ്ടായിരുന്നു എന്നതിന്റെ പരോക്ഷമായ തെളിവുകൾ ലഭിച്ചിട്ടുണ്ട്."

"പരോക്ഷമായ തെളിവ് എന്നതുകൊണ്ട് എന്താണുദ്ദേശിക്കുന്നത്?" പരമേശ്വരൻ ചോദിച്ചു.

"ഗ്രാഫൈറ്റ് പാളികളും ചുണ്ണാമ്പുകല്ലും ഇതിനു തെളിവായി ഭൗമശാസ്ത്രജ്ഞർ ചൂണ്ടിക്കാട്ടുന്നു. ഇവ രണ്ടും ആൽഗയിൽ നിന്നുണ്ടായതാണെന്നു അവർ കരുതുന്നു. കുറുപ്പ് അമ്പലക്കുളത്തിൽ കുളിക്കുമ്പോൾ കാലിൽച്ചുറ്റുന്ന പായലാണ് ആൽഗ."

"ചുണ്ണാമ്പുകല്ല് ആൽഗയിൽ നിന്നോ? വിശ്വസിക്കാൻ കഴിയുന്നില്ല." കുറുപ്പ് വിസ്മയംകാട്ടി.

"മരത്തടിയിൽനിന്നു പെട്രോളും കരിക്കട്ടയിൽ നിന്ന് വജ്രവും ഉണ്ടാകാമെങ്കിൽ ആൽഗയിൽനിന്ന് എന്തുകൊണ്ടു ചുണ്ണാമ്പുകല്ലും ഗ്രാഫൈറ്റും ഉണ്ടായിക്കൂട?" ഇതു പറഞ്ഞതു സുന്ദരേശനാണ്.

"ഇരുമ്പയിരിന്റെ സാന്നിദ്ധ്യം ബാക്റ്റീരിയങ്ങൾ ആർക്കിയോസോയിക് കല്പത്തിൽ ഉണ്ടായിരുന്നു എന്നതിനു തെളിവാണെന്നു ശാസ്ത്രജ്ഞർ പറയുന്നു."

"ബാക്റ്റീരിയങ്ങൾക്ക് അത്രയ്ക്ക് പഴക്കമുണ്ടോ? അതിശയം തന്നെ." മത്തായിസാർ.

"അടുത്തതു 'പ്രോട്ടിറോസോയിക്' കല്പമാണ്. 'ജീവന്റെ ആദ്യകാലം' എന്ന് ഇതിന് അർത്ഥം പറയാം. 137.5 കോടി വർഷം മുതൽ 52.5 കോടി വർഷം വരെയുള്ള 85 കോടി വർഷങ്ങൾ ഏകകോശജീവികളുടെയും ആദിമബഹുകോശജീവികളുടെയും കല്പമായിരുന്നു."

"ഇതായിരുന്നിരിക്കാം അമീബയുടെ ഉത്ഭവകാലം. അപ്പോൾ അമീബയെക്കാൾ വളരെ സീനിയറാണ് ബാക്റ്റീരിയ." പരമേശ്വരൻ സ്വഗതമെന്നപോലെ പറഞ്ഞു.

"52.5 കോടിവർഷം മുതൽ 18 കോടിവർഷം വരെയുള്ള 34.5 കോടി വർഷത്തെ ദൈർഘ്യമുള്ള 'പാലിയോസോയിക്' കല്പമാണ് അടുത്തത്- 'പാലിയോ' എന്നാൽ ഗ്രീക് ഭാഷയിൽ 'വളരെ പഴയത്' എന്നാണർത്ഥം. ഈ കാലത്തെ മൂന്നുഘട്ടങ്ങളായി തിരിക്കാം. മത്സ്യങ്ങളുടെ ആവിർഭാവം ആദ്യഘട്ടത്തിലാണ്. ഉഭയജീവികളുടെ, അതായത് വെള്ളത്തിലും കരയിലും ജീവിക്കാവുന്ന ജൈവജാതികളുടെ, ഉത്ഭവം മദ്ധ്യഘട്ടത്തിൽ. ഉരഗങ്ങളുടെ ആദിമരൂപവും ഈ ഘട്ടത്തിൽത്തന്നെ. സസ്തനികളോടു സാദൃശ്യമുള്ള ഉരഗങ്ങൾ രംഗപ്രവേശം ചെയ്യുന്നത് ഈ കല്പത്തിന്റെ അന്ത്യഘട്ടത്തിലാണ്.

"അടുത്തത് 'മിസോസോയിക്' കല്പമാണ്. 18 കോടിവർഷം മുതൽ 6 കോടിവർഷംവരെയുള്ള ഈ കാലഘട്ടത്തിലാണ്-പേരിന്റെ അർത്ഥം 'ജീവന്റെ മദ്ധ്യകാലഘട്ടം' എന്നാണ്- ഭീമാകാരങ്ങളായ ഡൈനോസാറുകൾ വിലസിനടന്നത്. 'ജുറാസിക് പാർക്ക്' എന്ന ഹോളിവുഡ് സിനിമ ഡൈനോസാറുകളെക്കുറിച്ചാണ്.

മിസോസോയിക് കല്പത്തെ മൂന്നുഭാഗങ്ങളായി തിരിച്ചിട്ടുള്ളതിൽ മദ്ധ്യത്തേതാണു ജൂറാസിക് കാലം. ഡൈനോസാറുകൾക്കുപുറമേ പക്ഷികൾ, മത്സ്യങ്ങൾ, വാവലുകൾ മുതലായവയോടു സാദൃശ്യമുള്ള ഉരഗങ്ങളുടെയും കാലമായിരുന്നു മിസോസോയിക് കല്പം.

ജീവന്റെ പുതിയ കല്പം എന്നു വിശേഷിപ്പിക്കപ്പെടുന്ന 'സിനോസോയിക്' കല്പമാണ് അടുത്തത്. 6 കോടിവർഷം മുതൽ ഇപ്പോൾ നാം സംസാരിക്കുന്നതുവരെയുള്ള കാലഘട്ടം. അതിൽ കഴിഞ്ഞ പതിനായിരം വർഷങ്ങൾ. 'സമീപകാലം' എന്ന് അറിയപ്പെടുന്നു."

"ഇടയ്ക്കൊന്നു ചോദിക്കട്ടെ. ഡൈനോസാറുകൾക്ക് എന്തുപറ്റി?" സുന്ദരേശന്റെ സംശയം.

"മിസോസോയിക് കല്പത്തിന്റെ അന്ത്യഘട്ടത്തിൽ ഡൈനോസാറുകളും പലതരം ഉരഗങ്ങളും അപ്രത്യക്ഷമായി."

"ഒരു കണക്കിന് അതു നന്നായി. ഈ ഡൈനോസാറുകൾ കറങ്ങിനടന്നെങ്കിൽ നമ്മുടെ ഗതി എന്താകുമായിരുന്നു." മത്തായി സാർ ആശ്വാസം പ്രകടിപ്പിച്ചു.

"ഡൈനോസാറുകൾ പോയിട്ടില്ല സാറേ. അവ പ്രബലരായ പല മനുഷ്യരുടെയും ഉള്ളിൽ കുടികൊണ്ടിരിക്കുന്നു." സുന്ദരേശൻ പറഞ്ഞു.

"കഴിഞ്ഞ പതിനായിരം വർഷത്തെക്കുറിച്ചു ഞാൻ സൂചിപ്പിച്ചല്ലോ. അതീവഹ്രസ്വമായ ഈ കാലത്താണ് പരിഷ്കൃതമനുഷ്യന്റെ ഉദയം."

"അയ്യോ അത് ഒരു തൊട്ടിവെള്ളത്തിൽ ഒരു ചെറുതുള്ളി മാത്രമല്ലേ ആകുന്നുള്ളൂ. എന്നിട്ട് എന്തു പത്രാസാണ് മനുഷ്യൻ കാട്ടുന്നത്. അമീബപോലും ചിരിക്കും." കുറുപ്പു പറഞ്ഞു.

"അല്പം മുമ്പു കല്പങ്ങളെക്കുറിച്ചു ചർച്ചചെയ്തപ്പോൾ എന്റെ സുഹൃത്തുക്കൾക്ക് എന്തു തോന്നി? ഏതായാലും രോമാഞ്ചമുണ്ടായിക്കാണുകയില്ല."

"എനിക്കു തോന്നിയതു ഞാൻ പറയട്ടെ. എന്റെ തല പെരുക്കുന്നതുപോലെ തോന്നി." മത്തായിസാർ പറഞ്ഞു.

"ആ തോന്നലിന് ഒരിക്കലും ഞാൻ മത്തായിസാറിനെ കുറ്റപ്പെടുത്തുകയില്ല. ഒരു യാഥാർത്ഥ്യത്തിന്റെ നേർക്ക് അതു വിരൽ ചൂണ്ടുന്നു. മനുഷ്യമസ്തിഷ്കത്തിനും ചിന്തയുടെ ചക്രവാളത്തിനും, എന്തൊക്കെപ്പറഞ്ഞാലും, പരിമിതികളുണ്ട്. കാലം, ദൂരം, പരപ്പ് എന്നിവയെക്കുറിച്ചു നമുക്കുള്ള സങ്കല്പനങ്ങൾക്ക് ഒരു അതിരുണ്ട്. അതിനപ്പുറം നമ്മെ സംബന്ധിച്ചിടത്തോളം അർത്ഥശൂന്യമായി തോന്നും. കല്പങ്ങളെക്കുറിച്ചു ചിന്തിക്കുമ്പോൾ ഒരു ഭൗമശാസ്ത്രജ്ഞന്റെ തല പെരുക്കുകയില്ല. അതുപോലെയാണ് വാനശാസ്ത്രജ്ഞന്റെ കാര്യവും. ഗ്രഹങ്ങൾ, സൂര്യൻ, നക്ഷത്രങ്ങൾ, നെബ്യൂലകൾ, ഗാലക്സികൾ എന്നിവ നമ്മുടെ ഭൂമിയിൽനിന്ന് എത്ര അകലെയാണെന്നു ചിന്തിക്കുമ്പോൾ നമുക്ക് ഒരെത്തും പിടിയും കിട്ടുകയില്ല. പ്രകാശരശ്മിയുടെ വേഗം ഒരു സെക്കൻഡിൽ 3 ലക്ഷം കി.മീ. എന്നു കേട്ടാൽ അതു നമ്മുടെ ചിന്തയ്ക്ക് അതീതമാണ്. അങ്ങനെയുള്ള പ്രകാശവേഗത്തിന്റെ കൂട്ടുപിടിച്ചാണ് നാം അണ്ഡകടാഹത്തിലെ ജ്യോതിർഗോളങ്ങളുടെ ദൂരം അളക്കുന്നത്."

"ഐൻസ്ടൈൻ കുട്ടിയായിരുന്ന കാലത്ത് പലപ്പോഴും കണ്ടിരുന്ന ഒരു ദിവാസ്വപ്നത്തെക്കുറിച്ചു ഞാൻ വായിച്ചിട്ടുണ്ട്. സൂര്യരശ്മിയുടെ മുകളിൽ കയറിയിരുന്നു പ്രപഞ്ചത്തിൽ സവാരി നടത്തുന്നെന്ന ദിവാസ്വപ്നം." പരമേശ്വരൻ പറഞ്ഞു.

"ആ സ്വപ്നം നമുക്കും കാണാവുന്നതേയുള്ളൂ. നമുക്കു നമ്മുടെ മത്തായിസാറിനെ സൂര്യരശ്മിയുടെ മുകളിൽ കയറ്റിയിരുത്താം. 8 മിനിറ്റുകൊണ്ട് സാർ സൂര്യനിലെത്തും. അവിടുന്നു സൗരയൂഥത്തിലെ ഏറ്റവും

പുറത്തുള്ള ഗ്രഹമായ പ്ലൂട്ടോയിൽ എത്താൻ 5 മണിക്കൂറെടുക്കും. നമ്മുടെ സ്വന്തം ഗാലക്സിയായ 'ആകാശഗംഗ' കടക്കാൻ ഏതാണ്ട് ഒരു ലക്ഷം വർഷമെടുക്കും."

"അതു വേണ്ട. മത്തായിസാർ തിരിച്ചുവരുമ്പോൾ അനുമോദിക്കാൻ നമ്മളാരും കാണുകയില്ല." കുറുപ്പു പറഞ്ഞു.

"എന്നാൽ സാർ ഏറ്റവും അടുത്ത നക്ഷത്രമായ 'പ്രോക്സിമാ സെന്റാറി'യിൽ പോയി വരട്ടെ. അവിടെ എത്താൻ നാലുവർഷമേ എടുക്കുകയുള്ളൂ." സുന്ദരേശൻ പറഞ്ഞു.

"ഇതൊക്കെ തമാശയായിട്ടാണു നാം പറഞ്ഞതെങ്കിലും നിങ്ങൾ ഒരു കാര്യം ശ്രദ്ധിച്ചോ? ദൂരം അളക്കാൻ സമയം എന്ന ടെക്നിക്കാണു നാം പ്രയോഗിക്കുന്നത്. ഒരു പ്രകാശവർഷമെന്നാൽ ഒരു സെക്കൻഡിൽ 3 ലക്ഷം കി.മീ. വേഗത്തിൽ ഒരു വർഷംകൊണ്ടു പ്രകാശരശ്മി സഞ്ചരിക്കുന്ന ദൂരമാണ്. ആ ദൂരം നമ്മുടെ സങ്കല്പത്തിന് അതീതമാണെങ്കിലും വർഷങ്ങളുടെ താരതമ്യം ഒരു പരിധിവരെ എളുപ്പമായിത്തോന്നും."

"ആകാശഗംഗയുടെ ഒരറ്റത്താണു നാമെന്നു കരുതുക." സുന്ദരേശൻ പറഞ്ഞുതുടങ്ങി. "മറ്റേയറ്റത്തു നില്ക്കുകയാണു മത്തായിസാർ എന്നും കരുതുക. ദൈവം പ്രത്യക്ഷപ്പെട്ട് ഒരു കുഴൽ മത്തായിസാറിന്റെ കൈയിൽ കൊടുക്കുന്നു. 'മകനേ ഈ കുഴലിലൂടെ നോക്കിയാൽ നിനക്കു ഭൂമിയിൽ നടക്കുന്ന സംഭവങ്ങൾ കാണാം' എന്നരുൾ ചെയ്തു ദൈവം മറയുന്നു. സാർ ആർത്തിയോടെ കുഴലിലൂടെ നോക്കുന്നു, ഭാര്യയെയും മക്കളെയും കാണാൻ. പക്ഷേ സാർ കാണുന്നതോ ഹോമോസേപ്പിയൻസ് എന്ന പ്രാകൃതമനുഷ്യരെ!"

"അതെനിക്കു പിടികിട്ടിയില്ലല്ലോ, സുന്ദരേശാ. താൻ എന്നെ കളിയാക്കുകയാണോ?"

"അല്ല സാറേ, ഞാൻ ഒരു സത്യം വളച്ചുകെട്ടി പറഞ്ഞെന്നേയുള്ളു. ഭൂമിയിൽനിന്നു പ്രകാശരശ്മി ആകാശഗംഗയുടെ മറ്റേ അറ്റത്തെത്താൻ ഒരു ലക്ഷം വർഷം എടുക്കുമെന്നതുകൊണ്ട് അവിടെ നില്ക്കുന്ന ഒരാൾ കാണുന്നത് ഒരു ലക്ഷം വർഷത്തിനുമുമ്പുള്ള കാര്യമായിരിക്കും."

"കല്പങ്ങളെക്കുറിച്ചു മനസ്സിലാക്കാൻ ഒരെളുപ്പവഴിയുണ്ട്. അതു ഞാൻ പറഞ്ഞുതരാം. നമ്മൾ വിസ്തരിച്ച കാര്യങ്ങൾ മുഴുവൻ ഒരു കലണ്ടർ വർഷത്തിൽ സംഭവിക്കുന്നുവെന്നു കരുതുക."

"ആൽമരം ബോൺസായ് ആക്കുന്നതുപോലെ, അല്ലേ?" പിള്ള ചോദിച്ചു.

"ചില്ലറ ബോൺസായ് ഒന്നുമല്ല. 450 കോടി വർഷമാണ് ഒരു വർഷത്തിൽ ഒതുക്കുന്നത്." പരമേശ്വരൻ തിരുത്തി.

"ജാനുവരി 1-ന് ഭൂമി ഉണ്ടാവുന്നു. ഭൂമി ആറിത്തണുത്ത് ഭൂമുഖത്ത് ജീവന്റെ പ്രകടമായ നാമ്പുണ്ടാകുന്നത് മാർച്ച് 1-നാണ്, ബാക്റ്റീരിയ

ങ്ങളുടെ രൂപത്തിൽ. ജൂലൈ 22ന് ലളിതമായ ഏകകോശജീവികൾ ഉത്ഭവിക്കുന്നു. ആഗസ്റ്റ് 15ന് ബഹുകോശജീവികൾ ഉണ്ടാകുന്നു."

"ആഗസ്റ്റ് 15ന് അങ്ങനെയും ഉണ്ടൊരു പ്രാധാന്യം. കൊള്ളാം." മത്തായിസാറിന്റെ ആത്മഗതം.

"നവംബർ 18ന് ആദ്യത്തെ കശേരുകികൾ, അതായത് നട്ടെല്ലുള്ള ജീവികൾ, പിറക്കുന്നു. ഡിസംബർ 1ന് കരജീവികൾ ഉത്ഭവിക്കുന്നു. ഡിസംബർ 3ന് ആദ്യത്തെ ചെറുപ്രാണികൾ, 6ന് ആദ്യത്തെ ചിറകുള്ള പ്രാണികൾ, 7നും 8നും ഇടയ്ക്ക് ഇഴജന്തുക്കൾ, 13ന് അതാ വരുന്നു ഭീമാകാരന്മാരായ ഡൈനോസാറുകൾ...."

"13-നല്ലേ ജനനം. അതാണ് അതുങ്ങളുടെ സന്തതി അറ്റുപോയത്. തടിയന്മാരായതുകൊണ്ട് എന്തു കാര്യം."

"വിഡ്ഢിത്തം വിളമ്പി പ്രൊഫസറെ തടസ്സപ്പെടുത്താതെ മത്തായിസാറേ." സുന്ദരേശനു ദേഷ്യം വന്നു.

"ഡിസംബർ 14ന് യഥാർത്ഥ സസ്തനികൾ, 18ന് ആദ്യത്തെ പറവകൾ, 26ന് ആദ്യത്തെ പ്രൈമേറ്റുകൾ, 30ന് ആദ്യത്തെ ആൾക്കുരങ്ങുകൾ..."

"അയ്യോ ആണ്ടു തീരാൻ ഇനി ഒരു ദിവസം കൂടിയേ ഉള്ളൂ. മനുഷ്യന്റെ വരവായില്ലേ?" മത്തായിസാറിന് ഉത്കണ്ഠ അടക്കാൻ കഴിഞ്ഞില്ല. പക്ഷേ ആരും അതു ശ്രദ്ധിച്ചില്ല.

"ഡിസംബർ 31. നട്ടുച്ചയ്ക്ക് ചിമ്പൻസി മുതലായ ആൾക്കുരങ്ങുകളിലേയ്ക്കും മനുഷ്യനിലേക്കും നയിക്കുന്ന ആദിമശാഖകൾ വേർപിരിയുന്നു. രാത്രി 11.40ന് ആദ്യത്തെ ബുദ്ധിയുള്ള മനുഷ്യൻ അഥവാ 'ഹോമോസേപ്പിയൻസ്' ആഫ്രിക്കയിൽ ജനിക്കുന്നു. 11.54ന് ആഫ്രിക്കയിൽനിന്നു മനുഷ്യർ യൂറോപ്പിലേയ്ക്കും ആസ്ട്രേലിയയിലേയ്ക്കും വ്യാപിക്കുന്നു. അർദ്ധരാത്രി പന്ത്രണ്ടടിക്കാൻ ഒരു മിനിട്ടുമാത്രമുള്ളപ്പോൾ, അതായത് 11.59ന്, നമ്മുടെ കാലഘട്ടം തുടങ്ങുന്നു." അല്പനേരത്തെ നിശ്ശബ്ദത. മൗനം ഭഞ്ജിച്ചതു പ്രൊഫസറാണ്.

"ഈ വിവരണത്തിൽനിന്നു നാം എന്തു മനസ്സിലാക്കണം.?"

"പ്രധാനമായി രണ്ടു കാര്യങ്ങളാണ് എനിക്കു തോന്നുന്നത്." സുന്ദരേശൻ പറഞ്ഞു. "ഒന്ന്, മനുഷ്യൻ ആൾക്കുരങ്ങിൽനിന്നുണ്ടായതല്ല, മനുഷ്യനും ആൾക്കുരങ്ങുകൾക്കും, വളരെ പിന്നിലേക്കു നോക്കുമ്പോൾ, ഒരു കാലത്ത് ഒരു പൊതുപൂർവ്വികൻ ഉണ്ടായിരുന്നു എന്നേയുള്ളൂ എന്ന്; രണ്ട്, ജന്തുക്കളുടെ വലിയ കുടുംബത്തിൽ മനുഷ്യൻ ജൂനിയർ മോസ്റ്റ്- അങ്ങനെ പറയാമെങ്കിൽ- ആണെന്ന്."

"ഏറ്റവും ജൂനിയർ ആയിപ്പോയതുകൊണ്ടു കുഴപ്പമൊന്നുമില്ല. നാം കണ്ടിട്ടില്ലേ പല കുടുംബങ്ങളിലും ഏറ്റവും ഇളയവൻ ചേട്ടന്മാരെക്കാൾ ബുദ്ധിമാനും കാര്യശേഷിയുള്ളവനും ആയിട്ട്." കുറുപ്പാണ് അതു പറഞ്ഞത്.

"അതിൽ കുഴപ്പമൊന്നും ഇല്ല കുറുപ്പേ. പക്ഷേ ഈ ലോകം തനി

ക്കുമാത്രം ഉള്ളതാണെന്ന ഗർവ്വ് പാടില്ലെന്നേയുള്ളൂ." പരമേശ്വരൻ പറഞ്ഞു.

"മത്തായിസാറിന് എന്തുതോന്നുന്നു?"

"കർത്താവിനു സ്തുതി! അല്പം താമസിച്ചാണെങ്കിലും അവൻ തന്റെ സ്വന്തം രൂപത്തിൽ മനുഷ്യനെ സൃഷ്ടിച്ചുവല്ലോ."

"അങ്ങനെ പറയാൻ വരട്ടെ." സുന്ദരേശൻ ഇടപെട്ടു. "മനുഷ്യൻ പരിണാമത്തിന്റെ അവസാനവാക്കാണ് എന്നു പറയാൻ ആർക്കെങ്കിലും കഴിയുമോ? മനുഷ്യന്റെ രൂപത്തിന് ഇനി ഒരുകാലത്ത് മാറ്റം സംഭവിച്ചാൽ ദൈവത്തിന്റെ രൂപവും മാറുമോ?"

"ദൈവം അരൂപിയാണെന്നു കരുതിയാൽ ആ പ്രശ്നം തീരാവുന്നതേയുള്ളൂ. ഭൂമിയിൽ ജീവജാലങ്ങൾ നിലനിൽക്കുന്നത് സൂര്യന്റെ ഊർജ്ജംകൊണ്ടാണ്. സൂര്യൻ അസ്തവീര്യനാകാൻ ഇനി ഏതാണ്ട് 500 കോടിവർഷം കൂടികഴിയണമെന്നാണ് ശാസ്ത്രജ്ഞന്മാർ പറയുന്നത്. അതൊരു ദീർഘമായ കാലഘട്ടമാണ്. മനുഷ്യൻ അനുവദിച്ചാൽ, പരിണാമപ്രക്രിയ തുടരും"

"പ്രൊഫസർ പറയുന്നതുകേട്ടാൽ പരിണാമത്തിന്റെ ഭാവി മനുഷ്യന്റെ കൈകളിലാണെന്നു തോന്നും." കുറുപ്പു പറഞ്ഞു.

"അതു ശരിയല്ലേ? ബുഷും പുട്ടിനുംകൂടി ഒത്തുപിടിച്ചാൽ ഈ ലോകം എപ്പോൾ വേണമെങ്കിലും ചാമ്പലാക്കാവുന്നതേയുള്ളു. അതിനു വേണ്ടത്ര തെർമോ ന്യൂക്ലിയർ ബോംബുകൾ അവരുടെ ആയുധപ്പുരകളിൽ സ്റ്റോക്കുചെയ്തിട്ടുണ്ടല്ലോ." പരമേശ്വരനാണ് ഇതു പറഞ്ഞത്.

എന്താണെടോ ഈ നെടുങ്കൻപേരുള്ള ബോംബ്? മത്തായിസാർ ചോദിച്ചു.

"അതിന്റെ ഓമനപ്പേരു ഹൈഡ്രജൻ ബോംബെന്നാണ്" പരമേശ്വരൻ സംശയനിവാരണം വരുത്തി.

"ഹൈഡ്രജൻബോംബുകളും മിസൈലുകളും തത്ക്കാലം ആയുധശാലകളിൽത്തന്നെ ഇരിക്കട്ടെ. നമുക്കു ജീവജാലങ്ങളെക്കുറിച്ചുള്ള ചർച്ചയിലേക്കു മടങ്ങാം. ആ വിഷയത്തിൽ ഞങ്ങൾക്കെല്ലാവർക്കും ഒരുപോലെ താത്പര്യമുണ്ട്." നായർ പറഞ്ഞു.

"സുഹൃത്തുക്കളേ, എന്നെ കാണാൻ ചിലർ വീട്ടിൽ വരുന്നുണ്ട്. അതുകൊണ്ട് എന്നെ പോകാൻ അനുവദിക്കണം. ചർച്ച നമുക്കു നാളെ തുടരാം. നമസ്കാരം."

"എത്ര ചുറുചുറുക്കുള്ള മനുഷ്യൻ. റിട്ടയർ ചെയ്തെന്നു പറയുകയില്ല." പ്രൊഫസർ നടന്നുപോകുന്നതു നോക്കിയിരുന്ന കുറുപ്പു തന്നോടെന്നോണം പറഞ്ഞു.

2

ഡാർവിന്റെ കുരുവികൾ

"**ജീ**വജാലങ്ങളെക്കുറിച്ചുള്ള ചർച്ച നമുക്കു ജന്തുവർഗ്ഗങ്ങളിൽ പരിമിതപ്പെടുത്താം, അതും ഒരോട്ട പ്രദക്ഷിണത്തിൽ. സമയം കുറവാണെന്നു മാത്രമല്ല അതിന്റെ ആവശ്യമേ നമുക്കുള്ളുതാനും. സസ്യങ്ങളെ അവശ്യം വേണ്ടി ടത്തുമാത്രം പരിഗണിക്കാം."

"പ്രൊഫസർ പറഞ്ഞതിനോടു ഞങ്ങൾ യോജിക്കുന്നു." കുറുപ്പു പറഞ്ഞു. "ചർച്ച തുടങ്ങുന്നതിനു മുമ്പ് ഞാൻ ഒരു കാര്യം പറഞ്ഞുകൊള്ളട്ടെ. ഈയിടെ കൊച്ചുമക്കളെയും കൂട്ടി ഞാൻ മൃഗശാലയിൽ പോയിരുന്നു. കുരങ്ങന്മാരുടെ കൂട്ടിനുമുമ്പിൽ ഞങ്ങൾ കുറെനേരം ചെലവിട്ടു. ആൾക്കുരങ്ങുകളായ ഗൊറില്ലയെയും ഒറാങ് ഉട്ടാനെയും ചിമ്പൻസിയെയും കണ്ടു. കടല കൊറിച്ചുകൊണ്ടിരുന്ന ചിമ്പൻസി എന്റെ മുഖത്തേക്കു സൂക്ഷിച്ചുനോക്കി."

"തന്റെ ഇരട്ടയെ കണ്ടതുകൊണ്ടായിരിക്കാം." മത്തായിസാർ കിട്ടിയ അവസരം മുതലാക്കി.

അതു കേട്ടതായി ഭാവിക്കാതെ കുറുപ്പു തുടർന്നു. "ചിമ്പൻസിയുടെ കണ്ണുകളിൽ ദേഷ്യം ഞാൻ കണ്ടു. ഇപ്പോഴാണ് അതിന്റെ കാരണം എനിക്കു മനസ്സിലായത്. ആൾക്കുരങ്ങുകൾ ഉണ്ടായി എത്രയോ കാലം കഴിഞ്ഞാണ് മനുഷ്യന്റെ ഉത്ഭവം. 'വളരെ സീനിയറായ എന്നെ കൂട്ടിലടയ്ക്കാൻ എങ്ങനെ തോന്നിയെടാ മഹാപാപീ' എന്നു ചോദിച്ചതാണെന്ന് ഇപ്പോൾ തോന്നുന്നു."

"ഇതേ അഭിപ്രായം ബർട്രൻഡ് റസ്സലും പറഞ്ഞിട്ടുണ്ട്. ചിമ്പൻസിയുടെ കണ്ണുകളിൽ വിഷാദം തളംകെട്ടിയതായാണ് അദ്ദേഹം കണ്ടത്. പരിണാമപ്രക്രിയയിൽ തങ്ങൾ പുറന്തള്ളപ്പെട്ടുപോയതിലുള്ള ദുഃഖ

മാണു ചിമ്പൻസിക്കെന്നാണു റസ്സൽ പറഞ്ഞത്." പരമേശ്വരൻ കുറുപ്പിനെ പിന്താങ്ങി.

"മഹാന്മാർ ഒരുപോലെ ചിന്തിക്കുന്നുവെന്നാണല്ലോ പഴമൊഴി." കുറുപ്പിന്റെ കാലുവാരിയതു സുന്ദരേശനായിരുന്നു.

"പ്രൊഫസറേ, ഡാർവിൻ പഠിക്കാൻ മോശമായിരുന്നു എന്നു കേട്ടിട്ടുണ്ട്. ശരിയാണോ?" നായർ ചോദിച്ചു.

"കുറെ ശരിയാണ്. പ്രശസ്തമായ ഒരു ഭിഷഗ്വരകുടുംബത്തിലാണ് ഡാർവിൻ ജനിച്ചത്. മുത്തശ്ശനായ എറാസ്മസ് ഡാർവിൻ, വൈദ്യശാസ്ത്രത്തിലെന്നപോലെ, മറ്റു പല മേഖലകളിലും വ്യക്തിമുദ്ര പതിപ്പിച്ച ദേഹമായിരുന്നു. പിതാവും പേരെടുത്ത ഡോക്ടറായിരുന്നു. ചാൾസും ഒരു ഡോക്ടറായി കാണാനാണ് മാതാപിതാക്കൾ ആഗ്രഹിച്ചത്. പക്ഷേ ചാൾസ് വൈദ്യപഠനം പൂർത്തിയാക്കിയില്ല. അക്കാലത്തു മാന്യമായ മറ്റൊരു തൊഴിൽ വൈദികവൃത്തിയായിരുന്നു. ദൈവശാസ്ത്രം പഠിക്കാൻ പോയിടത്തും ആ യുവാവ് ഒരു തലവേദനയായിരുന്നു. സെമിനാരിയിൽനിന്ന് അയാളെ പറഞ്ഞയക്കുകയാണ് ചെയ്തത്."

"പിന്നീട് ആ 'മണ്ടത്തര'ത്തിന് അവർ പശ്ചാത്തപിച്ചുകാണും. വൈദികർക്ക് ഏറ്റവും വലിയ തലവേദനയായിരുന്നല്ലോ ഡാർവിനിസം." സുന്ദരേശൻ പറഞ്ഞു.

"ഐൻസ്റ്റൈനും പഠനത്തിൽ മോശമായിരുന്നു എന്നു ഞാൻ ഒരു പുസ്തകത്തിൽ വായിച്ചിട്ടുണ്ട്. ഹെഡ്മാസ്റ്റർ ഐൻസ്റ്റൈന്റെ പിതാവിനെ വിളിച്ചുവരുത്തി പറഞ്ഞുപോലും. 'അവന്റെ മോശപ്പെട്ട പ്രോഗ്രസ് കാർഡിൽ താങ്കൾ ദുഃഖിക്കരുത്. എത്ര ശ്രമിച്ചാലും അവൻ രക്ഷപ്പെടുമെന്നു തോന്നുന്നില്ല." പരമേശ്വരനാണ് ഇതു പറഞ്ഞത്.

"നിങ്ങളുടെ ശാസ്ത്രജ്ഞന്മാരൊക്കെ മന്ദബുദ്ധികളാണോ പ്രൊഫസറേ?" ചോദ്യം മത്തായിസാറിന്റേത്.

"എന്റെ കുട്ടിക്കാലത്തു ഞാൻ പഠിച്ച സ്കൂളിൽ നടന്ന ഒരു സംഭവം ചുരുക്കിപ്പറയാം. ഞങ്ങളുടെ മുൻഷിസാർ നന്നായി കഥപറയും. താഴ്ന്ന ക്ലാസിൽ ഒരിക്കൽ അദ്ദേഹം ഹരിശ്ചന്ദ്രന്റെ കഥ പറഞ്ഞു. സാർ കഥ പറഞ്ഞുതീർന്നപ്പോൾ മിക്ക കുട്ടികളും കരയുകയായിരുന്നു. അക്കാലത്ത് അദ്ധ്യാപകർ കഥ പറഞ്ഞിട്ടു ഗുണപാഠം ചോദിക്കുന്ന ഒരു പതിവുണ്ടായിരുന്നു. ഇന്നതുണ്ടോ എന്നറിയില്ല. പതിവുപോലെ മുൻഷിസാർ കുട്ടികളോടു ഗുണപാഠം ചോദിച്ചു. ഒരുത്തൻ പറഞ്ഞതുകേൾക്കണോ? കഷ്ടപ്പെടാതെ ജീവിക്കണമെങ്കിൽ അത്യാവശ്യത്തിന് അസത്യം പറയണമെന്ന്. മുൻഷിസാറിനു ദേഷ്യം വന്നു. അദ്ദേഹം പയ്യന് രണ്ടു പെട വച്ചുകൊടുത്തു."

"നന്നായി. ഞാനാണെങ്കിലും അതുതന്നെ ചെയ്യുമായിരുന്നു. ചെറുക്കന്റെ അഹങ്കാരം നോക്കണേ." മത്തായിസാർ പറഞ്ഞു.

"അവിടെയാണു കുഴപ്പം സാറേ. നാമെല്ലാം അവനെ നിഷേധിയോ

അഹങ്കാരിയോ ആയി കാണുന്നു. മറ്റുള്ളവരെപ്പോലെയല്ല അവൻ ചിന്തിച്ചത്. അവന്റെ അഭിപ്രായം നമുക്ക് ഇഷ്ടപ്പെട്ടെന്നു വരികയില്ല. പക്ഷേ ഒറിജിനാലിറ്റി ഉള്ള ചിന്തയെ നാം പ്രോത്സാഹിപ്പിക്കേണ്ടതല്ലേ? അതു സംഭവിക്കുന്നില്ല എന്നതാണ് നമ്മുടെ വിദ്യാഭ്യാസമേഖലയിലെ ഒരു തകരാറ്."

"ഞാനോർക്കുന്നു പ്രൊഫസറേ," പരമേശ്വരൻ പറഞ്ഞു. "ഐൻസ്ടൈൻ യഥാർത്ഥത്തിൽ മന്ദബുദ്ധി ആയിരുന്നില്ല. അന്നത്തെ വിദ്യാഭ്യാസരീതിയുമായി പൊരുത്തപ്പെടാൻ കഴിയാത്തതുകൊണ്ടു ബാലൻ പഠനത്തിൽ താത്പര്യം കാട്ടിയില്ല. അതാണു സംഭവിച്ചത്. കാണാപ്പാഠം പഠിച്ച് എപ്പോൾ ആവശ്യപ്പെട്ടാലും പറയാനും എഴുതാനും കഴിവുള്ള കുട്ടികളെ മാത്രമേ അക്കാലത്തു ബുദ്ധിമാന്മാരായി കണക്കാക്കിയിരുന്നുള്ളൂ. ഇന്നും ആ നിലയ്ക്കു കാര്യമായ മാറ്റമുണ്ടായി എന്നു തോന്നുന്നില്ല.

"പ്രൊഫസർ ആ തലതെറിച്ച പയ്യനെ ന്യായീകരിക്കുന്നതുപോലെ തോന്നുന്നു." അല്പം ഈർഷ്യയോടെ കുറുപ്പു പറഞ്ഞു.

"കുറുപ്പേ നിങ്ങൾ ധാരാളം ആപ്തവാക്യങ്ങൾ അറിയുന്ന ആളാണല്ലോ. 'നബ്രുയാത് സത്യമപ്രിയം' അതായത് അപ്രിയസത്യം പറയരുത് എന്ന് ഉപദേശിച്ചവർ സത്യത്തോടു ബഹുമാനമില്ലാത്തവരാണോ? കുറുപ്പു നടക്കാനിറങ്ങിയപ്പോൾ ആരോ ഒരാൾ പ്രാണഭയത്തോടെ വലത്തോട്ടുള്ള വഴിയേ ഓടിപ്പോകുന്നതു കണ്ടു. കുറച്ചുകഴിഞ്ഞപ്പോൾ വടിയും തടിയും വാക്കത്തിയുമായി വന്ന ചില മുഠാളന്മാർ "ഇതുവഴി ഒരുത്തൻ ഓടുന്നതു കണ്ടോ?' എന്നു കുറുപ്പിനോടു ചോദിച്ചു. 'കണ്ടു' എന്നു കുറപ്പു സത്യം പറയുന്നു. അവൻ ഏതു വഴിക്കോടി? എന്ന അടുത്ത ചോദ്യത്തിനു കുറുപ്പു നൽകിയ മറുപടി 'ഇടത്തോട്ടുള്ള വഴിയേ' എന്നായിരുന്നു.

"ബാക്കി ഞാൻ പറയാം പ്രൊഫസറേ" പരമേശ്വരൻ ഇടപെട്ടു. " കുറുപ്പിന്റെ അസത്യം സത്യത്തെക്കാൾ ശ്രേഷ്ഠമാണ്. കാരണം ആ അസത്യം കൊണ്ട് കുറുപ്പ് ഒരു സാധുമനുഷ്യന്റെ ജീവൻ രക്ഷിച്ചു."

"നേരത്തേ സൂചിപ്പിച്ചതുപോലെ, ജന്തുജാലത്തിന്റെ പരിണാമചരിത്രമാണു ഞാൻ പറയാൻ പോകുന്നത്. ഇടയ്ക്കിടയ്ക്ക് ആർക്കിയോസോയിക് എന്നും സിനോസോയിക്കെന്നുമൊക്കെ ഞാൻ പറയും. എനിക്ക് ഈ വാക്കുകളൊക്കെ ഓർക്കാനും പറയാനും പ്രയാസമില്ല. കാരണം അതെന്റെ തൊഴിലിന്റെ ഭാഗമായിരുന്നു. പക്ഷേ പരിചിതമല്ലാത്ത കാര്യങ്ങൾ ഓർക്കാനുള്ള പ്രായമല്ല നിങ്ങളുടേതെന്ന് എനിക്കറിയാം. അതുകൊണ്ടു ഞാൻ കല്പങ്ങളുടെ ഒരു ചാർട്ടു കരുതിയിട്ടുണ്ട്. അതിന്റെ കോപ്പികൾ എല്ലാവർക്കും തരാം.

ജൈവപരിണാമം എന്നത് വളരെ പഴക്കമുള്ള ഒരാശയമാണ്. ബി. സി. ആറാം ശതകത്തിൽ ജീവിച്ചിരുന്ന അനക്സിമാൻഡർ എന്ന ഗ്രീക്കു

ചിന്തകൻ പറഞ്ഞത് മത്സ്യങ്ങൾ പരിണമിച്ചാണു മനുഷ്യർ ഉണ്ടായത് എന്നായിരുന്നു. ബി.സി. അഞ്ചാം ശതകത്തിൽ ജീവിച്ചിരുന്ന എമ്പഡോക്ലിസ് ആവിഷ്കരിച്ച സിദ്ധാന്തം ശാരീരികമായി അപൂർണ്ണതയുള്ള ജന്തുക്കളുടെ സ്ഥാനം ക്രമേണ മെച്ചമായ ശരീരഘടനയുള്ള ജന്തുക്കൾ ഏറ്റെടുക്കുമെന്നും പരിതസ്ഥിതിയുമായി ഇണങ്ങാൻ കഴിയാത്ത ജന്തുക്കൾക്കു നാശം സംഭവിക്കും എന്നുമാണ്. ഉപനിഷത്തുകളിലെ ജനകരാജാവിനെപ്പോലെ ഒരു ഫിലോസഫർ കിംങ് യൂറോപ്പിലുണ്ടായിരുന്നു- മാർക്കസ് അറീലിയസ്, '*മെഡിറ്റേഷൻസ്*' എന്ന വിശ്രുതഗ്രന്ഥത്തിന്റെ കർത്താവ്. അദ്ദേഹത്തിന്റെ സങ്കല്പനത്തിലുള്ള പ്രകൃതി ഒരു ശില്പിയാണ്. കളിമണ്ണുകൊണ്ടു വിവിധശില്പങ്ങളുണ്ടാക്കി അവ തല്ലിയുടച്ചു കളിമണ്ണാക്കി വീണ്ടും സൃഷ്ടികർമ്മം തുടരുന്ന ശില്പി. ഇവയൊക്കെ തെളിവുകളുടെ പിൻബലമില്ലാത്ത ഭാവനാവിലാസങ്ങളായിരുന്നു. അഞ്ചു വർഷം കഠിനാദ്ധ്വാനം ചെയ്തു സംഭരിച്ച തെളിവുകളെ ആധാരമാക്കി, ജൈവപരിണാമത്തെക്കുറിച്ചുള്ള സിദ്ധാന്തം ആവിഷ്കരിച്ചത് ചാൾസ് ഡാർവിനാണ്. പക്ഷേ ഒന്നുണ്ട്. ഡാർവിനു പരിണാമസിദ്ധാന്തത്തിന്റെ ഒറിജിനാലിറ്റി അവകാശപ്പെടാൻ പറ്റുകയില്ല."

"അതെന്തുകൊണ്ടാണ്? പരിണാമസിദ്ധാന്തം എന്നു കേൾക്കുമ്പോൾ എല്ലാവരുടെയും മനസ്സിൽ ഉദിക്കുന്ന പേര് ഡാർവിന്റേതാണല്ലോ." കുറുപ്പു ചോദിച്ചു.

"ഡാർവിൻ ജനിക്കുമ്പോൾ അറുപത്തഞ്ചുവയസ്സു പ്രായമുണ്ടായിരുന്ന ഫ്രഞ്ചു പ്രകൃതിശാസ്ത്രജ്ഞൻ ഴാങ് ബാപ്റ്റിസ്റ്റ് ലാമാർക്ക് മുന്നോട്ടുവച്ച ഒരു സിദ്ധാന്തമുണ്ട്. പ്രധാനമായി രണ്ടു കാര്യങ്ങളാണു ലാമാർക്ക് പറഞ്ഞത്. ഒന്ന്, ഒരു ജന്തു അതിന്റെ ജീവിതകാലത്ത് ആർജ്ജിക്കുന്ന സവിശേഷതകൾ അതിന്റെ പിൻതലമുറയ്ക്കു പകർന്നുകൊടുക്കും; രണ്ട്, ചുറ്റുപാടുകൾക്കു സംഭവിക്കുന്ന മാറ്റങ്ങൾ ജന്തുക്കളുടെ ചില അവയവങ്ങൾ നശിക്കാനും പുതിയ അവയവങ്ങൾ ഉണ്ടാകാനും കാരണമാകുന്നു. ഈ സിദ്ധാന്തങ്ങൾക്ക് ഉദാഹരണമായി ലാമാർക്ക് ചൂണ്ടിക്കാട്ടിയത് ജിറാഫിനെയും അതിന്റെ നീണ്ട കഴുത്തിനെയുമാണ്. ജീവികളുടെ ആന്തരികമായ പ്രേരണയാണ് ഇത്തരം അനുകൂലനങ്ങൾക്കു കാരണമെന്നു ലാമാർക്കു പറഞ്ഞു."

"ഒരു സംശയം ചോദിച്ചുകൊള്ളട്ടെ. നമ്മുടെ പയ്യോളി എക്സ്പ്രസ്സില്ലേ- പി.ടി. ഉഷ. എത്രനാളായി അവർ ഓടിക്കൊണ്ടിരിക്കുന്നു. ഓട്ടത്തിലുള്ള അവരുടെ സിദ്ധി മകനു കിട്ടുമോ?" ഒരു സ്പോർട്ട്സ്പ്രേമികൂടിയായ നായരാണ് ഈ ചോദ്യം ചോദിച്ചത്.

"തത്കാലം 'ഇല്ല' എന്നറിഞ്ഞാൽ മതി. പാരമ്പര്യത്തെക്കുറിച്ചു പിന്നീടൊരവസരത്തിൽ നമുക്കു ചർച്ചചെയ്യാം.

ജീവചരിത്രപഠനത്തിൽ തത്പരരായവർ ശ്രദ്ധിക്കുന്ന ഒരു കാര്യമുണ്ട്: ഏതോ അദൃശ്യഹസ്തങ്ങൾ ചരിത്രപുരുഷന്മാരെ നയിക്കുന്നെന്ന

തോന്നൽ. ഉദാഹരണങ്ങൾ എത്രവേണമെങ്കിലും ഉണ്ട്. സ്റ്റോക്ബ്രോക്കറായി പണം സമ്പാദിച്ചിരുന്ന പാൾ ഗാഗിൻ അതിട്ടെറിഞ്ഞുപോയി ചിത്രകാരനായി. അങ്ങനെയാണു ലോകം അദ്ദേഹത്തെ അറിയുന്നത്. ഡോക്ടറായ സോമർസെറ്റ് മോം നോവലിസ്റ്റായി. ഡോക്ടറോ വൈദികനോ ആവാൻ കഴിയാതെ ഡാർവിൻ പ്രകൃതിശാസ്ത്രജ്ഞനായി. എയ്റോനോട്ടിക് എഞ്ചിനീയർ ആകേണ്ട വിറ്റ്ഗൻഷ്ടൈൻ ലോകപ്രസിദ്ധനായ തത്ത്വചിന്തകനായി.

പിതാവിനെ നൈരാശ്യത്തിലാഴ്ത്തിയ പുത്രനെന്ന നിലയ്ക്ക് അദ്ദേഹത്തിന്റെ മുന്നിൽ ചെല്ലാൻ മടിച്ചു ചാൾസ് ഡാർവിൻ, 'എച്ച്.എം.എസ്. ബീഗിൾ' എന്ന കപ്പലിൽ പ്രകൃതിശാസ്ത്രപഠിതാവായി ഇംഗ്ലണ്ടു വിട്ടു. കപ്പൽ സഞ്ചരിച്ച വഴിക്കുള്ള രാജ്യങ്ങളിൽനിന്ന് ആ യുവാവ് ജീവശാസ്ത്രപരമായ സ്പെസിമെനുകൾ ശേഖരിച്ചു; അവയെക്കുറിച്ചു വിശദമായ കുറിപ്പുകൾ തയ്യാറാക്കി. തെക്കേ അമേരിക്കയുടെ കിഴക്കും പടിഞ്ഞാറും ഭാഗങ്ങൾ ഡാർവിൻ സന്ദർശിച്ച ഭൂവിഭാഗങ്ങളിൽ പെടും. ഏറ്റവും നിർണായകമായ സന്ദർശനം നടന്നത് ഗലാപാഗോസ് ദ്വീപുകളിലായിരുന്നു.

തെക്കേ അമേരിക്കയുടെ വടക്കു പടിഞ്ഞാറുഭാഗത്തു ഭൂമധ്യരേഖയിൽ കിടക്കുന്ന, സ്പാനിഷ് സംസാരഭാഷയായ, രാജ്യമാണ് ഇക്വേഡോർ. ഇക്വേറ്ററിൽ കിടക്കുന്നതുകൊണ്ടാണ് ആ രാജ്യത്തിന് ആ പേരു കിട്ടിയതുതന്നെ. കേരളത്തിനു ലക്ഷദ്വീപുകൾ എന്നപോലെയാണ് ഇക്വാഡോറിന് ആയിരം കി.മീ. പടിഞ്ഞാറായി ശാന്തസമുദ്രത്തിൽ ചിതറിക്കിടക്കുന്ന ഗലാപാഗോസ് ദ്വീപസമൂഹം."

"വളരെ വിചിത്രമായ പേര്." കുറുപ്പു പറഞ്ഞു.

"സ്പാനിഷ് ഭാഷയിൽ ആമയ്ക്കു ഗലാപാഗോസ് എന്നാണു പറയുന്നത്. ഭീമാകാരങ്ങളായ ആമകൾ ഈ ദ്വീപുകളുടെ ഒരു സവിശേഷതയാണ്. ഒന്നരമീറ്റർ നീളവും 150 കി.ഗ്രാം ഭാരവുമുള്ള ഈ ആമകളുടെ പുറത്തുകയറി നമുക്കു സവാരി നടത്താം.

പന്ത്രണ്ടു പ്രധാന ദ്വീപുകളും ധാരാളം ചെറുദ്വീപുകളുമുള്ള ഈ ആർകിപെലിഗോയിൽ ഡാർവിൻ സന്ദർശിക്കുന്ന കാലത്തു ജനവാസം നന്നേ കുറവായിരുന്നു. സന്ദർശകർ മിക്കവരും ആമയിറച്ചിക്കൊതിയന്മാരായിരുന്നു. അഗ്നിപർവ്വതം പൊട്ടി ലാവ ഉണങ്ങിപ്പിടിച്ച മണ്ണിൽ കുറ്റിച്ചെടികളേ ഉണ്ടായിരുന്നുള്ളൂ. അവിടുത്തെ മുഖ്യ ആകർഷണം പല വലുപ്പമുള്ള, പുറന്തോടുകൾക്കു വൈവിധ്യമുള്ള, ആമകൾ തന്നെയായിരുന്നു.

ഡാർവിന്റെ ശ്രദ്ധ പിടിച്ചുപറ്റിയത് ഗലാപാഗോസിലെ ആമകളെക്കാൾ അവിടത്തെ കുരുവികളായിരുന്നു. 14 ഇനം കുരുവികളിൽ ഓരോ ഇനത്തിന്റെയും കൊക്ക് ഓരോതരം. നീണ്ട കൊക്കുള്ളവ, കുറുകിയ കൊക്കുള്ളവ, താഴോട്ടു വളഞ്ഞ കൊക്കുള്ളവ, തത്തച്ചുണ്ടു പോലുള്ള

കൊക്കുള്ളവ. ആഹാരസമ്പാദനത്തിന് ഏറ്റവും ഫലപ്രദമായ കൊക്കുകളായിരുന്നു ഈ കുരുവികൾക്ക്. പുഷ്പങ്ങളിൽനിന്നു തേനെടുക്കാൻ നീണ്ടു താഴോട്ടു വളഞ്ഞകൊക്ക്, കായ്കളുടെ കട്ടിയുള്ള പുറന്തോടു പൊട്ടിക്കാൻ നല്ല ശക്തിയുള്ള കൊക്ക്, ലാവാ ഉറഞ്ഞ കട്ടിത്തറ പൊട്ടിച്ചു പുഴുക്കളെ പിടിക്കാൻ പാകത്തിലുള്ള കൊക്ക്. ഇങ്ങനെ 14 വിധത്തിലുള്ള കൊക്കുകൾ. ഈ വൈവിധ്യത്തിൽനിന്ന് എന്തു മനസ്സിലാക്കാം? സുന്ദരേശനു പറയാമോ?"

"ഈ കുരുവികളുടെ പൂർവ്വികർ ഇക്വേഡോറിൽനിന്ന് ഗലാപാഗോസിൽ എത്തിയപ്പോൾ അവിടെ മറ്റു പക്ഷികളൊന്നും ഉണ്ടായിരുന്നിരിക്കില്ല. ആ ദ്വീപുകളിൽ ആഹാരത്തിനുവേണ്ടിയുള്ള മത്സരത്തിനു യാതൊരു പ്രസക്തിയുമില്ല. ഭൂപ്രകൃതിയുടെ വൈവിധ്യമനുസരിച്ച് ആഹാരത്തിന്റെ ലഭ്യതയിലും വ്യത്യാസങ്ങളുണ്ടായി. ചില ദ്വീപുകളിൽ കായ്കനികൾ, ചിലേടത്തു പുഴുക്കൾ മാത്രം, മറ്റു ചിലേടത്ത് പൂക്കൾ, ചിലേടത്തുള്ള വിത്തുകൾ കട്ടിയുള്ള പുറന്തോടുള്ളവ. ചില ദ്വീപുകളിൽ കൊക്കുകൊണ്ട് തറതോണ്ടിപ്പൊളിച്ചെങ്കിലേ പുഴുക്കളെ കിട്ടുകയുള്ളൂ. ഈ വ്യത്യസ്തതകൾ ചൂഷണം ചെയ്യാൻ പറ്റിയവിധത്തിൽ നിരവധി തലമുറകളിലൂടെ കൊക്കുകൾക്കു രൂപവൈവിധ്യമുണ്ടായി. ഈ അനുമാനം ശരിയല്ലേ പ്രൊഫസറേ?"

"ശരിയാണ്. ഇതുതന്നെയായിരുന്നു ഡാർവിന്റെയും അനുമാനം. പൂർവികരുടെ ലാളിത്യത്തിൽ നിന്ന്, ആപേക്ഷികമായി ശീഘ്രഗതിയിൽ, ഒരു ജൈവജാതിക്കു വൈവിധ്യമുണ്ടാകുന്നതിനെ 'അഡാപ്റ്റീവ് റേഡിയേഷൻ' എന്നു പറയുന്നു.

ലോകത്താകമാനം 176 ഇനം കുരുവികളുണ്ടെന്നു പറയപ്പെടുന്നു. (ആസ്ട്രേലിയയിൽ കുരുവികളില്ല.) ഈ 176 ഇനത്തിൽ ഗലാപാഗോസിലുള്ള 14 ഇനങ്ങളെ ഡാർവിന്റെ പേരുചേർത്തു വിളിക്കുന്നു."

"എനിക്കൊരു സംശയം. ലാമാർക്കും ഇതുതന്നെയല്ലേ പറഞ്ഞത്?" കുറുപ്പുചോദിച്ചു.

"ലാമാർക്കു പറഞ്ഞതു സത്യമായിരിക്കാം എന്ന തോന്നൽ ഡാർവിന് ഉണ്ടായെങ്കിലും ആന്തരികമായ പ്രേരണകൊണ്ടാണ് ജിറാഫിന്റെ കഴുത്തു നീണ്ടതെന്നു വിശ്വസിക്കാൻ അദ്ദേഹം തയ്യാറായില്ല. എന്തുകൊണ്ട് ഇങ്ങനെ സംഭവിക്കുന്നു എന്നതിനെക്കുറിച്ച് എത്തും പിടിയും കിട്ടാതെ ഏറെനാൾ ഡാർവിൻ വലഞ്ഞു. അങ്ങനെയിരിക്കെ മാൽത്തസ് എന്ന സാമ്പത്തികശാസ്ത്രജ്ഞൻ 1798ൽ രചിച്ച '*എസ്സേ ഓൺ ദി പ്രിൻസിപ്പിൾ ഒഫ് പോപ്പുലേഷൻ*' എന്ന പുസ്തകം യാദൃച്ഛികമായി അദ്ദേഹം വായിച്ചു. മാൽത്തസിന്റെ ജനസംഖ്യാസിദ്ധാന്തം പ്രസിദ്ധമാണല്ലോ.

"മാൽത്തസ് ഒരു വൈദികനാണെന്നു കേട്ടിട്ടുണ്ട്." പരമേശ്വരൻ പറഞ്ഞു.

"വൈദികരിൽ മിടുക്കന്മാരുണ്ടെന്നു സമ്മതിക്കാൻ വലിയ പ്രയാസമായിരിക്കും, അല്ലേ പരമേശ്വരാ." മത്തായിസാർ ചോദിച്ചു.

"മിടുക്ക് ആരിൽ കണ്ടാലും അത് അംഗീകരിക്കുകയാണു സൈന്റിഫിക് സ്പിരിറ്റ്." പരമേശ്വരൻ സാറിനു മറുപടി നൽകി.

"മാത്രമല്ല, മറ്റൊരു വൈദികനെക്കുറിച്ചു സമയം വരുമ്പോൾ നാം ചർച്ചചെയ്യും."

"മാൽത്തസ് പറഞ്ഞതെന്താണെന്നു കേൾക്കട്ടെ." കുറുപ്പ് അക്ഷമനായി.

"മാൽത്തസ് അവതരിപ്പിച്ച സിദ്ധാന്തത്തിന്റെ രത്നച്ചുരുക്കം ഇതാണ്: ജനസംഖ്യ 2, 4, 8, 16, 32 എന്ന ക്രമത്തിൽ വർദ്ധിക്കുമ്പോൾ പല പരിമിതികൾകൊണ്ട് ഭക്ഷണത്തിന്റെ ലഭ്യത 2, 3, 4, 5, 6 എന്ന ക്രമത്തിലേ വർദ്ധിക്കുകയുള്ളൂ. പ്രകൃതി ജനസംഖ്യയുടെ കുതിച്ചുചാട്ടത്തെ ഭക്ഷണലഭ്യതയുമായി കുറച്ചെങ്കിലും പൊരുത്തപ്പെടുത്തുന്നത് പ്ലേഗു പോലുള്ള സാംക്രമികരോഗങ്ങൾ, ഭൂകമ്പം, അതിവൃഷ്ടി, അനാവൃഷ്ടി എന്നിവ വഴിയാണ്. യുദ്ധംകൊണ്ടു മനുഷ്യരും ഇക്കാര്യത്തിൽ പ്രകൃതിയെ പരോക്ഷമായി സഹായിക്കുന്നു. ഇന്നത്തെപ്പോലുള്ള ജനനനിയന്ത്രണപരിപാടികളൊന്നും അക്കാലത്തില്ലായിരുന്നു എന്നോർക്കണം."

"മാൽത്തസിന്റെ പുസ്തകം വായിച്ചപ്പോൾ ഡാർവിൻ 'യുറേക്കാ' എന്ന് താനറിയാതെ ഉറക്കെ വിളിച്ചുകാണും." രസികനായ നായർ പറഞ്ഞു.

"അത്രയേ ചെയ്തുകാണുകയുള്ളോ? ആർക്കിമിഡീസിനെപ്പോലെ മുണ്ടില്ലാതെ മുറ്റത്തു ഡാർവിനാശാൻ ചാടിക്കാണുമോ?" മത്തായിസാറിന്റെ ഫലിതംകേട്ട് എല്ലാവരും പൊട്ടിച്ചിരിച്ചു.

"മത്തായിസാറിന്റെ പുരയിടത്തിൽ ആമ്പലുകൾ വിരിഞ്ഞുനില്ക്കുന്ന ആ കുളമുണ്ടല്ലോ. അതിൽ സാർ രണ്ടു മീനുകളെ വിടുക– ഒരാൺമീനും ഒരു പെൺമീനും. മുട്ടകൾ വിരിഞ്ഞുണ്ടാകുന്ന മീനുകളിൽ പെൺമീനുകൾ മുട്ടയിട്ടു കുഞ്ഞുങ്ങളെ വിരിയിക്കും. ഈ പ്രക്രിയ തുടരും. ഇടംവലംതിരിയാൻ ഇടമില്ലാതെ കുളം മുഴുവൻ മീനുകളെക്കൊണ്ടു നിറയും. യഥാർത്ഥത്തിൽ ഈയൊരവസ്ഥ ഉണ്ടാകുമോ മത്തായിസാറേ?"

"മത്തായിസാറിന്റെ കൈവശം കോരുവല ഉള്ള കാലത്തോളം അതെങ്ങനെ സംഭവിക്കാനാണ്?" കുറുപ്പു ചോദിച്ചു.

"മത്തായിസാർ ആ ഭാഗത്തേക്കു തിരിഞ്ഞുനോക്കുന്നേയില്ലെങ്കിൽപ്പോലും ഈ അവസ്ഥ ഉണ്ടാവുകയില്ല. ബാഹ്യശക്തികളുടെ ഇടപെടൽ ഉണ്ടായില്ലെങ്കിൽ ഭക്ഷണത്തിനുവേണ്ടി മത്സ്യങ്ങൾ മത്സരിക്കും. ഭക്ഷണംകിട്ടാതെ പലതും ചാവും. ഭക്ഷണത്തിന്റെ ലഭ്യതയും കുളത്തിന്റെ വിസ്തൃതിയും മത്സ്യങ്ങളുടെ എണ്ണത്തെ നിയന്ത്രിക്കുന്ന ഘടകങ്ങളാണ്. നിലനില്പിനുവേണ്ടി കുളത്തിലെ മീനുകൾ മത്സരിക്കുന്നു.

താരതമ്യേന മെച്ചപ്പെട്ട അതിജീവനശേഷി കൈവരിച്ച മത്സ്യങ്ങൾ ജീവിക്കുന്നു. ആ ശേഷിയില്ലാത്ത മത്സ്യങ്ങൾ ചത്തുപോകുന്നു. ഇതു 'പ്രകൃതി നിർദ്ധാരണം' എന്ന പ്രക്രിയയുടെ ലളിതമായ ഒരുദാഹരണമാണ്. ജീവിക്കുന്ന പരിതസ്ഥിതിക്കു മാറ്റം സംഭവിക്കുമ്പോൾ ആ മാറ്റവുമായി ഇഴുകിച്ചേരാൻ ഒരേയിനത്തിൽപ്പെട്ട ജീവികളിൽ ചിലതിനെ പ്രകൃതി പ്രാപ്തമാക്കുന്നു. ഈ ആശയത്തിന് ഊന്നൽ നല്കിക്കൊണ്ടു, ഞാൻ മുമ്പു സൂചിപ്പിച്ചതുപോലെ, ഡാർവിൻ പ്രസിദ്ധപ്പെടുത്തിയ പുസ്തകത്തിന് '*ജൈവജാതികളുടെ ഉൽപ്പത്തി*', ഇംഗ്ലീഷിൽ '*ഓറിജിൻ ഒഫ് സ്പീഷീസ്*', എന്നു പേരുപറയാറുണ്ടെങ്കിലും മുഴുവൻ പേര് '*പ്രകൃതിനിർദ്ധാരണം വഴി ജൈവജാതികളുടെ ഉത്ഭവത്തെക്കുറിച്ച്*' എന്നാണ്. പുറമേ, ജീവിതായോധനത്തിൽ പ്രകൃതി കനിഞ്ഞ ജൈവജാതികളുടെ സംരക്ഷണം എന്ന ആശയം കൂടി ഡാർവിൻ അവതരിപ്പിച്ചു."

"ഇതേ ആശയത്തിനെയല്ലേ ഡാർവിൻ 'സർവൈവൽ ഒഫ് ദി ഫിറ്റെസ്റ്റ്' എന്നു പറഞ്ഞത്? സുന്ദരേശൻ ചോദിച്ചു.

"അങ്ങനെ പറഞ്ഞതു ഡാർവിനല്ല, ഹെർബർട്ട് സ്പെൻസർ എന്ന ദാർശനികനാണ്."

"ഞാൻ ആലോചിക്കുകയാണ്. ഒരു കണക്കിന് ഈ 'സർവൈവൽ ഒഫ് ദി ഫിറ്റെസ്റ്റ്' അഥവാ 'ഏറ്റവും അനുയോജ്യമായവയുടെ അതിജീവനം' എന്ന ആശയം വളരെ ഫിറ്റായിരിക്കുന്നതു രാഷ്ട്രീയരംഗത്തല്ലേ? കാലത്തിനൊത്ത കോലംകെട്ടി ആടാൻകഴിവുള്ളവർ മുന്നേറി അധികാരസ്ഥാനങ്ങൾ പിടിച്ചെടുക്കുന്നു. ആദർശശാലികൾ പുറന്തള്ളപ്പെടുന്നു." സുന്ദരേശൻ അഭിപ്രായം പറഞ്ഞു.

"ഡാർവിന്റെ പരിണാമസിദ്ധാന്തത്തോടു ശണ്ഠകൂടിയവർ മാറോടണച്ച ആശയമാണ് 'സർവൈവൽ ഒഫ് ദി ഫിറ്റെസ്റ്റ്'. സുന്ദരേശൻ പറഞ്ഞതുപോലെ രാഷ്ട്രീയക്കാരും അക്കൂട്ടത്തിൽ ഉണ്ടായിരുന്നിരിക്കണം. യോഗ്യരായവർ മുന്നേറുന്നതിലും ദുർബലരും അയോഗ്യരുമായവർ പുറന്തള്ളപ്പെടുന്നതിലും യാതൊരു അനീതിയുമില്ല, മറിച്ച് അതു പ്രകൃതിനിയമമാണ് എന്നൊരു അപകടകരമായ ആശയം സർവൈവൽ ഒഫ് ദി ഫിറ്റെസ്റ്റിൽ പതിയിരുപ്പുണ്ട്. അതു വിക്റ്റോറിയൻ സമൂഹത്തിന്റെ ഔദ്ധത്യവുമായി ഒത്തുപോകുന്നതുകൊണ്ട് അതിൽ മുറുകെപ്പിടിച്ചവർ നിരവധിയാണ്. ആ ആശയം കോളണിഭരണത്തെ പരോക്ഷമായി പിന്താങ്ങുന്നു. സമൂഹത്തിൽനിന്നു ദുർബലരായവരെ പിഴുതുകളയണം എന്നൊരു ചിന്ത ഇതിൽനിന്ന് ഉരുത്തിരിഞ്ഞുവന്നു. 'സോഷ്യൽ ഡാർവിനിസം' എന്നപേരിൽ അക്കാലത്തു ഫാഷനായിരുന്ന ഈ ചിന്താഗതി അമേരിക്കയിൽ പ്രാവർത്തികമാക്കിയത് അന്നാട്ടിലെ വ്യവസായപ്രമുഖരാണ്– ഫോർഡും കർണീഗിയും റോക്ഫെല്ലറും വാൻഡർ ബിൽറ്റുമൊക്കെ."

"ഹിറ്റ്ലറെയും അക്കൂട്ടത്തിൽ പെടുത്താം അല്ലേ പ്രൊഫസറേ?" പരമേശ്വരന്റെ ചോദ്യം.

"ഫോർഡിനെയും കൂട്ടരെയും ഹിറ്റ്ലറുടെ പട്ടികയിൽ പെടുത്തുന്നതു ശരിയല്ല. ഹിറ്റ്ലർ ചരിത്രത്തിൽ വേറിട്ടുനിൽക്കുന്നു. സോഷ്യൽ ഡാർവിനിസത്തെ വളരെ ക്രൂരവും ബീഭത്സവുമായ തലത്തിലേക്ക് എത്തിച്ചതു ഹിറ്റ്ലറാണ്. ആര്യവർഗ്ഗത്തിന്റെ ശ്രേഷ്ഠതയുടെ പേരിൽ എത്ര ജീവിതങ്ങളാണ് ഗ്യാസ് ചേംബറുകളിലും കോൺസൻട്രേഷൻ ക്യാമ്പുകളിലും പൊലിഞ്ഞുപോയത്! മാനവചരിത്രത്തിലെ അതിനീചമായ ഈ വിഡ്ഢിത്തത്തെക്കുറിച്ച് ഓർക്കുകതന്നെ ഹൃദയഭേദകമാണ്."

"ഒരർത്ഥത്തിൽ ഡാർവിനും അതിന് ഉത്തരവാദിയല്ലേ?" കുറുപ്പു ചോദിച്ചു.

"അല്ലെന്നു തന്നെ പറയാം. കാരണങ്ങൾ രണ്ടാണ്: ഒന്ന്, 'സർവൈവൽ ഒഫ് ദി ഫിറ്റെസ്റ്റ്' എന്ന പ്രയോഗം ഡാർവിന്റേതല്ല; രണ്ട്, 'ഫിറ്റെസ്റ്റ്' എന്ന വാക്ക് ഡാർവിൻ ഉപയോഗിച്ചു എന്നുതന്നെ കരുതുക. അതിന് അദ്ദേഹം കല്പിച്ച അർത്ഥം കരുത്തുകൂടിയവരെന്നോ നൈഷ്ഠുര്യം കൂടിയവരെന്നോ അല്ല, മാറിയ പരിതസ്ഥിതിയുമായി ഏറ്റവും കൂടുതൽ ഇണങ്ങുന്നവർ എന്നാണ്."

"നമ്മൾ '*ഓറിജിൻ ഒഫ് സ്പീഷീസി*'ലേക്കു കടന്നില്ല. ആ ഗ്രന്ഥത്തിലൂടെ ഡാർവിൻ അവതരിപ്പിച്ച ആശയങ്ങളുടെ സംക്ഷിപ്തരൂപം കേട്ടാൽ കൊള്ളാം." പിള്ള പറഞ്ഞു.

"*ജൈവജാതികളുടെ ഉൽപ്പത്തി* എന്നാണല്ലോ പുസ്തകത്തിന്റെ പേര്. സ്പീഷീസ് അഥവാ ജൈവജാതി എന്ന പ്രയോഗത്തിന്റെ അർത്ഥമെന്താണെന്ന് ആർക്കെങ്കിലും പറയാമോ?"

അല്പനേരം ആരും പ്രതികരിച്ചില്ല. മുൻകൈയെടുത്തതു പരമേശ്വരനാണ്.

"ഇണചേർന്നു സന്താനങ്ങളെ ഉത്പാദിപ്പിക്കാൻ കഴിവുള്ള ജീവികളെ ഒരു ജൈവജാതി എന്നു പറയാം."

"തെളിച്ചുപറഞ്ഞാൽ, പൂച്ചയും പൂച്ചയും ഇണചേരുമ്പോൾ പൂച്ചക്കുഞ്ഞു ജനിക്കുന്നു. അതുപോലെ നായും നായും ഇണചേർന്നാൽ നായ്കുട്ടി ജനിക്കുന്നു. അതുകൊണ്ട് അവ വിഭിന്ന ജൈവജാതികൾ തന്നെ. ഭിന്നജാതികളിൽപെട്ട പട്ടിയും പൂച്ചയും ഇണചേർന്നെന്നു കരുതുക. പട്ടിക്കുഞ്ഞോ പൂച്ചക്കുഞ്ഞോ പിറക്കുന്നില്ല. വ്യക്തമായല്ലോ."

"ഒരു ചെറിയ സംശയം ബാക്കിയുണ്ട്." സുന്ദരേശൻ പറഞ്ഞു. "രണ്ടു ജൈവജാതികളിൽ പെട്ട കുതിരയും കഴുതയും ഇണചേരുമ്പോൾ കുഞ്ഞു പിറക്കുന്നു. അതല്ലേ കോവർകഴുത?"

"പക്ഷേ, കോവർകഴുതയ്ക്കു സന്താനങ്ങൾ പിറക്കുകയില്ല. അതുകൊണ്ട് പരമേശ്വരൻ ജൈവജാതിക്കു നൽകിയ നിർവചനത്തിന് അല്പം മാറ്റംവരുത്തി ഇങ്ങനെ പറയാം: ഇണചേർന്ന് ഉർവ്വരത, അഥവാ പ്രത്യുത്പാദനശേഷി, ഉള്ള സന്താനങ്ങളെ ജനിപ്പിക്കാൻ കഴിവുള്ള ജീവിസമൂഹമാണു സ്പീഷീസ്."

'ഒരു ജാതി, ഒരു മതം, ഒരു ദൈവം മനുഷ്യന്' എന്ന ശ്രീനാരായണഗുരുവിന്റെ പ്രസിദ്ധമായ സന്ദേശത്തിലെ 'ജാതി' എന്ന പ്രയോഗത്തിന് ഈ അർത്ഥം കല്പിക്കാമോ?" കുറുപ്പു ചോദിച്ചു.

"തീർച്ചയായും. അതുതന്നെയാണ് ഗുരുദേവൻ ഉദ്ദേശിച്ചത്. ജാതിയെ അദ്ദേഹം ഇങ്ങനെ നിർവചിച്ചു:

'ഒരു ജാതിയിൽനിന്നല്ലോ പിറന്നീടുന്നു സന്തതി
നരജാതിയിതോർക്കുമ്പോൾ ഒരു ജാതിയിലുള്ളതാം'

ചണ്ഡാലിയുടെ മെയ്യ് ദ്വിജന്റെ ബീജപിണ്ഡത്തിനൂഷരമല്ലാത്ത കാലത്തോളം അവർ രണ്ടുപേരും, അതായത് ദലിത് യുവതിയും ബ്രാഹ്മണയുവാവും, ഒരേ ജാതിയിൽ പെടുന്നു – മനുഷ്യർ എന്ന ജാതിയിൽ. മറ്റെല്ലാ വകഭേദങ്ങളും കൃത്രിമമാണ്."

"ചാതുർവർണ്യം മയാസൃഷ്ടം' എന്നു ഭഗവാൻ ഗീതയിൽ പറഞ്ഞിട്ടുണ്ടല്ലോ." പിള്ള ചോദിച്ചു.

"ആ വിഭജനം കർമ്മങ്ങളുടെ അടിസ്ഥാനത്തിലാണെന്ന് അദ്ദേഹം ഉടനെ വ്യക്തമാക്കിയിട്ടുണ്ട്. ജന്മംകൊണ്ടല്ലെന്നു വ്യംഗ്യം. ജന്മത്തിന്റെ അടിസ്ഥാനത്തിലുള്ള ജാതിവിഭജനങ്ങൾ കൃത്രിമവും അശാസ്ത്രീയവും ദുരുദ്ദേശ്യപരവുമാണ്.

ജൈവജാതികളെക്കുറിച്ചു വ്യക്തമായ ഒരു ധാരണ ഉണ്ടായ സ്ഥിതിക്ക് നമുക്കു ഡാർവിനിസത്തിലേക്കു മടങ്ങാം. ഡാർവിന്റെ പരിണാമസിദ്ധാന്തത്തിന്റെ അടിസ്ഥാനഘടകങ്ങൾ– ആധാരശിലകൾ എന്നു വേണമെങ്കിൽ പറയാം– രണ്ടെണ്ണമാണ്: ഒന്ന്, എണ്ണത്തിലുണ്ടാകുന്ന വർദ്ധനവുമൂലം സംഭവിക്കുന്ന സമ്മർദ്ദം. രണ്ട്, ഒരേ ജൈവജാതിയിൽത്തന്നെയുള്ള വ്യത്യസ്തതകൾ. അത് ഒന്നുകൂടി വ്യക്തമാക്കാം. ഒരു പൂച്ച പ്രസവിക്കുന്ന കുട്ടികളെല്ലാം ഒരുപോലെ ഇരിക്കുന്നില്ല. മനുഷ്യക്കുട്ടികളിലെ ഐഡന്റിക്കൽ ഇരട്ടകൾക്കുപോലും രൂപത്തിലും സ്വഭാവത്തിലും വ്യത്യസ്തതകൾ ഉണ്ടായിരിക്കും. അതിജീവനത്തിനുവേണ്ടിയുള്ള ആയോധനത്തിൽ ഗുണകരമായ വ്യത്യസ്തതകൾ ഉള്ള ജീവികൾക്ക് അതിജീവനത്തിനുള്ള അവസരം കൂടുതലാണ്. ദോഷകരമായ വ്യത്യസ്തതകൾ ഉള്ള ജീവികൾ നശിച്ചുപോകും. 'ഗുണകരമായ വ്യത്യസ്തതകളുടെ സംരക്ഷണത്തെയും ദോഷകരമായ വ്യത്യസ്തതകളുടെ തിരസ്കാരത്തെയും ഞാൻ പ്രകൃതിനിർദ്ധാരണം എന്നു വിളിക്കുന്നു' എന്നാണ് ഡാർവിൻ '*ഓറിജിൻ ഒഫ് സ്പീഷീസി*'ൽ എഴുതിയത്.

ഒരു കാര്യം കൂടി അറിഞ്ഞിരിക്കേണ്ടതുണ്ട്. പ്രകൃതിനിർദ്ധാരണംമൂലം ജൈവജാതികൾക്കു സംഭവിക്കുന്ന മാറ്റങ്ങൾ പൊടുന്നനേ ഉണ്ടാകുന്നവയല്ല, ആ മാറ്റങ്ങൾക്കു കൃത്യമായ അതിർവരമ്പുകളും ഇല്ല."

"പ്രൊഫസർ ഇപ്പോൾ പറഞ്ഞത് ലേശം വ്യക്തമാക്കിയാൽ കൊള്ളാമായിരുന്നു. അത്രയ്ക്കങ്ങോട്ടു കയറുന്നില്ല." മത്തായിസാർ താൻ നേരിടുന്ന പ്രശ്നം തുറന്നുപറഞ്ഞു.

"അഥവാ അങ്ങോട്ടു കയറിയാലും അവിടെ ഇരിക്കും എന്നതിന് എന്താണൊരുറപ്പ്." കുറുപ്പു ചോദിച്ചു. എല്ലാവരും ചിരിച്ചു.

"മത്തായിസാറിനെ കുറ്റപ്പെടുത്തരുത്. ചെറിയ വിശദീകരണം ആവശ്യമാണെന്ന് എനിക്കറിയാം. കുതിരയുടെ ബലിഷ്ഠമായ കാലുകൾ, ആനയുടെ നീണ്ട തുമ്പിക്കൈ, മനുഷ്യന്റെ തലയുടെ വലുപ്പം ഇവയൊക്കെ പൊടുന്നനേ സംഭവിച്ചതല്ല. എത്രയോ സഹസ്രാബ്ദങ്ങൾ വേണ്ടിവന്നു ഈ മാറ്റങ്ങൾക്ക്. മനുഷ്യരെ സംബന്ധിച്ചിടത്തോളമുള്ള ചെറിയ മാറ്റങ്ങൾപോലും– കണ്ണിന്റെ ആകൃതി, മൂക്കിന്റെ നീളം എന്നിവ ഉദാഹരണങ്ങളാണ്– സംഭവിക്കാൻ എത്രയോ തലമുറകൾ എടുക്കും. അപ്പോൾ ഇവിടെ പ്രസക്തമായ ഒരു ചോദ്യമുണ്ട്."

"അതേ, പ്രകൃതിനിർദ്ധാരണംമൂലം സംഭവിക്കുന്ന മാറ്റങ്ങൾ തലമുറകളിലേക്കു സംക്രമിക്കുന്നതെങ്ങനെ?" സുന്ദരേശൻ ചോദിച്ചു.

"അവിടെയാണ് 'പാരമ്പര്യം' എന്ന ഘടകം കടന്നുവരുന്നത്. പാരമ്പര്യത്തെ ഡാർവിൻ അംഗീകരിച്ചെങ്കിലും– അംഗീകരിക്കാതിരിക്കാൻ പറ്റാത്ത ഒരു യാഥാർത്ഥ്യമാണത്– അതെങ്ങനെ സംഭവിക്കുന്നു എന്നു പറയാൻ അദ്ദേഹത്തിനോ സമകാലികരായ മറ്റു ജീവശാസ്ത്രജ്ഞന്മാർക്കോ കഴിഞ്ഞില്ല. അപ്പോഴാണ് മറ്റൊരു വൈദികന്റെ രംഗപ്രവേശം–ഗ്രെഗോർ മെൻഡൽ എന്ന വൈദികൻ. അതിനെക്കുറിച്ചു നമുക്കു മറ്റൊരവസരത്തിൽ ചർച്ചചെയ്യാം."

"മത്തായിസാറിന്റെ മുഖത്തെ തെളിച്ചം കണ്ടോ" കുറുപ്പ്.

"നമുക്കും അദ്ദേഹത്തിന്റെ സന്തോഷത്തിൽ പങ്കുചേരാം കുറുപ്പേ. കൊച്ചുകൊച്ചു സന്തോഷങ്ങളല്ലേ ജീവിതത്തിന് അർത്ഥം നൽകുന്നത്.

ഇനി നമുക്ക് ഡാർവിനിസത്തിന്റെ ആണിക്കല്ലായ പ്രകൃതി നിർദ്ധാരണത്തിലേക്ക് മടങ്ങാം. രണ്ടു ഘട്ടമായിട്ടാണ് പ്രകൃതി നിർദ്ധാരണപ്രക്രിയ നടത്തുന്നത്. ഒന്നാമത്തെ ഘട്ടത്തിൽ ഒരേ ജൈവജാതിയിൽ പ്രകൃതി പലപല മാറ്റങ്ങൾ വരുത്തുന്നു. പരിതസ്ഥിതിയുമായി ഇണങ്ങുന്ന മാറ്റങ്ങൾ സംഭവിച്ച ജീവികൾ ജീവിതായോധനത്തിൽ വിജയിക്കുന്നു; അല്ലാത്തവ നാശമടയുന്നു. ഇതാണ് രണ്ടാംഘട്ടം."

"അതിജീവനശേഷിയാണു പ്രശ്നം അല്ലേ?" പരമേശ്വരൻ ചോദിച്ചു.

"അതിജീവനശേഷിയെ 'നവഡാർവിനിസം' കൃത്യമായി വിശദീകരിക്കുന്നു. പാരമ്പര്യത്തെക്കുറിച്ചുള്ള മെൻഡലിന്റെ നിരീക്ഷണങ്ങൾ വെളിച്ചം കണ്ടതിനുശേഷം ഡാർവിന്റെ ആശയങ്ങൾക്കു പുതിയൊരു ഉണർവുണ്ടായി. ഇതിനെയാണ് 'നവഡാർവിനിസം' എന്നു പറയുന്നത്. ഒരു ജീവി– അതു മനുഷ്യൻ തന്നെയാണെന്നു സങ്കല്പിക്കുക– അതിന്റെ ജീവിതകാലം മുഴുവൻ വിജയകരമായി കഴിച്ചുകൂട്ടിയാലും അതിന് അടുത്ത തലമുറയെ ഉത്പാദിപ്പിക്കാൻ കഴിവില്ലെങ്കിൽ അതിന്റെ അതിജീവനശേഷി, പരിണാമത്തിന്റെ കാഴ്ചപ്പാടിൽ, വട്ടപ്പൂജ്യമാണ്. ഇത് അടിവരയിട്ടു പറയേണ്ട കാര്യമാണ്. അതുകൊണ്ടു പരിതസ്ഥിതിയുമായി

കൂടുതൽ ഇണങ്ങിജീവിക്കുകയും അടുത്ത തലമുറയ്ക്കു ജന്മം നല്കുകയും ചെയ്യുന്ന ജീവികളെയാണ് അതിജീവനശേഷിയുള്ളവയായി പരിഗണിക്കുന്നത്."

"ഡാർവിന്റെ കാലത്തുതന്നെ മറ്റൊരാൾ പരിണാമസിദ്ധാന്തം ആവിഷ്കരിച്ചുവെന്നു കേട്ടിട്ടുണ്ട്. ശരിയാണോ?" പരമേശ്വരനാണ് ഈ സംശയം ഉന്നയിച്ചത്.

"അതേ, ആൽഫ്രെഡ് റസ്സൽ വാലസ്. ഒരു സർവെയർ ആവാൻ പഠിച്ച വാലസ്, ആ ജോലിക്കു പോകാതെ, പ്രകൃതിനിരീക്ഷണവുമായി ആമസോൺവനങ്ങളിലും മലയായിലെ കാടുകളിലും അലഞ്ഞുതിരിഞ്ഞു. ഇരുപതുവർഷത്തോളം കഠിനാധ്വാനം ചെയ്ത് ഡാർവിൻ എത്തിച്ചേർന്ന നിഗമനങ്ങളിലെത്താൻ വാലസിന് ഏതാനും മാസങ്ങളേ വേണ്ടിവന്നുള്ളു. തനിക്കു വിദ്യുല്ലതിക പോലെ തോന്നിയ ആശയമാണ് പ്രകൃതിനിർദ്ധാരണം എന്നു വാലസ് ഡാർവിനെഴുതി. ഡാർവിൻ വിഷമത്തിലായി. അദ്ദേഹത്തിനു കടുത്ത മാനസികസംഘർഷം ഉണ്ടായി. ഭാഗ്യവശാൽ വാലസ് ന്യൂട്ടനെപ്പൊലെ ആയിരുന്നില്ല. പ്രകൃതിനിർദ്ധാരണത്തിന്റെ മുഴുവൻ ക്രെഡിറ്റും അദ്ദേഹം താൻ ഏറെ ബഹുമാനിച്ച ഡാർവിനു തന്നെ നല്കി. തെളിവുകളുടെ പിൻബലം ഡാർവിനുണ്ടായിരുന്നതുപോലെ വാലസിന് ഇല്ലായിരുന്നു."

"വാലസ് ന്യൂട്ടനെപ്പോലെ ആയിരുന്നില്ല എന്നു പറഞ്ഞല്ലോ, എന്തുകൊണ്ടാണ്?" സുന്ദരേശൻ ചോദിച്ചു.

"ഐസക് ന്യൂട്ടനും സമകാലികനായ ജർമ്മൻ ചിന്തകൻ ലൈബ്നിസും തമ്മിൽ ഒരു പൊരിഞ്ഞ പോരാട്ടമുണ്ടായി, കാൽക്കുലസ് എന്ന ഗണിതസമ്പ്രദായം അവരിൽ ആരാണു കണ്ടുപിടിച്ചത് എന്നതിന്റെ പേരിൽ. അതു താനാണു കണ്ടുപിടിച്ചതെന്നു വീറോടും വാശിയോടും ന്യൂട്ടൻ വാദിച്ചു."

"നമ്മളും കേട്ടിട്ടുള്ളത് അങ്ങനെനാണല്ലോ." പിള്ള പറഞ്ഞു.

"ശരിയാണ്. പക്ഷേ ന്യൂട്ടന്റെ കണ്ടുപിടിത്തത്തെക്കുറിച്ച് അറിയാതെയാണ്, പാരീസിൽ താമസിക്കുന്ന കാലത്ത്, ലൈബ്നിസ് കാൽക്കുലസ് കണ്ടുപിടിച്ചത്. അതായിരുന്നു സത്യം. വാസ്തവത്തിൽ ലൈബ്നിസിന്റെ കാൽക്കുലസ് ന്യൂട്ടന്റേതിനെക്കാൾ മെച്ചവുമായിരുന്നു. പക്ഷേ ഇതൊന്നും നോക്കാതെ ആളുകൾ പ്രശസ്തനായ ന്യൂട്ടന്റെ പക്ഷം ചേർന്നു. ആളുകളെ വെറുപ്പിക്കുന്ന കാര്യത്തിൽ മിടുക്കനായിരുന്ന ലൈബ്നിസ് ഈ വഴക്കിൽ ഒറ്റപ്പെട്ടുപോയി.

ആശയവിനിമയത്തിന്റെ വേഗം ഇക്കാലത്തെപ്പോലെ അന്നില്ലായിരുന്നതുകൊണ്ട് ഇമ്മാതിരി സംഭവങ്ങൾ പലതും ഉണ്ടായിട്ടുണ്ട്. ഫിലമെന്റ് ബൾബ് അമേരിക്കയിൽ എഡിസനും ഇംഗ്ലണ്ടിൽ സ്വാനും ഏകകാലത്തു കണ്ടുപിടിച്ചു. പക്ഷേ അവർ വഴക്കുകൂടാനൊന്നും പോയില്ല.

രണ്ടുപേരും ചേർന്ന് 'എഡിസ്വാൻ' എന്ന പേരിൽ ബൾബുകൾ വിപണിയിലിറക്കി.

"മത്സരവും സഹകരണവും ഇടകലർന്നതാണു ജീവിതം" മത്തായിസാർ തന്നോടെന്നവണ്ണം പറഞ്ഞു.

"ഇതാ ഒരു തത്ത്വജ്ഞാനി പിറക്കുന്നു. ആലിന്റെ ചുവടാണു സൂക്ഷിക്കണം." കുറുപ്പു കളിയാക്കി.

"1882ൽ ഡാർവിൻ അന്തരിക്കുന്നതുവരെ അദ്ദേഹവും വാലസ്സുമായുള്ള സൗഹൃദം ഒരു പോറൽപോലും ഏല്ക്കാതെ നിലനിന്നു. ഡാർവിന്റെ ശവമഞ്ചം ചുമന്നവരുടെ മുൻനിരയിൽ വാലസ്സുണ്ടായിരുന്നു. ജീവിച്ചിരുന്നപ്പോൾ നാട്ടുകാർ ഡാർവിനെ വേണ്ടത്ര ആദരിച്ചില്ലെങ്കിലും അദ്ദേഹത്തിന് അന്ത്യവിശ്രമത്തിനു വെസ്റ്റ്മിൻസ്റ്റർ ആബിയിൽ അവർ ഇടംനല്കി. അതും ഐസക്ന്യൂട്ടന്റെ അടുത്തുതന്നെ."

"പ്രൊഫസർ, നമ്മൾ ഇതുവരെ ചർച്ച കേന്ദ്രീകരിച്ചത് '*ജൈവജാതികളുടെ ഉൽപ്പത്തി*' എന്ന പുസ്തകത്തിലായിരുന്നു. ഡാർവിൻ മറ്റൊരു പ്രധാന പുസ്തകംകൂടി എഴുതിയല്ലോ. അതിനെക്കുറിച്ച് അല്പം ചർച്ച ആയിക്കൂടേ?" പരമേശ്വരനാണ് ഇക്കാര്യം ഓർമ്മിപ്പിച്ചത്.

"ആകാം. പരമേശ്വരൻ ഉദ്ദേശിച്ചത് ഡാർവിന്റെ '*ഡിസന്റ് ഒഫ് മാൻ*' എന്ന പുസ്തകമാണല്ലോ. അതിനു നമുക്കു മലയാളത്തിൽ '*മനുഷ്യന്റെ വരവ്*' എന്നു പേരിടാം."

"മനുഷ്യന്റെ പുറപ്പാട്' എന്നു പേരിട്ടാലോ? അതിനു കഥകളിയുടെ ഒരു ഗമയുണ്ട്." ഒരു കഥകളിഭ്രാന്തനായ നായർ പറഞ്ഞു.

"അതു വേണ്ട നായരേ അത്രയ്ക്കു വലിയ ഗമയൊന്നും മനുഷ്യൻ കാട്ടാതിരിക്കുന്നതാണു നല്ലത്." സുന്ദരേശൻ തടഞ്ഞു.

"നമുക്കു വളരെ പ്ലെയിനായി 'വരവ്' എന്നു തന്നെ പറയാം. വിശ്വം എന്ന സ്റ്റേജിലൂടെ ജീവജാലങ്ങൾ ഒന്നിനു പുറകേ മറ്റൊന്നായി കടന്നുപോയി. ഒടുവിൽ മനുഷ്യനും വന്നു എന്നു കരുതിയാൽ മതി.

ഡാർവിൻ '*ഓറിജിൻ ഒഫ് സ്പീഷീസ്*' പ്രസിദ്ധപ്പെടുത്തിയത് 1859ൽ ആയിരുന്നു എന്നോർമ്മയുണ്ടല്ലോ. പന്ത്രണ്ടുകൊല്ലം കഴിഞ്ഞപ്പോൾ, അതായത് 1871ൽ, അദ്ദേഹം '*മനുഷ്യന്റെ വരവ്*' പ്രസിദ്ധപ്പെടുത്തി. താൻ തയ്യാറാക്കിയ നോട്ടുകളുടെയും ചില ജീവശാസ്ത്രജ്ഞന്മാരുമായി നടത്തിയ കത്തിടപാടുകളുടെയും അടിസ്ഥാനത്തിലാണ് വീണ്ടും വിവാദം സൃഷ്ടിച്ച ഈ പുസ്തകം ഡാർവിൻ എഴുതിയത്. അദ്ദേഹത്തിന്റെ അഭിപ്രായം ഇതാണ്: നിങ്ങൾ ആൾക്കുരങ്ങുകളെ ശ്രദ്ധിക്കൂ. നമ്മെ ബാധിക്കുന്ന രോഗങ്ങൾ അവയ്ക്കും വരും. നമ്മുടെയും ആൾക്കുരങ്ങുകളുടെയും ഭ്രൂണങ്ങളുടെ വളർച്ചയുടെ അവസ്ഥകളിൽ സമാനതകളുണ്ട്. ഈ വസ്തുതകൾ ചൂണ്ടിക്കാട്ടുന്നത് ഒരു പൊതു പൂർവികനിലേക്കാണ്. വെറും അഭ്യൂഹങ്ങളായിരുന്നില്ല ഡാർവിന്റേത്. ഈ കൃതിയിലൂടെ മുന്നോട്ടുവച്ച എല്ലാ ആശയങ്ങൾക്കും തൃപ്തികരമായ തെളി

വുകൾകൂടി അദ്ദേഹം നല്കി. മനുഷ്യനെക്കുറിച്ചുള്ള ഡാർവിന്റെ സുചിന്തിതമായ അഭിപ്രായം കേൾക്കുക. നാം നമ്മെപ്പറ്റി എന്തൊക്കെ വിചാരിച്ചാലും, നാം എത്ര മഹനീയമായ ജീവിതം നയിച്ചാലും, നമ്മുടെ ചിന്തകൾ എത്ര ഉദാത്തമായാലും, നമ്മുടെ ശരീരം ഉദ്ഘോഷിക്കുന്ന അവിതർക്കിതമായ ഒരു വസ്തുതയുണ്ട്. ആൾക്കുരങ്ങുകളും നാമും ഒരു പൂർവികനിൽനിന്നു പരിണമിച്ചുണ്ടായതാണെന്ന്. മനുഷ്യനെക്കുറിച്ചുള്ള എല്ലാ നല്ല സങ്കല്പനങ്ങളോടും യോജിക്കാൻ ഡാർവിൻ തയ്യാറായിരുന്നു എന്ന കാര്യം വിസ്മരിക്കാൻ പാടില്ല."

"ഈ പുസ്തകം ഉയർത്തിയ വിവാദങ്ങൾ എന്തൊക്കെയായിരുന്നു?" കുറുപ്പു ചോദിച്ചു.

"കുറെയൊക്കെ നമ്മൾ നേരത്തേ പറഞ്ഞതു തന്നെ. ഒരു കാര്യം എടുത്തുപറയാനുള്ളത് ആദ്യത്തെ പുസ്തകത്തിലെ ആശയങ്ങളെ പിന്താങ്ങിയ പലരും ഈ പുസ്തകത്തിലെ ആശയങ്ങളെ രൂക്ഷമായി എതിർത്തു എന്നതാണ്."

"അതായത് ശത്രുക്കളുടെ എണ്ണംകൂടി എന്നർത്ഥം. അതങ്ങനെയല്ലേ വരൂ. മറ്റു ജൈവജാതികൾ എങ്ങനെ ഉത്ഭവിച്ചാലും കുഴപ്പമില്ല നമ്മുടെ സ്വന്തം കാര്യം വരുമ്പോൾ അതിനൊരു മാന്യത നിർബന്ധമാണ്." സുന്ദരേശൻ പറഞ്ഞു.

"ഞാൻ എന്റെ ഭാഷയിൽ ഇങ്ങനെ പറയും. ഡാർവിൻ കൊത്തിക്കൊത്തി മുറത്തിൽ കയറി കൊത്തി. അതങ്ങനെ വിട്ടുകൊടുക്കാൻ പറ്റുമോ?" മത്തായിസാർ ഇടപെട്ടു.

"ഡാർവിന്റെ പരിണാമസിദ്ധാന്തത്തിനെതിരെ ബഹളംവച്ച വൈദികവൃന്ദവും മതവിശ്വാസികളും കാലക്രമേണ ആ സിദ്ധാന്തം മനസ്സില്ലാമനസ്സോടെ അംഗീകരിച്ചു. മനുഷ്യനും പരിണാമത്തിന്റെ സൃഷ്ടിയാണെന്ന് ഒരതിരുവരെ അംഗീകരിക്കാനും അവർ ഒരുക്കമായിരുന്നു. അവരുടെ അഭിപ്രായത്തിൽ ഇങ്ങനെ പരിണമിച്ചുണ്ടായ മനുഷ്യനെ ഒരവസ്ഥയിൽ ദൈവം തലയിൽ കൈവച്ചനുഗ്രഹിച്ചു. അതാണ് ആത്മാവുള്ള മനുഷ്യൻ. ഈ ആശയത്തോടു യോജിക്കാൻ തയ്യാറാകാതിരുന്നതുകൊണ്ടാണ് ഡാർവിനോടുള്ള രണ്ടാമത്തെ – '*മനുഷ്യന്റെ വരവ്*' പ്രസിദ്ധപ്പെടുത്തിയതിനുശേഷമുള്ള – പ്രതിഷേധം ഉയർന്നത്. അതൊക്കെ മിക്ക ഇടങ്ങളിലും– അമേരിക്കയിലൊഴിച്ച്– പഴങ്കഥയായി മാറിക്കഴിഞ്ഞു."

"അമേരിക്കയിൽ എന്തുപറ്റി?" പിള്ള ചോദിച്ചു.

"'ക്രിയേഷനിസം' എന്ന വിഷയത്തെക്കുറിച്ചു ചർച്ചചെയ്യുമ്പോൾ ഞാൻ അക്കഥ പറയാം."

"ആത്മാവില്ലാത്ത മനുഷ്യരെക്കുറിച്ചു വൈദികർക്കു ചിന്തിക്കാൻ കഴിയുകയില്ല. അതവരുടെ നിലനില്പിന്റെ പ്രശ്നമാണ്." സുന്ദരേശൻ പറഞ്ഞു.

"തത്കാലം നമുക്ക് ആ പ്രശ്നം വിടാം സുന്ദരേശാ. ഞാൻ ഡാർവി

നിസവുമായി ബന്ധപ്പെട്ട 'ഹോമൊലോഗസ് ഓർഗനുകളെ'ക്കുറിച്ചു പറയാം."

"അതു നന്നായി. ഞാൻ ആ വാക്ക് ഈയിടെ ഒരു ലേഖനത്തിൽ കണ്ടു. അർത്ഥം പിടികിട്ടിയതുമില്ല."

"ഘടനയുടെ കാര്യത്തിൽ അടിസ്ഥാനപരമായി സാദൃശ്യം ഉണ്ടെങ്കിലും, ബാഹ്യരൂപത്തിലും പ്രവർത്തനപരമായും വ്യത്യസ്തത പുലർത്തുന്ന അവയവങ്ങളെ 'ഹോമൊലോഗസ് ഓർഗനുകൾ' അഥവാ 'സമജാത അവയവങ്ങൾ" എന്നു പറയുന്നു. ഉദാഹരണത്തിന്, തവള, ഓന്ത്, പ്രാവ്, വാവൽ, കുതിര, തിമിംഗലം എന്നീ ജന്തുക്കളുടെ മുൻഭാഗത്തെ ഉപാംഗങ്ങൾ പരിശോധിക്കാം. ബാഹ്യരൂപത്തിലും പ്രവർത്തനത്തിന്റെ കാര്യങ്ങളിലും ഇവ വ്യത്യാസപ്പെട്ടിരിക്കുന്നു. എന്നാൽ ഇവയുടെ ആന്തരികഘടന പരിശോധിച്ചാൽ ഒരേ അടിസ്ഥാനമാതൃകയാണ് ഈ അംഗങ്ങൾക്കുള്ളതെന്നു മനസ്സിലാക്കാൻ പ്രയാസമില്ല. അസ്ഥികൾ, രക്തക്കുഴലുകൾ, പേശികൾ, നാഡികൾ എന്നിവയിലൊക്കെ ഈ അടിസ്ഥാനമാതൃകയുടെ പ്രതിഫലനം നമുക്കു കാണാം. പ്രവർത്തനത്തിലാണെങ്കിലോ, വ്യത്യസ്തത പ്രകടവുമാണ്. തവള അതിന്റെ മുൻകാലുകൾ നടക്കാൻ ഉപയോഗിക്കുന്നില്ല. കരയിൽ പിൻകാലുകളിൽ ഊന്നി ചാടിവീഴുമ്പോൾ ഒരു താങ്ങായും വെള്ളത്തിൽ ബാലൻസിനു വേണ്ടിയുമാണ് തവള മുൻകാലുകൾ ഉപയോഗിക്കുന്നത്. ഓന്താകട്ടെ നടക്കാനും ഓടാനും അള്ളിപ്പിടിച്ചുകയറാനും മുൻകാലുകൾ ഉപയോഗിക്കുന്നു. പ്രാവിന്റെ ചിറകുകൾ കാര്യക്ഷമമായി പറക്കാൻ അതിനെ സഹായിക്കുന്നു. വാവലിന്റെ ചിറകുകൾ, വ്യത്യസ്തരീതിയിലുള്ളതാണെന്നു മാത്രമല്ല, അവയുടെ കാര്യക്ഷമത വളരെ കുറവുമാണ്. തിമിംഗലമാകട്ടെ അവയുടെ ഫ്ളിപ്പറുകൾ നീന്താൻ തുഴകളായി ഉപയോഗിക്കുന്നു."

"ഇത്തരം അവയവങ്ങളെക്കുറിച്ചു ഡാർവിൻ വിസ്തരിച്ചു പറഞ്ഞിട്ടുണ്ടോ?" കുറുപ്പു ചോദിച്ചു.

"ഉണ്ട്. '*ഓറിജിൻ ഒഫ് സ്പീഷീസി*'ൽത്തന്നെ പറഞ്ഞിട്ടുണ്ട്. 'ഡിസന്റ് വിത്ത് മോഡിഫിക്കേഷൻ' എന്നാണ് ഈ അവയവങ്ങളെക്കുറിച്ചു ഡാർവിൻ പറഞ്ഞത്. അവസ്ഥാന്തരങ്ങളോടെയുള്ള പരിണാമം എന്നാണ് അദ്ദേഹം ഉദ്ദേശിച്ചത്. കശേരുകികളുടെ ആന്തരികാവയവങ്ങൾ പരിശോധിച്ചാലും ഈ വസ്തുത വ്യക്തമാക്കുന്ന തെളിവുകൾ ലഭിക്കും."

"അകശേരുകികൾക്കും ഇത്തരം അവയവങ്ങൾ ഉണ്ടോ?" പരമേശ്വരൻ ചോദിച്ചു.

"നമുക്കു ചില അകശേരുകികളെ പരിഗണിക്കാം ചെമ്മീൻ, പാറ്റ, തേരട്ട, പഴുതാര, തേൾ എന്നിവ അകശേരുകികൾ ആണല്ലോ."

"എന്റെ പൊന്നു പ്രൊഫസറേ, നാക്കിനു വഴങ്ങാത്ത ഈ വാക്കിന്റെ അർത്ഥം എന്താണ്?" മത്തായിസാർ ചോദിച്ചു.

"നട്ടെല്ലില്ലാത്ത ജീവികൾ എന്നാണർത്ഥം. 'കശേരുകികൾ'

എന്നാൽ നട്ടെല്ലുള്ള ജീവികൾ. ചെമ്മീന്റെയും പാറ്റയുടെയും തേളിന്റെയുമൊക്കെ ഉപാംഗങ്ങൾ മാതൃകാചേർപ്പുകാലിന്റെ പരിവർത്തനം സംഭവിച്ച രൂപങ്ങളാണ്. നീന്താനും ഇഴയാനും നടക്കാനും ഓടാനും പറ്റിപ്പിടിക്കാനും ഇറുക്കാനും ഇവ ഉപയോഗിക്കപ്പെടുന്നു. പലവിധത്തിലുള്ള അനുകൂലനങ്ങൾക്കനുസരിച്ച് ഘടനാപരമായ വ്യത്യാസങ്ങൾ ഉണ്ടെങ്കിലും, ഈ കാലുകളെല്ലാം സമജാതങ്ങളാണ്. ചേർപ്പുകാലികളുടെ വദനഭാഗങ്ങൾ താരതമ്യപ്പെടുത്തിയാലും ഈ സമജാതസ്വഭാവം ബോദ്ധ്യമാകും.

പാറ്റ, പച്ചത്തുള്ളൻ, വണ്ട് മുതലായ ഷഡ്പദങ്ങളിൽ ഭക്ഷണസാധനങ്ങൾ കടിച്ചുമുറിച്ച് അന്നനാളത്തിലേക്കു തള്ളാൻ പര്യാപ്തമായ അടിസ്ഥാനമാതൃകയാണ് വദനഭാഗത്തിനുള്ളത്. മൂട്ട, ചാഴി, കൊതുക്, പേൻ, ചെള്ള് മുതലായവയിൽ വദനഭാഗങ്ങൾ തുളഞ്ഞുകയറി ചോരയോ ചാറോ ഊറ്റിക്കുടിക്കാൻ പാകത്തിലുള്ളവയാണ്. എന്നാൽ ഓരോന്നിലും വ്യത്യസ്തതയുണ്ടുതാനും. തേനീച്ചയിൽ പൂന്തേൻ ഊറ്റിക്കുടിക്കാൻ സഹായകമായ പ്രത്യേക സംവിധാനമാണുള്ളത്. ശലഭങ്ങളിലാകട്ടെ ഘടന വളരെ ലളിതമാണ്. ഈച്ചയിൽ പ്രതലത്തിൽനിന്നു നക്കിയും ഊറ്റിയും എടുക്കാനുള്ള സജ്ജീകരണമുണ്ട്. ഇവയൊക്കെ അടിസ്ഥാനമാതൃകയിൽനിന്നു പരിവർത്തനം സംഭവിച്ച വദനഭാഗങ്ങളാണ്."

"മത്തായിസാറിന്റെ പുരികത്തിനു താഴെയുള്ള ഓർഗൻ ഇപ്പോൾ അത്ര പ്രവർത്തനക്ഷമമല്ല എന്നു തോന്നുന്നു." കുറുപ്പു പറഞ്ഞു.

"അതയാൾ വെറുതേ പറഞ്ഞതാണ്. എനിക്കു ബോറടിയൊന്നും തോന്നുന്നില്ല. ഈ വിഷയത്തെക്കുറിച്ചു പ്രൊഫസർ പറയുന്നത് എത്ര നേരം വേണമെങ്കിലും കേട്ടുകൊണ്ടിരിക്കാൻ ഞാൻ ഒരുക്കമാണ്. ഈ പരിഷകളും അങ്ങനെതന്നെ."

"പരിഷ'യെന്ന പ്രയോഗം അൺപാർലമെന്ററിയാണ്. ഞാൻ പ്രതിഷേധിക്കുന്നു." സുന്ദരേശൻ കപടഗൗരവത്തിൽ പറഞ്ഞു.

"കല്പിച്ചെങ്കിലെറാനെന്നല്ലാ
തിപ്പരിഷയ്ക്കൊന്നുരിയാടാമോ'

എന്നു നമ്പ്യാരാശാൻ തന്നെ പ്രയോഗിച്ചിട്ടുണ്ട്." കുറുപ്പു ന്യായീകരിച്ചു. പക്ഷേ സുന്ദരേശനു സമ്മതമായില്ല.

"പരിഷ' എന്നത് അന്തസ്സുള്ള വാക്കാണ്. പരിഷകൾ ചേർന്നതല്ലേ പരിഷത്ത്?" സരസനായ നായർ പറഞ്ഞു. എല്ലാവരും ചിരിച്ചു.

"അന്തരീക്ഷത്തിന് അയവുവന്ന സ്ഥിതിക്കു നമുക്കു ഡാർവിനിസത്തിലേക്കു മടങ്ങാം. ഡാർവിനിസത്തിന്റെ കാഴ്ചപ്പാടിലൂടെ നമുക്കു ജീവജാലങ്ങളുടെ പരിണാമത്തെക്കുറിച്ചു ചിന്തിക്കാം.

ജീവജാലങ്ങളിൽ സസ്യങ്ങളും ഉൾപ്പെടും എന്നു പറയേണ്ടതില്ലല്ലോ. പക്ഷേ, തുടക്കത്തിൽ പറഞ്ഞതുപോലെ, സസ്യങ്ങളെ നമ്മുടെ ചർച്ചയിൽനിന്ന് ഒഴിവാക്കാം. ജൈവപരിണാമത്തിന് അനിഷേധ്യമായ

തെളിവുകൾ ധാരാളമായി ലഭിച്ചിട്ടുള്ളത് ജന്തുക്കളുടെ കാര്യത്തിലാണ്. ജന്തുക്കൾക്കു കൃത്യമായ രൂപവും നിശ്ചിതമായ വലുപ്പവും ഉണ്ട്. ജൈവ ജാതികളിൽ സസ്യങ്ങളെക്കാൾ എണ്ണത്തിൽ വളരെ കൂടുതലാണ് ജന്തു ജാതികൾ."

"ജന്തുക്കളുമായി താരതമ്യപ്പെടുത്തുമ്പോൾ സസ്യങ്ങൾക്കു ചില സവിശേഷതകൾ കാണുമല്ലോ. അവയെക്കുറിച്ചു ചുരുക്കത്തിൽ അറിഞ്ഞാൽ കൊള്ളാം." പരമേശ്വരൻ പറഞ്ഞു.

"പറയാം. ഏതാണ്ടു മൂന്നുലക്ഷത്തോളം സസ്യജാതികൾ ഉണ്ട്. സസ്യങ്ങൾക്കു ജംഗമസ്വഭാവമില്ല. അവയ്ക്കുവേണ്ട ആഹാരം അവ തന്നെ നിർമ്മിക്കുന്നു- 'ഫോട്ടോസിന്തസിസ്' എന്ന പ്രക്രിയയിലൂടെ. സസ്യങ്ങൾക്കു നാഡീവ്യൂഹമില്ല, ഇന്ദ്രിയങ്ങളില്ല, പ്രതികരണശേഷിയും അവയ്ക്കു ആപേക്ഷികമായി കുറവാണ്, മന്ദഗതിയിലുമാണ്. ഹരിതസസ്യങ്ങളോടു ജന്തുജാലം കടപ്പെട്ടിരിക്കുന്നു. അവയാണു ജന്തുജാതികളുടെ നിലനില്പിനുവേണ്ടി ആഹാരവും പ്രാണവായുവും നല്കുന്നത്. ഇനി നമുക്കു ജന്തുജാതികളിലേക്കു കടക്കാം.

ഏതാണ്ടു പന്ത്രണ്ടുലക്ഷത്തോളം ജന്തുജാതികളുണ്ടെന്നു കണക്കാക്കപ്പെട്ടിരിക്കുന്നു. ഈ ജന്തുജാതികളെ ശാസ്ത്രജ്ഞന്മാർ മുപ്പതു ഫൈലങ്ങളായി തിരിച്ചിരിക്കുന്നു. ഏറ്റവും കൂടുതൽ ജന്തുജാതികൾ ഉള്ളത് 'ആർത്രോ പോഡോ' എന്ന ഫൈലത്തിലാണ്. 'ചേർപ്പുപാദമുള്ള' എന്നാണ് ഈ ഗ്രീക്കുപദത്തിന്റെ അർത്ഥം. ചിലന്തി, തേള്, ഞണ്ട്, കൊഞ്ച്, വണ്ട്, കടന്തൽ, ഉറുമ്പ്, ഈച്ച, മൂട്ട, അട്ട, പഴുതാര എന്നിവകളാണ് ഈ ഫൈലത്തിലുള്ളത്. മീൻ, തവള, ഓന്ത്, അരണ, പല്ലി, പാമ്പ്, മുതല, ആമ, പക്ഷികൾ, മനുഷ്യൻ ഉൾപ്പെടെയുള്ള സസ്തനജീവികൾ, എന്നിവ 'കോർഡേറ്റാ' എന്ന ഫൈലത്തിൽ പെടുന്നു. ഈ ഫൈലത്തിൻകീഴിൽ അമ്പത്തയ്യായിരം ഇനം ജൈവജാതികൾ ഉണ്ട്."

"ജന്തുജാതികളുടെ പൊതുസ്വഭാവം ഒന്നു ചുരുക്കിപ്പറയാമോ?" കുറുപ്പു ചോദിച്ചു.

"ഭൂരിപക്ഷം ജന്തുക്കൾക്കും സഞ്ചരിക്കാൻ കഴിയും. ഇതാണല്ലോ പ്രഥമദൃഷ്ട്യാ ജന്തുക്കളും സസ്യങ്ങളും തമ്മിലുള്ള വ്യത്യാസം. ജന്തുക്കൾ ഭക്ഷണത്തിനായി സസ്യങ്ങളെ പ്രത്യക്ഷമായോ പരോക്ഷമായോ ആശ്രയിക്കുന്നു. മാംസഭോജികൾക്കു ഭക്ഷണം പൊതുവേ സസ്യഭോജികളായ ജന്തുക്കളാണ്. ഭൂരിഭാഗം ജന്തുക്കൾക്കും ഭക്ഷണംതേടി സഞ്ചരിക്കേണ്ടതുണ്ട്. അതിനുള്ള അവയവങ്ങൾ അവയ്ക്കുവേണം. കൈകാലുകൾ, ചിറകുകൾ എന്നീ അവയവങ്ങളെ പ്രവർത്തിപ്പിക്കാൻ മാംസപേശികളും ഉറപ്പുള്ള എല്ലുകളും വേണം. സ്വതന്ത്രമായി സഞ്ചരിക്കാനും പലതിനോടും പ്രതികരിക്കാനും ജന്തുക്കൾക്ക് ഇന്ദ്രിയങ്ങൾ കൂടിയേ കഴിയൂ. അതിന് ആവശ്യമായ നാഡീവ്യൂഹങ്ങളും വേണം. ഊർജ്ജവ്യയം കൂടുതലായതുകൊണ്ട് വേണ്ടത്ര ഭക്ഷണം ദഹിപ്പിക്കാനും

അതിൽനിന്ന് ഊർജ്ജം സ്വീകരിക്കാനും വിനിയോഗിക്കാനും പര്യാപ്തമായ ദഹനവ്യവസ്ഥ വേണം. ഇപ്രകാരം പരസ്പരബന്ധിതമാണ് ജന്തുശരീരം. താഴ്ന്നതരം ജന്തുക്കൾ മാത്രമേ ഇതിന് അപവാദമായുള്ളൂ."

"ജീവശാസ്ത്രപരമായ പുരോഗതിക്കു സഹായകമായത് ല്യൂവെൻഹോക്കിന്റെ സൂക്ഷ്മദർശിനിയാണെന്നു കേട്ടിട്ടുണ്ട്." സുന്ദരേശൻ പറഞ്ഞു.

"16–ാം നൂറ്റാണ്ടിൽ സൂക്ഷ്മദർശിനി രൂപംകൊണ്ടെങ്കിലും 17–ാം നൂറ്റാണ്ടിൽ ഡച്ചുകാരനായ ല്യൂവെൻഹോക്ക് മെച്ചമായ ഒരു സൂക്ഷ്മദർശിനി നിർമ്മിച്ച് ആദ്യമായി സൂക്ഷ്മജീവികളെ കണ്ടെത്തി വിവരിച്ചു.

ല്യൂവെൻഹോക്കിന്റെ സൂക്ഷ്മദർശിനിയിൽ ചില പരിഷ്കാരങ്ങളൊക്കെ വരുത്തി ഇംഗ്ലണ്ടിലെ റോബർട്ട് ഹൂക്– ഇദ്ദേഹം ഐസക് ന്യൂട്ടന്റെ സമകാലികനായിരുന്നു– കോശങ്ങളെ കണ്ടെത്തി. 'സെൽ' എന്ന വാക്ക് ജീവശാസ്ത്രത്തിനു സംഭാവന ചെയ്തത് ഹൂക്കാണ്. ശരീരകലയുടെ – ടിഷ്യു എന്ന ഇംഗ്ലീഷ് വാക്കാണു നമുക്കു കൂടുതൽ പരിചിതം– ഏറ്റവും ചെറിയ അംശമാണ് ജീവകോശം."

"നമ്മൾ പരമാണു എന്നു പറയുന്നതുപോലെ?" കുറുപ്പു ചോദിച്ചു.

"അങ്ങനെ പറയാൻ പറ്റുകയില്ല. കാരണം ഏതു ഭൗതികവസ്തുവിന്റെയും ഏറ്റവും ചെറിയ അംശമാണു പരമാണു. ഒരു ജീവകോശംപോലും പരമാണുക്കൾ ചേർന്നതാണ്. ജോൺ ഡാൾട്ടൻ പരമാണുവിനെക്കുറിച്ചുള്ള സിദ്ധാന്തം ആവിഷ്കരിക്കുകയും ശാസ്ത്രലോകം അതംഗീകരിക്കുകയും ചെയ്തപ്പോൾ ഒരു വിശ്വാസമുണ്ടായിരുന്നു; പരമാണുവിനെ തുടർന്നു വിഭജിക്കാൻ സാദ്ധ്യമല്ലെന്ന്. ആ ധാരണ തെറ്റാണെന്നു പിന്നീടു തെളിഞ്ഞു. പരമാണുവിന്റെ ഉള്ളിൽ പ്രോട്ടോണുകളും ന്യൂട്രോണുകളും ചേർന്ന ന്യൂക്ലിയസും അതിന്റെ ചുറ്റും, സൗരയൂഥത്തിലെ ഗ്രഹങ്ങളെന്നപോലെ, ഭ്രമണം ചെയ്യുന്ന എലക്ട്രോണുകളും ഉണ്ടെന്ന് കണ്ടുപിടിക്കപ്പെട്ടു. ഇപ്പോൾ അവിടവും കടന്നുപോയിട്ടുണ്ട്. പക്ഷേ കോശങ്ങളെക്കുറിച്ചു ശാസ്ത്രലോകം ചർച്ചചെയ്യുന്ന കാലത്തുതന്നെ അംഗീകരിക്കപ്പെട്ട ഒരു വസ്തുതയുണ്ട്: ജീവകോശത്തിനുള്ളിൽ പല സാധനങ്ങൾ ഉണ്ടെന്ന്. അവ ഓരോന്നോരോന്നായി പിന്നീടു കണ്ടുപിടിക്കപ്പെട്ടു."

"ജീവകോശത്തിൽ ന്യൂക്ലിയസ്സില്ലേ?" പരമേശ്വരൻ ചോദിച്ചു.

"രണ്ടുതരം ജീവകോശങ്ങളാണുള്ളത്: ന്യൂക്ലിയസ് ഉള്ളതും ഇല്ലാത്തതും. ന്യൂക്ലിയസ് ഇല്ലാത്ത കോശങ്ങളെ 'പ്രോക്യാരിയോട്ട്' കോശങ്ങളെന്നും ന്യൂക്ലിയസ് ഉള്ളവയെ 'യുക്യാരിയോട്ട്' കോശങ്ങളെന്നും വിളിക്കുന്നു. 'പ്രോക്യാരിയോട്ട്' എന്ന വാക്കിന്റെ അർത്ഥം തന്നെ 'ന്യൂക്ലിയസിനു മുമ്പ്' എന്നാണ്. ലോകത്ത് ആദ്യമുണ്ടായതു പ്രോക്യാരിയോട്ട് കോശങ്ങളാണ്. ഏകകോശജീവിയായ ബാക്റ്റീരിയം പ്രോക്യാരിയോട്ട് കോശത്തിന് ഉദാഹരണമാണ്. 350 കോടി വർഷങ്ങൾക്കു മുമ്പു

തുടങ്ങി 137.5 കോടി വർഷങ്ങൾക്കു മുമ്പ് അവസാനിച്ച ആർക്കിയോസോയിക് കല്പത്തിലെന്നോ ബാക്ടീരിയത്തിന്റെ ഉത്ഭവം ഉണ്ടായി എന്നു ഞാൻ പറഞ്ഞത് ഓർമ്മയുണ്ടാകുമല്ലോ. ജീവജാലങ്ങളിൽ സീനിയർമോസ്റ്റ് താനാണെന്ന ബാക്ടീരിയത്തിന്റെ അവകാശവാദത്തിനു മങ്ങലേറ്റത് 1970ൽ അതിനേക്കാൾ പഴക്കമുള്ള 'ആർക്കെയ' എന്ന സൂക്ഷ്മജീവിയെ കണ്ടെത്തിയതോടെയാണ്. തെങ്ങുകളെ ബാധിക്കുന്ന കാറ്റുവീഴ്ച എന്ന രോഗത്തിനു കാരണമായ മൈക്കോപ്ലാസ്മ എന്ന സൂക്ഷ്മജീവിയുടെ സ്ഥാനം ആർക്കെയക്കും ബാക്ടീരിയത്തിനും മദ്ധ്യത്താണ്. ബാക്ടീരിയത്തെക്കാൾ സീനിയറായ ഈ സൂക്ഷ്മജീവികളെക്കുറിച്ച് ഇന്നും വിശദമായ അറിവു നമുക്കില്ല, ബാക്ടീരിയത്തിന്റെ സമ്പൂർണ്ണചരിത്രം ലഭ്യമാണുതാനും.

നമ്മളിൽ ഓരോരുത്തരുടെയും ശരീരത്തിൽ ലോകജനസംഖ്യയെക്കാൾ കൂടുതൽ ബാക്ടീരിയങ്ങൾ താമസമുണ്ട്. തിളച്ചുമറിയുന്ന ലാവയിലും ധ്രുവപ്രദേശത്തിലെ മഞ്ഞുകട്ടകളിലും ഒരു കൂസലും കൂടാതെ ജീവിക്കാൻ കഴിവുള്ള പലയിനം ബാക്ടീരിയങ്ങൾ ഉണ്ട്.

ന്യൂക്ലിയസുള്ള യൂക്യാരിയോട്ട് കോശങ്ങൾ, നൂറുകോടി വർഷങ്ങൾക്കുമുമ്പു പ്രോക്യാരിയോട്ട് കോശങ്ങൾ പരിണമിച്ചുണ്ടായതാണെന്നു കരുതപ്പെടുന്നു. യൂക്യാരിയോട്ട് എന്ന വാക്കിന്റെ അർത്ഥം തന്നെ 'യഥാർത്ഥ ന്യൂക്ലിയസ്' എന്നാണ്. ജീവകോശത്തിൽ നിറഞ്ഞിരിക്കുന്ന സൈറ്റോപ്ലാസം എന്ന ദ്രാവകത്തിന്റെ മദ്ധ്യത്ത് ഒരു സ്തരത്താൽ ഭദ്രമായി പൊതിഞ്ഞു സംരക്ഷിക്കപ്പെട്ടിരിക്കുന്ന ന്യൂക്ലിയസ് ഒരു ശ്രീകോവിൽപോലെയാണ്. അതിനുള്ളിലാണ് ജീനുകൾ എന്ന മഹാത്ഭുതം കുടികൊള്ളുന്നത്. ഇവയെക്കുറിച്ചു വിശദമായ ചർച്ച ആവശ്യമാണ്. അത് മറ്റൊരവസരത്തിൽ ആവാം.

കോശങ്ങളെല്ലാം ഒരുപോലുള്ളവയല്ല. അനുഷ്ഠിക്കേണ്ട ധർമ്മം അനുസരിച്ച് കോശങ്ങളുടെ രൂപവും വലുപ്പവും സ്വഭാവവും വ്യത്യാസപ്പെട്ടിരിക്കുന്നു. എന്റെയും നിങ്ങളുടെയുമൊക്കെ ശരീരങ്ങൾ ഏതാണ്ട് ഒരുലക്ഷംകോടി കോശങ്ങളാൽ നിർമ്മിതമാണ്. രക്തവും പേശികളും ഞരമ്പുകളും മസ്തിഷ്കവുമെല്ലാം കോശനിർമ്മിതമാണെങ്കിലും അവ എത്രത്തോളം വ്യത്യസ്തമാണെന്നു പറയേണ്ടതില്ലല്ലോ. ഇനി നമുക്കു കല്പങ്ങളിലേക്കു കടക്കാം.

"കല്പങ്ങളെക്കുറിച്ചു ഞാൻ തന്ന പട്ടിക കൈവശമുണ്ടല്ലോ. ഇനിയുള്ള ചർച്ചയ്ക്ക് അതു സഹായകമായിരിക്കും. അമീബയുടെ ഉത്ഭവം ആർക്കിയോസോയിക് കല്പത്തിലാണ്. പ്രോട്ടോസോവയിൽ പെടുന്ന അമീബ ഉൾപ്പെടെയുള്ള ഏകകോശജീവികൾ സമുദ്രജലത്തിലും ശുദ്ധജലത്തിലും മറ്റുജീവികളുടെ ശരീരത്തിൽ പരാദങ്ങൾ അഥവാ പാരസൈറ്റ്സ് ആയും കാണപ്പെടുന്നു. അടുത്ത കല്പം ഏതാണു കുറുപ്പേ ചാർട്ടനുസരിച്ച്?"

"പ്രോട്ടിറോസോയിക് കല്പം"

"അതേ, ഈ കല്പത്തിന്റെ തുടക്കത്തിൽ പുറന്തോടുള്ള പ്രോട്ടോസോവകൾ ഉണ്ടായി. ഗ്രീക്കുഭാഷയിൽ 'പ്രോട്ടോ' എന്നാൽ 'ആദ്യത്തേത്' എന്നും 'സോവൻ' എന്നാൽ 'ജന്തു' എന്നുമാണർത്ഥം. എൺപത്തഞ്ചുകോടി വർഷം നീണ്ടുനിന്ന പ്രോട്ടിറോസോയിക് കല്പത്തിലാണ് സീലെന്ററേറ്റായുടെ ഉത്ഭവം. 'പൊള്ളയായ കുടലുള്ള' എന്നാണ് ഈ പേരിന്റെ അർത്ഥം. ദഹനത്തിനായി പൊള്ളയായ ഒരറ മാത്രമേ ഈ ബഹുകോശജീവിക്കുള്ളൂ. ഈ കല്പത്തിലാണ് പരന്ന വിരകളും മണ്ണിരയെപ്പോലുള്ള സഖണ്ഡവിരകളുടെ ആദിമരൂപങ്ങളും ഉണ്ടായത്. അടുത്ത കല്പം ഏതാണു പിള്ളേ?"

"പാലിയോസോയിക് കല്പം."

"കാലദൈർഘ്യം താരതമ്യേന കുറവായിരുന്നെങ്കിലും ജൈവപരിണാമത്തിന്റെ സുവർണ്ണ കാലമായിരുന്നു ഇത്. വൈവിധ്യമുള്ള ജീവികളുടെ ഘോഷയാത്രയായിരുന്നു പാലിയോസോയിക് കല്പത്തിൽ. പരിണാമം എന്ന യാഥാർത്ഥ്യം വിളംബരം ചെയ്യുന്ന മട്ടിൽ, പടിപടിയായി സങ്കീർണത വർദ്ധിച്ചുവരുന്ന ശരീരഘടനയുള്ള ആയിരക്കണക്കിനു ജൈവജാതികൾ മുപ്പത്തിനാലരക്കോടിവർഷം നീണ്ടുനിന്ന ഈ കല്പത്തിൽ ജന്മമെടുത്തു. നമുക്ക് ആ ഘോഷയാത്ര ഒന്നു നോക്കിക്കാണാം. തുടക്കത്തിൽ നാം കാണുന്നത് അനേകതരം അകശേരുകികളെയാണ്. ഏഴരക്കോടി വർഷം ഇങ്ങനെ കഴിഞ്ഞു. അതാ വരുന്നു മൃദുശരീരികളായ കശേരുകികൾ– നട്ടെല്ലുള്ള ജീവികൾ. ആദിമമത്സ്യങ്ങളുടെ കാര്യമാണു ഞാൻ പറഞ്ഞത്. മത്സ്യങ്ങളുടെ പരിണാമം പുരോഗമിച്ചപ്പോൾ സീലക്കാന്ത് മത്സ്യങ്ങളുണ്ടായി. ശ്വാസകോശവും ചെകിളകളുമുള്ള അത്ഭുതമത്സ്യങ്ങൾ! മത്സ്യങ്ങളുടെ പിന്നാലെ വരുന്നതു ഷഡ്പദങ്ങളാണ്. അവയ്ക്കു പിന്നിൽ നട്ടെല്ലുള്ള, വെള്ളത്തിലും കരയിലും ജീവിക്കുന്ന— ഇവയെ ഉഭയജീവികൾ എന്നു പറയുന്നു– ജൈവജാതികൾ വരുന്നു. ഉഭയജീവികളുടെ പിന്നിൽ അണിനിരക്കുന്നത് ഉരഗങ്ങളാണ്. അവയുടെ കൂട്ടത്തിൽ സസ്തനികളോടു സാദൃശ്യമുള്ള ഉരഗങ്ങളുമുണ്ട്. ഇതോടെ പാലിയോസോയിക് കല്പത്തിന്മേൽ യവനിക വീഴുന്നു. അടുത്ത കല്പം ഏതാണു നായരേ?"

"മിസോസോയിക് കല്പം"

"ഉരഗങ്ങളുടെ കാലമായിരുന്നു ഇത്. കടലിലും കരയിലും ജലാശയങ്ങളിലും ആകാശത്തും വൃക്ഷങ്ങളിലുമൊക്കെ ഉരഗങ്ങൾ നിറഞ്ഞ കാലം. വിവിധ പരിതസ്ഥിതികളുമായി ഇണങ്ങിച്ചേർന്നു വലിയ വൈവിധ്യം പ്രകടിപ്പിച്ചു ഈ ഉരഗങ്ങൾ.

മിസോസോയിക് കല്പത്തിന്റെ മധ്യഘട്ടത്തിൽ ആറുകോടി നാല്പതുലക്ഷം വർഷം നീണ്ടുനിന്ന കാലമാണ് ജുറാസിക് യുഗം. ഈ യുഗത്തെക്കുറിച്ചു ഞാൻ സൂചിപ്പിച്ചിട്ടുണ്ടെന്നു തോന്നുന്നു. ഇതു ഡൈനോ

സാറുകളുടെ കാലമായിരുന്നു. ഭീമാകാരന്മാരായ ഡൈനോസാറുകളായിരുന്നു അധികവും. ചെറിയ തലയും നീണ്ട കഴുത്തും ആനയുടേതുപോലുള്ള ഉടലും അറ്റംകൂർത്ത വലിയ വാലുമുള്ള ഡൈനോസാറുകളിൽ വലുപ്പം കൂടിയവ സസ്യഭുക്കുകളായിരുന്നു– ആനയെപ്പോലെ. ഇരുപത്തിനാലു മീറ്ററോളം നീളമുള്ള ബ്രോണ്ടോസാറസ്സായിരുന്നു ഏറ്റവും വലുപ്പമുള്ള ഡൈനോസാർ."

"ഡൈനോസാറുകളുടെ കഴുത്തു നീണ്ടതാണെന്നു പറഞ്ഞല്ലോ. ജിറാഫിനെപ്പോലെ, പൊക്കമുള്ള മരങ്ങളുടെ ഇലകൾ ഭക്ഷിക്കാനായിരുന്നോ അത്?" പരമേശ്വരൻ ചോദിച്ചു.

"അങ്ങനെ ഒരു ധാരണ മുമ്പുണ്ടായിരുന്നു. ജിറാഫിനെപ്പോലെ കഴുത്തുയർത്തിപ്പിടിക്കാനുള്ള ശരീരഘടനയായിരുന്നില്ല ഡൈനോസാറുകൾക്കെന്നും സസ്യഭോജികളായ ഡൈനോസാറുകളുടെ ഭക്ഷണം വളരെ വേഗം വളരുന്ന, പൊക്കമില്ലാത്ത, ചെടികളായിരുന്നെന്നും ഉള്ള അഭിപ്രായമാണ് ഇപ്പോൾ.

വലുപ്പം സസ്യഭുക്കുകളോളം ഇല്ലായിരുന്നെങ്കിലും മാംസഭുക്കുകളായ ഡൈനോസാറുകളുടെ ക്രൗര്യം അതിഭയങ്കരമായിരുന്നു. ഇത്തരം ഡൈനോസാറുകളെക്കുറിച്ചു മൈക്കൽ ക്രിഷ്ടൻ എഴുതിയ നോവലിനെ അടിസ്ഥാനമാക്കി സ്റ്റീവൻ സ്പിൽബർഗ് നിർമ്മിച്ച 'ജുറാസിക് പാർക്ക്' എന്ന ചിത്രം നിങ്ങളിൽ ചിലരെങ്കിലും കണ്ടിരിക്കും.

"ഞാൻ ആ ചിത്രം തിയേറ്ററിൽ കണ്ടു." സുന്ദരേശൻ പറഞ്ഞു. "ഭയംകൊണ്ടു നാം തരിച്ചിരുന്നുപോകും. കമ്പ്യൂട്ടർ ആനിമേഷൻ എന്ന ആധുനികസാങ്കേതികവിദ്യ വെന്നിക്കൊടി പാറിച്ച ചിത്രമാണത്."

"ഭീമാകാരന്മാരും അതിഭീകരരുമായ വിവിധതരം ഡൈനോസാറുകൾ അഴിഞ്ഞാടിയ ആ വിദൂരകാലഘട്ടം പൊടുന്നനേ അവസാനിച്ചു. ഭൂമുഖത്തുനിന്നു ഡൈനോസാറുകൾ തുടച്ചുമാറ്റപ്പെട്ടു. അവയുടെ തിരോധാനത്തെക്കുറിച്ച് പല അഭ്യൂഹങ്ങളും നിലവിലുണ്ട്. വളരെ വലുപ്പമുള്ള ഒരു ധൂമകേതുവിന്റെ പതനമാണ് ഡൈനോസാറുകളുടെ നാശത്തിനു കാരണം എന്നാണു പൊതുവേ കരുതപ്പെടുന്നത്. ജുറാസിക് യുഗത്തെത്തുടർന്നുവന്ന ക്രിറ്റേഷ്യസ് യുഗത്തിന്റെ അന്ത്യഘട്ടത്തിലാണു ഡൈനോസാറുകളുടെ വംശനാശം സംഭവിച്ചത് എന്ന കാര്യത്തിൽ ശാസ്ത്രജ്ഞന്മാർ ഏകാഭിപ്രായക്കാരാണ്.

ഈയിടെ ഒരു ശാസ്ത്രമാസികയിൽ ഞാൻ വായിച്ച ഒരു ലേഖനത്തിൽ പറയുന്നത് ഇങ്ങനെയാണ്. ആറരക്കോടി വർഷങ്ങൾക്കു മുമ്പ് ഒരു ദിവസം സാൻഫ്രാൻസിസ്കോയുടെ വലുപ്പമുള്ള ഒരു ധൂമകേതു സെക്കൻഡിൽ 20 കി.മീ വേഗത്തിൽ ചീറിപ്പാഞ്ഞുവന്നു മെക്സിക്കൻ ഉൾക്കടലിൽ പതിച്ചു. ആഘാതത്തിന്റെ ശക്തികൊണ്ട് ഒരു മഹാഗർത്തം കടലിന്റെ അടിത്തട്ടിൽ ഉണ്ടായി. 1981ൽ കടലിൽ എണ്ണയ്ക്കുവേണ്ടി പര്യവേഷണം നടത്തിയ ഒരു മെക്സിക്കൻ എണ്ണക്കമ്പനിയുടെ എഞ്ചിനി

യറന്മാർ ചുണ്ണാമ്പുകല്ലു മൂടിക്കിടന്ന ഈ ഗർത്തം കാണാൻ ഇടയായി. ഇതിനെക്കുറിച്ചു പഠനം നടത്തിയ ബെർക്‌ലി യൂണിവേഴ്സിറ്റിയിലെ രണ്ടു ശാസ്ത്രജ്ഞന്മാർ മുന്നോട്ടുവച്ചിരിക്കുന്ന സിദ്ധാന്തം അതിഭയങ്കരമായ ഈ ആഘാതത്തിന്റെ ഫലമായുണ്ടായ മഹാസുനാമികൾ അടക്കമുള്ള പ്രകൃതിക്ഷോഭങ്ങളാണ് ഡൈനോസാറുകളെ ഉന്മൂലനം ചെയ്തതെന്നാണ്."

"കാക്ക വന്നപ്പോൾ പനമ്പഴം വീണോ, അതോ പനമ്പഴം വീണപ്പോൾ കാക്ക വന്നോ പ്രൊഫസറേ?" കുറുപ്പു ചോദിച്ചു.

"കുറുപ്പു സൂചിപ്പിച്ചതുപോലെ, ഒരു പക്ഷേ അതൊരു യാദൃച്ഛികസംഭവമായിരുന്നിരിക്കാം. ഡൈനോസാറുകളുടെ വംശനാശത്തെക്കുറിച്ചു മറ്റൊര ഭിപ്രായം നിലവിലുള്ളതുകൂടി പറയാം. ക്രിറ്റേഷ്യൻയുഗത്തിൽ പശ്ചിമഭാരതത്തിൽ തുടരെത്തുടരെ സംഭവിച്ചുകൊണ്ടിരുന്ന അഗ്നിപർവ്വതവിസ്ഫോടനങ്ങൾമൂലം അന്തരീക്ഷത്തിൽ നിറഞ്ഞ ഗ്രീൻഹൗസ് ഗ്യാസുകളും നീരാവിയുമാണ് ഡൈനോസാറുകളുടെ വംശനാശം വരുത്തിയതെന്നാണ് ആ അഭിപ്രായം. വംശനാശം പൊടുന്നനേ സംഭവിച്ചതല്ല എന്നത് ഈ അഭ്യൂഹത്തിന്റെ സവിശേഷതയാണ്."

"ഡൈനോസാറുകൾ അരങ്ങൊഴിഞ്ഞപ്പോൾ ആനകളുടെ വരവായി. അല്ലേ?" പിള്ള ചോദിച്ചു.

"ഗുരുവായൂർ കേശവന്റെ ആരാധകനാണു പിള്ള." കുറുപ്പു പറഞ്ഞു.

"പക്ഷേ പിള്ളയ്ക്ക് ആനകളെക്കാൾ പ്രിയം ആനയാനകളെയാണ്" നായർ കൂട്ടിച്ചേർത്തു. 'ആനയാന' എന്ന പ്രയോഗം എല്ലാവരെയും രസിപ്പിച്ചു.

"പിള്ളയെ നമുക്കു നിരാശപ്പെടുത്തിക്കൂട. ആ വിഷയത്തിലേക്ക് അല്പംകഴിഞ്ഞു മടങ്ങിവരാം. ആനയാനകളെ, അഥവാ ഉണ്ണായിവാര്യരുടെ 'ഗജരാജ റിരാജിത മന്ദഗതി'ക്കാരെ, നമ്മുടെ ചർച്ചകളിൽ നിന്ന് ഒഴിവാക്കാം.

ഡൈനോസാറുകളുടെ വർഗ്ഗം വിലുപ്തമായതോടെ ഇപ്പോൾ നാം കാണുന്ന ഉരഗങ്ങൾ പ്രത്യക്ഷപ്പെട്ടു. പക്ഷികളുടെ വർഗ്ഗം വികാസം പ്രാപിച്ചതും പുരാതന സസ്തനികൾ ആവിർഭവിച്ചതും ആ കാലത്തുതന്നെ. വാസ്തവത്തിൽ വലുപ്പം കുറഞ്ഞ ഡൈനോസാറുകളിൽ നിന്നാണു പക്ഷികൾ ഉണ്ടായത്..."

"അങ്ങനെ പറയല്ലേ പ്രൊഫസറേ. ആ അഭിപ്രായം താങ്ങാൻ പറ്റുകയില്ല." മത്തായിസാറിന്റെ ശബ്ദത്തിൽ ഭീതിയുടെ ഇടർച്ചയുണ്ടായിരുന്നു. "വെറുതെ പറയുന്നതല്ല. അതിനു തെളിവുണ്ട്. 'ആർക്കിയോപ്ടെറിക്സ്' എന്ന പക്ഷിയുടെ ഫോസിലാണ് അതിന്റെ തെളിവ്. ദേഹം ആസകലം തൂവലുകൾ, നഖങ്ങളോടുകൂടിയ വിരലുകളുള്ള ചിറകുകൾ, കൊക്കിനുള്ളിൽ പല്ലുകൾ, തൂവലുകളുള്ള നീണ്ട വാൽ. അങ്ങനെ ഉര

ഗങ്ങളുടെയും പക്ഷികളുടെയും ലക്ഷണങ്ങളുടെ സമ്മിശ്രണമായിരുന്നു ആർക്കിയോപ്ടെറിക്സ്. 'പുരാതനമായ ചിറകുള്ള' എന്നാണ് ഈ ഗ്രീക്കു പദത്തിന്റെ അർത്ഥം."

ആർക്കിയോപ്ടെറിക്സിനും ആധുനിക പക്ഷിവർഗ്ഗങ്ങൾക്കും ഇടയ്ക്കുള്ള പക്ഷിയുടെ ഫോസിൽ ചൈനയിലെ ഒരു തടാകത്തിൽ ശാസ്ത്രജ്ഞന്മാർ ഈയിടെ കണ്ടെത്തുകയുണ്ടായി. താറാവുകളെപ്പോലെ വിരലുകൾക്കിടയിൽ ചർമ്മമുള്ള ഈ പക്ഷിയുടെ പേര് 'ജാൻസസ് യൂമെനെൻസിസ്' എന്നാണ്. ക്രിറ്റേഷിയസ് യുഗത്തിലാണ് വിവിധയിനം പക്ഷികൾ ആവിർഭവിച്ചത്. അത്ഭുതകരമായ വൈവിധ്യമുണ്ട് പക്ഷിലോകത്തിന്. എത്രയിനം പക്ഷികളുണ്ടെന്ന് ആർക്കെങ്കിലും പറയാമോ?"

"പ്രൊഫസർ തന്നെ പറഞ്ഞേപറ്റൂ." മത്തായിസാർ.

"ഒമ്പതിനായിരത്തോളം ഉണ്ടെന്നു പറയപ്പെടുന്നു. ഇതിനകം 180ൽ പരം ഇനങ്ങളുടെ വംശനാശം സംഭവിച്ചുകഴിഞ്ഞിരിക്കുന്നു.

"ഇതെങ്ങനെ സംഭവിച്ചു?" പരമേശ്വരൻ ചോദിച്ചു.

"കാടു നാടാക്കുന്ന സംസ്കാരവും വേട്ടയാടലും തന്നെ. 'മാനിഷാദ' എന്ന് അന്നേ വാല്മീകി പറഞ്ഞതാണ്" കുറുപ്പാണ് ഉത്തരംപറഞ്ഞത്.

"അതു ക്രൗഞ്ചമിഥുനത്തിൽ ഒരെണ്ണത്തിനെ കൊന്നതുകൊണ്ടാണ്. വല വീശി പത്തിരുപതെണ്ണത്തെ പിടിച്ചിരുന്നെങ്കിൽ വാല്മീകി ഇങ്ങനെ ശപിക്കുമായിരുന്നോ? അതു വേടന്റെ തൊഴിലായിട്ടു കണക്കാക്കുകയേ ഉള്ളായിരുന്നു." സുന്ദരേശൻ എതിർത്തു.

"എല്ലാത്തിനും ഇടങ്കേടു പറയാതെടോ സുന്ദരേശാ. ആ പാവം കുറുപ്പിനെ വെറുതേ വിട്ടേയ്ക്ക്." മത്തായിസാർ ഇടപെട്ടു.

"കുറുപ്പ് പറഞ്ഞത് ഏറെക്കുറെ ശരിയാണ്. വാല്മീകിയെ തത്കാലം വിടുക. തന്റെ മരണംകൊണ്ട് മാനവസംസ്കാരത്തിന് ഒരു മഹാകാവ്യം ലഭിച്ചല്ലോ എന്ന് ആ ക്രൗഞ്ചപ്പക്ഷിയുടെ ആത്മാവിന് ആശ്വസിക്കാം. പക്ഷികളുടെ വംശനാശത്തിനു രണ്ടു പ്രസിദ്ധമായ ഉദാഹരണങ്ങൾ ഞാൻ പറയാം. ഒന്നു പ്രാവുകളുടെ വർഗ്ഗത്തിൽപ്പെട്ട 'ഡോഡോ' എന്ന പക്ഷിയാണ്. പോർച്ചുഗീസ് നാവികർ മൗറീഷിയസ് ദ്വീപു കണ്ടെത്തുന്നതുവരെ അവിടെ ധാരാളമായുണ്ടായിരുന്ന ഈ പക്ഷികൾ ഒരു നൂറ്റാണ്ടുകൊണ്ടു നാമാവശേഷമായി. ഇന്നു ലോകത്ത് ഒരിടത്തും ഈ പക്ഷിയില്ല. 'പാസഞ്ചർ പീജിയൻ' എന്ന പേരുള്ള ഒരിനം മാടപ്പിറാവ് വടക്കേ അമേരിക്കയിൽ 19-ാം നൂറ്റാണ്ടിന്റെ മദ്ധ്യകാലംവരെ നിറയെ ഉണ്ടായിരുന്നു. ഏതാണ്ട് തൊള്ളായിരം കോടിയോളം ഉണ്ടായിരുന്നുപോൽ! ഇറച്ചിയുടെ രുചികൊണ്ടു വേട്ടക്കാർ എല്ലാറ്റിനെയും സംഹരിച്ചു. ദോഷം പറഞ്ഞുകൂട. കുറെ എണ്ണത്തിനെ അവർ കൊല്ലാതെ വിട്ടു. ഗവൺമെന്റ് ശേഷിച്ചവയെ സംരക്ഷിക്കാൻ ശ്രമിച്ചു. 1914 സെപ്റ്റംബ

റിൽ ഈയിനത്തിൽ ശേഷിച്ച ഒടുവിലത്തെ പക്ഷിയും ലോകത്തോടു വിടവാങ്ങി.”

“പക്ഷികളെ സംരക്ഷിക്കുന്ന കാര്യത്തിൽ ലോകത്തെമ്പാടും ഉണർവുണ്ടായിരിക്കുന്നതു ശുഭോദർക്കമാണ്; അല്ലേ പ്രൊഫസറേ?” സുന്ദരേശൻ ചോദിച്ചു.

“അതേ, 1967ലെ അമേരിക്കയിലെ 'എൻഡേഞ്ചേർഡ് സ്പീഷീസ് ആക്റ്റ്' എടുത്തുപറയേണ്ട ഒരു നടപടിയാണ്.

മിസോസോയിക് കല്പത്തിന്റെ തുടക്കത്തിൽത്തന്നെ ആദിമസസ്തനികളുടെ വരവായി എന്നു പറഞ്ഞല്ലോ. കുതിര, ആന, ഒട്ടകം എന്നിങ്ങനെയുള്ള സസ്തനികളുടെ പരിണാമചരിത്രം വ്യക്തമാക്കുന്ന ഫോസിലുകൾ നമുക്കു ലഭിച്ചിട്ടുണ്ട്– ഒരു ചലച്ചിത്രത്തിലെന്നപോലെ ആസ്വദിക്കാവുന്ന, കണ്ണി മുറിയാത്ത, ഫോസിലുകൾ. അശ്വവർഗ്ഗത്തിന്റെ പരിണാമഗതി വിശദമാക്കുന്ന ഫോസിലുകൾ പാലിയോന്റോളജിസ്റ്റുകൾ– ഫോസിലുകളെക്കുറിച്ചു പഠിക്കുന്ന ശാസ്ത്രജ്ഞന്മാരുടെ പേരാണിത്– നമ്മുടെ കൺമുമ്പിൽ നിരത്തിത്തരുന്നു.

“പാലിയോന്റോളജിസ്റ്റുകളുടെ കാര്യം പറഞ്ഞപ്പോഴാണ്. പ്രൊഫസറേ, ഈയിടെ ഞാൻ പത്രത്തിൽ ഒരു വാർത്ത കണ്ടു. ഒമ്പതുകോടി വർഷം പഴക്കമുള്ള, കാലുള്ള പാമ്പിന്റെ ഫോസിൽ കണ്ടെത്തിയിരിക്കുന്നെന്ന്. പ്രൊഫസർ തീർച്ചയായും ആ വാർത്ത വായിച്ചിരിക്കുമല്ലോ. ഒന്നു വിശദമാക്കാമോ?” പിള്ള ചോദിച്ചു.

“അർജന്റീനയിലെ പാറ്റഗോണിയ എന്ന സ്ഥലത്തുനിന്നു ലഭിച്ച ഫോസിലിന്റെ കാര്യമാണു പിള്ള പറഞ്ഞത്. ഇതിനെക്കുറിച്ച് ആമുഖമായി ചിലതു പറയാനുണ്ട്. അതെന്താണെന്നറിഞ്ഞെങ്കിലേ ഈ ഫോസിലിന്റെ പ്രാധാന്യം മനസ്സിലാവുകയുള്ളൂ.

കാലുകളുള്ള പല്ലിവർഗ്ഗത്തിൽനിന്നു പരിണമിച്ചാണു പാമ്പുകൾ ഉണ്ടായത്. ഈ നിഗമനത്തിലേക്കു നയിച്ച രണ്ടുദാഹരണങ്ങൾ പറയാം. ഒന്ന്, പാമ്പുകളെപ്പോലെ നീണ്ടുരുണ്ട ശരീരമുള്ള, കാലുകളില്ലാത്ത, പല്ലിവർഗ്ഗത്തിൽപ്പെട്ട, ആൻഗ്വിസ് എന്ന ജീവിയാണ്. ആഫ്രിക്ക, യൂറോപ്പ്, ഏഷ്യ എന്നീ ഭൂഖണ്ഡങ്ങളിൽ ഇവ കാണപ്പെടുന്നു. കാഴ്ചയിൽ പാമ്പുകളെപ്പോലെയാണെങ്കിലും ആൻഗ്വിസുകളുടെ അസ്ഥികൂടം അവ പല്ലിവർഗ്ഗമാണെന്നു സംശയാതീതമായി വിളിച്ചോതുന്നു. കൂടാതെ കാലുകളുടെ സ്ഥാനങ്ങളിൽ ഉള്ളിലായി അവയുടെ ലുപ്തമായ– വെസ്റ്റിജിയൽ എന്ന് ഇംഗ്ലീഷിൽ പറയും– ഭാഗങ്ങളുമുണ്ട്. പോളകളുള്ള കണ്ണുകളും ചെവിയുടെ ദ്വാരങ്ങളും മാത്രമാണ് പല്ലിയോടു സാദൃശ്യമുള്ള ബാഹ്യലക്ഷണങ്ങൾ. ഇന്നുള്ള പാമ്പുകളുടെ കൂട്ടത്തിൽ പെരുമ്പാമ്പുകളിൽ മാത്രം കാണുന്നതാണ് മറ്റൊരുദാഹരണം. അവയുടെ വാൽ ആരംഭിക്കുന്ന ഭാഗത്തിനടുത്ത് ഉള്ളിലായി ഇടുപ്പെല്ലുകളെ സൂചിപ്പിക്കുന്ന ശോഷിച്ച രണ്ടസ്ഥികളുണ്ട്. ഇവയുടെ അഗ്രഭാഗങ്ങളിൽനിന്ന്

ശല്ക്കങ്ങൾക്കിടയിലൂടെ തള്ളിനില്ക്കുന്ന രണ്ടു ചെറിയ കൂർത്ത നഖങ്ങളുണ്ട്.

ഈ ഉദാഹരണങ്ങളെ പിന്തുണയ്ക്കുന്ന കൂടുതൽ മെച്ചപ്പെട്ട ഉദാഹരണമാണ് പാറ്റഗോണിയയിൽ കണ്ടെത്തിയ പുരാതനമായ പാമ്പിന്റെ ഫോസിൽ.

കുറുപ്പ് ഇപ്പോൾ നില്ക്കുന്നതു കുരുക്ഷേത്രത്തിലാണ്. വെളുത്ത കുതിരകളെ പൂട്ടിയ അർജ്ജുനന്റെ തേരും ചമ്മട്ടിയേന്തിനില്ക്കുന്ന ശ്രീകൃഷ്ണനും കുറുപ്പു മനക്കണ്ണിൽക്കണ്ട് സായൂജ്യമടയുന്നു. നായരോ?"

"സംശയമെന്ത്. നായർ ഗിണ്ടിയിലെ കുതിരപ്പന്തയസ്ഥലത്ത് ബൈനാക്കുലറുമായി നില്ക്കുന്നു." മത്തായിസാർ പറഞ്ഞു. എല്ലാവരും പൊട്ടിച്ചിരിച്ചു. സാർ സത്യമാണു പറഞ്ഞതെങ്കിലും നായരും ചിരിയിൽ പങ്കുചേർന്നു.

"നിങ്ങൾ മനക്കണ്ണിൽ കാണുന്ന, കരുത്തിന്റെയും പ്രൗഢിയുടെയും പ്രതീകമായി തലയുയർത്തിനില്ക്കുന്ന, അശ്വത്തിന്റെ പൂർവികന് ഒരു പൂച്ചയുടെ വലുപ്പമേ ഉണ്ടായിരുന്നുള്ളൂ."

"അതിനെക്കുറിച്ചു വിസ്തരിച്ചു പറയാമോ പ്രൊഫസർ?" കുറുപ്പ് ചോദിച്ചു.

"കുതിരയുടെ പരിണാമത്തിന്റെ സരസമായ വിവരണം ഡോ. ഭാസ്കരൻ നായരുടെ '*ആധുനികശാസ്ത്രം*' എന്ന പുസ്തകത്തിലുണ്ട്.

"ഞാൻ ഓർക്കുന്നു. ആ പുസ്തകം നമ്മുടെ ലൈബ്രറിയിലുണ്ട്."

"എങ്കിൽ അതെല്ലാവരും വായിക്കണം. വായിക്കും എന്ന വിശ്വാസത്തോടെ ആ വർണ്ണന ഞാൻ ഒഴിവാക്കിക്കൊണ്ട് പിള്ളയുടെ ഇഷ്ടവിഷയത്തിലേക്കു കടക്കുന്നു, ആനയുടെ പരിണാമചരിത്രത്തിലേയ്ക്ക്. ആനയെന്നു കേൾക്കുമ്പോൾ പിള്ളയുടെ മനസ്സിൽ ആദ്യം തെളിയുന്നതു ഗുരുവായൂർ കേശവന്റെ ചിത്രമാണെന്ന് എനിക്കറിയാം."

"ആ സിനിമ പിള്ള പലപ്രാവശ്യം കണ്ടിട്ടുണ്ട്." കുറുപ്പു പറഞ്ഞു.

"ഗുരുവായൂർ കേശവനെയും കൊട്ടാരക്കര ചന്ദ്രശേഖരനെയും കോന്നിയൂർ കൊച്ചയ്യപ്പനെയുംകാൾ വലുപ്പമുള്ള ആനകളാണ് ആഫ്രിക്കയിലുള്ളത്. നാലുമീറ്റർ പൊക്കവും പത്തുടണ്ണോളം ഭാരവുമുള്ള ഗംഭീരന്മാരും ഒരു മീറ്ററിൽ താഴെ മാത്രം പൊക്കമുള്ള കുള്ളന്മാരും ഒരു കാലത്തു ജീവിച്ചിരുന്നു. കാലത്തിന്റെ കുത്തൊഴുക്കിൽ മിക്കവയും ഒലിച്ചുപോയി.

ആനയുടെ മുഖമുദ്രയായ തുമ്പിക്കൈ അതിന്റെ നീണ്ട മേൽച്ചുണ്ടും മൂക്കുമാണെന്നു പറയേണ്ടതില്ലല്ലോ. എന്തിനാണ് ആനയ്ക്ക് തുമ്പിക്കൈ? ശാരീരികമായ വലുപ്പം നിലനിർത്താൻ ധാരാളം ഭക്ഷണം ആനയ്ക്ക് ആവശ്യമാണ്. വായ് വലുതായിരിക്കുന്നത് അതുകൊണ്ടാണ്. ഗുരുവായൂർ ചുറ്റമ്പലത്തിൽ നിരന്നുനിന്ന് ഓലമടൽ തിന്നുന്ന

ആനകളെ കുറുപ്പു ശ്രദ്ധിച്ചിട്ടുണ്ടാവുമല്ലോ. തുമ്പിക്കൈകൊണ്ട് അനായാസമായി ഓലമടൽ ചുരുട്ടിക്കൂട്ടി ആന വായിലേക്കു തള്ളുന്ന കാഴ്ച ഏതു തീറ്റിമാടനെയാണ് ഹരം പിടിപ്പിക്കാത്തത്! തുമ്പിക്കൈയുടെ ധർമ്മം അതാണ്: ഒറ്റയടിക്ക് ഏറ്റവും കൂടുതൽ ഭക്ഷണം വായിലെത്തിക്കുക എന്നത്. ഭക്ഷണം ചുരുട്ടിയെടുക്കുന്നമാത്രയിൽത്തന്നെ മണപ്പിച്ച് അതിന്റെ ഗുണദോഷങ്ങൾ ഉറപ്പാക്കാൻപാകത്തിൽ പ്രകൃതി തുമ്പിക്കൈയുടെ അറ്റത്തു നാസാരന്ധ്രവും വച്ചുകൊടുത്തിരിക്കുന്നു."

"ആനകളുടെ ഉത്ഭവസ്ഥാനം ആഫ്രിക്കയാണോ?" നായർ ചോദിച്ചു.

"അതേ. അവിടുന്ന് അവ ഏഷ്യയിലേയ്ക്കും മറ്റു ഭൂഖണ്ഡങ്ങളിലേയ്ക്കും വ്യാപിച്ചു– ആസ്ട്രേലിയയിലും അന്റാർട്ടിക്കയിലും ഒഴിച്ച്.

"ആനകൾ കടലുകൾ താണ്ടിയത് എങ്ങനെയാണ്?" മത്തായിസാർ ചോദിച്ചു.

"കോടിക്കണക്കിനു വർഷങ്ങൾക്കുമുമ്പ് ഭൂഖണ്ഡങ്ങളുടെ കിടപ്പ് ഇന്നത്തെപ്പോലെ ആയിരുന്നില്ല. മറ്റൊരു കാര്യംകൂടി ഓർക്കേണ്ടതുണ്ട്. ഓരോ ഹിമയുഗത്തിലും കടലുകളുടെ ജലനിരപ്പു വളരെ താഴും. കടൽ കടക്കാൻ ഈ സ്ഥിതി ആനകളെ സഹായിച്ചിട്ടുണ്ടാവും. ആനകൾ നല്ല നീന്തൽ വിദഗ്ധരാണെന്നുകൂടി ഓർക്കുക?

"നാല്ക്കൊമ്പനാനകൾ പണ്ടുണ്ടായിരുന്നോ പ്രൊഫസറേ?" പിള്ള ചോദിച്ചു.

"എന്തോന്നു ചോദ്യമാണിതു പിള്ളേ? മത്തായിസാർ പോലും ഇമ്മാതിരി ചോദ്യം ചോദിക്കുകയില്ല." സുന്ദരേശന്റെ സഹികെട്ട കമന്റ്.

"കൊള്ളാമല്ലോടോ സുന്ദരേശാ. ഒരു വെടിക്കു രണ്ടുപക്ഷി." മത്തായിസാർ.

"സുന്ദരേശാ, പിള്ളയുടെ ചോദ്യം വളരെ പ്രസക്തമാണ്. ഒരുകാലത്ത് നാലുകൊമ്പുള്ള ആനകൾ ഉണ്ടായിരുന്നു. 'ഗോംഫോതിയർ' എന്ന ഈ ആനകൾക്ക് രണ്ടു ജോടി കൊമ്പുകൾ ഉണ്ടായിരുന്നു. താഴത്തെ ജോടികൊമ്പുകൾ പരന്നു വെട്ടുകത്തിപോലെയായിരുന്നു. ഭക്ഷണസാധനങ്ങൾ വെട്ടിനുറുക്കാനും ചെടികൾ കോരിയെടുക്കാനും ഗോംഫോതിയറുകൾ അവയുടെ എക്സ്ട്രാകൊമ്പുകൾ ഉപയോഗിച്ചിരുന്നു."

"ദേവേന്ദ്രന്റെ ഐരാവതത്തിന്റെ ദരിദ്രബന്ധുക്കൾ, അല്ലേ?" നായർ ചോദിച്ചു.

"വിത്തുകളുടെ വിതരണത്തിനും അങ്ങനെ വൃക്ഷങ്ങളുടെ വ്യാപനത്തിനും ഗോംഫോതിയറുകൾ സഹായിച്ചിരുന്നെന്ന് ശാസ്ത്രജ്ഞന്മാർ പറയുന്നു. അവയുടെ തിരോധാനത്തിൽ തെക്കേ അമേരിക്കയിലെ വൃക്ഷങ്ങൾ ദു:ഖിക്കുന്നുണ്ടാവും!"

"പ്രൊഫസർ ചെറിയ ആനകളെക്കുറിച്ചു പറഞ്ഞല്ലോ. അവ എവി

ടെയായിരുന്നു? ഇപ്പോൾ അവ എവിടെയെങ്കിലും ഉണ്ടോ?" കുറുപ്പു ചോദിച്ചു.

"കാലിഫോർണിയയ്ക്കടുത്തുള്ള ചാനൽദ്വീപുകൾ, മധ്യധരണ്യാഴിയിലെ ദ്വീപുകൾ– ഇവയായിരുന്നു ആ പിഗ്മി ആനകളുടെ ആവാസസ്ഥലങ്ങൾ. ആനകൾക്കു വലിച്ചുവാരിത്തിന്നാനുള്ള ഭക്ഷണം ചെറിയ ദ്വീപുകളിൽ കിട്ടുകയില്ലല്ലോ. വലുപ്പം കുറഞ്ഞിരുന്നാൽ ആഹാരം കുറച്ചു മതി. മറ്റൊരു കാര്യം: ആ ദ്വീപുകളിൽ ഹിംസ്രജന്തുക്കളെ ഭയപ്പെടേണ്ടതില്ല. വൻകരകളിലെ കാടുകളിലുള്ള ഹിംസ്രജന്തുക്കളെ നേരിടാൻ ശരീരവലുപ്പം സഹായകമായിരുന്നു. അതിന്റെ ആവശ്യം ഈ ദ്വീപുകളിൽ ഇല്ലല്ലോ. ഡാർവിൻ പറഞ്ഞ പ്രകൃതിനിർദ്ധാരണത്തിന്റെ നല്ലൊരുദാഹരണമാണിത്. ഈ ചിന്ന ആനകൾക്കു വംശനാശം സംഭവിച്ചു എന്നാണ് കരുതപ്പെടുന്നത്."

"കഷ്ടമായിപ്പോയി. അല്ലെങ്കിൽ കൊച്ചുമോനു കളിക്കാൻ ഒരെണ്ണത്തിനെ സംഘടിപ്പിക്കാമായിരുന്നു, അല്ലേ കുറുപ്പേ?" കപടവിഷാദത്തോടെ മത്തായിസാർ പറഞ്ഞു.

"വന്നുവന്ന് ഇപ്പോൾ ആനകൾ ഏഷ്യയിലും ആഫ്രിക്കയിലും മാത്രമേ ഉള്ളൂ. ഗജപുരാണം മതിയാക്കി നമുക്കു ഫോസിലുകളെക്കുറിച്ച് അല്പം ചർച്ചചെയ്യാം.

ജന്തുജാലങ്ങളുടെ അതിദീർഘമായ ചരിത്രത്തിന്റെ ചുരുളുകൾ അഴിക്കുന്നതിൽ ഫോസിലുകൾ വഹിക്കുന്ന പങ്ക് അമൂല്യമാണ്. ഓരോ ഫോസിലിന്റെയും ലഭ്യതയ്ക്കു പിന്നിലുള്ള ദീർഘയാതനകളുടെയും കണ്ണീരിന്റെയും കഥ നാം മറന്നുകൂട. ആകസ്മികത കൊണ്ടു രോമാഞ്ചമണിയിച്ച രണ്ടു സംഭവങ്ങൾ ഞാൻ വിവരിക്കാം.

സീലക്കാന്ത് മത്സ്യങ്ങൾ എന്നു മുമ്പൊരവസരത്തിൽ ഞാൻ പറഞ്ഞതു നിങ്ങൾ ഓർക്കുന്നുണ്ടാവും. 25 കോടി വർഷങ്ങൾക്കു മുമ്പു മുതൽ 6 കോടിവർഷങ്ങൾക്കു മുമ്പുവരെയുള്ള കാലഘട്ടത്തിൽ ജീവിച്ചിരുന്ന ഈ മത്സ്യങ്ങളുടെ ഫോസിലുകൾ ശാസ്ത്രലോകത്തിനു ലഭിച്ചിട്ടുണ്ട്. മത്സ്യങ്ങളിൽനിന്ന് ഉഭയജീവികൾ പരിണമിച്ചുണ്ടായി എന്നതിന്റെ ശക്തമായ സൂചനകൾ നല്കുന്നു എന്ന നിലയ്ക്കാണ് ഈ ഫോസിലുകളുടെ പ്രാധാന്യം. ഈ നിഗമനത്തിലേയ്ക്കു ശാസ്ത്രലോകത്തെ നയിച്ച രണ്ടു സവിശേഷതകൾ മാത്രം ഇവിടെ ഞാൻ പറയാം: ഒന്ന്, ഇവയ്ക്കു തുഴയാനുള്ള മുൻഭാഗത്തെ ചിറകുകളിലെ അസ്ഥികൾക്ക് ഉഭയജീവികളുടെയും കരയിൽ ജീവിക്കുന്ന മറ്റു നട്ടെല്ലികളുടെയും മുൻകാലുകളുടെ വിവിധഭാഗങ്ങളിലുള്ള അസ്ഥികളോടു വളരെ സാമ്യമുണ്ട്; പുറമേ ശല്ക്കങ്ങളാൽ പൊതിഞ്ഞ തുഴകൾപോലെ ആയിരുന്നെങ്കിലും ഈ ചിറകുകൾ കരയിൽ നിലത്തൂന്നി മുന്നോട്ടുനീങ്ങാൻ സീലക്കാന്ത് മത്സ്യങ്ങളെ സഹായിച്ചിട്ടുണ്ടാവണം; രണ്ട്, ഈ മത്സ്യ

ങ്ങൾക്കു ചെകിളപ്പൂക്കൾക്കു പുറമേ കരയിൽ ശ്വസിക്കാൻ ശ്വാസകോശവും ഉണ്ടായിരുന്നു.

ഞാൻ മുമ്പുപറഞ്ഞ കാലഘട്ടത്തിനുശേഷം, അതായത് 6 കോടി വർഷങ്ങൾക്കുശേഷം, ജീവിച്ചിരുന്ന ഒരു സീലക്കാന്ത് മത്സ്യത്തിന്റെയും ഫോസിൽ കിട്ടാത്തതുകൊണ്ടാണ് ഈ വിശേഷപ്പെട്ട മത്സ്യങ്ങളുടെ വംശനാശം സംഭവിച്ചു എന്നു ശാസ്ത്രജ്ഞന്മാർ കരുതിയത്. അങ്ങനെയിരിക്കെ, 1938 ഡിസംബർ 22ന്, ദക്ഷിണാഫ്രിക്കയിലെ ചില മത്സ്യബന്ധനക്കാരുടെ വലയിൽ ഒരു സീലക്കാന്ത് മത്സ്യം കുടുങ്ങി. ഏതോ വിശേഷപ്പെട്ട മത്സ്യമാണ് അതെന്നു ഭാഗ്യത്തിനു മീൻപിടുത്തക്കാർക്കു തോന്നി. അവർ അത് അധികാരികൾക്കു കൈമാറി. മത്സ്യത്തെ തിരിച്ചറിഞ്ഞത് മ്യൂസിയം ക്യൂറേറ്ററായ മിസ് ലാറ്റിമർ ആയിരുന്നു. അതുകൊണ്ട് ആ മത്സ്യത്തിനു 'ലാറ്റിമീറിയ' എന്നു പേരിട്ടു. മിസ് ലാറ്റിമറുടെ മേശപ്പുറത്ത് മത്സ്യം എത്തിയപ്പോൾ ആന്തരികാവയവങ്ങൾ പൂർണ്ണമായി ജീർണ്ണിച്ചുകഴിഞ്ഞിരുന്നു."

"ഈ ഒരെണ്ണത്തിനെയോ കിട്ടിയുള്ളോ?" മത്തായിസാറിന്റെ ചോദ്യം.

"സുമാർ പതിനാലുവർഷത്തിനുശേഷം ഒരു സീലക്കാന്തു മത്സ്യത്തെക്കൂടി കിട്ടി, മഡഗാസ്കറിനടുത്തുള്ള ഒരു ദ്വീപിൽനിന്ന്. ഈ വാർത്ത അന്നത്തെ ദക്ഷിണാഫ്രിക്കൻ പ്രധാനമന്ത്രി ഡാനിയൽ മലാനെ അധികൃതർ അറിയിച്ചു. അദ്ദേഹം അപ്പോൾത്തന്നെ ഒരു വിദഗ്ധനെ വിമാനത്തിൽ അങ്ങോട്ടയച്ചു. മലാന്റെ സമയോചിതമായ പ്രവൃത്തിമൂലം മത്സ്യം ചീയുന്നതിനുമുമ്പ് അതിനെ സൂക്ഷ്മമായി പരിശോധിക്കാൻ കഴിഞ്ഞു. സ്മിത്ത് എന്നുപേരുള്ള ആ വിദഗ്ധൻ പറഞ്ഞത് എന്താണെന്നോ?" "ലണ്ടനിലെ തിരക്കുള്ള ഒരു വീഥിയിലൂടെ ഒരു ഡൈനോസാർ നടന്നുപോകുന്നതു കണ്ടാലും എനിക്ക് ഇത്രത്തോളം അത്ഭുതം തോന്നുകയില്ല" എന്നായിരുന്നു. ആ മത്സ്യത്തിനു 'മലാനിയാ' എന്നു പേരിട്ടു.

"ഈ സംഭവം നമ്മുടെ നാട്ടിലായിരുന്നെങ്കിലോ?" കുറുപ്പ്.

"പ്രശ്നം എന്റെ ശ്രദ്ധയിൽപ്പെട്ടിട്ടുണ്ട്. അടുത്ത ക്യാബിനറ്റ് യോഗത്തിൽ ചർച്ചചെയ്ത് ഉചിതമായ നടപടികൾ കൈക്കൊള്ളാം." ഗൗരവം നടിച്ചുകൊണ്ട് മത്തായിസാർ പറഞ്ഞു.

"അപ്പോഴേക്കും മീനിന്റെ മുള്ളുപോലും ബാക്കിയുണ്ടാവില്ല." പരമേശ്വരന്റെ കമന്റ്.

"മത്സ്യങ്ങളും ഉഭയജീവികളും തമ്മിലുള്ള പരിണാമപരമായ ബന്ധത്തെ കൂടുതൽ വ്യക്തമാക്കുന്ന ഒരു ജീവിയുടെ പൂർണ്ണരൂപത്തിലുള്ള ഫോസിലുകൾ ഈയിടെ, അതായത് 2006ൽ, കാനഡയിലെ ആർട്ടിക്പ്രദേശത്തെ ഒരു ദ്വീപിൽ, ശാസ്ത്രജ്ഞന്മാർ കണ്ടെത്തി. കരയിൽ നിലത്തൂന്നി നീങ്ങാൻ സീലക്കാന്തു മത്സ്യങ്ങളുടേതിനെക്കാൾ ഫലപ്രദമായ മുൻചിറകുകൾ, മുതലയുടേതുപോലുള്ള തല, എന്നാൽ

മോന്തയും താടികളും മത്സ്യങ്ങളുടേതുപോലെയും. ചെകിളപ്പൂക്കൾക്കു പുറമേ അതിനു ശ്വാസകോശങ്ങളും ഉണ്ടായിരുന്നു. പരിണാമചരിത്രത്തിലെ സുപ്രധാനമായ ഒരന്തരാളഘട്ടത്തിന്റെ ദൃഷ്ടാന്തമായ ഈ ഫോസിലുകൾക്കു നല്കിയ പേര് 'ടിക് ടാഹ് ലിക്' എന്നാണ്."

"ഇന്നു പള്ളിക്കമ്മിറ്റി യോഗമുണ്ട്. എനിക്കു പങ്കെടുക്കാതിരിക്കാൻ നിർവാഹമില്ല. ഇവിടുത്തെ ചർച്ചയിലെ ഒരു വാക്കുപോലും നഷ്ടപ്പെടാൻ എന്റെ മനസ്സൊട്ടനുവദിക്കുന്നുമില്ല." മത്തായിസാർ ക്ഷമാപണത്തിന്റെ സ്വരത്തിൽ പറഞ്ഞു.

"അതിനെന്താ ഇന്നത്തെ ചർച്ച നമുക്കവസാനിപ്പിക്കാം. ആരെങ്കിലും എന്നോടൊപ്പം വരുന്നുണ്ടോ?"

"ഞാൻ വരുന്നു." പരമേശ്വരൻ പറഞ്ഞു.

3

വാനരനും നരനും

"**ഞ**ങ്ങൾക്ക് ഒരു ചിത്രഗുപ്തനുണ്ട് മത്തായിസാറേ. സാറും കേട്ടു കാണും ആ പേര്. യമധർമ്മന്റെ കണക്കപ്പിള്ളയാണ്. വളരെ കണിശ മാണ് അദ്ദേഹത്തിന്റെ കണക്ക്. അന്നന്നത്തെ കണക്കുനോക്കി യമപു രിയിലേക്കു കൊണ്ടുപോകേണ്ടവരെ കൊണ്ടുപോയിരിക്കും. അദ്ദേഹ ത്തിനു ജാതിമതചിന്തകൾ ഒന്നുമില്ല, കണക്കൊട്ടു പിശകുകയും ഇല്ല. മനഷ്യർക്കുവേണ്ടി ചിത്രഗുപ്തൻ സൂക്ഷിക്കുന്ന തടിയൻപുസ്തക ത്തിന്റെ ആദ്യത്തെ പുറത്ത് ഇങ്ങനെ എഴുതിവച്ചിട്ടുണ്ട്: 'ഹോമോസേ പ്പിയൻസ്' അതിനുതാഴെ ഈ വിശദാംശങ്ങളും:

കിങ്ഡം	ആനിമേലിയ
ഫൈലം	കോർഡേറ്റ
സബ്-ഫൈലം	വെർടിബ്രേറ്റ
ക്ലാസ്	മമ്മേലിയ
സബ്-ക്ലാസ്	യൂത്തീരിയ
ഓർഡർ	പ്രൈമേറ്റ്സ്
സബ്-ഓർഡർ	ആന്ത്രോപ്പോയ്ഡിയ
ഫാമിലി	ഹോമിനിഡേ
ജീനസ്	ഹോമോ
സ്പീഷീസ്	ഹോമോ സേപ്പിയൻസ്

"പ്രൊഫസർ പറയുന്നതുകേട്ടാൽ ചിത്രഗുപ്തന്റെ കണക്കുപു സ്തകം നേരിട്ടു കണ്ടതുപോലെ തോന്നുമല്ലോ" കുറുപ്പ്.

"അതിൽ അല്പം സത്യമില്ലാതില്ല. ഒരു ശസ്ത്രക്രിയയ്ക്കു വിധേ യനായി മയക്കത്തിൽ കിടക്കുമ്പോൾ ഞാൻ ചിത്രഗുപ്തന്റെ കണക്കു

പുസ്തകം കണ്ടതാണ്. ഒരു ജീവശാസ്ത്രപ്രൊഫസർ ആയിരുന്നതു കൊണ്ടാവാം, വിശദാംശങ്ങൾ ശ്രദ്ധിച്ചത്."

"മുകളിൽനിന്നുള്ള ഓർഡർ അനുസരിച്ച് ചിത്രഗുപ്തൻ റിമാർക്കെഴുതി മാറ്റിവച്ചതാണെന്നുതോന്നുന്നു. ഞങ്ങളുടെ ഭാഗ്യവും കൂടിയാണത്." മത്തായിസാറിന്റെ കമന്റ്.

"സസ്തനികളിൽ ഏറ്റവും മുന്തിയ ജന്തുവർഗ്ഗത്തെയാണ് പ്രൈമേറ്റുകൾ എന്നുപറയുന്നത്. കുരങ്ങുകൾ അവയിൽ ഉൾപ്പെടുന്നു. അഞ്ചരക്കോടിവർഷം മുമ്പുമുതൽ ഇങ്ങോട്ട് ഏതാണ്ട് രണ്ടുകോടിവർഷം നീണ്ടുനിന്ന 'ഇയോസീൻ' യുഗത്തിന്റെ അന്ത്യഘട്ടത്തിൽ ജീവിച്ചിരുന്ന ഒരു കുരങ്ങിന്റെ ഫോസിലാണ് നമുക്ക് ഈ ഇനത്തിൽ കിട്ടിയിട്ടുള്ള ഏറ്റവും പഴയത്. പ്രൈമേറ്റുകളുടെ പൊതുസ്വഭാവം ഞാൻ ചുരുക്കിപ്പറയാം.

കാലുകളിൽ കൂർത്ത നഖങ്ങളുടെ സ്ഥാനത്തു പരന്ന നഖങ്ങൾ, പെരുവിരൽകൊണ്ടു മറ്റു വിരലുകളെ സ്പർശിക്കാനുള്ള കഴിവ്, തലച്ചോറിന്റെ വലുപ്പക്കൂടുതൽ, ദീർഘിച്ച ഗർഭധാരണകാലം. ഇനിയൊന്നു കൂടിയുണ്ട്. കണ്ണുകൾ രണ്ടും മുഖത്തിന്റെ മുൻവശത്ത് അടുത്തടുത്തായി സ്ഥിതിചെയ്യുന്നു എന്നതാണത്."

"അതുകൊണ്ട് പ്രത്യേകിച്ച് എന്തെങ്കിലും പ്രയോജനമുണ്ടോ?" മത്തായിസാർ ചോദിച്ചു.

"ഉണ്ട്. ത്രിമാനദൃശ്യം സാധ്യമാകുന്നു എന്നതാണ് ആ സവിശേഷത. നീളവും വീതിയും വണ്ണവും ചേർന്നുകാണാൻ നമ്മെപ്പോലെ പ്രൈമേറ്റുകൾക്കും കഴിയുന്നു."

"പലതും നമ്മൾ സാധാരണകാര്യങ്ങളായി കണക്കാക്കുന്നത് അവയെക്കുറിച്ചു ചിന്തിക്കാത്തതുകൊണ്ടാണെന്നു സ്പഷ്ടമാണ്. നമ്മുടെ കാഴ്ചതന്നെ അതിന് നല്ലൊരുദാഹരണമാണ്" സുന്ദരേശൻ പറഞ്ഞു.

"പ്രൈമേറ്റ് കുടുംബത്തിലെ അംഗങ്ങൾ മുഖ്യമായി ആരൊക്കെയാണെന്നുകൂടി പറയാം. ടാർസിയസ്, തേവാങ്കെന്നു നാം വിളിക്കുന്ന ലോറിസ്, ലീമർ, വിവിധയിനം കുരങ്ങന്മാർ, ഗിബ്ബൺ, ഗൊറില്ല, ഒറാങ് ഉട്ടാൻ, ചിമ്പൻസി എന്നീ ആൾക്കുരങ്ങുകൾ, ഞാനും മത്തായിസാറും ഉൾപ്പെടെയുള്ള മനുഷ്യർ. ഇരുനൂറോളം ജൈവജാതികൾ ഈ കുടുംബത്തിലുണ്ട്.

ലീമർ, ലോറിസ്, ടാർസിയസ് എന്നീ ജൈവജാതികൾ 'ലീമറോയിഡിയ' എന്ന സബ്-ഓർഡറിൽ പെടുന്നു. മലയണ്ണാനോടു വിദൂരസാദൃശ്യമുള്ള ലീമറുകൾ ആഫ്രിക്കയിലും തെക്കുകിഴക്കേ ഏഷ്യയിലും കാണപ്പെടുന്നു. പ്രൈമേറ്റുകളിൽ ഏറ്റവും സീനിയറാണ് ലീമർ. ടാർസിയസുകളുടെ ആവാസസ്ഥലം ന്യൂഗിനിയാണ്. വലിയ കണ്ണടയോടു സാദൃശ്യമുള്ള വട്ടക്കണ്ണുകൾ ഇവയുടെ പ്രത്യേകതയാണ്. ലോറിസ് എന്ന തേവാങ്കുകളെ തെക്കേ ഇന്ത്യയിൽ, വിശേഷിച്ചു തമിഴ്നാട്ടിൽ, ധാരാളമായി കാണാൻ കഴിയും.

കുരങ്ങുകൾ, ആൾക്കുരങ്ങുകൾ എന്നിവ 'ആന്ത്രോപോയ്ഡിയ' എന്ന സബ്-ഓർഡറിൽ പെടുന്നു. ലീമറുകളുടെയും ടാർസിയസ്സുകളുടെയും ലക്ഷണങ്ങൾ ആന്ത്രോപ്പോയ്ഡിയകളിൽ കാണുന്നതുകൊണ്ട് ഇവയോടു വളരെ അടുപ്പമുള്ള ഒരു സ്റ്റോക്കിൽനിന്നായിരിക്കാം ആന്ത്രോപ്പോയ്ഡിയകൾ പരിണമിച്ചുണ്ടായതെന്ന് അനുമാനിക്കപ്പെടുന്നു.

പ്രൈമേറ്റുകളുടെ രണ്ടു സവിശേഷതകൾകൂടി ഞാൻ പറയാം: ഒന്ന്, ഒരു പ്രൈമേറ്റിന്റെ ഉള്ളങ്കൈ, ഉള്ളങ്കാൽ, മുഖം എന്നിവ ഒഴികെയുള്ള ശരീരഭാഗങ്ങൾ രോമാവൃതമാണ്; രണ്ട്, അതിന്റെ വൃഷണങ്ങൾ ഒരു വൃഷണസഞ്ചിയിൽ സൂക്ഷിച്ചിരിക്കുന്നു."

"മനുഷ്യൻ എന്ന പ്രൈമേറ്റിന് അതു വേണ്ടായിരുന്നു. പോലീസുകാർക്ക് അങ്ങനെ ഒരു സൗകര്യം കിട്ടാൻ പാടില്ലായിരുന്നു. നമ്മുടെ കള്ളൻ സഹദേവൻ ലോക്കപ്പിൽ കിടന്നുചത്തത് അങ്ങനെയല്ലേ. രണ്ടു തേങ്ങാ മോഷ്ടിച്ചു എന്ന കുറ്റമേ അവൻ ചെയ്തുള്ളൂ." മത്തായിസാറിന്റെ കമന്റായിരുന്നു.

"ഇത്രയുമായ സ്ഥിതിക്ക് ഒന്നുകൂടി പറയാം. ഒരു പ്രൈമേറ്റിനു രണ്ടു മുലകളുണ്ട്. രണ്ടും മാറത്താണ്."

"അതല്ലേ സർവ്വ കുഴപ്പങ്ങൾക്കും കാരണം." നായരുടെ കമന്റു കേട്ട് എല്ലാവരും പൊട്ടിച്ചിരിച്ചു.

"അങ്ങനെ അടച്ചു പറയരുത്. അതുകൊണ്ടു ഗുണവും ഉണ്ടായിട്ടുണ്ട്. വേദവ്യാസന്റെ ജനനത്തിനു ഹേതുവും അതുതന്നല്ലേ?" സുന്ദരേശൻ പറഞ്ഞു.

"മനസ്സിലായില്ലല്ലോടോ സുന്ദരേശാ."

"തപോധനനായ പരാശരമുനിയുടെ മനസ്സിളക്കിയത് സത്യവതിയുടെ മാറിടമായിരുന്നെന്ന മഹാഭാരതകഥ സൂചിപ്പിച്ചതാണു സുന്ദരേശൻ" കുറുപ്പു വ്യക്തമാക്കി.

"ഓർമ്മയിൽ വന്ന മറ്റു ചില സവിശേഷതകൾകൂടി പറയാം. പുളവുകളുള്ള തലച്ചോറും വർദ്ധിച്ച കാഴ്ചയും കേൾവിയും. എന്നാൽ ഘ്രാണശക്തി മറ്റു ജന്തുക്കളെ അപേക്ഷിച്ചു പ്രൈമേറ്റുകൾക്കു കമ്മിയാണ്."

"എന്തും ഭക്ഷിക്കാൻ പ്രൈമേറ്റുകൾക്കു കഴിയുമെന്നു കേട്ടിട്ടുണ്ട്." പരമേശ്വരൻ പറഞ്ഞു.

"അതും ശരിയാണ്. ഈ കഴിവു മറ്റു ജന്തുക്കൾക്കില്ല.

പെരുവിരൽകൊണ്ടു മറ്റുവിരലുകളെ തൊടാനുള്ള കഴിവ് പ്രൈമേറ്റുകളുടെ ഒരു സവിശേഷതയാണെന്ന് ഞാൻ നേരത്തേ പറഞ്ഞുവല്ലോ. പ്രൈമേറ്റാണെങ്കിലും ഈ കഴിവ് മനുഷ്യന്റെ കൈകൾക്കു മാത്രമേ ഉള്ളൂ, കാലുകൾക്കില്ല.

മനുഷ്യൻ എത്ര കേമത്തം ഭാവിച്ചാലും ശരീരഘടന, ശരീരധർമ്മം എന്നീ രണ്ടു കാര്യങ്ങളിൽ അവൻ പ്രൈമേറ്റ് കുടുംബത്തിലെ ഒരംഗം മാത്രമാണ്. ഈ സത്യം നാം മറന്നുകൂട. പ്രൈമേറ്റുകളിൽ മനുഷ്യന് സാദൃ

ശ്യം 'ഏപ്' എന്ന് ഇംഗ്ലീഷിൽ പറയുന്ന ആൾക്കുരങ്ങുകളോടാണ്. നാലിനം ആൾക്കുരങ്ങുകളാണുള്ളത്. അവയുടെ പേരു പറയാമോ പരമേശ്വരാ."

"ഗിബൺ, ഗൊറില്ല, ഒറാങ് ഉട്ടാൻ, ചിമ്പൻസി. ശരിയല്ലേ?"

"ശരിയാണ്. ഇക്കൂട്ടത്തിൽ ഗിബണാണ് ഏറ്റവും ചെറുത്. ഇന്ത്യയിൽ അസമിലും തെക്കുകിഴക്കൻ ഏഷ്യയിലും ഗിബൺ ധാരാളമായി കാണപ്പെടുന്നു. അച്ഛൻ, അമ്മ, ഒരു കുട്ടി. ഇങ്ങനെയുള്ള ന്യൂക്ലിയർ കുടുംബമാണ് ഇവയുടേത്. വൃക്ഷങ്ങളിൽമാത്രം ജീവിക്കുന്ന ഗിബണുകളുടെ മുഖ്യാഹാരം പഴങ്ങളാണ്. മരച്ചില്ലകളിൽ തൂങ്ങിത്തൂങ്ങി അതിവേഗത്തിൽ സഞ്ചരിക്കുക എന്നത് ഗിബണുകളുടെ സവിശേഷതയാണ്. ഇതിനെ 'ബ്രാക്കിയേഷൻ' എന്നുപറയുന്നു. പതിനേഴോളം ഇനം ഗിബണുകൾ ഉണ്ടെന്നു കണക്കാക്കിയിട്ടുണ്ട്.

ആൾക്കുരങ്ങുകളിൽ തടിയൻ ഗൊറില്ലയാണ്."

"അവൻ മഹാവഴക്കാളിയാണെന്നു തോന്നുന്നു. ഗിബണെക്കണ്ടു നമ്മൾ കുടുംബാസൂത്രണം പഠിച്ചെങ്കിൽ ഗൊറില്ലയെക്കണ്ടു യുദ്ധതന്ത്രം പഠിച്ചു." ഇതു പറഞ്ഞതു മത്തായിസാറാണ്.

മത്തായിസാർ തെറ്റിദ്ധരിച്ചുവെന്നു സുന്ദരേശനു മനസ്സിലായി. "അതു 'ഗൊറില്ലാ'യുദ്ധമല്ല സാറേ. 'ഗ്വെറില്ലാ'യുദ്ധമാണ് 'യുദ്ധം' എന്നർത്ഥമുള്ള ഒരു സ്പാനിഷ് വാക്കാണത്."

"ഗൊറില്ല തടിയനാണെങ്കിലും ആളു പഞ്ചപാവമാണ്. 75 മുതൽ 180 കി.ഗ്രാം വരെ ഭാരമുള്ള ഗൊറില്ലകൾക്ക്, അമിതഭാരം കാരണം, മരങ്ങളിലെ വാസം അത്ര സുഖമുള്ള കാര്യമല്ല. അതുകൊണ്ട് ഇടയ്ക്കിടയ്ക്ക് അവ നിലത്തിറങ്ങി നടക്കുന്നു. മുൻകാലുകളുടെ വിരൽമുട്ടുകൾ ഊന്നിയാണ് ഗൊറില്ലകൾ നടക്കുന്നത്. മറ്റൊരു കാര്യമുള്ളത് 'ഒരുത്തനായാലവനരികേ ശുശ്രൂഷിപ്പാൻ ഒരുത്തി' മതി എന്ന ഗിബണിന്റെ നിഷ്ഠ ഗൊറില്ലയ്ക്കില്ല. ബഹുഭാര്യാത്വത്തിൽ ആനന്ദം കണ്ടെത്തുന്ന ഗൊറില്ല ഭക്ഷണത്തിന്റെ കാര്യത്തിൽ ശുദ്ധബ്രാഹ്മണനാണ്. ആഫ്രിക്കയുടെ മദ്ധ്യപശ്ചിമ ഭാഗങ്ങളിലുള്ള വനങ്ങളാണ് ഗൊറില്ലകളുടെ ആവാസകേന്ദ്രങ്ങൾ.

ഒറാങ് ഉട്ടാന് 40 മുതൽ 140 കി.ഗ്രാം വരെ ഭാരമുണ്ട്. സുമാത്രയിലെയും ബോർണിയോയിലെയും നിബിഡവനങ്ങളിലാണ് ഇവ കാണപ്പെടുന്നത്. മരംവിട്ടിറങ്ങാൻ മടികാട്ടുന്ന ഒറാങ് ഉട്ടാൻ മരക്കൊമ്പുകളിൽ പിടിച്ചുകയറാനും ഇറങ്ങാനും കൈകൾപോലെ ആയാസരഹിതമായി കാലുകളും പാദങ്ങളും ഉപയോഗിക്കുന്നു. സംബന്ധത്തിനുവേണ്ടി മാത്രമാണ് ഒറാങ് ഉട്ടാനുകൾ ഒറാങികളെ സമീപിക്കുന്നത്. മലയൻഭാഷയിൽ ഒറാങ് ഉട്ടാൻ എന്നാൽ 'കാട്ടിലെ മനുഷ്യൻ' എന്നാണർത്ഥം."

"ആൾക്കുരങ്ങുകളിൽ മനുഷ്യന് ഏറ്റവും കൂടുതൽ സാദൃശ്യം ഏതിനോടാണ്?" കുറുപ്പു ചോദിച്ചു.

"ചിമ്പൻസിയോട്. ചിമ്പൻസിക്ക് ഗൊറില്ലയോളം വലുപ്പമില്ല. പക്ഷേ

രണ്ടിന്റെയും നടത്ത ഒരുപോലെയാണ്, മുൻകാലുകളിലെ വിരൽമുട്ടുകളിൽ ഊന്നി. ഒറാങ് ഉട്ടാനുകളെപ്പോലെയല്ല ചിമ്പൻസികൾ. സംഘങ്ങളായി ജീവിക്കാനാണ് അവ ഇഷ്ടപ്പെടുന്നത്. മുഖത്തു ഭാവവ്യത്യാസം വരുത്തിയും വിവിധതരം ശബ്ദങ്ങൾ പുറപ്പെടുവിച്ചും ചിമ്പൻസികൾ ആശയവിനിമയം നടത്തുന്നു."

"മനുഷ്യനും ചിമ്പൻസിയുമായുള്ള ഒരു താരതമ്യപഠനം പ്രസക്തമാണെന്നു തോന്നുന്നു." സുന്ദരേശൻ പറഞ്ഞു.

"ശരിയാണ്. നമുക്ക് ഒരു ശ്രമം നടത്തിനോക്കാം. ആൾക്കുരങ്ങുകളിൽ നിവർന്നുനില്ക്കാൻ കഴിയുന്നതു ചിമ്പൻസിക്കാണ്. പക്ഷേ മനുഷ്യനെപ്പോലെ പൂർണ്ണമായി നിവർന്നുനില്ക്കാൻ ചിമ്പൻസിക്കു കഴിയുകയില്ല. ഒരു ആശ്വാസിപ്പിക്കൽ എന്നപോലെ പാദം വരെ എത്തുന്ന നീളൻകൈകൾ പ്രകൃതി ചിമ്പൻസിക്കു നല്കിയിട്ടുണ്ട്. നിങ്ങളുടെയും എന്റെയും കൈകൾ കാൽമുട്ടുവരെ എത്തുകയില്ല. അങ്ങനെ എത്തുന്ന ചിലരുണ്ട് 'ആജാനുബാഹു' എന്നു നാം അവരെ ബഹുമാനത്തോടെ വിളിക്കുന്നു.

ചിമ്പൻസിയുടെ താടി പിന്നിലേക്കു ചാഞ്ഞതാണ്, മനുഷ്യന്റേതാകട്ടെ മുന്നിലേയ്ക്ക് ഉന്തിനില്ക്കുന്നു. ചിമ്പൻസിയുടെ പുരികഭാഗത്തെ അസ്ഥി മുമ്പോട്ടു തള്ളിനില്ക്കുന്നു. മനുഷ്യന് ആ തള്ളൽ നാമമാത്രമാണ്. ചിമ്പൻസിയുടെ മുഖം ഇടുങ്ങിയതും മനുഷ്യന്റേതു വിസ്തൃതവുമാണ്. ചിമ്പൻസിയുടെ മൂക്കു ചപ്പിയതും മനുഷ്യന്റെ മൂക്ക് ഉയർന്നതുമാണ്. ചിമ്പൻസിയുടെ മുഖപേശികളുടെ ചലനം പരിമിതമാണ്. മനുഷ്യന്റേതാകട്ടെ അത്ഭുതാവഹവും."

"അതറിയണമെങ്കിൽ കഥകളി കണ്ടാൽ മതി." നായർ പറഞ്ഞു.

"തലയോടിന്റെ ഉള്ളളവ് തലച്ചോറിന്റെ വലുപ്പത്തിന്റെ സൂചകമാണല്ലോ. ചിമ്പൻസിയുടെ തലയോടിന്റേതിനെക്കാൾ 1000സിസി വലുപ്പക്കൂടുതൽ മനുഷ്യന്റെ തലയോടിനുണ്ട്."

"തലയുടെ വലുപ്പവും ബുദ്ധിശക്തിയുമായി വാസ്തവത്തിൽ ബന്ധമുണ്ടോ പ്രൊഫസറേ?" സുന്ദരേശൻ ചോദിച്ചു.

"നല്ലൊരു ചോദ്യമാണ് സുന്ദരേശൻ ചോദിച്ചത്. എൻ.ജെ. ബെറിൽ എന്ന ജീവശാസ്ത്രജ്ഞൻ എഴുതിയ 'മാൻസ് എമെർജിങ് മൈൻഡ്' എന്ന പുസ്തകത്തിൽ ഈ വിഷയത്തെക്കുറിച്ചു രസകരമായ ഒരു ചർച്ചയുണ്ട്. ഫ്രഞ്ച് അനാട്ടൊമിസ്റ്റായ ജോർജ് കൂവിയറുടെ തലയ്ക്ക് അസാധാരണ വലുപ്പമുണ്ടായിരുന്നു. ബുദ്ധിശക്തിയിലും വിജ്ഞാനത്തിലും കൂവിയർ അസാമാന്യനുമായിരുന്നു. പക്ഷേ, ഉദാത്തമായ ചിന്തയുടെ കാര്യത്തിൽ കൂവിയർ ആനറ്റോൾ ഫ്രാൻസിന്റെ നാലയലത്തു വരില്ല. ആനറ്റോൾ ഫ്രാൻസിന്റെ തലയാകട്ടെ നന്നേ ചെറുതും! ബുദ്ധിശക്തിയും ചിന്തയുടെ ഔന്നത്യവും തമ്മിൽ നേരിട്ടു ബന്ധമുണ്ടോ ഇല്ലയോ എന്നു പറയാൻ പ്രയാസമാണ്. ഭാരതരത്നം മോക്ഷഗുണ്ഡം വിശ്വേശ്വരയ്യയുടെ

ബുദ്ധിശക്തി ഗാന്ധിജിക്കുണ്ടായിരുന്നോ എന്നറിഞ്ഞുകൂട. അവരുടെ തലകളുടെ വലുപ്പം ആരെങ്കിലും അളന്നുനോക്കിയിട്ടുണ്ടോ എന്ന കാര്യവും സംശയമാണ്. എങ്കിലും തലയുടെ വലുപ്പം കൂടുതലാണെങ്കിൽ ബുദ്ധിയും കൂടുതലായിരിക്കും എന്നു പൊതുവേ കരുതപ്പെടുന്നു.

'ഷ്റൂ' എന്നൊരു വാക്കു നിങ്ങൾ കേട്ടിരിക്കുമല്ലോ. അതിനു രണ്ടർത്ഥമുണ്ട്. വായാടിയും വഴക്കാളിയുമായ സ്ത്രീയെന്ന് ഒരർത്ഥം. ആ അർത്ഥത്തിലാണ് ഷേക്സ്പിയർ '*ദി ടെയ്മിങ് ഒഫ് ദി ഷ്റൂ*' എന്ന നാടകം എഴുതിയത്. നമുക്കുവേണ്ടതു രണ്ടാമത്തെ അർത്ഥമാണ്: നച്ചെലി. നമ്മുടെ വീട്ടമ്മമാർക്കു സുപരിചിതനായ നച്ചെലിയാണ് പ്രൈമേറ്റുകളുടെ പൂർവ്വികൻ'

"ഇതു കുതിരയുടെ കഥ പറഞ്ഞതുപോലെയാണ്. പൂർവികന്മാർക്ക് സന്താനപരമ്പരകളെക്കുറിച്ചു ചിന്തിച്ച് അഭിമാനിക്കാൻ ഏറെ വകയുണ്ടല്ലോ.' പിള്ള പറഞ്ഞു.

"സാധാരണ എലികളിൽനിന്നു വ്യത്യസ്തനാണു നച്ചെലി. ഏകദേശം ഏഴുകോടി വർഷങ്ങൾക്കുമുമ്പ് വൃക്ഷവാസിയായ ഷ്റൂയിൽനിന്ന്– ഇതിനു നച്ചെലിയെക്കാൾ വലുപ്പമുണ്ടായിരുന്നു– പരിണമിച്ചുണ്ടായതാണ് ലീമർ, ടാർസിയസ്, ലോറിസ് എന്നീ ചെറുപ്രൈമേറ്റുകൾ. ഇവയുടെ പിൻഗാമികളാണ് വിവിധതരം കുരങ്ങുകൾ. കുരങ്ങുകളുമായി ബന്ധപ്പെട്ട ഏതോ പൂർവികനിൽനിന്നാവണം ആൾക്കുരങ്ങുകളുടെയും മനുഷ്യന്റെയും പൊതുപൂർവികൻ ആവിർഭവിച്ചത് എന്നു കരുതപ്പെടുന്നു. ഈ നിഗമനത്തിലെത്താൻ ശാസ്ത്രജ്ഞന്മാരെ സഹായിച്ചത് 'പ്രോകോൺസൽ' എന്നുപേരുള്ള വാനരന്റെ ഫോസിലാണ്. കുരങ്ങുകളുടെയും ആൾക്കുരങ്ങുകളുടെയും ലക്ഷണങ്ങൾ സമ്മേളിച്ച ഈ ഫോസിലിനു രണ്ടരക്കോടി വർഷത്തെ പഴക്കമുണ്ട്. ആഫ്രിക്കയിലെ വിക്റ്റോറിയാ തടാകത്തിലെ ഒരു ദ്വീപിൽനിന്നാണ് പ്രശസ്ത നരവംശശാസ്ത്രജ്ഞനായ എൽ എസ് ബീ ലീക്കി ഈ ഫോസിൽ കണ്ടെടുത്തത്. പ്രോകോൺസലുകൾ ആൾക്കുരങ്ങുകളുടെ പൂർവികനാണെന്നു കരുതപ്പെടുന്നു. "

"പ്രോകോൺസൽ എന്നുകേട്ടാൽ ഏതോ വലിയ ഗവൺമെന്റ് ഉദ്യോഗസ്ഥനാണെന്നു തോന്നുമല്ലോ. ഏതോ ഉദ്യോഗസ്ഥനെ കളിയാക്കാനിട്ട പേരാണോ?" കുറുപ്പു ചോദിച്ചു.

"അങ്ങനെ തോന്നാമെങ്കിലും സത്യം അതല്ല. ഈ ഫോസിലിനെ കണ്ടെത്തിയ കാലത്ത് ലണ്ടനിലെ മൃഗശാലയിൽ 'കോൺസൽ' എന്ന ഓമനപ്പേരുള്ള, കാണികൾക്കു പ്രിയങ്കരനായ, ഒരു ചിമ്പൻസിയുണ്ടായിരുന്നു. സൈക്കിൾ ചവിട്ടുകയും പൈപ്പുവലിക്കുകയും ചെയ്യുന്ന ആ ചിമ്പൻസിയുടെ മുൻഗാമി എന്ന അർത്ഥത്തിലാണ് ആ ഫോസിൽ പ്രതിനിധാനം ചെയ്ത ജന്തുവിനു പേരു നല്കിയത്."

"മനുഷ്യന്റെ വരവിന് ഇനിയും കാലതാമസമുണ്ടോ പ്രൊഫസറേ?" കുറുപ്പിനു തന്റെ ക്ഷമകേടു മറച്ചുവയ്ക്കാൻ കഴിഞ്ഞില്ല.

"ആയിപ്പോയി കുറുപ്പേ, മനുഷ്യനിതാ വന്നുകഴിഞ്ഞു. പക്ഷേ അതു കുറുപ്പിന്റെ സങ്കല്പത്തിലുള്ള മനുഷ്യൻ ആയിരിക്കുകയില്ല. രാമാപിത്തെക്കസ്, ബ്രഹ്മാപിത്തെക്കസ്, ശിവാ പിത്തെക്കസ്."

"വിഷ്ണുപിത്തെക്കസ് ഇല്ലേ? പേരുകൾക്ക് ഇന്ത്യൻചുവയുണ്ടല്ലോ." നായരുടെ കമന്റ്.

"നായരുടെ ഊഹം ശരിയാണ്. ഭാരതത്തിലെ- ഇപ്പോൾ പാകിസ്ഥാനിലെ- ശിവാലിക് പർവതനിരകളിലാണ് ഈ ഫോസിലുകൾ കണ്ടെത്തിയത്. രാമാപിത്തെക്കസിന്റെ ഫോസിലിന് ഒന്നരക്കോടി വർഷത്തെ പഴക്കമുണ്ടായിരുന്നു. പിത്തെക്കസിന്റെ അർത്ഥം പറഞ്ഞില്ല. 'പിത്തെക്കസ്' എന്നാൽ ഗ്രീക്കുഭാഷയിൽ 'ആൾക്കുരങ്ങ്' എന്നാണർത്ഥം. രാമാപിത്തെക്കസ് ആണ് മനുഷ്യന്റെ പുരാതന പൂർവ്വികൻ. മനുഷ്യനാണെന്നു ധരിക്കരുത്. പൂർവികനെന്നേ പറഞ്ഞുള്ളൂ അഭിപ്രായവ്യത്യാസം ഉണ്ടാവാം."

"അതിൽ യുക്തിഭംഗം ഒന്നുമില്ല." സുന്ദരേശൻ പറഞ്ഞു. "കോട്ടും സൂട്ടുമിട്ട്, ടൈയും കെട്ടി, കറങ്ങുന്ന കസേരയിൽ ഏ.സി. മുറിയിലിരിക്കുന്ന മലയാളി ചീഫ് എക്സിക്യൂട്ടീവിന്റെ അപ്പൂപ്പൻ പാളത്തൊപ്പിയും തലയിൽവച്ച് തോർത്തും ഉടുത്ത് നിലം ഉഴുന്ന കൃഷിക്കാരൻ ആയിരുന്നിരിക്കാം. വേഷവിധാനത്തിലും ഭാവഹാവങ്ങളിലും അവർ തമ്മിൽ ഒരു സാദൃശ്യവും കാണുകയില്ല. എങ്കിലും പൂർവികനെ തള്ളിപ്പറയാൻ പറ്റുകയില്ലല്ലോ. അതുപോലെതന്നെ രാമാപിത്തെക്കസും. ജോർജ് ബുഷിന്റെയും മൻമോഹൻസിങിന്റെയും അതിപുരാതന പൂർവ്വികൻ രാമാപിത്തെക്കസ് ആവുന്നതിൽ ഒരു കുഴപ്പവുമില്ല."

"കെന്യാപിത്തെക്കസ്, ആഫ്രോപിത്തെക്കസ്, ഗ്രീക്കോ പിത്തെക്കസ് ഇങ്ങനെ പല ഫോസിലുകളും കണ്ടെത്തിയിട്ടുണ്ട്. പേരിൽനിന്നുതന്നെ സ്ഥലം എവിടെയാണെന്നു വ്യക്തമല്ലേ?

മനുഷ്യനോടു കുറച്ചുകൂടി സാദൃശ്യമുള്ള ഫോസിലുകളിൽ മുഖ്യം 'ആസ്ട്രാലോ പിത്തെക്കസ്' 'ഹോമോ ഇറക്റ്റസ്' എന്നിവയാണ്. ആസ്ട്രാലോ പിത്തെക്കസിൽ ഏറ്റവും പ്രശസ്തം 'ആസ്ട്രാലോ പിത്തെക്കസ് അഫാരെൻസിസ്' ആണ്. അതിന്റെ ഫോസിലിനു മറ്റൊരു പേരുണ്ട്- ലൂസി."

"അതെന്റെ മൂത്തമോളുടെ പേരാണ്. പണ്ടേ ഈ പേരുണ്ടായിരുന്നോ?" അത്ഭുതത്തോടെ മത്തായിസാർ ചോദിച്ചു.

"മണ്ടത്തരം പറയാതെ സാറേ. അത് ആ ഫോസിൽ കണ്ടെടുത്ത ആളിന്റെ ഭാര്യയുടെ പേരായിരിക്കും." കുറുപ്പ് ഇടപെട്ടു.

"ഫോസിൽ കണ്ടെത്തിയ ഡൊണാൾഡ് ജോൺസനും ടോം ഗ്രേയും ആഹ്ലാദംകൊണ്ട് 'ലൂസി ഇൻ ദ സ്കൈ' എന്ന പാട്ട് ഗ്രാമഫോണിൽ കേട്ടു നൃത്തം ചവിട്ടി. 'ലൂസി' എന്നു ഫോസിലിനു പേരിടാൻ കാരണം അതാണ്.

"ഈയിടെ പത്രത്തിൽ ഞാനൊരു വാർത്ത കണ്ടു" മത്തായിസാർ പറഞ്ഞു, "ലൂസിയുടെ മകളുടെ അസ്ഥികൂടം കണ്ടെത്തിയെന്ന്. ഇത്തരം ദുഃഖവാർത്തകൾ നിത്യവും പത്രങ്ങളിൽ കാണുന്നതല്ലേ, ഏതോ ഭാഗ്യം കെട്ട ലൂസിയുടെ കാര്യമായിരിക്കും എന്നു കരുതി ഞാനതു വായിക്കാതെ വിട്ടു. ഇപ്പോഴല്ലേ ഈ ലൂസി ആരാണെന്നു മനസ്സിലായത്."

"ആഫ്രിക്കയിലെ പല സ്ഥലങ്ങളിൽനിന്നും ആസ്ട്രാലോ പിത്തെക്കസിന്റെ ഫോസിലുകൾ ലഭിച്ചിട്ടുണ്ട്." പ്രൊഫസർ തുടർന്നു. "നാല്പതുലക്ഷം വർഷങ്ങൾക്കുമുമ്പു ജീവിച്ചിരുന്ന ഇവയ്ക്ക് ഏകദേശം ഒന്നരമീറ്റർ ഉയരവും 40–50 കി.ഗ്രാം ഭാരവും ഉണ്ടായിരുന്നു എന്നനുമാനിക്കപ്പെടുന്നു. ഫോസിലുകളുടെ സമീപത്തു കണ്ട ചെടികളുടെയും ജന്തുക്കളുടെയും അവശിഷ്ടങ്ങളിൽ നിന്ന് ആസ്ട്രാലോപിത്തെക്കസ് നദികളുടെയും തടാകങ്ങളുടെയും തീരത്താണു ജീവിച്ചിരുന്നതെന്ന് നരവംശശാസ്ത്രജ്ഞന്മാർ അനുമാനിക്കുന്നു. ഈ ഫോസിലുകളുടെ ഇടുപ്പിലെ അസ്ഥികളുടെ ഘടനയിൽനിന്ന് ഒരു സുപ്രധാനകാര്യം വ്യക്തമായിട്ടുണ്ട്: പിൻകാലുകളിൽ ഊന്നി നിവർന്നുനില്ക്കാൻ ഇവയ്ക്കു കഴിയുമായിരുന്നെന്ന്. ഇതു നിസ്സാരകാര്യമല്ല."

"നിവർന്നുനില്ക്കുന്നത് അത്ര വലിയ കാര്യമാണോ?" നായർ ചോദിച്ചു.

"സംശയമെന്ത്? നിവർന്നുനിന്നപ്പോൾ കൈകൾ സ്വതന്ത്രമായി. മനുഷ്യവർഗ്ഗത്തിന്റെ സർവ്വപുരോഗതിക്കും കാരണം കൈകൾക്കു കിട്ടിയ സ്വാതന്ത്ര്യമാണെന്ന് അല്പം ആലോചിച്ചാൽ ബോദ്ധ്യമാകും. പിൻകാലുകളിൽ എഴുന്നേറ്റുനില്ക്കാനും കൈയുടെ പെരുവിരൽകൊണ്ടു മറ്റു വിരലുകളെ തൊടാനും കഴിയുക. ഈ രണ്ടു സിദ്ധികളും ബുദ്ധിവികാസവും സമ്മേളിച്ചാലുള്ള സർഗ്ഗാത്മകമായ അനന്തസാദ്ധ്യതകൾ നായരുടെ കൺമുമ്പിൽ തെളിയുന്നില്ലേ?"

"ശരിയാണു പ്രൊഫസർ പറഞ്ഞത്. ഇപ്പോഴാണ് ഇക്കാര്യം ബോദ്ധ്യമാകുന്നത്. അത്ഭുതം തന്നെ." കുറുപ്പു പറഞ്ഞു.

"കുറുപ്പേ, നമുക്കൊരു തകരാറുണ്ട്. നിത്യവും കാണുന്നതിനെ നാം അവഗണിക്കുന്നു. ചന്ദ്രന്റെ വൃദ്ധിക്ഷയങ്ങൾ നാം ശ്രദ്ധിക്കാറില്ല. ചന്ദ്രനില്ലാത്ത രാത്രിയിൽ വീടിന്റെ ടെറസിൽ മലർന്നുകിടന്നുകൊണ്ട് നക്ഷത്രനിബിഡമായ ആകാശത്തേക്കു നോക്കുക. വിശ്വപ്രകൃതി ഒരുക്കുന്ന മഹാത്ഭുതങ്ങൾ കുറുപ്പിനു കാൽക്കാശ് ചെലവില്ലാതെ കാണാം. അതല്ല ടിക്കറ്റെടുത്തു കാണണമെങ്കിൽ, തലസ്ഥാനത്തെ പ്ലാനറ്റേറിയത്തിൽ പോയാൽ മതി."

"യുദ്ധകാലത്തു ബ്ലാക് ഔട്ടു നടപ്പാക്കിയപ്പോൾ ആകാശം കാണാൻ നിർബദ്ധരായ ലണ്ടൻ നഗരവാസികൾ കത്തിയമരുന്ന ഉൽക്കകളെക്കണ്ടു ശത്രുക്കളുടെ ആക്രമണമാണെന്നു പേടിച്ചു പോലീസ്

സ്റ്റേഷനുകളിൽ റിപ്പോർട്ടു ചെയ്യുമായിരുന്നെന്ന് ഒരു പുസ്തകത്തിൽ ഞാൻ വായിച്ചിട്ടുണ്ട്. അതുവരെ ഈ ആളുകൾ ആകാശത്തു നടക്കുന്ന നാടകങ്ങൾ കണ്ടിട്ടേയില്ല." സുന്ദരേശൻ പറഞ്ഞു.

"നിവർന്നുനില്ക്കാനുള്ള കഴിവും കൈയുടെ പെരുവിരൽകൊണ്ടു മറ്റു വിരലുകളെ തൊടാനുള്ള കഴിവും പരിണാമചരിത്രത്തിലെ നാഴികക്കല്ലുകളായിരുന്നു. ബാലൻസ് തെറ്റാതെ നിവർന്നുനില്ക്കാനും മുന്നോട്ടുനടക്കാനും ഓടാനുമുള്ള ശരീരഘടന പ്രൈമേറ്റുകൾക്കുണ്ടാകാൻ നാല്പതുലക്ഷം വർഷങ്ങൾ വേണ്ടിവന്നു!

ഇനി കൈവിരലുകളുടെ കാര്യം. കൈകൊണ്ടുള്ള പിടിത്തം രണ്ടു തരത്തിലുണ്ട്. ഒന്നു മുറുകെ പിടിക്കുക. മരങ്ങളുടെ ശിഖരത്തിൽ തൂങ്ങുമ്പോഴും തൂണിൽ പിടിച്ച് എഴുന്നേൽക്കുമ്പോഴും ചുറ്റികകൊണ്ട് ആണിയടിച്ചുകയറ്റുമ്പോഴും നാം എല്ലാ വിരലുകളും കൊണ്ടു മുറുകെ പിടിക്കുന്നു. എന്നാൽ അതേ കൈകൊണ്ടു പേനയോ ബ്രഷോ പിടിക്കുമ്പോൾ പെരുവിരലും ചൂണ്ടുവിരലും അതിനടുത്ത വിരലും മാത്രമാണ് ഉപയോഗിക്കുന്നത്. ആദ്യത്തെ പിടിത്തം ബലപ്രയോഗത്തിനും രണ്ടാമത്തേത് സൂക്ഷ്മത വേണ്ട കാര്യങ്ങൾ ചെയ്യാനുമാണ്."

"ഈശ്വരാ, ഈ രണ്ടാമത്തെ സിദ്ധിയാണല്ലോ മൈക്കലാഞ്ജലോയെയും രാജാരവിവർമ്മയെയും യഹൂദി മെനുഹിനെയുമൊക്കെ സൃഷ്ടിച്ചത്!" നായർ തന്നോടെന്നപോലെ പറഞ്ഞു.

"അതേ, ലോകസംസ്കാരത്തിന് ആധാരമായ സിദ്ധി രണ്ടാമത്തേതാണ്. രണ്ടും ഒരുപോലെ പ്രധാനം. തത്ക്കാലം ഇത്രമാത്രം ഓർക്കുക. ഈ രണ്ടു കഴിവുകളും മനുഷ്യന് ഒരുമിച്ചു കിട്ടിയതല്ല."

"ആസ്ട്രാലോ പിത്തെക്കസ്, ആസ്ട്രാലോപിത്തെക്കസ്" പിള്ള ആത്മഗതംപോലെ പറഞ്ഞതു പ്രൊഫസറുടെ ശ്രദ്ധ ആകർഷിക്കാനായിരുന്നു. എല്ലാവരും ചിരിച്ചു.

"ആസ്ട്രാലോ പിത്തെക്കസ്. 'തെക്കൻ ആൾക്കുരങ്ങ്' എന്നതിന്റെ പ്രൗഢനാമം. 53 ലക്ഷം വർഷങ്ങൾക്കുമുമ്പു മുതൽ 16 ലക്ഷം വർഷങ്ങൾക്കുമുമ്പുവരെയുള്ള 37 ലക്ഷം വർഷം നീണ്ടുനിന്ന കാലഘട്ടത്തിൽ– ഭൗമശാസ്ത്രജ്ഞന്മാരുടെ ഭാഷയിൽ പറഞ്ഞാൽ മയോസീനിന്റെ ഉത്തരഭാഗം മുതൽ പ്ലെയിസ്റ്റോസീനിന്റെ പ്രാരംഭംവരെയുള്ള കാലഘട്ടത്തിൽ– ജീവിച്ചിരുന്ന എല്ലാ ഹോമിനിഡുകളെയും ചേർത്തുപറയുന്ന പേരാണ് 'ആസ്ട്രാലോ പിത്തെസൈൻ' എന്ന്. ആൾക്കുരങ്ങുകളെയും മനുഷ്യനെയും ഇണക്കുന്ന ഒരു സുപ്രധാന കണ്ണിയാണിതെന്ന കാര്യത്തിൽ ശാസ്ത്രജ്ഞന്മാർ ഏകാഭിപ്രായക്കാരാണ്.

നരവംശശാസ്ത്രജ്ഞന്മാരുടെ 'എൽഡൊറാഡോ' എന്നു പറയാവുന്ന ഒരു സ്ഥലമുണ്ട്."

"ഏതാണു പ്രൊഫസറേ ഈ പുതിയ എല്ല്? വേറൊരു ലൂസിയുടേതാണോ?" മത്തായിസാർ ചോദിച്ചു.

പ്രൊഫസർ ചിരിച്ചു. "എല്ലൊന്നുമല്ല സാറേ, ഭാഗ്യാന്വേഷികൾക്ക് എളുപ്പം നിധികിട്ടുന്ന സ്ഥലം എന്നർത്ഥം വരുന്ന ഒരു സ്പാനിഷ് വാക്കാണത്."

"നമ്മുടെ തൊഴിലില്ലാത്ത ചെറുപ്പക്കാരുടെ 'എൽഡൊറാഡോ' ആണ് ഗൾഫ് രാജ്യങ്ങൾ എന്നുപറഞ്ഞാൽ മത്തായിസാറിന് എളുപ്പം മനസ്സിലാകും. മൂത്തമോൻ പണം കൊയ്യുകയല്ലേ അവിടെ" കുറുപ്പാണിതു പറഞ്ഞത്.

"ഞാൻ ഉദ്ദേശിച്ചത് വടക്കൻ ടാൻസാനിയായിലെ 'ഓൾഡുവൈ ഗോർജ്' എന്ന സ്ഥലമാണ്. അവിടെച്ചെന്ന് ഒന്നു കുഴിച്ചാൽമതി ഒരു ഫോസിലെങ്കിലും കിട്ടും. അതുവരെ കണ്ടിട്ടില്ലാത്ത ചില ഫോസിലുകൾ 1959നും 60നും ഇടയ്ക്ക് അവിടെനിന്നു ശാസ്ത്രജ്ഞന്മാർക്കു ലഭിച്ചു. അവർ അതിന് 'ഹോമോ ഹാബിലിസ്' എന്നു പേരിട്ടു. 'കഴിവുള്ള മനുഷ്യൻ' എന്നാണ് അതിന്റെ അർത്ഥം. 'ഹോമോ' അഥവാ 'മനുഷ്യൻ' എന്ന വിശേഷണം ആദ്യമായി പ്രയോഗിച്ചത് ഈ ഫോസിലുകൾക്കാണ്. കൈകൾ സമർത്ഥമായി പ്രയോഗിക്കാൻ കഴിവുള്ള മനുഷ്യൻ എന്നാണ് ശാസ്ത്രജ്ഞന്മാർ ഉദ്ദേശിച്ചത്. ആധുനിക മനുഷ്യനിലേക്കെത്താൻ പരിണാമത്തിനു, പൊതുവേ പറഞ്ഞാൽ, രണ്ട് ഇടത്താവളങ്ങൾ കൂടിയേ ഇനിയുള്ളൂ: 'ഹോമോ എറക്റ്റസ്', 'ഹോമോ സേപ്പിയൻസ്'.

ഇരുപതുലക്ഷം വർഷങ്ങൾക്കുമുമ്പാണ് ഹോമോ ഹാബിലിസ് ജീവിച്ചിരുന്നത്. ഏതാണ്ട് അഞ്ചുലക്ഷം വർഷങ്ങൾ കഴിഞ്ഞപ്പോൾ ഹോമോ എറക്റ്റസിന്റെ വരവായി. 'സ്റ്റാൻഡ് എറക്റ്റ്' എന്നു ഡ്രിൽമാസ്റ്റർ പറയാറുള്ളത് ഓർമ്മയുണ്ടല്ലോ. 'നിവർന്നുനില്ക്കുന്ന മനുഷ്യൻ' എന്നാണ് ഈ പുതിയ ഇനത്തിന്റെ പേരെന്നു പറയേണ്ടതില്ലല്ലോ."

"ക്ഷമിക്കണം പ്രൊഫസർ. അങ്ങു ഹോമോ ഹാബിലിസിനെക്കുറിച്ചു പറഞ്ഞപ്പോൾ കൈകൾ സമർത്ഥമായി പ്രയോഗിക്കാൻ കഴിവുള്ള മനുഷ്യൻ എന്നു വിശേഷിപ്പിച്ചു. എന്തിനുള്ള കഴിവായിരുന്നു അത്? ഒന്നു വിശദമാക്കിയാൽ കൊള്ളാം." പരമേശ്വരനാണ് ഇങ്ങനെ ചോദിച്ചത്.

"ക്ഷമ ചോദിക്കേണ്ടതു ഞാനാണു പരമേശ്വരാ. അക്കാര്യംകൂടി ഞാൻ പറയേണ്ടതായിരുന്നു. കരിങ്കൽചീളികൾ ഉരച്ചു മൂർച്ച വരുത്തി ചെറിയ പരുക്കൻ ആയുധങ്ങൾ ഉണ്ടാക്കാനുള്ള കഴിവായിരുന്നു അത്. ഈ ആയുധങ്ങൾ കൊണ്ടു ചെറിയ ജന്തുക്കളെ കൊല്ലാമെന്നല്ലാതെ വലിയ ജന്തുക്കളെ വേട്ടയാടാൻ കഴിയുകയില്ല. സിംഹമോ കടുവയോ കൊന്നിട്ട ജന്തുക്കളുടെ ശേഷഭാഗങ്ങൾ ഭക്ഷിച്ചാണു ഹോമോ ഹാബിലിസുകൾ ജീവിച്ചത്. അവർ വേട്ടക്കാരായിരുന്നില്ല.

കൂട്ടത്തിൽ പ്രസക്തമായ മറ്റൊരു കാര്യം കൂടി പറയട്ടെ. അതു പല്ലുകളെ സംബന്ധിക്കുന്നതാണ്. പല്ലുകളുടെ സൂക്ഷ്മമായ പരിശോധനയിലൂടെ, ഫോസിലുകൾ ഏതു ജൈവജാതിയുടേതാണോ ആ ജൈവജാതിയുടെ ഭക്ഷണരീതി, ജീവിതസാഹചര്യങ്ങൾ എന്നിവയെ

ക്കുറിച്ചു ഏറെക്കുറെ ശരിയായ അനുമാനങ്ങളിൽ എത്തിച്ചേരാൻ കഴിയും. ഉദാഹരണത്തിന്, ആസ്ട്രലോപിത്തെസൈന്റെ അണപ്പല്ലുകളുടെ സൂക്ഷ്മപരിശോധനകളിൽനിന്ന് അനുമാനിക്കാൻ കഴിഞ്ഞത് അവയുടെ ഭക്ഷണത്തിന്റെ മുഖ്യാംശം നല്ല കട്ടിയുള്ള സാധനങ്ങളായിരുന്നു എന്നാണ്."

"ഹോമോ ഹാബിലിസുകൾ മനുഷ്യന്റെ ആദിമരൂപമായിരുന്നു എന്നു പറഞ്ഞല്ലോ. അവയ്ക്കു സംസാരശേഷി ഉണ്ടായിരുന്നോ?" പിള്ള ചോദിച്ചു.

"നമ്മുടെ മസ്തിഷ്കത്തിൽ സംഭാഷണത്തിനായി നീക്കിവച്ചിട്ടുള്ള ഒരു ഭാഗമുണ്ട്. ജന്തുക്കളുടെ മസ്തിഷ്കത്തിൽ ഈ ഭാഗം കാണുകയില്ല. ഹോമോ ഹാബിലിസുകളുടെ ഫോസിലുകൾ സൂക്ഷ്മപരിശോധന നടത്തിയപ്പോൾ മസ്തിഷ്കത്തിൽ സംഭാഷണത്തിനായുള്ള ഭാഗം കുറച്ചുണ്ടായിരുന്നതായി അനുമാനിക്കാൻ കഴിഞ്ഞിട്ടുണ്ട്. അതുകൊണ്ടു മാത്രം ഹോമോഹാബിലിസുകൾ സംസാരിക്കുമായിരുന്നു എന്നു തീർത്തു പറയാൻ കഴിയുകയില്ല.

ഹോമോ എറക്റ്റസുകളെക്കുറിച്ചു ഞാൻ പറഞ്ഞുതുടങ്ങിയതാണ്. ഡുബോയ് എന്ന ഡച്ചു ശാസ്ത്രജ്ഞനാണ് കിഴക്കൻ ജാവയിലെ സോളോ നദീതീരത്ത് ഹോമോ എറക്റ്റസിന്റെ ആദ്യത്തെ ഫോസിൽ കണ്ടെത്തിയത്. 1890 ലായിരുന്നു ഈ കണ്ടെത്തൽ – അതായത് ഡാർവിൻ അന്തരിച്ച് എട്ടുകൊല്ലം കഴിഞ്ഞിട്ട്. ആൾക്കുരങ്ങിനും മനുഷ്യനും ഇടയ്ക്കുള്ള ജൈവജാതിയെക്കുറിച്ചു വ്യക്തമായ സൂചനകളൊന്നും ലഭിക്കാതെ നിരാശനായാണ് ഡാർവിൻ ലോകത്തോടു വിടവാങ്ങിയത്. താൻ കണ്ടെത്തിയ ഫോസിലിനെ ആൾക്കുരങ്ങിനും മനുഷ്യനും ഇടയ്ക്കുള്ള ഘട്ടത്തിന്റെ ഫോസിലായി കണക്കാക്കി ഡുബോയ് ഇതിനെ 'പിത്തെക്കാന്ത്രോപ്പസ് എറക്റ്റസ്' എന്നു വിളിച്ചു– അതായത്, പിത്തെക്കോസ് + ആന്ത്രോപ്പോസ് + എറക്റ്റസ്. ആൾക്കുരങ്ങും മനുഷ്യനും ചേർന്ന രൂപമുള്ള നിവർന്നുനിൽക്കുന്ന ജീവി എന്നാണ് ഈ പദസമുച്ചയത്തിന്റെ അർത്ഥം. ഡുബോയിക്കു തെറ്റിപ്പോയി എന്നും ആ ഫോസിലിന് ആൾക്കുരങ്ങുമായി ബന്ധമൊന്നുമില്ലെന്നും പിൽക്കാലത്തു ശാസ്ത്രലോകം മനസ്സിലാക്കി, പേരിന് ഉചിതമായ മാറ്റംവരുത്തി. പിത്തെക്കാന്ത്രോപ്പസ് എന്ന ഭാഗം എടുത്തുകളഞ്ഞ് അവിടെ മനുഷ്യൻ എന്നർത്ഥം വരുന്ന 'ഹോമോ' എന്ന വാക്കു പ്രതിഷ്ഠിച്ചു– 'ഹോമോ എറക്റ്റസ്' എന്നായി പുതിയ പേര്."

"ഹോമോ എറക്റ്റസിന്റെ ഫോസിൽ ആദ്യമായി കിട്ടിയതു ജാവയിൽനിന്നാണെന്നു പറഞ്ഞല്ലോ. അങ്ങനെയാണെങ്കിൽ അതിന്റെ ഉത്ഭവസ്ഥാനം ഇന്തോനേഷ്യ ആണെന്നു പറയാമോ?" സുന്ദരേശന്റെ സംശയം.

"ഹോമോ എറക്റ്റസുകളുടെ ഉത്ഭവസ്ഥാനം യഥാർത്ഥത്തിൽ ആഫ്രിക്കയാണ് പരസഹസ്രം വർഷങ്ങൾ ആഫ്രിക്കയിൽ കഴിച്ചുകൂ

ട്ടിയ ഹോമോ എറക്റ്റസ് ക്രമേണ യൂറോപ്പിലേക്കും അവിടുന്ന് ഏഷ്യയിലേക്കും കടന്നുവെന്നു പിന്നീടു കിട്ടിയ ഫോസിലുകൾ വ്യക്തമാക്കുന്നു."

"ഈ നിവർന്നുനില്ക്കുന്ന മനുഷ്യൻ കാണാൻ സുന്ദരനായിരുന്നോ?" കുറുപ്പു ചോദിച്ചു.

"പൊക്കക്കുറവ്. മാംസളമായ മുഖത്തിന്റെ താഴത്തെ പകുതി മുന്നോട്ടു തള്ളിയത്, കണ്ണുകളുടെ പുരികഭാഗം തടിച്ചത്, കീഴ്ത്താടി നാസ്തി. ഇതാണ് ഏകദേശരൂപം."

"പ്രൊഫസർ, ഈ ഹോമോ എറക്റ്റസ് പാന്റും കോട്ടുമിട്ട് ഒരു പഞ്ചനക്ഷത്രഹോട്ടലിൽ ലഞ്ചുകഴിക്കാൻ കയറി എന്നു കരുതുക. ഹോട്ടലിൽ കിട്ടാത്തതൊന്നുമില്ല. അയാൾ മെനു കാർഡു നോക്കി എന്തൊക്കെ വിഭവങ്ങളായിരിക്കും ആവശ്യപ്പെടുക." സരസനായ നായർ ചോദിച്ചു.

"നല്ല ഭാവന. പാമ്പ്, തേള്, അട്ട, ആമ, വെട്ടുകിളി, ചുണ്ടെലി മുതൽ പന്നിയെലിവരെയുള്ള എലിവർഗ്ഗങ്ങൾ, പക്ഷിമുട്ടകൾ..."

"ചൈനീസ് റസ്റ്റാറന്റായിരിക്കും അയാൾക്കു പറ്റിയത്." മത്തായി സാർ പറഞ്ഞു.

"ഒന്നാന്തരം വേട്ടക്കാരനായിരുന്ന എറക്റ്റസിന് സസ്യഭക്ഷണവും ഇഷ്ടമായിരുന്നു. അയാളുടെ ദേഹപുഷ്ടിക്കു കാരണം വൈവിധ്യമാർന്ന ഈ ഭക്ഷണരീതിയായിരുന്നു. അയാൾ പച്ചയ്ക്കു തിന്നു, നാം വേവിച്ചു തിന്നുന്നു എന്ന വ്യത്യാസമേയുള്ളു.

പതിനാറുലക്ഷം വർഷങ്ങൾക്കുമുമ്പ്, പ്ലെയിസ്റ്റോസീൻ കാലത്ത് ജീവിച്ചിരുന്ന ഹോമോ എറക്റ്റസുകൾ ഏതാണ്ട് മൂന്നുലക്ഷം വർഷങ്ങൾക്കുമുമ്പ് അപ്രത്യക്ഷമായി. ഈ ആദിമമനുഷ്യൻ പരിണമിച്ചാണ് 'ഹോമോ സേപ്പിയൻസ്' അഥവാ ബുദ്ധിയുള്ള മനുഷ്യൻ ഉണ്ടായത് എന്നാണ് പൊതുവിലുള്ള അഭിപ്രായം.

നാലാം ഹിമയുഗത്തിന്റെ മുന്നോടിയായി ഭൗമാന്തരീക്ഷം തണുത്തു തുടങ്ങിയപ്പോഴാണ് ഹോമോസേപ്പിയൻസിന്റെ വരവ്. 16 ലക്ഷം വർഷങ്ങൾക്കു മുമ്പു തുടങ്ങി 10,000 വർഷങ്ങൾക്കുമുമ്പ് അവസാനിച്ച പ്ലെയി സ്റ്റോസീൻ കാലഘട്ടത്തിൽ നാലു ഹിമയുഗങ്ങൾ ഉണ്ടായി എന്നാണ് ഭൗമശാസ്ത്രജ്ഞന്മാർ പറയുന്നത്. ആദിമഹോമോ സേപ്പിയൻസിന്റെ ഉദയം ഏതാണ്ട് രണ്ടുലക്ഷം വർഷങ്ങൾക്കു മുമ്പാണെന്നു കണക്കാക്കപ്പെട്ടിരിക്കുന്നു."

"ഹിമയുഗങ്ങൾ ജൈവപരിണാമത്തെ ഏതെങ്കിലും തരത്തിൽ സ്വാധീനിച്ചിട്ടുണ്ടോ?" പരമേശ്വരൻ ചോദിച്ചു.

"ഉണ്ട്. പ്രധാനമായി അതു സ്വാധീനിച്ചത് ജൈവജാതികളുടെ വ്യാപനത്തെയാണ്. ഹിമയുഗത്തിന്റെ ആവിർഭാവത്തോടെ സമുദ്രങ്ങളിലെ ജലനിരപ്പു താണുതുടങ്ങുന്നു. ഹിമയുഗം അതിന്റെ മൂർദ്ധന്യദശയിൽ എത്തുമ്പോൾ സമുദ്രത്തിലെ മാത്രമല്ല നദികളിലെയും തടാകങ്ങളിലെയും ജലനിരപ്പു വളരെ താഴുന്നു. ഈ കാലഘട്ടത്തിൽ മനു

ഷ്യർ ഉൾപ്പെടെയുള്ള ജന്തുജാലങ്ങൾക്ക് ഒരു ഭൂഖണ്ഡത്തിൽനിന്നു മറ്റൊന്നിലേക്കു കടക്കാൻ കഴിയുന്നു. ആസ്ത്രലോപിത്തെസൈനുകളും ഹോമോകളും ആഫ്രിക്കയിൽനിന്ന് യൂറോപ്പിലേയ്ക്കും ഏഷ്യയിലേയ്ക്കും വ്യാപിച്ചത് ഇപ്രകാരമാണ്.

ഇതിനു മറ്റൊരു വശംകൂടിയുണ്ട്. ആർക്കെങ്കിലും പറയാമോ?"

"ഹിമയുഗം അവസാനിക്കുമ്പോൾ അന്തരീക്ഷത്തിലെ ചൂടു വർദ്ധിക്കുന്നു. മഞ്ഞുരുകുന്നു. തന്മൂലം സമുദ്രങ്ങളിലെയും നദികളിലെയും തടാകങ്ങളിലെയും ജലനിരപ്പുയരുന്നു. ഭൂഖണ്ഡങ്ങൾ തമ്മിലുള്ള ബന്ധം വിച്ഛേദിക്കപ്പെടുന്നു. ഓരോ ഭൂവിഭാഗത്തിലും അകപ്പെട്ടുപോയ ജൈവജാതികൾ സാഹചര്യങ്ങൾക്കനുസരിച്ചു മാറുന്നു." ഇതു പറഞ്ഞത് സുന്ദരേശനാണ്.

"വളരെ ശരി. നിങ്ങൾ എത്ര ശ്രദ്ധയോടെ ഞാൻ പറയുന്നതു കേട്ടുകൊണ്ടിരിക്കുന്നു. എനിക്കു സന്തോഷമുണ്ട്. ഇനി ഞാൻ ഹോമോസേപ്പിയൻസിന്റെ ചുരുക്കത്തിലുള്ള രൂപവർണ്ണന നടത്താം.

വീതിയുള്ള, നിവർന്ന നെറ്റിത്തടം, തടിപ്പില്ലാത്ത പുരികഭാഗങ്ങൾ, ചെറിയ പല്ലുകൾ, കീഴ്ത്താടി, ഇതൊക്കെ ഹോമോസേപ്പിയൻസിന്റെ മുഖത്തിനുണ്ടായ മാറ്റങ്ങളാണ്. നീളം കുറഞ്ഞ കഴുത്ത് മറ്റൊരു സവിശേഷതയാണ്. നിവർന്നുനില്ക്കാനും നടക്കാനും ഓടാനും ഇക്കൂട്ടർക്ക് ഒരു പ്രയാസവും ഇല്ലായിരുന്നു.

മനുഷ്യപരിണാമത്തിന്റെ അടുത്ത ഘട്ടത്തിലേക്കു കടക്കുന്നതിനു മുമ്പ് ഉത്ഭവിച്ചു, വികസിച്ചു, കൊഴിഞ്ഞുപോയ ഒരു വർഗ്ഗത്തെക്കുറിച്ചുകൂടി പറയേണ്ടതുണ്ട്. 'ഹോമോ നിയാൻഡർതാലെൻസിസ്' എന്നാണ് ഈ വർഗ്ഗത്തിനു നല്കിയിട്ടുള്ള നാമം. മനുഷ്യനാണ് കക്ഷിയെന്നു പേരിന്റെ തുടക്കംതന്നെ സൂചിപ്പിക്കുന്നുണ്ടല്ലോ. ജർമ്മനിയിലെ നിയാൻഡർ താഴ്വരയിൽ നിന്നു ലഭിച്ച ഫോസിലുകളായതുകൊണ്ടാണ് 'നിയാൻഡർ താലെൻസിസ്' എന്ന പേര് അവയ്ക്കു നല്കിയത്. മുപ്പതിനായിരം വർഷങ്ങൾക്കു മുമ്പുവരെ ജീവിച്ചിരുന്ന നിയാൻഡർതാലുകളുടെ ആവാസസ്ഥലങ്ങൾ പശ്ചിമയൂറോപ്പും മദ്ധ്യേഷ്യയും മദ്ധ്യധരണ്യാഴി പ്രദേശത്തിന്റെ ദക്ഷിണഭാഗവും ആയിരുന്നു."

"ഇപ്പറഞ്ഞതൊക്കെ കൊടുംതണുപ്പുള്ള പ്രദേശങ്ങളല്ലേ?" പരമേശ്വരൻ ചോദിച്ചു.

"ശരിയാണ്. പക്ഷേ തണുപ്പു താങ്ങാൻപാകത്തിൽ കുറുകിത്തടിച്ച ശരീരപ്രകൃതമായിരുന്നു നിയാൻഡർതാലുകൾക്ക്. അതിനു പുറമേ ശരീരം രോമാവൃതവും ആയിരുന്നു. ചെറുസംഘങ്ങളായി പാർത്തിരുന്ന അവർ തീകൂട്ടി തണുപ്പകറ്റാൻ ശ്രമിച്ചിരുന്നു. കൽച്ചീളികൾ ഉരച്ചു മൂർച്ച വരുത്തി മൃഗങ്ങളെ വേട്ടയാടിയിരുന്ന നിയാൻഡർതാലുകൾ ബലിഷ്ഠകായന്മാരായിരുന്നു. ഇടയ്ക്ക് ഒരു കാര്യം പറയട്ടെ. ഒരായുധത്തിലേക്കോ പണിയായുധത്തിലേക്കോ രണ്ടുവിധത്തിൽ ശക്തി പകരാം. കോടാലി

യിലേക്കു നേരേ ശക്തിപകരാൻ സാധാരണ മനുഷ്യർക്കു കഴിയുകയില്ല. കോടാലിക്ക് ഒരു കൈകൂടെ ഉണ്ടെങ്കിൽ മരംവെട്ടാൻ എളുപ്പമാണ്. എളുപ്പമെന്നല്ല അങ്ങനെയേ കോടാലികൊണ്ട് മരംവെട്ടാൻ കഴിയുകയുള്ളൂ. കരുത്തുപകരുന്നതു കോടാലിയിലേക്കല്ല, കോടാലിക്കൈയിലേക്കാണ്."

"ശരിയാണ്. 'കോടാലിക്കൈ' എന്നു കേട്ടിട്ടില്ലേ? ഞാൻ കുട്ടിക്കാലത്തു പഠിച്ച ഒരു സംസ്കൃതശ്ലോകം ചൊല്ലാം." മത്തായിസാർ പറഞ്ഞു.

"ശ്ലോകം ചൊല്ലിയാൽ മാത്രം പോരാ, അർത്ഥവും പറയണം." കുറുപ്പ് ആവശ്യപ്പെട്ടു.

"ശ്ലോകം ഇതാണ്:–

കുഠാരമാലിനം ദൃഷ്ട്വാ
തരവോ ഭയവിഹ്വലായഃ
തത്ര വൃദ്ധതരു പ്രാഹ
'മദീയോനാസ്തി കിം ഫലം?'
അർത്ഥവും പറഞ്ഞേക്കാം.

കോടാലികൾ ഒരു മാലയാക്കി കഴുത്തിലിട്ടുകൊണ്ടു വന്നവനെ കണ്ടപ്പോൾ വൃക്ഷങ്ങൾ ഭയന്നുവിറച്ചു. അപ്പോൾ വൃദ്ധനായ ഒരു വൃക്ഷം പറഞ്ഞു: നമ്മുടെ ആൾ, അതായതു തടികൊണ്ടുള്ള കോടാലിക്കൈ, ഇല്ലല്ലോ. പിന്നെന്തു കാര്യം."

"ശ്ശെടാ, ഇതു ഞാനും പഠിച്ച ശ്ലോകമാണല്ലോ. തക്കസമയത്ത് ഓർമ്മ വന്നില്ലല്ലോ." കുറുപ്പു സങ്കടത്തോടെ പറഞ്ഞു.

"എടോ, തക്കസമയത്തു തോന്നണമെങ്കിൽ മൂന്നക്ഷരം വേണം, അതു തനിക്കില്ല."

"കല്ലുകൊണ്ടു കത്തിയും കോടാലിയും ഉണ്ടാക്കി നേരിട്ടു പ്രയോഗിക്കാനുള്ള കൈക്കരുത്ത് നിയാൻഡർതാലുകൾക്ക് ഉണ്ടായിരുന്നെങ്കിലും ചെറിയ മൃഗങ്ങളെ കൊല്ലാനേ ഈ ആയുധങ്ങൾ ഉപകരിച്ചുള്ളൂ. വലിയ മൃഗങ്ങളെ ദൂരെനിന്ന് ആക്രമിക്കാൻ അവർക്കു കഴിയുമായിരുന്നില്ല. കരുത്തുള്ള വലിയ മൃഗങ്ങൾ മൽപ്പിടിത്തത്തിൽ ഏല്പിച്ച ക്ഷതങ്ങൾ നിയാൻഡർതാലുകളുടെ ഫോസിലുകളിൽ കാണാൻ ശാസ്ത്രജ്ഞന്മാർക്കു കഴിഞ്ഞു.

സ്വന്തം കൂട്ടരുടെ മൃതദേഹങ്ങൾ കുഴിച്ചുമൂടുന്ന ആദ്യത്തെ മനുഷ്യവർഗ്ഗം നിയാൻഡർതാലുകളാണ്.

ഹോമോ സേപ്പിയൻസിന്റെ വകഭേദമായ, ഇരുപത്തയ്യായിരം വർഷങ്ങൾക്കുമുമ്പു ജീവിച്ചിരുന്ന, ക്രോമാഗ്നന്മാരെ നമുക്കു മറക്കാൻ പറ്റുകയില്ല. ഫ്രാൻസിലെ ഒരു ഗുഹയുടെ പേരാണ് ക്രോമാഗ്നൻ എന്നത്. 1868ൽ ഒരു ഫ്രഞ്ചു ഭൗമശാസ്ത്രജ്ഞനാണ് ഈ മനുഷ്യരുടെ, ചാരത്തിൽ മൂടിക്കിടന്ന, ഫോസിലുകൾ കണ്ടെടുത്തത്. അഞ്ചടി ആറിഞ്ചു ശരാശരി

പൊക്കമുള്ള ക്രോമാഗ്നന്മാർ മനുഷ്യരുടെ എല്ലാ ലക്ഷണങ്ങളും തികഞ്ഞവരായിരുന്നു."

"ക്രോമാഗ്നന്മാരെ മറക്കാൻ പറ്റുകയില്ല എന്നുപറഞ്ഞത് എന്തുകൊണ്ടാണ്?" പരമേശ്വരൻ ചോദിച്ചു.

"പെരുവിരലും തൊട്ടടുത്ത രണ്ടുവിരലുകളും- കൈകളുടെ കാര്യമാണു ഞാൻ പറയുന്നത്- സമർത്ഥമായി പ്രയോഗിക്കുന്നതിലുള്ള വൈഭവം പ്രദർശിപ്പിച്ച ആദ്യത്തെ മനുഷ്യവർഗ്ഗമാണു ക്രോമാഗ്നന്മാർ. മാനവചരിത്രത്തിൽ കലയുടെ ആദ്യകിരണങ്ങൾ സ്ഫുരിച്ചത് ഇവരുടെ കാലത്താണ്. ഗുഹകളിൽ പാർത്തിരുന്ന ക്രോമാഗ്നന്മാർ ഗുഹാഭിത്തികളിൽ കോറിയിട്ട ജീവസ്സുറ്റ രേഖാചിത്രങ്ങൾ ആരെയും അത്ഭുതപ്പെടുത്തും. ഇത്തരം ഗുഹകൾ സ്പെയിനിലും ഫ്രാൻസിലും ധാരാളമുണ്ട്.

ക്രോമാഗ്നന്മാർ നല്ല വേട്ടക്കാരായിരുന്നു. വലിയ മൃഗങ്ങളെ വേട്ടയാടാൻ കുന്തവും അമ്പും വില്ലും ഇവർ ഉപയോഗിച്ചതായി തെളിവുകളുണ്ട്. മാംസം വേവിച്ചു ഭക്ഷിക്കാൻ മാത്രമല്ല കാട്ടുതീയിൽനിന്നു മനുഷ്യൻ പഠിച്ചത്. വേട്ടയ്ക്കും കാട്ടുതീ ഇവർ ഫലപ്രദമായി ഉപയോഗിച്ചിരുന്നു. കാട്ടുതീ കണ്ടു വിരണ്ടോടുന്ന ജന്തുക്കളെ പാറകളിൽനിന്നു താഴോട്ടുചാടിച്ച് അർദ്ധപ്രാണരാക്കി അവയെ കുത്തിയും വെട്ടിയും കൊല്ലുന്ന ടെക്നിക്കും ക്രോമാഗ്നന്മാർ പ്രയോഗിച്ചിരുന്നു."

"വേട്ടയാടാനുള്ള മനുഷ്യന്റെ സാമർത്ഥ്യം വർദ്ധിച്ചതു ജന്തുക്കളുടെ വംശനാശത്തിനു കാരണമായി എന്നുപറഞ്ഞാൽ ശരിയാവുമോ?" പരമേശ്വരൻ ചോദിച്ചു.

"പരമേശ്വരൻ പറഞ്ഞതു വളരെ ശരിയാണ്. മൃഗങ്ങൾക്ക് ആശ്വാസം ലഭിച്ചതു മനുഷ്യൻ കർഷകവൃത്തിയിലേക്കു തിരിഞ്ഞപ്പോഴാണ്. മനുഷ്യൻ കൃഷിചെയ്യാൻ തുടങ്ങിയിട്ട് പതിനയ്യായിരം വർഷങ്ങളേ ആയിട്ടുള്ളൂ."

"ജന്തുക്കൾ രക്ഷപ്പെട്ടതു മനുഷ്യൻ കർഷകനായതോടെയാണ്. അല്ലേ പ്രൊഫസറേ? കൃഷിയുടെ അന്തസ്സൊന്നു വേറെ തന്നെ." മത്തായിസാറിലെ കർഷകൻ ഉണർന്നു.

"മൃഗങ്ങൾ രക്ഷപ്പെട്ടു എന്നു തീർത്തുപറയാൻ കഴിയുകയില്ല. അവയ്ക്കു സംഭവിക്കുമായിരുന്ന വലിയ നാശം ഒഴിവായി എന്നു സമാധാനിക്കാം. കൃഷി മനുഷ്യജീവിതത്തിലും സംസ്കാരത്തിലുമൊക്കെ വലിയ മാറ്റങ്ങൾ വരുത്തി.

ഹോമോ സേപ്പിയൻസ് അഥവാ ബുദ്ധിയുള്ള മനുഷ്യർ ഏതാണ്ട് രണ്ടു ലക്ഷം വർഷങ്ങൾക്കുമുമ്പ് ആഫ്രിക്കയിൽ ഉദയം ചെയ്തു. ഇവരുടെ ഒരവാന്തരവിഭാഗമാണു ക്രോമാഗ്നന്മാർ എന്നു ഞാൻ പറഞ്ഞത് ഓർക്കുമല്ലോ."

"എന്ത്, ജോർജ് ബുഷിന്റെയും ടോണി ബ്ലെയറുടെയും പൂർവികൻ ഉദയംചെയ്തത് ആഫ്രിക്കയിൽ ആയിരുന്നെന്നോ. കഷ്ടമായിപ്പോയി." മത്തായിസാർ ദു:ഖം പ്രകടിപ്പിച്ചു.

"നെൽസൺ മണ്ടേലയുടെയും മാർട്ടിൻ ലൂഥർകിങ്ങിന്റെയും പൂർവികൻ അതേ ആഫ്രിക്കനായിരുന്നല്ലോ, സാറേ" സുന്ദരേശൻ പറഞ്ഞു.

"ഈ നിറവ്യത്യാസങ്ങളും രൂപവ്യത്യാസങ്ങളും തികച്ചും ബാഹ്യമാണെന്ന ആശയത്തെ അരക്കിട്ടുറപ്പിക്കുന്ന നിഗമനങ്ങളിലാണ് ഈയിടെ നടത്തിയ ജനിതകപഠനങ്ങൾ എത്തിച്ചേർന്നിരിക്കുന്നത്. മത്തായിസാർ പറഞ്ഞതുപോലെ ചിന്തിച്ച നരവംശശാസ്ത്രജ്ഞന്മാരും ഉണ്ടായിരുന്നു. അവരും ഇപ്പോൾ സമ്മതിക്കുന്നുണ്ട് ആധുനികമനുഷ്യന്റെ ഉദ്ഭവസ്ഥാനം ആഫ്രിക്കയാണെന്ന്.

രണ്ടു ലക്ഷം വർഷങ്ങൾക്കുമുമ്പ് ഉദയം ചെയ്ത 'ബുദ്ധിയുള്ള മനുഷ്യർ' വളരെക്കാലം ആഫ്രിക്കയിൽത്തന്നെ കഴിഞ്ഞുകൂടി. ഞാൻ നേരത്തെ സൂചിപ്പിച്ചതുപോലെ, ഹിമയുഗത്തിൽ സമുദ്രത്തിലെ ജലനിരപ്പു ഗണ്യമായി താഴ്ന്നപ്പോൾ, ഇവർ യൂറോപ്പിലേക്കും ഏഷ്യയിലേക്കും കടന്നു. വ്യത്യസ്തമായ പരിസ്ഥിതികളുടെ സ്വാധീനതയാൽ ഹോമോ സേപ്പിയൻസിന് ഉണ്ടായ മാറ്റങ്ങളാണ് ക്രോമാഗ്നൻ മനുഷ്യന്റെ ആവിർഭാവത്തിനു കാരണം. ഒരു ക്രോമാഗ്നനും ആധുനികമനുഷ്യനും തമ്മിൽ രൂപത്തിൽ പ്രകടമായ വ്യത്യാസങ്ങൾ ഇല്ലായിരുന്നു. ഒരു ക്രോമാഗ്നൻ കോട്ടും സൂട്ടും അണിഞ്ഞുവന്നാൽ നാം അയാളെ തിരിച്ചറിയുകയില്ല. കൈവിരലുകൾ ശക്തിപ്രയോഗത്തിനും സൂക്ഷ്മമായ ചലനങ്ങൾക്കും ഒരുപോലെ ഉപയോഗിക്കാനുള്ള കഴിവ് ഇരുകൂട്ടർക്കും ഉണ്ടായിരുന്നു. ബുദ്ധിയുടെ കാര്യത്തിൽ ഇവർ തമ്മിൽ വ്യത്യാസമുണ്ടെന്നു പറയാൻ കഴിയുകയില്ല. ഈ പശ്ചാത്തലത്തിൽ ഒന്നിൽനിന്നു മറ്റേത് ഉരുത്തിരിഞ്ഞുവന്നു എന്നു കരുതുന്നതിനെക്കാൾ ഉചിതമായി തോന്നുന്നത് രണ്ടും ഒന്നിന്റെ വ്യത്യസ്തഭാവങ്ങളാണ് എന്നു കരുതുന്നതാവും. അതായത് ക്രോമാഗ്നൻ ആധുനികമനുഷ്യന്റെ കാലഘട്ടത്തിനിടയ്ക്കു മിന്നിമറഞ്ഞ ഒരു പ്രതിഭാസമാണെന്നു കരുതണം.

ഒരു കാര്യം നിങ്ങളുടെ ശ്രദ്ധയിൽപെടുത്താൻ ഞാൻ ആഗ്രഹിക്കുന്നു. ഇവിടെ പറഞ്ഞ കാലഘട്ടങ്ങൾക്കു കൃത്യത അവകാശപ്പെടാൻ പറ്റുകയില്ല. ഉദാഹരണത്തിന്, ഭൂമിയുടെയും ജീവന്റെയും പഴക്കം യഥാക്രമം 450–ം 350 കോടി വർഷങ്ങളാണെന്നു മുമ്പൊരിക്കൽ ഞാൻ പറഞ്ഞു. എന്നാൽ ഇക്കാര്യത്തിൽ ശാസ്ത്രജ്ഞന്മാർക്കിടയിൽ അഭിപ്രായവ്യത്യാസമുണ്ട്. പുതുതായി കണ്ടെടുക്കുന്ന ഫോസിലുകൾ നല്കുന്ന തെളിവുകൾ കാലനിർണ്ണയത്തിൽ മാറ്റങ്ങൾ വരുത്തുന്നു. ചില പ്രസിദ്ധീകരണങ്ങളിൽ ഭൂമിക്കും ജീവനും കുറച്ചുകൂടി പഴക്കമുള്ളതായി പ്രസ്താവിച്ചിട്ടുണ്ട്. ഈ വസ്തുത എപ്പോഴും ഓർത്തിരിക്കണം. ഞാൻ നിങ്ങൾക്കു തന്ന കാലപ്പട്ടികയിലും ചില മാറ്റങ്ങൾ ഉണ്ടാകുമെന്നതു സ്വാഭാവികമാണ്." "നമുക്കത്ര കൃത്യതയൊന്നും വേണ്ടല്ലോ" കുറുപ്പു പറഞ്ഞു.

"തലസ്ഥാനവിശേഷങ്ങൾകൂടി അറിഞ്ഞാൽ കൊള്ളാമെന്നുണ്ട്." ആഗ്രഹം പരമേശ്വരന്റേതായിരുന്നു.

“തലസ്ഥാനത്തെന്താ? അവിടെ രണ്ടു സ്ഥാപനങ്ങളാണുള്ളത്. ഒന്ന് പണ്ടു സർ ടി മാധവറാവു കെട്ടി ഇപ്പോൾ മറ്റുള്ളവർ വൃത്തികേടാക്കിയ ഒരു സെക്രട്ടറിയേറ്റും കുറച്ചു ദൂരെമാറി നിയമനിർമ്മാണസഭയും. രണ്ടിടത്തും റോഡിൽകൂടി മിക്കപ്പോഴും പൊതുജനങ്ങൾക്കു സഞ്ചരിക്കാൻ പറ്റുകയില്ല. കോലംകെട്ടും കോലംകത്തിക്കലുമാണെടോ തലസ്ഥാനത്തു നടക്കുന്നത്. ആനക്കാര്യത്തിനിടയ്ക്കാണോ ചേനക്കാര്യം?” മത്തായി സാർ കത്തിക്കയറി.

“ഇതു മീൻ തൊട്ടുകൂട്ടാൻ പറഞ്ഞതുപോലെയാണല്ലോ. മേൽപ്പത്തൂരിനു കാര്യം മനസ്സിലായി. മറ്റുള്ളവർ കയർത്തു. പ്രൊഫസർക്കു കാര്യം മനസ്സിലായി മത്തായിസാറേ” കുറുപ്പു പറഞ്ഞു.

“പരമേശ്വരനോടു കയർക്കേണ്ട സാറേ. തലച്ചോറിനെയും ബുദ്ധിയെയും കുറിച്ചുകൂടി അല്പം ചർച്ചയാവാം എന്നാണു പമേശ്വരൻ പറഞ്ഞത്.

തലയോടിന്റെ ഉള്ളളവെടുക്കാതെ ശാസ്ത്രജ്ഞന്മാർ ഒരു ഫോസിലിനെക്കുറിച്ചും അഭിപ്രായം പറയാറില്ല. ഹോമോസേപ്പിയൻസിന്റെ തലയോടിന്റെ ഉള്ളളവ് പരമാവധി 1600 സി.സി. യാണ്. 1000 സി.സി.യ്ക്കു മേൽപ്പോട്ട് എന്നു പറയാം.

“റെയിഞ്ച് മത്തായിസാറിന്റേതുമുതൽ ഐൻസ്ടൈന്റേതുവരെ എന്നു പറയാം.” കുറുപ്പിന്റെ കുസൃതി.

“കളിയാക്കാതെടോ കുറുപ്പേ. ഈ കൊച്ചുതലയ്ക്കകത്തുള്ളതു പറഞ്ഞുകൊടുത്തിട്ടാണ് തന്റെ മോൻ ഇപ്പോൾ കമ്പ്യൂട്ടർ എൻജിനിയറായി പണം തൂത്തുവാരുന്നത്. ആരും തലമറന്ന് എണ്ണതേക്കരുത്.” കപടഗൗരവത്തിൽ ഇതുപറഞ്ഞിട്ടു മത്തായിസാർ പ്രൊഫസറെ നോക്കി കണ്ണിറുക്കി.

“ആധുനിക മനുഷ്യന്റെ തലയോടിന്റെ ഉള്ളളവ് ശരാശരി 1450 സി.സി. എന്നു കരുതാം. തലയോടിന്റെ മൊത്തത്തിലുള്ള വ്യാപ്തമല്ല തലച്ചോർ ഇരിക്കുന്ന സ്ഥലത്തിന്റെ വ്യാപ്തമാണു നാം കണക്കാക്കുന്നത്. ശരാശരി വലുപ്പം നോക്കിയാൽ ആസ്ട്രലോപിത്തെക്കസിനു 480 സി.സി, ഹോമോഹാബിലിസിന് 640 സി.സി., ഹോമോ എറക്റ്റസിന് 1040 സിസി., ഹോമോസേപ്പിയൻസിനു 1450 സിസി എന്നുപറയാം.”

“ഒരു കാര്യം വ്യക്തമാണ്. ആൾക്കുരങ്ങിന്റെ തലയെക്കാൾ മൂന്നു മടങ്ങു വലുപ്പക്കൂടുതൽ ആധുനികമനുഷ്യന്റെ തലയ്ക്കുണ്ട്” പിള്ള പറഞ്ഞു.

“ബുദ്ധിയുള്ള മനുഷ്യൻ അതായത് ഹോമോസേപ്പിയൻസ് ഉണ്ടായശേഷം ഇക്കാലംവരെ മനുഷ്യന്റെ തലച്ചോറിനു പ്രകടമായ വലുപ്പക്കൂടുതൽ ഉണ്ടായിട്ടില്ല. ഇതുവരെ മനുഷ്യൻ കൈവരിച്ച നേട്ടങ്ങൾ കണക്കാക്കുമ്പോൾ വികാസം വലുപ്പത്തിലല്ല ഉള്ളടക്കത്തിലാണെന്നും നാം അനുമാനിക്കണം.” സുന്ദരേശൻ പറഞ്ഞു.

“ഇപ്പറഞ്ഞതൊക്കെ ശരിയാണ്. മസ്തിഷ്കത്തെക്കുറിച്ചു കൂടുതൽ ചർച്ച ആവശ്യമാണെന്നു സ്പഷ്ടം.”

“ദശാവതാരം എന്ന ഹൈന്ദവവിശ്വാസം പരിണാമസിദ്ധാന്തത്തെ

ഉൾക്കൊള്ളുന്നു എന്നുപറഞ്ഞാൽ ശരിയാകുമോ? ക്രാന്തദർശികളായ ഋഷിവര്യന്മാർ പടിഞ്ഞാറൻശാസ്ത്രം പിച്ചവച്ചു നടക്കുന്നതിന് എത്രയോമുമ്പ് പരിണാമസിദ്ധാന്തം മനക്കണ്ണുകൾകൊണ്ടു കണ്ടിരിക്കുന്നു." കുറുപ്പു പറഞ്ഞു.

"അതേ, അതേ" പിള്ള പിന്താങ്ങി.

"ജീവന്റെ ഉത്ഭവം ജലത്തിൽ. അതു മത്സ്യാവതാരം. വെള്ളത്തിലും കരയിലും കഴിയുന്ന ജീവികൾ– കൂർമ്മം ഇങ്ങനെ..."

"പിത്തെക്കാന്ത്രോപ്പസ് നരസിംഹം. സിംഹം എന്ന വാക്ക് ജന്തുവിനു പകരമാവാം. അസ്സലായി" സുന്ദരേശന്റെ കമന്റ്.

"എനിക്കൊരു സംശയം. മഹാവിഷ്ണുവിന്റെ അവതാരോദ്ദേശ്യം ദുഷ്ടനിഗ്രഹവും ശിഷ്ടസംരക്ഷണവും ആണല്ലോ. ആ സ്ഥിതിക്ക് അന്നും മനുഷ്യരുണ്ടായിരുന്നു. ഇതു പരിണാമസിദ്ധാന്തവുമായി പൊരുത്തപ്പെടുന്നില്ലല്ലോ. നാരായം വിഴുങ്ങിയിട്ടു ചുക്കുവെള്ളം കുടിച്ചാലും ഒരു പക്ഷേ ദഹിച്ചേക്കും. ഇത്..." പരമേശ്വരനാണ് ഇങ്ങനെ പറഞ്ഞത്.

"ഇതൊക്കെ ആരുപറഞ്ഞാലും വെറും അല്പത്തമാണു കുറുപ്പേ. ഒരുതരം അപകർഷതാബോധത്തിൽനിന്ന് ഉടലെടുത്തതാണ് ഇത്തരം കസർത്തുകൾ. ഹൈന്ദവചിന്തയെ ഉയർത്തിക്കാട്ടാൻ ഇതിന്റെയൊന്നും ആവശ്യമില്ല. ലോകത്തിനുമുമ്പിൽ അഭിമാനത്തോടെ അവതരിപ്പിക്കാൻപോന്ന ഉത്കൃഷ്ടമായ ചിന്തകൾ വേദോപനിഷത്തുകളിലുണ്ട്. മാക്സ്മുള്ളറും പോൾ ഡോയിസനുമൊക്കെ അവയുടെ മഹത്വം തൊട്ടറിഞ്ഞവരാണ്. ഞാൻ ഇപ്പറഞ്ഞത് സങ്കുചിതമായ ദേശീയതയായി ആരും ദയവായി കണക്കാക്കരുത്.

മതിയായ തെളിവില്ലാത്ത പ്രസ്താവനകളിൽ വിശ്വാസം അർപ്പിക്കരുത് എന്നത് ശാസ്ത്രീയമനോഭാവത്തിന്റെ കാതലായ ഭാഗമാണ്. അതേസമയം തെളിവ് ഉടനേ നല്കൂ എന്നു വാശിപിടിക്കുന്നതും ശരിയല്ല. ചില സിദ്ധാന്തങ്ങൾക്ക് ഉടനെ തെളിവു നല്കാൻ സാദ്ധ്യമല്ല. പരീക്ഷണശാലകളിലും അവ തെളിയിക്കാൻ കഴിയുകയില്ല. അക്കാരണത്താൽ ഒരു സിദ്ധാന്തം അശാസ്ത്രീയമാണ് എന്ന് എഴുതിത്തള്ളാനും പറ്റുകയില്ല. ഇതിനു നല്ലൊരുദാഹരണമാണ് ഡാർവിന്റെ പരിണാമസിദ്ധാന്തം. പ്രസിദ്ധ ജീവശാസ്ത്രജ്ഞനും ഇന്ത്യയുടെ അടുത്ത സുഹൃത്തുമായിരുന്ന ജെ ബി എസ് ഹാൽഡെയിൻ നമുക്കു സങ്കല്പിക്കാൻ ആവാത്തവിധത്തിൽ മന്ദഗതിയിൽ നീങ്ങുന്ന പ്രക്രിയയാണു പരിണാമം എന്നുപറഞ്ഞപ്പോൾ അദ്ദേഹം ഡാർവിനിസം ഉയർത്തിയ പ്രശ്നങ്ങളുടെ മർമ്മത്തിൽ സ്പർശിക്കുകയായിരുന്നു."

"ഇതേ പ്രശ്നം തന്നെ വാനശാസ്ത്രത്തിലുമില്ലേ?" സുന്ദരേശൻ ചോദിച്ചു.

"ശരിയാണ്. സുന്ദരേശൻ ഉദ്ദേശിച്ചത് ഐൻസ്ടൈന്റെ ആപേക്ഷികതാസിദ്ധാന്തമാണെന്നു തോന്നുന്നു. സാധാരണ ജനങ്ങളെയെന്നല്ല

ശാസ്ത്രജ്ഞന്മാരെപ്പോലും അമ്പരപ്പിച്ച ഐൻസ്റ്റൈന്റെ സിദ്ധാന്തങ്ങൾ ശാസ്ത്രലോകത്ത് പ്രശ്നങ്ങൾ സൃഷ്ടിച്ചു. ക്ലാസിക്കൽ ഫിസിക്സിന്റെ അടിത്തറ ഇളകി. സ്പെയിസും ടൈമും രണ്ടല്ലെന്നും വാനശാസ്ത്രത്തിൽ സ്പെയിസ്-ടൈം എന്ന സങ്കല്പനത്തിനാണു പ്രസക്തിയെന്നും സ്പെയിസ് വളഞ്ഞാണിരിക്കുന്നതെന്നുമൊക്കെ ഐൻസ്റ്റൈൻ വാദിച്ചതു വിശ്വസിക്കാൻ ശാസ്ത്രജ്ഞന്മാർ തയ്യാറായില്ല. 1911ലാണ് ഐൻസ്റ്റൈൻ ആപേക്ഷികതാസിദ്ധാന്തം അവതരിപ്പിച്ചത്. 1914ൽ തുടങ്ങിയ ഒന്നാംലോകമഹായുദ്ധവും ഐൻസ്റ്റൈൻ ജർമ്മൻകാരനാണെന്നതും ആപേക്ഷികതാസിദ്ധാന്തത്തിന് അംഗീകാരം ലഭിക്കുന്നതിനു തടസ്സമായി നിന്നു.

ഐൻസ്റ്റൈന്റെ ഭാഗ്യത്തിന് അദ്ദേഹത്തിന്റെ ഒരു പ്രവചനം പരീക്ഷിച്ചുനോക്കാവുന്നതായിരുന്നു. സൂര്യന്റെ സമീപത്തുകൂടിവരുന്ന നക്ഷത്രരശ്മികൾ, സൂര്യന്റെ അതിഭീമമായ പിണ്ഡം കാരണം, സൂര്യനിലേക്കു വളയുമെന്നും ഇങ്ങനെ വളയുന്നത് ഇത്ര ഡിഗ്രിയായിരിക്കുമെന്നും ഐൻസ്റ്റൈൻ കണക്കുകൂട്ടി പറഞ്ഞു. ഈ പ്രവചനം ശരിയാണെങ്കിൽ, സ്ഥാലീപുലാകന്യായംപോലെ, ഐൻസ്റ്റൈന്റെ മറ്റു സിദ്ധാന്തങ്ങളും ശരിയായിരിക്കും എന്നു സമ്മതിക്കാൻ ശാസ്ത്രലോകം ഒരുക്കമായിരുന്നു."

"സ്ഥാലീപുലാകന്യായമെന്നാൽ എന്താണ്?" നായരുടെ ചോദ്യം.

"അരി വെന്തോ എന്നു നോക്കാൻ ചില വറ്റുകൾ മാത്രം നോക്കിയാൽ മതി എന്ന ന്യായം." കുറുപ്പു വ്യക്തമാക്കി.

"ലോകമഹായുദ്ധം 1918ൽ തീർന്നല്ലോ. 1919 മേയ്മാസത്തിലെ പൂർണ്ണ സൂര്യഗ്രഹണദിവസം പരീക്ഷണം നടത്താൻ മുൻകൈ എടുത്തത് പ്രശസ്ത വാനശാസ്ത്രജ്ഞനായ എഡിങ്ടനാണ്. സൂര്യൻ പൂർണ്ണമായി മറയുമ്പോൾ മാത്രമേ നക്ഷത്രരശ്മികൾ കാണാനാവൂ. അതീവശ്രദ്ധയോടെ നടത്തിയ പരീക്ഷണം ഐൻസ്റ്റൈന്റെ പ്രവചനം ശരിയാണെന്നു തെളിയിച്ചു. ഒറ്റരാത്രികൊണ്ട് ഐൻസ്റ്റൈൻ ലോകപ്രസിദ്ധനായി. ഡാർവിന്റെ ആശയമായ പ്രകൃതിനിർദ്ധാരണം സംഭവിക്കാൻ ലക്ഷക്കണക്കിനു വർഷങ്ങൾ വേണ്ടിവരുന്നതുകൊണ്ട് ഇമ്മാതിരി പരീക്ഷണങ്ങൾ സാദ്ധ്യമല്ലല്ലോ."

"തെമ്മാടിക്കുഴി കിട്ടേണ്ടിയിരുന്ന ഡാർവിനു വെസ്റ്റ് മിൻസ്റ്റർ ആബിയിൽ വിശ്രമിക്കാൻ ഇടംകിട്ടിയത് ഭാഗ്യം കൊണ്ടാണെന്നു സമാധാനിക്കാം." പരമേശ്വരൻ പറഞ്ഞു.

"ആ മനസ്സമാധാനത്തോടെ നമുക്ക് ഇന്നത്തെ ചർച്ച അവസാനിപ്പിച്ചാലോ."

"വളരെ ഉചിതമായ തീരുമാനം പ്രൊഫസറേ." കുറുപ്പു പറഞ്ഞു.

4

പരിണാമസിദ്ധാന്തങ്ങളും മെൻഡലിസവും

കൊച്ചുമോൾക്കു മുന്തിരിങ്ങ വാങ്ങാൻ മത്തായിസാർ പഴക്കടയിൽപോകുമ്പോൾ അവിടെ പറന്നുനടക്കുന്ന ഈച്ചയെ കണ്ടിട്ടില്ലേ? അതാണു 'ഡ്രോസോഫില' എന്ന പഴയീച്ച. കഷ്ടിച്ചു രണ്ടാഴ്ചവരെ മാത്രം ജീവിച്ചിരിക്കുന്ന ഡ്രോസോഫിലയെ നിരീക്ഷണപരീക്ഷണങ്ങൾക്കു വിധേയമാക്കിയതും– അനേകം തലമുറകളെ നിരീക്ഷിക്കാൻ കഴിയുന്നു എന്നതാണ് ഇതിന്റെ സവിശേഷത– അത്ഭുതകരമായ സൂക്ഷ്മതയുള്ള എലക്ട്രോൺ മൈക്രോസ്കോപ്പിന്റെ കണ്ടുപിടുത്തവും ജീവശാസ്ത്രത്തിന് അഭൂതപൂർവ്വമായ വളർച്ചയുണ്ടാക്കി."

"ഒരു കാര്യം പറയാതിരിക്കാൻ വയ്യ പ്രൊഫസറേ. ഊർജ്ജതന്ത്രവും രസതന്ത്രവും ജീവശാസ്ത്രവും കൈകോർത്തു പിടിച്ചു മുന്നേറുന്ന കാഴ്ച രോമാഞ്ചദായകം തന്നെയാണ്." കുറുപ്പു പറഞ്ഞു.

"കുറുപ്പിന്റെ അഭിപ്രായത്തോടു ഞാൻ പൂർണ്ണമായി യോജിക്കുന്നു. കൂട്ടത്തിൽ നമുക്കു വൈദ്യശാസ്ത്രത്തെയും ഉൾപ്പെടുത്താം."

"ഒരു ചെമ്മരിയാടിന്റെ അകിടിലെ കോശത്തിൽനിന്നു മറ്റൊരാടിനെത്തന്നെ സൃഷ്ടിക്കാൻ ജീവശാസ്ത്രത്തിനു കഴിഞ്ഞിരിക്കുന്നു എന്നതു ചില്ലറക്കാര്യമാണോ?" സുന്ദരേശൻ ചോദിച്ചു.

"ജീവശാസ്ത്രത്തിലെ താരതമ്യേന നൂതനമേഖലയായ ബയോടെക്നോളജിയുടെ അത്ഭുതാവഹമായ നേട്ടമാണ് ക്ലോണിങ്ങിലൂടെ സൃഷ്ടിച്ച 'ഡോളി' എന്ന ചെമ്മരിയാട്. ആ വിഷയത്തെ ആസ്പദമാക്കി സുദീർഘമായ ഒരു ചർച്ചതന്നെ വേണം. അതു മറ്റൊരു ദിവസമാകട്ടെ. ഇപ്പോൾ നമുക്കു പരിണാമസിദ്ധാന്തത്തെക്കുറിച്ച് ഒരു ഓർമ്മപുതുക്കൽ നടത്താം.

പരിണാമം കഴിഞ്ഞുപോയ ഒരു പ്രതിഭാസമല്ല. അതു ഭൂതകാലത്തിൽനിന്ന്, വർത്തമാനത്തിലൂടെ, ഭാവിയെ ലക്ഷ്യമാക്കിയുള്ള അനുസ്യൂതമായ ഒരു മഹാപ്രവാഹമാണ്. അതിന്റെ ലക്ഷ്യസ്ഥാനം ഉത്തരം കിട്ടാത്ത ഒരു പ്രഹേളികയാണ്. പരിണാമം എന്ന യാഥാർത്ഥ്യവും അതെങ്ങനെ സംഭവിക്കുന്നു എന്നതും വെവ്വേറെ പരിഗണിക്കപ്പെടേണ്ട കാര്യങ്ങളാണ്. ഈ സുപ്രധാന വസ്തുത അവഗണിക്കപ്പെടുന്നു എന്നത് ഖേദകരമാണ്.

ജൈവപരിണാമത്തെക്കുറിച്ചു മൂന്നു സിദ്ധാന്തങ്ങളാണു നിലവിലുള്ളത് അവയിൽ രണ്ടെണ്ണവും 19-ാം നൂറ്റാണ്ടിൽ ആവിഷ്കരിക്കപ്പെട്ടവയാണ്: ലാമാർക്കിസവും ഡാർവിനിസവും. ആർജ്ജിതസ്വഭാവപാരമ്പര്യം എന്നറിയപ്പെടുന്ന ലാമാർക്കിസത്തിന്റെ അടിസ്ഥാനതത്ത്വങ്ങൾ നാലെണ്ണമാണ്: ഒന്ന്, ജീവികളുടെ ആന്തരികപ്രേരണ; രണ്ട്, പരിസ്ഥിതിയിലെ മാറ്റങ്ങളും പുതിയ ആവശ്യങ്ങളും; മൂന്ന്, ഉപയോഗവും ഉപയോഗശൂന്യതയും; നാല്, ആർജ്ജിതസ്വഭാവപാരമ്പര്യം.

ഒരു ജീവി വളരുന്നതും ജീവിക്കുന്നതും അതിന്റെ ആന്തരികമായ പ്രേരണ അഥവാ ഉൾവിളി കൊണ്ടാണെന്നു ലാമാർക്ക് പറയുന്നു. അതുകൊണ്ട് ജീവിക്കുന്ന ചുറ്റുപാടുകൾക്കു മാറ്റമുണ്ടാകുമ്പോൾ ആ മാറ്റങ്ങളോടു പ്രതികരിച്ച് അനുകൂലനപരമായ ലക്ഷണങ്ങൾ നേരിയ തോതിലാണെങ്കിലും ജീവികൾക്കു സംസിദ്ധമാകുന്നു. ചുറ്റുപാടുകൾക്കുണ്ടാകുന്ന മാറ്റങ്ങൾ ദീർഘകാലം നിലനിന്നാൽ ജീവികൾക്കു പല തലമുറകൾ ആ ചുറ്റുപാടുകളിൽ കഴിയേണ്ടിവരുന്നു. മാറിയ പരിതസ്ഥിതിക്ക് അനുകൂലമായി ഉണ്ടാകുന്ന അവയവങ്ങൾ, നിരന്തരമായി ഉപയോഗിക്കേണ്ടിവരുന്നതുകൊണ്ട്, ക്രമേണ അവ ഘടനയിലും പ്രവർത്തനത്തിലും മെച്ചപ്പെടുന്നു. ഓരോ തലമുറയിലും സംഭവിക്കുന്ന മെച്ചപ്പെടൽ തൊട്ടടുത്ത തലമുറയിലേക്കു സംക്രമിക്കുമെന്നു ലാമാർക്ക് വിശ്വസിച്ചു. ഇതിനെയാണ് 'ആർജ്ജിതസ്വഭാവപാരമ്പര്യം' എന്നു ലാമാർക്ക് വിശേഷിപ്പിച്ചത്. ഏതെങ്കിലും അവയവം തലമുറകളായി ഉപയോഗശൂന്യമായിരുന്നാൽ ക്രമേണ അതു ശോഷിച്ചുപോകുമെന്നു ലാമാർക്ക് പറഞ്ഞു. ഉദാഹരണത്തിന്, പാമ്പുകളുടെ പൂർവികരായ പല്ലിവർഗ്ഗത്തിനു കാലുകളുണ്ടായിരുന്നു പരിസ്ഥിതിയിൽ സംഭവിച്ച മാറ്റങ്ങൾ മുന്നോട്ടു നീങ്ങാൻ അവയ്ക്കു കാലുകൾ ആവശ്യമില്ലാതെയാക്കി. പിൻഗാമികളുടെ കാലുകൾ തേമ്പിപ്പോയതും അനേക തലമുറകൾകൊണ്ട് അപ്രത്യക്ഷമായതും ഇക്കാരണത്താലാണ്. മറിച്ച് തുടരെയുള്ള ഉപയോഗം കൊണ്ടു പുഷ്ടി പ്രാപിച്ച അവയവത്തിനു ഉദാഹരണമായി ലാമാർക്ക് ചൂണ്ടിക്കാട്ടിയത് ജിറാഫിന്റെ നീണ്ട കഴുത്താണ്.

ലാമാർക്കിസത്തിനു പല പോരായ്മകളുണ്ടെങ്കിലും ആ സിദ്ധാന്തത്തെ തള്ളിക്കളയാനാവില്ല. ആർജ്ജിതസ്വഭാവങ്ങൾ അടുത്ത തലമുറകളിലേക്കു സംക്രമിക്കപ്പെടുന്നു എന്നു ലാമാർക്ക് പറഞ്ഞതു ശരിയ

ല്ലെന്നു സമ്മതിക്കണം. നിങ്ങളിലാരോ പി ടി ഉഷയുടെ കാര്യം സൂചിപ്പിച്ചതു ഞാൻ ഓർക്കുന്നു. ഉഷ എത്ര ഓടിയാലും അതുകൊണ്ട് ഉഷയ്ക്കു ഗുണമുണ്ടാകും എന്നല്ലാതെ ഓടാനുള്ള ഉഷയുടെ സവിശേഷമായ കഴിവ് മക്കൾക്കു കിട്ടിക്കൊള്ളണമെന്നില്ല. വിറകുവെട്ടു തൊഴിലാക്കിയ ഒരാളുടെ കൈകൾക്കു കിട്ടിയ കരുത്ത് ജന്മസിദ്ധം എന്ന നിലയിൽ മകനു കിട്ടിക്കൊള്ളണമെന്നില്ല. ഒരുകാലത്തു ചൈനയിൽ സ്ത്രീകളുടെ കാലുകൾ ചെരിപ്പുകെട്ടി ചെറുതാക്കുന്ന ഏർപ്പാടുണ്ടായിരുന്നു. കുറുകിയ പാദങ്ങൾ, നടക്കാൻ പ്രയാസമുണ്ടാക്കുമെങ്കിലും, സൗന്ദര്യലക്ഷണമായി കണക്കാക്കിയ ആ കാലഘട്ടത്തിൽ, ഇപ്രകാരം നേടിയെടുത്ത ചെറിയ പാദങ്ങൾ പെൺമക്കൾക്കു കിട്ടിയിട്ടില്ല. അവരുടെ പാദങ്ങൾ പാദരക്ഷ കെട്ടി ചെറുതാക്കേണ്ടിവന്നു. ജനിതകശാസ്ത്രത്തെക്കുറിച്ചു ചർച്ചചെയ്യുമ്പോൾ ഇതൊക്കെ വ്യക്തമാകും."

"ലാമാർക്കിസത്തെ പണ്ടേ നിരാകരിച്ചവരാണു നമ്മൾ മലയാളികൾ." നായർ പറഞ്ഞു.

"അതെങ്ങനെ നായരേ?" മത്തായിസാർ ചോദിച്ചു.

"അപ്പൻ ആനപ്പുറത്തു കയറിയെന്നുവച്ചു മോന്റെ പൃഷ്ഠത്തിൽ തഴമ്പുണ്ടാകുമോ എന്ന ചൊല്ലുതന്നെ." എല്ലാവരും ചിരിച്ചു.

"ഇനി നമുക്കു ഡാർവിനിസത്തിലേക്കു കടക്കാം. എന്തൊക്കെയാണു ഡാർവിനിസത്തിന്റെ ഘടകങ്ങൾ? ഒന്ന്, ജീവികളുടെ അമിതമായ പ്രത്യുത്പാദനം. ഇത് അതിജീവനത്തിനുള്ള സമരത്തിലേക്കു വഴിയൊരുക്കുന്നു. ഇപ്പറഞ്ഞതു രണ്ടാമത്തെ ഘടകമാണ്. മൂന്ന്, വൈവിധ്യം. ജീവജാലങ്ങളിൽ സ്ഥിരമായി ദർശിക്കാൻ കഴിയുന്ന വൈവിധ്യം ജീവിതസമരത്തിലെ വിജയത്തിന് അനുപേക്ഷണീയമാണ്. ഏതു വൈവിധ്യമാണോ പരിതസ്ഥിതിക്ക് അനുകൂലമായിരിക്കുന്നത് ആ വൈവിധ്യം അതിജീവനത്തെ സഹായിക്കുന്നു. മറ്റൊരുതരത്തിൽ പറഞ്ഞാൽ അതിജീവനത്തിന് അർഹതനേടുന്നത് ഈ വൈവിധ്യത്തിലൂടെയാണ്. ഇതാണു നാലാമത്തെ ഘടകമായ 'ഏറ്റവും അർഹമായതിന്റെ അതിജീവനം'. ദീർഘകാലം ഈ പ്രക്രിയ തുടരുന്നതിന്റെ ഫലമായി പുതിയ ജൈവജാതി അഥവാ സ്പീഷീസ് ഉത്ഭവിക്കുന്നു എന്നു ഡാർവിൻ വാദിച്ചു. അന്തിമമായ അപഗ്രഥനത്തിൽ, ഇതു പ്രകൃതി നടത്തുന്ന ഒരു തിരഞ്ഞെടുപ്പാണ്. ആ കാഴ്ചപ്പാടുകൊണ്ടാണ് 'പ്രകൃതി നിർദ്ധാരണം' എന്ന പേര് ഈ പ്രതിഭാസത്തിനു ഡാർവിൻ നല്കിയത്.

പക്ഷേ രണ്ടു ചോദ്യങ്ങൾക്ക് തൃപ്തികരമായ ഉത്തരം നല്കാൻ ഡാർവിനു കഴിഞ്ഞില്ല. ഒരു ജൈവജാതിയിൽത്തന്നെ വിഭിന്നതകൾ എങ്ങനെ ഉണ്ടാകുന്നു? ഇത് ഒരു ചോദ്യം. ഈ വിഭിന്നതകൾ വരുംതലമുറകളിലേയ്ക്ക് എങ്ങനെ സംക്രമിക്കുന്നു? ഇത് അടുത്ത ചോദ്യം. എത്ര തല പുകഞ്ഞാലോചിച്ചിട്ടും ഉത്തരംകിട്ടാത്തതുകൊണ്ട് ഭഗ്നാശനായാണ് ഡാർവിൻ നിത്യനിദ്രയ്ക്കു പുറപ്പെട്ടത്. മനസ്സില്ലാമനസ്സോടെ."

"അതായത് പാരമ്പര്യത്തിന്റെ ടെക്നിക് ഡാർവിനു പിടികിട്ടിയില്ല. അല്ലേ, പ്രൊഫസറേ?" സുന്ദരേശൻ ചോദിച്ചു.

"ഭാഗ്യത്തിന്റെയും ഭാഗ്യദോഷത്തിന്റെയും കളികൾ യുക്തിവിചിന്തനത്തിന് അതീതമാണ്. സുന്ദരേശന് എന്തു തോന്നുന്നു എന്നെനിക്കറിഞ്ഞുകൂട. ഭൗതികശാസ്ത്രലോകത്ത് വിപ്ലവം സൃഷ്ടിച്ചവരാണ് ഡാർവിനും ഐൻസ്‌റ്റൈനും. പ്രശസ്തി ഭാഗ്യമാണെങ്കിൽ ആ ഭാഗ്യം ഐൻസ്‌റ്റൈനു വേണ്ടുവോളം ലഭിച്ചു; ഡാർവിന് അതൊട്ടുണ്ടായതുമില്ല. ഹക്സ്‌ലിയെ പ്പോലൊരു പക്ഷപാതിയെ കിട്ടിയത് ഡാർവിന്റെ ഭാഗ്യമല്ലേ എന്നു ചോദിച്ചാൽ 'അതേ' എന്നുത്തരം പറയേണ്ടിവരും. പക്ഷേ, ഒന്നാലോചിച്ചുനോക്കൂ.

പാരമ്പര്യരഹസ്യത്തിന്റെ ചുരുളഴിക്കാൻ ഡാർവിൻ തലപുകയ്ക്കുന്ന കാലത്ത് ആസ്ട്രിയയിൽ ഒരു വൈദികൻ ആ രഹസ്യം കണ്ടുപിടിക്കുന്നു. താൻ പരിണാമചരിത്രത്തിനു നല്കിയ സംഭാവനയുടെ മഹത്വം ഗ്രഗൊർ മെൻഡൽ അറിയുന്നില്ല. അക്കാരണത്താൽത്തന്നെ ഡാർവിനും അറിയുന്നില്ല. ഒരു ശാസ്ത്രകാരനെ സംബന്ധിച്ചിടത്തോളം ഇതൊരു വലിയ ഭാഗ്യദോഷമല്ലേ?"

ഡാർവിൻ അന്തരിച്ചത് 1882ലാണെന്ന് നിങ്ങൾക്കറിയാമല്ലോ. അതിനു പതിനേഴുവർഷം മുമ്പ്, അതായത് 1865ൽ, ആണ് മെൻഡൽ പാരമ്പര്യത്തിന്റെ ടെക്നിക് കണ്ടുപിടിച്ചത്."

"എന്തുകൊണ്ടാണ് ഇക്കാര്യം ഡാർവിന്റെ ശ്രദ്ധയിൽപെടാതിരുന്നത്?" പരമേശ്വരൻ ചോദിച്ചു.

"പല കാരണങ്ങളുണ്ട്. ഒന്ന്, ഒരു വൈദികനായതുകൊണ്ട് മെൻഡലിനു ശാസ്ത്രലോകവുമായി പറയത്തക്ക ബന്ധമില്ലായിരുന്നു; രണ്ട്, ഗണിതശാസ്ത്രം പഠിച്ച വൈദികനായതുകൊണ്ട് മെൻഡൽ തന്റെ സിദ്ധാന്തത്തിനു രൂപം നല്കിയത് ഗണിതശാസ്ത്രത്തിലൂടെ ആയിരുന്നു. ജീവശാസ്ത്രജ്ഞന്മാർക്ക് ചതുർത്ഥി കാണുമ്പോലെയായിരുന്നു ഗണിതശാസ്ത്രത്തിലെ സമവാക്യങ്ങൾ; മൂന്ന്, അദ്ദേഹം സിദ്ധാന്തം അവതരിപ്പിച്ച പ്രകൃതിശാസ്ത്ര സൊസൈറ്റിയിലെ അംഗങ്ങൾക്ക് അദ്ദേഹം പറഞ്ഞതൊന്നും മനസ്സിലായില്ല. കേട്ടുകൊണ്ടിരുന്ന ഒരു വിദ്വാൻ പറഞ്ഞത് ഇങ്ങനെയാണ്: 'ഈ വൈദികൻ തന്റെ വിലയേറിയ എട്ടുവർഷങ്ങൾ പയർച്ചെടികളുടെ മൂട്ടിൽ പാഴാക്കിക്കളഞ്ഞല്ലോ.'

മെൻഡലിന്റെ നിഗമനങ്ങൾ ലോകശ്രദ്ധ ആകർഷിക്കാൻ മൂന്നു ദശകം വേണ്ടിവന്നു. അപ്പോഴേക്കും അദ്ദേഹം കഥാവശേഷനായിക്കഴിഞ്ഞിരുന്നു."

"എന്തായിരുന്നു മെൻഡലിസം?" നായർ ആകാംക്ഷയോടെ ചോദിച്ചു.

"സങ്കരവിദ്യയിൽ തത്പരനായിരുന്നു മെൻഡൽ. അതിനെ ഇംഗ്ലീഷിൽ ഹൈബ്രിഡൈസേഷൻ എന്നുപറയും. പട്ടാണിപ്പയർച്ചെടിയുടെ രണ്ടിനങ്ങളാണ് പാടലപ്പൂക്കൾ ഉള്ളവയും വെള്ളപ്പൂക്കൾ ഉള്ളവയും.

ഒരേ സ്പീഷീസിന്റെ രണ്ടിനങ്ങളായതുകൊണ്ട് അവ തമ്മിൽ പരപരാഗണം- ക്രോസ് പോളിനേഷൻ- നടക്കാറുണ്ട്."

പയർച്ചെടികൾ ബൈസെക്ഷ്വൽ ആണെന്നു ഞാൻ പണ്ടു പഠിച്ചിട്ടുണ്ട്." പിള്ള പറഞ്ഞു.

"അതേ, അവ ദ്വിലിംഗികൾ ആണ്. ആണും പെണ്ണും ഒരേ ചെടി തന്നെ എന്നർത്ഥം. അവയുടെ പുഷ്പങ്ങളും ദ്വിലിംഗികൾ തന്നെ. ആൺപെൺ പുഷ്പങ്ങൾ പ്രത്യേകമായുള്ള സസ്യങ്ങളും ഉണ്ട്. പയർച്ചെടികളിൽ പൊതുവേ സ്വപരാഗണം അഥവാ സെൽഫ് പോളിനേഷൻ ആണു നടക്കാറുള്ളത്. പരപരാഗണവും നടക്കാറുണ്ട്. എന്നാൽ പരീക്ഷണാർത്ഥം കൃത്രിമമായ പരപരാഗണവും നടത്താം. പുഷ്പം പൂർണ്ണവളർച്ച എത്തുന്നതിനുമുമ്പ് അതിന്റെ പരാഗവാഹികളായ കേസരങ്ങളെ നീക്കംചെയ്യണം. അത് സ്വപരാഗണത്തെ തടയും. കേസരം മാറ്റപ്പെട്ട പുഷ്പം പൂർണ്ണവളർച്ച എത്തുമ്പോൾ, മറ്റൊരു ചെടിയിൽനിന്നു പരാഗം ശേഖരിച്ച് കൃത്രിമ പരാഗണം നടത്താം. വിഭിന്നസ്വഭാവമുള്ള രണ്ടു ചെടികളോ ജന്തുക്കളോ തമ്മിലുള്ള ബീജസംയോജനംവഴി ജനിക്കുന്ന സന്തതികളെ സങ്കരസന്തതികൾ അഥവാ 'ഹൈബ്രിഡ്സ്' എന്നുവിളിക്കുന്നു. ഇതൊക്കെ മത്തായിസാറിനു നന്നായറിയാവുന്ന കാര്യങ്ങളാണ്, കർഷകനല്ലേ?

"സങ്കരണം എങ്ങനെയാണു നടത്തുന്നത്?" പരമേശ്വരൻ ചോദിച്ചു.

"സങ്കരണത്തിനുവേണ്ടി ആദ്യം ഓരോ പ്രത്യേക ലക്ഷണമുള്ള ചെടികളെ വേർതിരിച്ചു വളർത്തി ശുദ്ധവംശങ്ങൾ ഉത്പാദിപ്പിക്കും. സ്വപരാഗണം നടത്തിയാൽ അതേ ലക്ഷണങ്ങളുള്ള സന്താനങ്ങളെമാത്രം ഉത്പാദിപ്പിക്കുന്നവയാണ് ശുദ്ധവംശങ്ങൾ. ഉദാഹരണത്തിന്, പാടലപുഷ്പങ്ങളുള്ള ഒരു ചെടിയെ മറ്റു ചെടികളിൽനിന്നു മാറ്റി, പരപരാഗണത്തിനുള്ള സാദ്ധ്യത ശ്രദ്ധാപൂർവ്വം ഒഴിവാക്കി, വളർത്തിയശേഷം സ്വപരാഗണത്തിനു വിധേയമാക്കിയാൽ പാടലവർണ്ണപുഷ്പങ്ങളുള്ള സന്തതികൾ മാത്രമേ ഉണ്ടാകുന്നുള്ളുവെങ്കിൽ അതു ശുദ്ധവംശ പാടലച്ചെടിയാണെന്ന് ഉറപ്പാക്കാം. ശുദ്ധവംശത്തെ പരപരാഗണത്തിൽനിന്ന് ഒഴിവാക്കി നിലനിർത്തിയാൽ അവയെ പരീക്ഷണത്തിനുപയോഗിക്കാം. മെൻഡൽ ശുദ്ധവംശപാടലച്ചെടികളെയും ശുദ്ധവംശവെള്ളച്ചെടികളെയും നിലനിർത്തിക്കൊണ്ടു സങ്കരപരീക്ഷണം ആരംഭിച്ചു.

"ഈ പുരോഹിതൻ ഒരു ടൈപ്പാണെന്നു തോന്നുന്നു." മത്തായിസാർ പറഞ്ഞതിൽ അല്പം പുച്ഛരസം സ്ഫുരിച്ചിരുന്നു.

"എന്നാൽ ഒരു കാര്യം കൂടി അറിയുക. ആദായനികുതിയുടെ കാര്യത്തിൽ അധികാരികളുമായി നീണ്ട യുദ്ധം നടത്തി വിജയിച്ച ആളാണു മെൻഡൽ. എല്ലാ പുരോഹിതന്മാരും ദൈവകാര്യം മാത്രം ചെയ്തുകഴിയുന്നവരല്ല. വിവിധ മേഖലകളിൽ വ്യക്തിമുദ്ര പതിപ്പിച്ച പുരോഹിതന്മാരും മിഷനറിമാരും ഉണ്ട്. മുമ്പൊരിക്കൽ നമ്മുടെ ചർച്ചയിൽ കടന്നു

വന്ന മാൽത്തസ്, ഹെർമൻ ഗുണ്ടർട്ട്, തോമസ് അക്വിനാസ് ഇവരൊക്കെ ചില പേരുകൾ മാത്രം.

ഇനി നമുക്ക് മെൻഡലിന്റെ പരീക്ഷണത്തിലേക്കു മടങ്ങാം. സങ്കരണത്തിന് ഉപയോഗിച്ച പാടലച്ചെടിയെയും വെള്ളച്ചെടിയെയും- പൂവിന്റെ നിറം സൗകര്യത്തിനുവേണ്ടി ചെടിക്കു നല്കിയതാണ്- നമുക്ക് P എന്നു വിളിക്കാം. P ജനയിതാക്കളുടെ തലമുറയെ സൂചിപ്പിക്കുന്നു. അവയെ സങ്കരണം ചെയ്തുണ്ടാക്കിയ ചെടികളെ - അതായത് സന്താനതലമുറകളിൽ ആദ്യത്തേതിനെ - F_1 എന്നു വിളിക്കാം. F_1 ചെടികൾ അനേകം ഉണ്ടായിരുന്നെങ്കിലും, പ്രതീക്ഷിച്ചതുപോലെ, പാടലത്തിനും വെള്ളയ്ക്കും ഇടയ്ക്കുള്ള നിറമുള്ള ചെടികൾ ഒരെണ്ണംപോലും ഉണ്ടായിരുന്നില്ല. എല്ലാം പാടലച്ചെടികളായിരുന്നു. വെളുത്ത ചെടി ഒന്നും ഇല്ലായിരുന്നു. മെൻഡൽ F_1 ഗ്രൂപ്പിലെ ഓരോ സങ്കരച്ചെടിയെയും സ്വപരാഗണം ചെയ്തു F_2 എന്ന രണ്ടാം സന്താനതലമുറയെ സൃഷ്ടിച്ചു. ഈ തലമുറയിൽ പാടലച്ചെടികളും വെള്ളച്ചെടികളും ഉണ്ടായിരുന്നു- 3:1 എന്ന അനുപാതത്തിൽ- അതായത് മൂന്നു പാടലച്ചെടിക്ക് ഒരു വെള്ളച്ചെടി എന്ന കണക്കിന്. ഇത് മെൻഡലിനെ അത്ഭുതപ്പെടുത്തി."

"അത്ഭുതത്തിനു കാരണം?" കുറുപ്പ്

"F_1 ഗ്രൂപ്പിൽ ഒരു വെള്ളച്ചെടിപോലും ഉണ്ടായിരുന്നില്ലല്ലോ. എല്ലാം പാടലച്ചെടികൾ അല്ലായിരുന്നോ? അതുതന്നെ കാരണം." സശ്രദ്ധം കേട്ടുകൊണ്ടിരുന്ന പരമേശ്വരൻ പറഞ്ഞു.

"വെള്ളനിറം അപ്രത്യക്ഷമായി എന്നാണു മെൻഡൽ കരുതിയത്. ഇതാ വെള്ളനിറം തിരിച്ചുവന്നിരിക്കുന്നു. അപ്പോൾ വെള്ളയുടെ തിരോധാനം താത്ക്കാലികമായിരുന്നിരിക്കണം. ഇതിന്റെ രഹസ്യം കണ്ടുപിടിക്കാനായിരുന്നു മെൻഡലിന്റെ അടുത്ത ശ്രമം. F_2 ചെടികളെ അദ്ദേഹം സ്വപരാഗണത്തിനു വിധേയമാക്കി F_3 ചെടികളെ ഉണ്ടാക്കി. ഫലം നോക്കുക: F_2 വിലെ വെള്ളച്ചെടികളെല്ലാം വെള്ളച്ചെടികളെത്തന്നെ ഉത്പാദിപ്പിച്ചു. അതായത് അവയെല്ലാം ശുദ്ധവംശമാണെന്നു തെളിഞ്ഞു. F_2വിലെ പാടലച്ചെടികളിൽ മൂന്നിലൊരു ഭാഗം സ്വപരാഗണംവഴി പാടലച്ചെടികളെമാത്രം ഉത്പാദിപ്പിച്ചു. അവയും ശുദ്ധവംശം ആയിരുന്നു. ബാക്കി രണ്ടു ഭാഗം പാടലച്ചെടികളെ സ്വപരാഗണം നടത്തി, അവയുടെ അടുത്ത തലമുറ ഉത്പാദിപ്പിച്ചപ്പോൾ, ഫലം മൂന്നു പാടലത്തിന് ഒരു വെള്ള എന്ന കണക്കിനാണെന്നു കണ്ടു. ഇത് F_1 സങ്കരചെടികളെ സ്വപരാഗണത്തിനു വിധേയമാക്കിയപ്പോൾ സംഭവിച്ചതുപോലെ ആയിരുന്നു. അതിനാൽ അവ സങ്കരപാടലങ്ങളാണെന്നു തെളിഞ്ഞു.

മെൻഡൽ ഓരോ തലമുറയിലും നൂറുകണക്കിനു ചെടികളെ ഉത്പാദിപ്പിച്ചു എന്നു മാത്രമല്ല പരീക്ഷണം അവസാനിപ്പിച്ചുമില്ല. അദ്ദേഹം തുടർന്നു നടത്തിയ പരീക്ഷണങ്ങളെക്കുറിച്ചു നാം ചർച്ചചെയ്യേണ്ട കാര്യമില്ല. F_1-ഉം F_2-ഉം F_3-യും തത്ക്കാലം മനസ്സിൽ ഉറപ്പിക്കുക.

എല്ലാ ജീവികളിലും പാരമ്പര്യലക്ഷണങ്ങളെ നിയന്ത്രിക്കുന്ന കണികകൾ അഥവാ ഘടകങ്ങൾ ഉണ്ട്. ഓരോ ലക്ഷണത്തിനും ഓരോ ജോടി ഘടകങ്ങൾ ഉണ്ടായിരിക്കും. പുരുഷനിൽ ബീജവും സ്ത്രീയിൽ അണ്ഡവും ഉണ്ടാകുമ്പോൾ കണികകളുടെ ജോടി വേർപിരിഞ്ഞ് അവ ഒന്നുവീതം ബീജത്തിലും അണ്ഡത്തിലുമായി കടന്നുകൂടുന്നു. ബീജത്തിനും അണ്ഡത്തിനും പൊതുവായൊരു പേരുണ്ട്: ഗാമീറ്റ്. മാതൃ-പിതൃ ഗാമീറ്റുകൾ സംയോജിച്ചു സിക്താണ്ഡം ഉണ്ടാകുമ്പോൾ ബന്ധപ്പെട്ട രണ്ടു ഘടകങ്ങൾ ജോടിചേരുന്നു. സിക്താണ്ഡത്തിൽനിന്നു വളർന്നുവരുന്ന ജീവിയിൽ ഓരോ കോശത്തിലും ഈ ഘടകജോടികൾ ഉണ്ടായിരിക്കുകയും ചെയ്യും. ഘടകജോടികളെ അല്ലീലുകൾ എന്നുവിളിക്കുന്നു. ഇനി ഞാൻ പറയാൻപോകുന്ന കാര്യങ്ങൾ മനസ്സിലാക്കാൻ പ്രയാസം തോന്നിയാൽ എന്നെ തടയാൻ മടിക്കരുത്.

സൗകര്യാർത്ഥം പാടലനിറത്തിന്റെ അല്ലീലിന് A എന്നും വെള്ള നിറത്തിന്റെ അല്ലീലിന് B എന്നും നമുക്കു പേരിടാം, ഇവയുടെ ശാസ്ത്രീയചിഹ്നങ്ങൾ വേറെയാണെങ്കിലും. ഒരു ശുദ്ധവംശ പാടലച്ചെടിയിൽ രണ്ട് A അല്ലീലുകളും ശുദ്ധവംശവെള്ളച്ചെടിയിൽ രണ്ട് B അല്ലീലുകളും ഉണ്ടായിരിക്കും. AA, BB ഇത്രയും വ്യക്തമായല്ലോ."

"പ്രയാസമൊന്നും തോന്നുന്നില്ല. പ്രൊഫസർ തുടരുക." കുറുപ്പു പറഞ്ഞു.

"നന്ദി. F_1 സങ്കരത്തിൽ AB എന്ന അല്ലീലുകളാണുള്ളത്, ഒന്നു പിതൃജം, മറ്റേതു മാതൃജം. ഈ സങ്കരത്തിൽ A അല്ലീലിനു B അല്ലീലിന്മേൽ അധീശത്വം അഥവാ ഡോമിനൻസ് ഉള്ളതുകൊണ്ടാണ് വെളുപ്പുനിറം പ്രകടമാകാതിരുന്നത്. മറ്റൊരുതരത്തിൽ പറഞ്ഞാൽ B ഒരു ഗുപ്ത അഥവാ 'റിസെസീവ്' അല്ലീലാണ്. രണ്ടല്ലീലുകളും ഒരുപോലെയുള്ളതാണെങ്കിൽ ആ സങ്കരത്തെ സമയുഗ്മജം അഥവാ 'ഹോമോസൈഗസ്' എന്നും ഡോമിനന്റും റിസെസീവുമായ അല്ലീലുകൾ ഒരുമിച്ചുവന്നാൽ അതിനെ വിഷമയുഗ്മജം അഥവാ 'ഹെറ്ററോസൈഗസ്' എന്നും പറയുന്നു.

F_2 സങ്കരസന്തതികളുടെ സ്വഭാവം എന്തായിരുന്നെന്ന് ആർക്കെങ്കിലും പറയാമോ?"

"അവ മൂന്നു പാടലവും ഒരു വെളുപ്പും എന്ന അനുപാതത്തിൽ എന്നാണ് ഓർമ്മ." ശ്രദ്ധാലുവായ സുന്ദരേശൻ പറഞ്ഞു.

"ശരിയാണ്. പാടലച്ചെടികളിൽ മൂന്നിൽ ഒന്നുമാത്രമേ സമയുഗ്മജം ആയിട്ടുള്ളു. അതായത് AA. മറ്റു രണ്ടുഭാഗവും വിഷമയുഗ്മജങ്ങളാണ്. അതായത് AB. പ്രകടമായ രൂപം ഒരുപോലെയായിരുന്നെങ്കിലും അല്ലീൽ ജോടികൾ മൂന്നിലും ഒരുപോലെയല്ല എന്നു വ്യക്തമാണല്ലോ.

ഇനി രണ്ടു സാങ്കേതികപദങ്ങൾ പരിചയപ്പെടുത്താം. ഒഴിവാക്കാൻ നിർവാഹമില്ല. ലക്ഷണത്തെ സൂചിപ്പിക്കുന്നതു പ്രകടരൂപം അഥവാ 'ഫീ

നോടൈപ്പ്' എന്നും അല്ലീലുകളെ സൂചിപ്പിക്കുന്നത് ജീനരൂപം അഥവാ 'ജിനോ ടൈപ്പ്' എന്നും അറിയപ്പെടുന്നു.

ശുദ്ധവംശപാടലത്തിന്റെ ജീനരൂപം AA. സങ്കരപാടലത്തിന്റേത് AB. വെള്ളയുടേത് BB. ഓരോ തലമുറയുടെയും ജീനരൂപം പരമേശ്വരനു പറയാമോ?"

"ശ്രമിച്ചുനോക്കാം. ജനയിതാക്കളുടെ തലമുറയായ Pയിൽ ജീനരൂപം AA, BB ഒന്നാം സന്താനതലമുറയായ F_1ൽ എല്ലാം AB. രണ്ടാം സന്താനതലമുറയായ F_2ൽ ഒരു AA, രണ്ടു AB, ഒരു BB എന്ന അനുപാതത്തിൽ."

"അസ്സലായി. ബാക്കി ഞാൻ പറയാം F_3ൽ AAയുടെ സന്തതികൾ എല്ലാം AA; BBയുടെ സന്തതികൾ എല്ലാം BB; ABയുടെ സന്തതികൾ ഒന്ന് AA, രണ്ട് AB, ഒന്ന് BB . അല്ലീലുകൾ നല്ല അല്ലലുണ്ടാക്കിയെന്നു തോന്നുന്നു.

ചിത്രീകരണമില്ലാത്ത വിവരണങ്ങൾ ആയതുകൊണ്ട് മെൻഡലിസത്തെക്കുറിച്ച് ഇതിലപ്പുറം പറയാൻ എനിക്കു ഭയമാണ്. പറഞ്ഞുതുടങ്ങുമ്പോൾ നിങ്ങളും ഞാനും പെൻഷൻപറ്റിയവരാണെന്ന കാര്യവും ഞാൻ വിസ്മരിക്കും. ക്ലാസുമുറിയിൽ നില്ക്കുകയാണെന്നു ഞാൻ സങ്കല്പിച്ചുപോകും. അത് അല്പം സംഭവിച്ചില്ലേ എന്നു ഞാൻ സംശയിക്കുന്നു." എല്ലാവരും ചിരിക്കുന്നു.

"എത്ര വേണ്ടെന്നുവച്ചാലും, ഒരു കാര്യം കൂടി പറയാതെ വയ്യ. അല്ലെങ്കിൽ മെൻഡലിന്റെ ഗവേഷണം എത്രമാത്രം ബൃഹത്തായിരുന്നുവെന്നു നിങ്ങൾക്കു ബോദ്ധ്യപ്പെടുകയില്ല. ഏഴു വിപരീതലക്ഷണ ജോടികളിൽ (പാടലം- വെള്ള, മഞ്ഞ വിത്തില- പച്ച വിത്തില, മിനുസമുള്ള വിത്ത്-ചുളുങ്ങിയ വിത്ത് എന്നിങ്ങനെ) മെൻഡൽ പ്രത്യേകമായി പരീക്ഷണങ്ങൾ നടത്തി. ഇത് ആദ്യത്തെ പടി. അടുത്ത പടിയായി അദ്ദേഹം രണ്ടു വ്യത്യസ്ത ലക്ഷണജോടികൾ ഉൾപ്പെടുന്ന പരീക്ഷണത്തിലേക്കു കടന്നു. ഇവയെ 'ഡൈ ഹൈബ്രിഡ് ക്രോസ്' എന്നു പറയും. ഉദാഹരണത്തിന്, പാടല-വെള്ളപ്പുഷ്പം, മിനുസമുള്ള- ചുളുങ്ങിയ വിത്ത് എന്നിവയുള്ള ചെടികളെയാണ് പരീക്ഷണങ്ങൾക്ക് ഉപയോഗിച്ചത് എന്നു കരുതുക. P തലമുറയിൽ പാടലപുഷ്പവും മിനുസമായ വിത്തുമുള്ള (രണ്ടും പ്രഭാവിലക്ഷണങ്ങൾ) ഒരു ചെടിയുടെ ശുദ്ധവംശത്തെ, വെളുത്ത പുഷ്പം, ചുളുങ്ങിയ വിത്ത് (അപ്രഭാവിലക്ഷണങ്ങൾ) എന്നിവയുള്ള ചെടിയുമായി സങ്കരണം ചെയ്തു. മെൻഡൽ ഊഹിച്ചതുപോലെ തന്നെ F_1 ചെടികളെല്ലാം പാടലപുഷ്പവും മിനുസമായ വിത്തും ഉള്ളവയായിരുന്നു. എന്നാൽ F_2വിൽ 9 പാടല-മിനുസമായ, 3 പാടല- ചുളുങ്ങിയ, 3 വെള്ള- മിനുസമായ, 1 വെള്ള ചുളുങ്ങിയ എന്ന അനുപാതത്തിലാണു ചെടികൾ പ്രത്യക്ഷപ്പെട്ടത്! ലക്ഷണങ്ങളുടെ ഇടകലരൽ എങ്ങനെയുണ്ട്? P തലമുറയിൽ ഇല്ലായിരുന്ന രണ്ടു ചേരുവകൾ പുതുതായി പ്രത്യ

ക്ഷപ്പെട്ടിരിക്കുന്നു. മെൻഡലിനു രസം പിടിച്ചു. അദ്ദേഹം മൂന്നു ലക്ഷണ ജോടികളെ ഉപയോഗിച്ച് ട്രൈ ഹൈബ്രിഡ് ക്രോസിങ് അങ്ങനെ എണ്ണം കൂട്ടിക്കൂട്ടി പരീക്ഷണം തുടർന്നു. അദ്ദേഹം ആവിഷ്കരിച്ച ഗണിത ശാസ്ത്ര ഫോർമുല അനുസരിച്ചുള്ള ഫലങ്ങൾ തന്നെ അദ്ദേഹത്തിനു ലഭിച്ചു. മത്തായിസാറിനു താത്പര്യം ഉണ്ടെങ്കിൽ പരീക്ഷിച്ചു നോക്കാം. നല്ല രസമായിരിക്കും."

"കണക്കിനല്പം പിന്നോട്ടായതുകൊണ്ട് അത്ര രസിക്കുമോ എന്നു സംശയമാണ്" കുറുപ്പു പറഞ്ഞു.

"ഈ പരീക്ഷണങ്ങൾ പരമപ്രധാനമായ ഒരു വസ്തുതയുടെ നേർക്കു വിരൽ ചൂണ്ടുന്നു. തലമുറകൾതോറും ദൃശ്യമാകുന്ന അനന്ത വൈവിധ്യമാണത്."

"മെൻഡലിസത്തിന്റെ സത്ത ഇതാണ്: പ്രത്യുത്പാദനം നടക്കുമ്പോൾ, ഓരോ ലക്ഷണത്തെയും നിയന്ത്രിക്കുന്ന അല്ലീലുകളുടെ കൈമാറ്റം ജനയിതാക്കളിൽനിന്നു ഗാമീറ്റുകളിലൂടെ നടക്കുന്നു. ഇതാണു വംശപാരമ്പര്യത്തിലെ കാതലായ രഹസ്യം. ലൈംഗികപ്രത്യുത്പാദനം നടത്തുന്ന ജീവികളുടെ ഓരോ സന്താനത്തിലും ഓരോ ജീനിന്റെയും മാതൃജവും പിതൃജവുമായ ഓരോ അല്ലീൽ വീതം എത്തുന്നു. ഈ അല്ലീലുകൾ ഏതു ലക്ഷണത്തെയാണോ നിയന്ത്രിക്കുന്നത് ആ ലക്ഷണം, നാം ചർച്ചചെയ്ത ഡോമിനന്റ്, റിസെസീവ് എന്നീ സ്വഭാവത്തിനു വിധേയമായി, സന്താനങ്ങളിൽ പ്രത്യക്ഷപ്പെടുന്നു. പരിണാമസിദ്ധാന്തത്തിന്റെ ഇരുളടഞ്ഞ അറകളിൽ വെളിച്ചം വീശുമായിരുന്ന മെൻഡലിന്റെ നിഗമനങ്ങൾ, നിയതിയുടെ കുസൃതിമൂലം, ബ്രണ്ണിലെ നാച്ച്യുറൽസയൻസ് സൊസൈറ്റിയുടെ യോഗനടപടിപ്പുസ്തകത്തിൽ പൊടിയുമണിഞ്ഞുകിടന്നു- ഹ്യൂഗോ ദിവ്രീസും മറ്റു രണ്ടു ഗവേഷകരും വെവ്വേറെ അവ കണ്ടെത്തുന്നതുവരെ.

'ഈവിനിങ് പ്രിംറോസ്' എന്ന ചെടിയിൽ ഗവേഷണം നടത്തുകയായിരുന്നു ഡച്ചു ജീവശാസ്ത്രജ്ഞനായ ദിവ്രീസ്."

"ഈ ഈവിനിങ് പ്രിംറോസ് നമ്മുടെ നാലുമണിച്ചെടിയാണോ പ്രൊഫസറേ?" പരമേശ്വരൻ ചോദിച്ചു.

" 'ഈനോത്തീറാ' എന്ന സാങ്കേതികനാമമുള്ള ഈ ചെടി നമ്മുടെ നാട്ടിലുള്ളതല്ല. ചെടികളെ സസൂക്ഷ്മം വീക്ഷിച്ച ദിവ്രീസ് ചില ചെടികളുടെ പൂക്കളിലും ഇലകളിലും വളരെ പ്രകടമായ വ്യത്യാസങ്ങൾ കണ്ടു. അത്തരം ചെടികളെ വേർതിരിച്ച് അദ്ദേഹം മെൻഡലിയൻരീതിയിൽ അവയുടെ പല തലമുറകളെ വളർത്തിയെടുത്തു. എട്ടുവർഷം പരീക്ഷണങ്ങൾ നീണ്ടു."

"നില്ക്കണേ, എന്താണ് ഈ എട്ടുവർഷത്തിന്റെ പ്രാധാന്യം? മെൻഡലും പയർച്ചെടികളുടെ മൂട്ടിൽ എട്ടുവർഷമാണു കഴിച്ചുകൂട്ടിയത്." മത്തായിസാറിന്റെ സംശയം.

"ന്യൂമെറോളജിപ്രകാരം രണ്ടുപേരുടെയും ഭാഗ്യനമ്പർ 8 ആയിരുന്നിരിക്കും." സുന്ദരേശൻ പുച്ഛരസത്തിൽ പറഞ്ഞു.

"മത്തായിസാർ എത്ര ശ്രദ്ധയോടെയാണു കേട്ടിരിക്കുന്നത് എന്നതിന്റെ തെളിവാണിത്. എനിക്കു സന്തോഷമായി.

പെട്ടെന്നു മാറ്റംവന്ന ചെടികൾ ഒരു പുതിയ സ്പീഷീസാണെന്നു ദിവ്രീസ് സമർത്ഥിച്ചു. പരീക്ഷണനിരീക്ഷണങ്ങൾ പലപ്രാവശ്യം ആവർത്തിച്ചായിരിക്കണം ദിവ്രീസ് ഈ നിഗമനത്തിൽ എത്തിയത്. ഓരോ തലമുറയിലെയും ചെടികൾ വളർന്നു വിത്തുത്പാദനം നടത്താൻ സമയമെടുക്കില്ലേ? അതുകൊണ്ടായിരിക്കണം സാറേ ഈ കാലതാമസം. ദിവ്രീസ് അവതരിപ്പിച്ച സിദ്ധാന്തത്തിന്റെ പേര് 'മ്യൂട്ടേഷൻ സിദ്ധാന്തം' എന്നായിരുന്നു.

'മ്യൂട്ടേഷൻ' എന്ന വാക്കിന്റെ അർത്ഥം 'മാറ്റം' എന്നാണ്. ജീവശാസ്ത്രത്തിൽ ആ വാക്കിന് തുടർച്ചയില്ലാത്ത വ്യത്യസ്തതയെന്നോ പരമ്പരാഗതമായ രൂപത്തിനു പൊടുന്നനേ സംഭവിക്കുകയും അടുത്ത തലമുറയിലേക്കു സംക്രമിക്കുകയും ചെയ്യുന്ന വ്യതിയാനമെന്നോ അർത്ഥം കല്പിക്കാറുണ്ട്. തുടർച്ചയില്ലാത്ത, ആവർത്തനമില്ലാത്ത, ഒറ്റയടിക്കുള്ള മാറ്റങ്ങളാണ് പുതിയ സ്പീഷീസിന്റെ ഉത്ഭവത്തിൽ കലാശിക്കുന്നതെന്ന സിദ്ധാന്തമാണ് ദിവ്രീസ് അവതരിപ്പിച്ചത്.

മെൻഡലിന്റെയും ദിവ്രീസിന്റെയും സിദ്ധാന്തങ്ങൾ ചേർന്നു ജനിതകശാസ്ത്രം അഥവാ ജനറ്റക്സിനു വഴിയൊരുക്കി. അത്ഭുതാവഹമായ പുരോഗതി നേടിക്കൊണ്ടിരിക്കുന്ന ഈ നൂതനശാസ്ത്രശാഖയെക്കുറിച്ചു നമുക്കു സമയോചിതംപോലെ ചർച്ചചെയ്യാം."

"ഏതൊരു ചിന്തകനെയും അയാൾ ജീവിക്കുന്ന ചുറ്റുപാടുകൾ സ്വാധീനിക്കുമെന്നു പലരെയുംപോലെ ഞാനും വിശ്വസിക്കുന്നു." സുന്ദരേശൻ പറഞ്ഞുതുടങ്ങി. "തത്ത്വശാസ്ത്രമായാലും ദൈവശാസ്ത്രമായാലും സാഹചര്യങ്ങളുടെ സ്വാധീനത അവയിൽ നമുക്കു ദർശിക്കാം. പ്രപഞ്ചം മുഴുവൻ സൂക്ഷ്മമായ മോണഡുകളാൽ നിർമ്മിതമാണെന്നു ലൈബ്നിസ് പറഞ്ഞപ്പോൾ ഒരളവുവരെ അദ്ദേഹത്തെ സ്വാധീനിച്ചത് ല്യൂവെൻഹോക്കിന്റെ സൂക്ഷ്മദർശിനിയാണ്. അതുപോലെ പരിണാമപ്രക്രിയ വളരെ സാവധാനത്തിൽ പടിപടിയായി നടക്കുന്നു എന്നു ഡാർവിൻ പറഞ്ഞപ്പോൾ അദ്ദേഹത്തെ സ്വാധീനിച്ചത് ഇംഗ്ലണ്ടിൽ അക്കാലത്തു ഫാഷനായിരുന്ന ഫേബിയൻ സോഷ്യലിസമായിരുന്നില്ലേ എന്നു ഞാൻ സംശയിക്കുന്നു. സോഷ്യലിസം നല്ല ആശയം തന്നെ. പക്ഷേ അതു പാർലമെന്ററി സംവിധാനത്തിലൂടെ പടിപടിയായി മാത്രമേ പ്രാവർത്തികമാക്കാവൂ. ഇതാണ് ബർണാഡ്ഷായെപ്പോലുള്ള പ്രഗല്ഭമതികൾ നേതൃത്വം നൽകിയ ഫേബിയൻ സോഷ്യലിസത്തിന്റെ സത്ത. സാമൂഹികവിപ്ലവം എന്ന ആശയം ഇംഗ്ലീഷുകാർക്ക് അരോചകമാണ്. വിക്റ്റോറിയൻ കാലഘട്ടത്തിന്റെ പ്രതിഫലനമാണ് ഒരു പരിധിവരെ–

അങ്ങനെയേ ഞാൻ പറയൂ– ഡാർവിനിസത്തിലും നാം കാണുന്നത്. തങ്ങൾക്കു ഹിതകരമായ നൂലിഴകൾ അതിൽനിന്നു പെറുക്കിയെടുത്തു വിക്റ്റോറിയൻ സമൂഹം സോഷ്യൽ ഡാർവിനിസം നെയ്തെടുത്തു.

ഹിമയുഗത്തെക്കുറിച്ചു പ്രൊഫസർ പറഞ്ഞല്ലോ. ഹിമയുഗത്തിന്റെ വരവോടെ ഭൂവിഭാഗങ്ങൾ തമ്മിൽ ബന്ധപ്പെടുകയും ഹിമയുഗം അവസാനിക്കുമ്പോൾ ആ ബന്ധം മുറിഞ്ഞുപോവുകയും ചെയ്യുന്നു. ഈ മുറിഞ്ഞുപോകൽ ജൈവജാതികളിൽ വൈവിധ്യം ഉളവാക്കി എന്നും നാം കണ്ടു. അക്കാലമൊക്കെ പോയില്ലേ പ്രൊഫസറേ, ലണ്ടനിൽ പ്രാതലും ന്യൂയോർക്കിൽ ഉച്ചഭക്ഷണവും ടോക്യോയിൽ ഡിന്നറും കഴിക്കുന്ന ബിസിനസ്സ് എക്സിക്യൂട്ടീവുകളുടെ കാലമാണിത്. സൗരയൂഥത്തിനു വെളിയിൽ ചാടാൻ ആധുനികശാസ്ത്രം വെമ്പൽകൊള്ളുന്ന കാലമാണിത്. അത്യത്ഭുതകരമായ വേഗത്തിൽ പ്രവർത്തിക്കുന്ന കമ്പ്യൂട്ടറുകളെന്നല്ല മനുഷ്യനെവരെ നിർമ്മിക്കാൻ മനുഷ്യൻ തുനിഞ്ഞിറങ്ങിയിരിക്കുന്ന കാലമാണിത്. ഈ കാലഘട്ടത്തിൽ ജീവിതത്തിലെ ഭൗതികസാഹചര്യങ്ങൾ ജൈവജാതികളുടെ അവസ്ഥാന്തരങ്ങൾക്കു കാരണമാകുന്നു എന്നു പറയുന്ന പരിണാമസിദ്ധാന്തത്തിന്റെ പ്രസക്തിയെന്ത്? തന്റെ ഭൗതികസാഹചര്യങ്ങൾ തന്റെ ഇഷ്ടത്തിനൊത്തു മാറ്റിമറിക്കാൻ മനുഷ്യനു കഴിയുമെന്നുള്ളപ്പോൾ, താൻ ഒരു ബട്ടൺ അമർത്തിയാൽ അത് ലോകസംഹാരത്തിനു തുടക്കം കുറിക്കും എന്നു സ്വയം അഹങ്കരിക്കുന്ന മനുഷ്യനുള്ളപ്പോൾ, ഡാർവിനിസത്തിന്റെ പ്രസക്തിയെന്ത്? എന്റെ സംശയപ്രകടനം ഒരു രാഷ്ട്രീയപ്രസംഗംപോലെ നീണ്ടുപോയെങ്കിൽ എന്നോടു ക്ഷമിക്കണം."

എല്ലാവരും സശ്രദ്ധം സുന്ദരേശൻ പറഞ്ഞതുകേൾക്കുകയായിരുന്നു– തുടക്കത്തിൽ പ്രതിഷേധം മുഖത്തു പ്രകടിപ്പിച്ച മത്തായിസാർ പോലും.

"സുന്ദരേശന്റെ സംശയങ്ങൾക്ക് എന്നാലാവുംവിധം മറുപടി പറയാൻ ഞാൻ ശ്രമിക്കാം. ഡാർവിന്റെ ചിന്താഗതിയെ, വിശേഷിച്ച് പ്രകൃതിനിർദ്ധാരണം എന്ന ആശയത്തെ, സ്വാധീനിച്ചത് മാൽത്തസിന്റെ ജനസംഖ്യാവർദ്ധനവിനെക്കുറിച്ചുള്ള സിദ്ധാന്തമാണെന്നത് തർക്കമറ്റ വസ്തുതയാണ്. മാറ്റംവേണ്ടതു തന്നെ, പക്ഷേ അതു സാവധാനത്തിൽ ആയിരിക്കണമെന്ന വിക്റ്റോറിയൻ ചിന്താഗതി, ഫേബിയൻ സോഷ്യലിസത്തിന്റെ രൂപവത്കരണത്തെ സ്വാധീനിച്ച ചിന്താഗതി, ഡാർവിനെയും സ്വാധീനിച്ചിട്ടുണ്ടാവാം– പരോക്ഷമായി, അതും ജീവിതസൗകര്യങ്ങളുള്ള ബ്രിട്ടീഷുകാരൻ എന്ന നിലയിൽ. ആ വീക്ഷണത്തിന്റെ സ്വാധീനതയെ നിഷേധിക്കാൻ മതിയായ കാരണങ്ങളൊന്നും ഞാൻ കാണുന്നുമില്ല. പക്ഷേ ഒരു കാര്യം ഓർക്കുന്നതു നന്നായിരിക്കും. ലാമാർക്കിസത്തിന്റെ പ്രണേതാവ് വിപ്ലവം ത്രസിക്കുന്ന ഫ്രാൻസിൽ പിറന്നുവളർന്ന ആളായിരുന്നു. ലാമാർക്കിസത്തിലും സാവധാനത്തിലുള്ള മാറ്റ

ങ്ങളാണ് വിഭാവന ചെയ്യപ്പെട്ടിരിക്കുന്നത്. ഒരുപക്ഷേ ഉൾവിളി എന്ന ആശയത്തിൽ സുന്ദരേശനു വിപ്ലവത്തിന്റെ ബീജം ദർശിക്കാൻ കഴിഞ്ഞേക്കും.

അങ്ങനെ നോക്കുകയാണെങ്കിൽ ദിവ്രീസിന്റെ മ്യൂട്ടേഷൻ സിദ്ധാന്തത്തിനു സുന്ദരേശന്റെ വിപ്ലവത്വരയെ കുറച്ചൊക്കെ തൃപ്തിപ്പെടുത്താൻ കഴിയുമായിരിക്കും. പൊടുന്നനേയുള്ള മാറ്റമാണല്ലോ മ്യൂട്ടേഷൻ സിദ്ധാന്തത്തിന്റെ കാതൽ.

സുന്ദരേശന്റെ രണ്ടാമത്തെ സംശയം ഒറ്റനോട്ടത്തിൽ ന്യായമാണെന്നു തോന്നാമെങ്കിലും, ലാമാർക്കിസത്തിന്റെയും ഡാർവിനിസത്തിന്റെയും പ്രസക്തി അവഗണിക്കാൻ നിർവാഹമില്ല. ലാമാർക്കിനും ഡാർവിനും സങ്കല്പിക്കാനാവാത്ത ജീവിതസൗകര്യങ്ങളാണ് ഇന്നുള്ളത് എന്നു സമ്മതിക്കണം. കാറൽമാർക്സ് '*ദാസ് ക്യാപ്പിറ്റൽ*' എഴുതിയ കാലത്തെ തൊഴിലാളികളുടെ ജീവിതവുമായി ഇന്നത്തെ യൂറോപ്യൻതൊഴിലാളികളുടെ ജീവിതത്തിന് എന്തെങ്കിലും ബന്ധമുണ്ടോ? അതുപോലെ തന്നെ, പരിണാമത്തിന്റെ ഗതി നിയന്ത്രിക്കുന്നത്, ഓരോ കോശത്തിനുള്ളിലും 'ചിന്തയാം മണിമന്ദിരത്തിൽ വിളങ്ങുമീശനെ'പ്പോലെ സ്ഥാനമുറപ്പിച്ചിരിക്കുന്ന ജീനുകളാണെന്ന് ലാമാർക്കും ഡാർവിനും സ്വപ്നത്തിൽപ്പോലും കരുതിക്കാണുകയില്ല. ഹക്സ്‌ലിയും വിൽബർഫോഴ്സും ഓക്സ്ഫഡിലെ മഹായോഗത്തിൽ വീറോടെ തർക്കിച്ചപ്പോൾ ജീനുകൾ ചിരിക്കുകയായിരുന്നിരിക്കാം?"

"ബുദ്ധന്റെ ചിരിപോലെ. അല്ലേ, പ്രൊഫസറേ?" പരമേശ്വരൻ ചോദിച്ചു.

"ബുദ്ധൻ ചിരിക്കുകയോ. അദ്ദേഹം മന്ദസ്മിതം തൂവുകയല്ലേ ഉള്ളൂ." കുറുപ്പു സന്ദേഹിച്ചു.

"കുറുപ്പേ, അത് പൊക്രാനിലെ അണ്വായുധപരീക്ഷണത്തിന്റെ കോഡുപ്രയോഗമാണ്." സുന്ദരേശൻ കുറുപ്പിന്റെ കൺഫ്യൂഷൻ തീർത്തു കൊടുത്തു.

"ആടിന്റെ അകിടിലെ കോശത്തിൽനിന്നു മറ്റൊരാടിനെ സൃഷ്ടിക്കുന്ന കലികാലമല്ലേ ഇത്! മനുഷ്യന് എന്തും ചെയ്യാമെന്നായില്ലേ." നായർ ദീർഘമായി നിശ്വസിച്ചു.

"കർത്താവിനെ ധിക്കരിക്കുന്നവർ ആരായാലും അവൻ അവരെ വെറുതേ വിടില്ല." മത്തായിസാർ ധർമ്മരോഷം കൊണ്ടു.

"അതേ, അതേ, വിലക്കിയ കനി ഭക്ഷിച്ചു എന്ന ഒറ്റക്കാരണത്താൽ കർത്താവ് ആദത്തെയും ഹവ്വയെയും ഏദൻതോട്ടത്തിൽനിന്ന് ആട്ടിപ്പായിച്ചില്ലേ? അക്കണക്കിനു തന്റെ പ്രവർത്തനമേഖലയിൽ കൈകടത്തുന്നവരെ കർത്താവു വെറുതേ വിടുമോ?" മത്തായിസാറിനെ ശുണ്ഠിപിടിപ്പിക്കാനായി സുന്ദരേശൻ പറഞ്ഞു.

"എനിക്ക് ഓർമ്മവരുന്നതു ദീനബന്ധു സി എഫ് ആൻഡ്രൂസിനെക്കുറിച്ചുള്ള ഒരു കഥയാണ്. എങ്ങോട്ടോ യാത്രപോകാനായി ആൻഡ്രൂസ്

റെയിൽവേസ്റ്റേഷനിൽ എത്തി. അപ്പോഴാണ് അദ്ദേഹത്തിന് ഓർമ്മ വന്നത് താൻ അലമാര പൂട്ടിയിട്ടില്ലെന്ന്. അലമാരയിൽ വച്ചിരിക്കുന്ന പണം സത്യസന്ധനായ തന്റെ ഭൃത്യന് മോഷണം എന്ന പാപകർമ്മം ചെയ്യാൻ പ്രേരണയാവുകയില്ലേ, അതിനു കാരണക്കാരൻ താനല്ലേ എന്ന ചിന്ത അലട്ടിയതുകൊണ്ട് അദ്ദേഹം തിരിയെപ്പോയെന്നാണു കഥ.

ദൈവം ആൻഡ്രൂസിനെപ്പോലെയാണെന്നു ഞാൻ കരുതുന്നില്ല. സർവ്വജ്ഞനും സർവ്വവ്യാപിയും സർവ്വശക്തനുമായ ദൈവം തന്റെ വത്സലസൃഷ്ടിയായ മനുഷ്യനെ പ്രലോഭനങ്ങൾ ഒരുക്കി കുഴിയിൽ ചാടിക്കാൻ കാത്തിരിക്കുകയാണെന്നും സങ്കല്പിക്കാൻ ഞാൻ ഒരുക്കമല്ല. അതുപോകട്ടെ, സുന്ദരേശന്റെ സംശയത്തിലേക്കു മടങ്ങാം. ജൈവപരിണാമത്തിന്റെ ചരിത്രം കോടിക്കണക്കിനു വർഷങ്ങളുടെ ദൈർഘ്യമുള്ളതാണ്. അതുമായി താരതമ്യപ്പെടുത്തുമ്പോൾ രണ്ടോ മൂന്നോ നൂറ്റാണ്ടുകൾ ചേർത്തു വച്ചാലും ഒരു പുൽക്കൊടിയുടെ വിലപോലും അതിനു കാണുകയില്ല. അതിനിടയ്ക്കു പ്ലൂട്ടോയിൽപോയാലും ക്ഷീരപഥത്തിലൂടെ സവാരി ചെയ്താലും അതൊന്നും ജൈവജാതികളുടെ അനന്തമായ പരിണാമചരിത്രത്തെ സംബന്ധിച്ചിടത്തോളം സംഭവങ്ങളേ അല്ല."

"അതിനിടയ്ക്ക് ബുഷും പുട്ടിനും ബട്ടൺ അമർത്തിയാലോ?" പരമേശ്വരൻ ചോദിച്ചു.

"ഈ ഭൂമി ഭസ്മമായതുതന്നെ. എനിക്ക് ഓർമ്മവരുന്നതു 'ജി'യുടെ വരികളാണ്.

അംബരമദ്ധ്യം തിളക്കുന്നൊരാദിത്യ
ബിംബവും കെട്ടുപോം എങ്കിലാട്ടെ
അക്കരി ഊതിപ്പിടിപ്പിച്ചു നല്ലൊരു
തീക്കട്ടയുണ്ടാക്കും സർഗ്ഗശക്തി

കവിയുടെ സർഗ്ഗശക്തിയിലുള്ള ശുഭാപ്തിവിശ്വാസമാണ് എനിക്കുമുള്ളത്. പരിണാമത്തിന്റെ പരിണാമം എങ്ങനെയായിരിക്കും എന്നു പറയാൻ ആർക്കും കഴിയുമെന്നു തോന്നുന്നില്ല. അതിനെക്കുറിച്ചുള്ള പ്രവചനങ്ങൾ അപക്വവും സാഹസികവും ആയിരിക്കും."

"പ്രൊഫസർ പറഞ്ഞതു ശരിയാണ്. ഒന്നാലോചിക്കുമ്പോൾ തോന്നുന്നത് 'വാരഞ്ചിടുന്ന വളർവില്ലുവരച്ചുമാച്ചും' പിന്നെയും വരച്ചും വിശ്വപ്രകൃതി പരിണാമപ്രക്രിയ തുടർന്നുകൊണ്ടിരിക്കും എന്നാണ്" സുന്ദരേശൻ പറഞ്ഞു.

"ബുഷ് ബട്ടൺ അമർത്താൻ കാലമായി എന്നു തോന്നുന്നു." മത്തായിസാർ കളിയാക്കി.

"ഒരു സംഭവകഥ നിങ്ങളുടെ ശ്രദ്ധയിൽപെടുത്താൻ ഞാൻ ആഗ്രഹിക്കുന്നു. ശാന്തസമുദ്രത്തിലെ ഒരു കൊച്ചുദ്വീപായ ഈസ്റ്റർ ഐലൻഡിനെ ക്കുറിച്ചുള്ള കഥയാണത്. ഈ കഥ ഞാൻ റിച്ചാർഡ് സൗത്ത്വുഡ് എഴുതിയ *'ദി സ്റ്റോറി ഓഫ് ലൈഫ്'* എന്ന പുസ്തക

ത്തിൽ വായിച്ചതാണ്. 1600 വർഷങ്ങൾക്കുമുമ്പ് ഏതാനും പോളിനേഷ്യക്കാർ ഈസ്റ്റർ ഐലൻഡിൽ കുടിപാർപ്പാരംഭിച്ചു. അക്കാലത്ത് അവിടെ ധാരാളം ഫലവൃക്ഷങ്ങൾ ഉണ്ടായിരുന്നു. ആയിരംവർഷംകൊണ്ട് അവിടുത്തെ ജനസംഖ്യ 7000 ആയി വർദ്ധിച്ചു. കാടുകൾ വെട്ടിത്തെളിച്ചു കൃഷിഭൂമികളാക്കേണ്ടിവന്നു. ജനസംഖ്യ വീണ്ടും വർദ്ധിച്ചപ്പോൾ മണ്ണിനെ ചൂഷണം ചെയ്യുന്നതും വർദ്ധിച്ചു. അപ്പോൾ മണ്ണിന്റെ വീര്യവും തത്ഫലമായി വിളവും കുറഞ്ഞു. പിന്നെ ആളുകളുടെ ശ്രദ്ധ മീൻപിടുത്തത്തിലായി. വലിയ മരങ്ങളൊക്കെ ഇതിനകം കൃഷിക്കുവേണ്ടി വെട്ടിക്കളഞ്ഞതുകൊണ്ടു ചങ്ങാടവും വള്ളവും ഉണ്ടാക്കാൻ നിർവാഹമില്ലാതെയായി. അങ്ങനെ ആഹാരസമ്പാദനത്തിനുള്ള മാർഗ്ഗങ്ങൾ അടഞ്ഞു. കരയ്ക്കായിരുന്നെങ്കിൽ മറ്റു സ്ഥലങ്ങളിലേക്കു മാറിപ്പാർക്കുകയോ മറ്റുള്ളവരുടെ ഭൂമി ബലപ്രയോഗംകൊണ്ടു പിടിച്ചെടുക്കുകയോ ചെയ്യാമായിരുന്നു. ഒടുവിൽ ഭക്ഷണത്തിനുവേണ്ടി തമ്മിൽത്തല്ലി എല്ലാവരും തുലഞ്ഞു. സമാധാനപ്രിയരായിരുന്ന ഈസ്റ്റർ ഐലൻഡ് നിവാസികൾ നരമാംസഭോജനത്തിൽ വരെ എത്തിയെന്നാണു കഥ! 1722ൽ യൂറോപ്യന്മാർ അവിടെ ചെല്ലുമ്പോൾ ആ ദ്വീപ് വെറും തരിശുഭൂമിയായിക്കഴിഞ്ഞിരുന്നു.”

“പ്രൊഫസർ ഈ കഥ പറഞ്ഞത് എന്തിനാണെന്നു മനസ്സിലായി. ജനസംഖ്യയുടെ അനിയന്ത്രിതമായ വർദ്ധനവും പ്രകൃതിവിഭവങ്ങളുടെ ഭ്രാന്തമായ ചൂഷണവുമാണ് ഈസ്റ്റർ ഐലൻഡിന്റെ ദുരന്തത്തിനു കാരണം. ഈസ്റ്റർ ഐലൻഡ് നമ്മുടെ കേരളത്തിന് ഒരു പാഠമായിരിക്കേണ്ടതാണ്.” പിള്ളയാണ് ഇതു പറഞ്ഞത്.

“പുതിയ സഹസ്രാബ്ദത്തിന്റെ പടിവാതിലിൽ എത്തിയപ്പോൾ ലോകജനസംഖ്യ 600 കോടി കടന്നിരിക്കുന്നു. അതങ്ങനെ ഇടതടവില്ലാതെ കൂടിക്കൊണ്ടിരിക്കും. മനുഷ്യന്റെ സൃഷ്ടികളായ പാരിസ്ഥിതികമലിനീകരണവും തെർമോന്യൂക്ലിയർ ബോംബുകളും രോഗാണുബോംബുകളും രാസായുധങ്ങളും കാരണം മനുഷ്യൻ എന്ന ജൈവജാതി സ്വയം നശിക്കുകയും മറ്റു ജൈവജാതികളെ നശിപ്പിക്കുകയും ചെയ്താൽ വിശ്വപ്രകൃതി ‘പാഠം ഒന്ന്’ എന്നു പറഞ്ഞുകൊണ്ടു പരിണാമപ്രക്രിയ പുനരാരംഭിക്കും. നാം ഇപ്പോൾ കാണുന്ന ശ്രേണീബന്ധങ്ങളൊന്നും അന്നു കണ്ടെന്നുവരികയില്ല. അതല്ലെങ്കിൽ ഇന്നത്തെ പരിണാമയാത്ര തുടർന്നെന്നു വരും. അതും ഏതേതു ദിശകളിലൂടെയായിരിക്കുമെന്നു പ്രവചിക്കാൻ ആരാലും സാദ്ധ്യമല്ല.”

“മനുഷ്യനു നല്ല ബുദ്ധി തോന്നട്ടെ എന്ന പ്രാർത്ഥനയോടെ നമുക്ക് ഇന്നത്തെ സായാഹ്നചർച്ച അവസാനിപ്പിക്കാം. പ്രൊഫസർ ഇന്നു ഞങ്ങളുടെ കൂടെ ‘വിജ്ഞാനദായിനി’ വായനശാലയിലേക്കു വരണം. പ്രൊഫസറോടൊപ്പമെങ്കിലും (മത്തായിസാറിനെ നോക്കി) ഈ വായനവൈരി അവിടെ കയറട്ടെ.” കുറുപ്പാണിതു പറഞ്ഞത്.

5

മസ്തിഷ്കവും മനസ്സും

"**നാ**ഗരത്നം എന്നു കേട്ടിട്ടില്ലേ? സർപ്പത്തിന്റെ തലയിൽ അമൂല്യമായ ഒരു രത്നം ഇരിപ്പുണ്ട് എന്ന സങ്കല്പം. നാം ഓരോരുത്തരും അതുപോലെ തലയിൽ വഹിക്കുന്ന അമൂല്യമായ ഒരു രത്നമാണു നമ്മുടെ മസ്തിഷ്കം. 'നല്ല തല' എന്ന് അഭിനന്ദനപൂർവം പറയുമ്പോൾ തലയുടെ ബാഹ്യരൂപത്തെയല്ല നാം ഉദ്ദേശിക്കുന്നത്, മസ്തിഷ്കത്തെ അഥവാ തലച്ചോറിനെയാണ്. നല്ല തലച്ചോറിനെ നല്ല ബുദ്ധിയുടെ പര്യായമായും നാം കണക്കാക്കി ഭാഷയിൽ പ്രയോഗിക്കാറുണ്ട്. മസ്തിഷ്കത്തിന്റെ ഉന്നതമായ സിദ്ധികളെക്കുറിച്ച് നമ്മിൽ ഓരോരുത്തർക്കും എന്തെങ്കിലും കഥ പറയാനുണ്ടാവും. കേൾക്കട്ടെ."

അല്പനേരം ആരും ഒന്നും പറഞ്ഞില്ല. മൗനം ഭഞ്ജിച്ചതു കുറുപ്പാണ്.

"പ്രൊഫസർ പറഞ്ഞതുകേട്ടപ്പോൾ എന്റെ മനസ്സിൽ ഓടിയെത്തിയത് വള്ളത്തോളിന്റെ 'ബുദ്ധന്റെ അഹിംസയും ശങ്കരാചാര്യർ തന്റെ ബുദ്ധിശക്തിയും' എന്ന വരിയാണ്; തുടർന്നു ശക്തിഭദ്രന്റെ കഥയും. ശക്തിഭദ്രൻ ഒരു നാടകമെഴുതി ആചാര്യസ്വാമികളെ വായിച്ചു കേൾപ്പിച്ചു. സശ്രദ്ധം കേട്ടുകൊണ്ടിരുന്നതല്ലാതെ അദ്ദേഹം ഒന്നും പറഞ്ഞില്ല. ഉടനെ അദ്ദേഹം ദിഗ്വിജയത്തിനായി വടക്കോട്ടു പോവുകയും ചെയ്തു. തന്റെ നാടകം മോശമായതുകൊണ്ടാണ് ആചാര്യൻ അഭിപ്രായം പറയാത്തത് എന്നുകരുതി ശക്തിഭദ്രൻ ഓല മുഴുവൻ തീയിലിട്ടു. കുറെനാൾ കഴിഞ്ഞ് ആചാര്യസ്വാമി കാലടിയിൽ തിരിച്ചെത്തിയപ്പോൾ ശക്തിഭദ്രനെ വിളിപ്പിച്ചു. 'നാടകമെവിടെ?' എന്നു ചോദിച്ചു. വിഷണ്ണനായ ശക്തിഭദ്രൻ ഒടുവിൽ സംഭവിച്ച കാര്യം പറഞ്ഞു. 'പോട്ടെ, നാടകം തോന്നു

മോ?' ഇല്ലെന്നു മറുപടി. ഒരു ശിഷ്യനെ വിളിച്ചു സ്വാമികൾ ഓലയും നാരായവും കൊണ്ടുവരാൻ പറഞ്ഞു. ആ നാടകം മുഴുവൻ സ്വാമികൾ പറഞ്ഞുകൊടുത്തു. അതാണ് '*ആശ്ചര്യ ചൂഡാമണി*' എന്നു പിൽക്കാലത്ത് പേരെടുത്ത നാടകം."

"കുറുപ്പു പറഞ്ഞ കഥ ഞാനും കേട്ടിട്ടുണ്ട്. അത് ഒരൈതിഹ്യമായിരിക്കാം. എങ്കിലും വെറും മുപ്പത്തിരണ്ടുവയസ്സിനുള്ളിൽ ശങ്കരാചാര്യർ രചനാപരമായി കാട്ടിയ അത്ഭുതങ്ങൾ കണക്കാക്കുമ്പോൾ അതു വിശ്വസിക്കാൻ പ്രയാസം തോന്നുകയില്ല."

"1977 ജാനുവരിയിലെ തണുത്തുറഞ്ഞ ഒരു സായാഹ്നത്തിലേയ്ക്ക് ഞാൻ എന്റെ സുഹൃത്തുക്കളുടെ ശ്രദ്ധ ക്ഷണിക്കുന്നു." പരമേശ്വരൻ പറഞ്ഞുതുടങ്ങി. "കെന്നഡിയെ വെടിവച്ചുകൊന്ന ഡല്ലാസാണു സ്ഥലം. അവിടുത്തെ സൗത്ത് യൂണിവേഴ്സിറ്റിയിലെ വിശാലമായ സമ്മേളനഹാളിൽ ധാരാളം ശാസ്ത്രജ്ഞർ കൂടിയിരിക്കുന്നു. അവരിൽനിന്നു മാറി, എന്നാൽ അവർക്ക് അഭിമുഖമായി, ശാലീനസുന്ദരിയായ ഒരു ദക്ഷിണേന്ത്യൻ യുവതി കറങ്ങുന്ന കസേരയിൽ ഉപവിഷ്ഠയായിരിക്കുന്നു. എല്ലാവരുടെയും ശ്രദ്ധ ആ യുവതിയിലായിരുന്നെങ്കിലും സംഭ്രമത്തിന്റെ ലാഞ്ഛനപോലും ആ സുന്ദരമുഖത്തിലില്ല. മണിമുഴങ്ങുന്ന ശബ്ദം. വൃദ്ധനായ ഒരു ശാസ്ത്രജ്ഞൻ സാവധാനം എഴുന്നേറ്റ് മന്ദം മന്ദം യുവതിയുടെ പിന്നിലുള്ള വലിയ ബ്ലാക്ബോർഡിനടുത്തേക്കു നടക്കുന്നു. ഒരു ചോക്കുകഷണമെടുത്ത് അദ്ദേഹം 201 അക്കങ്ങളുള്ള വലിയ ഒരു സംഖ്യ ബോർഡിൽ എഴുതുന്നു. പല പ്രാവശ്യം പരിശോധിച്ചു തൃപ്തനായശേഷം അദ്ദേഹം യുവതിയെ നോക്കി 'തുടങ്ങിക്കൊള്ളൂ' എന്നു പറഞ്ഞു കൈയിലുള്ള സ്റ്റോപ് വാച്ച് അമർത്തി. യുവതി തിരിഞ്ഞു ബോർഡിൽ നോക്കി സംഖ്യയിൽ ശ്രദ്ധ പതിപ്പിച്ചു. ഏതാനും നിമിഷം കണ്ണുകൾ അടച്ചു ധ്യാനനിരതയായി ഇരുന്നു. കണ്ണുതുറന്ന് ആ സംഖ്യയുടെ ഇരുപത്തിമൂന്നാമത്തെ റൂട്ട് പറയാൻ തുടങ്ങി. അത് അപ്പോൾത്തന്നെ വൃദ്ധൻ ബോർഡിൽ എഴുതിയിട്ടു. സംഖ്യ നോക്കാനും ഉത്തരം പറയാനുമായി യുവതി അമ്പത്തിനാലു സെക്കൻഡുകളാണ് എടുത്തത്.

അടുത്തപടി ഇതേ സംഖ്യ പ്രൊഫസർ ഏറ്റവും പുതിയ കമ്പ്യൂട്ടറിലേക്കു ഫീഡു ചെയ്തു. കമ്പ്യൂട്ടർ നല്കിയ ഉത്തരം അദ്ദേഹം ബോർഡിൽ എഴുതി. സദസ്യർ രണ്ടുത്തരവും ഒത്തുനോക്കി. ഒരു വ്യത്യാസവുമില്ല. നീണ്ട കരഘോഷം. മേൽക്കൂര ഇളകാതിരുന്നതു ഭാഗ്യം! ഈ അത്ഭുതയുവതി ആരാണെന്നറിയേണ്ടേ?' ശകുന്തളാദേവി. കമ്പ്യൂട്ടർ ഉത്തരം പറയാൻ എട്ടു സെക്കൻഡ് കൂടുതൽ എടുത്തു!"

"പരമേശ്വരൻ വളരെ നാടകീയമായി പറഞ്ഞ ഈ സംഭവം വാസ്തവമാണ്. റെക്കോർഡു ചെയ്യപ്പെട്ടിട്ടുണ്ട്."

“എടോ പരമേശ്വരാ, താൻ റൂട്ടെന്നു പറഞ്ഞത് ബസ് റൂട്ടുപോലെ വല്ലതുമാണോ?”

“അല്ല. മത്തായിസാറേ 2 X 2 = 4 എന്നറിയാമല്ലോ. 4ന്റെ സ്ക്വയർ റൂട്ട് 2 ആണെന്നു പറയും. 2 X 2 X 2 = 8. ഈ എട്ടിന്റെ ക്യൂബ് റൂട്ട് 2 ആണ്. ഇങ്ങനെ 2 X 2 X 2 ... എന്ന് 23 തവണ എഴുതി ഗുണിക്കുമ്പോൾ സാമാന്യം വലിയ ഒരു സംഖ്യ കിട്ടും. അതിന്റെ ഇരുപത്തിമൂന്നാമത്തെ റൂട്ടാണ് 2. മനസ്സിലായോ.

“ക്ലിയർ. താങ്ക്യൂ.”

മത്തായിസാർ പൊടുന്നനേ സായിപ്പായതിൽ എല്ലാവരും ചിരിച്ചു.

“ഞാൻ പറയാൻ പോകുന്നത് ഭാരതത്തിന്റെ അഭിമാനഭാജനമായ ശ്രീനിവാസ രാമാനുജനുമായി ബന്ധപ്പെട്ട ഒരു സംഭവമാണ്. കേംബ്രിഡ്ജിൽ പഠിച്ചിരുന്ന രാമാനുജൻ ആശുപത്രിയിൽ കിടക്കുന്ന കാലത്ത് അദ്ദേഹത്തിന്റെ പ്രൊഫസർ ജി.എച്ച്. ഹാർഡി അദ്ദേഹത്തെ സന്ദർശിച്ചു. ഹാർഡി പറഞ്ഞു. “രാമാനുജൻ ഞാൻ ഇങ്ങോട്ടു വന്ന വണ്ടിയുടെ നംബർ ഒരു സുഖമില്ലാത്ത നംബറാണ്. 1729.” “അല്ല സാർ,” രാമാനുജന്റെ ക്ഷീണിച്ച മുഖം സന്തോഷംകൊണ്ടു വിടർന്നു. “അതു വളരെ രസകരമായ നംബറാണ്. രണ്ടു ക്യൂബുകളുടെ തുക രണ്ടു വിധത്തിൽ പറയാവുന്ന ഏറ്റവും ചെറിയ നംബറാണത്: $1^3 + 12^3 = 1729$; $9^3 + 10^3 = 1729$. പ്രൊഫസർ ഹാർഡി തരിച്ചിരുന്നുപോയി.”

“സുന്ദരേശൻ വിവരിച്ച ഈ സംഭവം ലണ്ടൻ മാത്തമാറ്റിക്കൽ സൊസൈറ്റിയുടെ പ്രൊസീഡിങ്സിൽ രേഖപ്പെടുത്തിയിട്ടുള്ളതായി രാമാനുജനെക്കുറിച്ചുള്ള ഒരു ലേഖനത്തിൽ ഈയിടെ ഞാൻ വായിക്കുകയുണ്ടായി.

ശങ്കരാചാര്യർ ചെയ്തത് അത്ഭുതകരമായ ഓർമ്മശക്തിക്ക് ഉദാഹരണമാണ്. ശകുന്തളാദേവിയുടെയും രാമാനുജന്റെയും കഥകൾ ബുദ്ധിസാമർത്ഥ്യത്തിന്റെയും താത്പര്യത്തിന്റെയും പരിശീലനത്തിന്റെയും സംയുക്തമായ പ്രവർത്തനത്തിന്റെ ഫലമാണ്– ഏറിയകൂറും എന്നു ഞാൻ എന്റെ അഭിപ്രായത്തെ വിശേഷിപ്പിക്കുന്നു. നിങ്ങൾ വിട്ടുപോയ ഒന്നാണ് ഫോട്ടോഗ്രാഫിക് മെമ്മറി. ഞാൻ എവിടെയോ വായിച്ച ഒരു സംഭവം ഓർമ്മയിൽ വരുന്നു. ബ്രിട്ടൻ മറ്റൊരു രാജ്യവുമായി ഏർപ്പെട്ട രഹസ്യക്കരാർ കഠിനമായ സമ്മർദ്ദംകൊണ്ടു പത്രക്കാരെ കാണിക്കാമെന്നു ഗവൺമെന്റ് സമ്മതിച്ചു, ഒരു നിബന്ധനയിന്മേൽ. ദീർഘമായ ആ കരാർ എഴുതിയെടുക്കാനോ അതിന്റെ ഫോട്ടോ എടുക്കാനോ ആരെയും അനുവദിക്കുകയില്ല. നിബന്ധന കർശനമായി പാലിക്കപ്പെട്ടെങ്കിലും അടുത്തദിവസത്തെ ടൈംസ് പത്രത്തിൽ കരാർ മുഴുവൻ അതുപോലെ അച്ചടിച്ചുവന്നു. ഗവൺമെന്റ് അന്വേഷണം ആരംഭിച്ചു. അപ്പോഴാണ് മനസ്സിലായത് ടൈംസ് പത്രം ഫോട്ടോഗ്രാഫിക് മെമ്മറിയുള്ള

ഒരു പത്രപ്രവർത്തകനെയാണു നിയോഗിച്ചതെന്ന്! ഇതുപോലൊരു ഹിച്ച്കോക് ചിത്രവും ഞാൻ കണ്ടിട്ടുണ്ട്. അണ്വായുധരഹസ്യം ഒരു പ്രൊഫസറിൽനിന്നു മനസ്സിലാക്കാൻ ഫോട്ടോഗ്രാഫിക് മെമ്മറിയുള്ള ഒരു ചാരൻ നിയോഗിക്കപ്പെട്ടതാണു കഥ. ടേപ്പ് റിക്കോർഡറും വിശേഷപ്പെട്ട ക്യാമറയും മസ്തിഷ്കത്തിൽ കൊണ്ടുനടക്കുന്നത് അത്ഭുതം തന്നെയെങ്കിലും ഇക്കാലത്ത് ആ സവിശേഷതകൾ കൊണ്ടു പ്രത്യേകിച്ചു പ്രയോജനമില്ല. എന്നാലും ഇതൊക്കെ മനുഷ്യമസ്തിഷ്കത്തിന്റെ അത്ഭുതകരമായ കഴിവുകൾ തന്നെയാണ്.

ജീവിച്ചിരിക്കുന്ന പ്രതിഭാശാലികളായ ശാസ്ത്രജ്ഞന്മാരിൽ അഗ്രേസരനാണ് ബ്രിട്ടീഷ് വാനശാസ്ത്രജ്ഞനായ സ്റ്റീഫൻ ഹാക്കിങ്. ഇപ്പോൾ 64 വയസ്സുള്ള ഹാക്കിങിനെ എത്രയോനാൾ മുമ്പുതന്നെ ഭേദപ്പെടുത്താൻ കഴിയാത്ത, പേശികളെയും നാഡികളെയും പൂർണ്ണമായി തളർത്തുന്ന, രോഗം പിടികൂടിക്കഴിഞ്ഞിരിക്കുന്നു. സംസാരശേഷിപോലും നഷ്ടപ്പെട്ട ഹാക്കിങിന്റെ മസ്തിഷ്കം മുമ്പെത്തെപ്പോലെതന്നെ സജീവമായി പ്രവർത്തിക്കുന്നു. വീൽചെയറിൽ ഇരുന്നുകൊണ്ട് അദ്ദേഹം അണ്ഡകടാഹത്തിൽ അങ്ങിങ്ങായുള്ള തമോഗർത്തങ്ങളെക്കുറിച്ചു ചിന്തിക്കുന്നു, ശാസ്ത്രസംബന്ധിയായ പുസ്തകങ്ങൾ രചിക്കുന്നു, അവ വിശ്വപ്രസിദ്ധമാകുന്നു. മനുഷ്യമസ്തിഷ്കത്തിന്റെ മഹത്വം ഉദ്ഘോഷിക്കുന്ന ധന്യമായ ഒരു ജീവിതമാണ് സ്റ്റീഫൻ ഹാക്കിങിന്റേത്."

"തലയിലെഴുത്ത് എന്നു പറയുന്നതു വാസ്തവത്തിൽ ഉള്ളതാണോ? സൂക്ഷിച്ചുനോക്കിയാൽ തലച്ചോറിൽ എവിടെയെങ്കിലും അതു കാണാൻ കഴിയുമോ?" മത്തായിസാറിന്റെ ചോദ്യമായിരുന്നു അത്.

സുന്ദരേശനു ദേഷ്യം വന്നു. "എന്തു വിഡ്ഢിത്തമാണു സാർ പറഞ്ഞത്. അങ്ങനെ വല്ലതും കാണുമോ? ഉണ്ടെങ്കിൽ ഏതു ഭാഷയിൽ ആരാണ് അതു തലച്ചോറിൽ കോറിയിട്ടത്.?"

"ദേഷ്യപ്പെടണ്ട സുന്ദരേശാ. മത്തായിസാർ മനഃപൂർവ്വം ചോദിച്ച ചോദ്യമാണ്– എന്റെ പ്രഭാഷണം നീണ്ടുപോകുന്നു എന്നെന്നെ ഓർമ്മിപ്പിക്കാനായി. പക്ഷേ ഒന്നുണ്ട്. ഈ ലിഖിതം ശിരസ്സിലല്ല ജീനുകളിലാണ്– കോഡുഭാഷയിൽ. അതിനെക്കുറിച്ചു വിസ്തരിച്ചു പിന്നീടു പറയാം.

മനുഷ്യശരീരത്തിലെ ഓരോ അവയവവും ഓരോ ലക്ഷ്യത്തോടെയാണു പ്രവർത്തിക്കുന്നത് അതുകൊണ്ട് അവ ഓരോന്നും പ്രാധാന്യം അർഹിക്കുന്നതുമാണ്. ഒരുപക്ഷേ ചില അവയവങ്ങൾ അനുപേക്ഷണീയമല്ല എന്നു കരുതാം. ഉദാഹരണത്തിന് ഒരു കൈയോ കാലോ കണ്ണോ നഷ്ടപ്പെട്ടാലും മനുഷ്യൻ ജീവിക്കുന്നതു നാം കാണുന്നില്ലേ? നഷ്ടപ്പെട്ടാൽ ജീവിതത്തിന്റെ തിരശ്ശീല വീണു എന്നു തറപ്പിച്ചു പറയാവുന്ന ഒരവയവമാണു മനുഷ്യന് അവന്റെ മസ്തിഷ്കം. ഒരു വ്യക്തിയുടെ മരണം വൈദ്യശാസ്ത്രത്തെ സംബന്ധിച്ചിടത്തോളം അയാളുടെ മസ്തിഷ്കത്തിന്റെ മരണമാണ്.

ഓക്സിജനും ഗ്ലൂക്കോസും ഇടതടവില്ലാതെ കിട്ടിയില്ലെങ്കിൽ മസ്തിഷ്കത്തിനു പ്രവർത്തിക്കാൻ കഴിയുകയില്ല. നാലു വലിയ രക്തധമനികളും ഉപധമനികളും ചേർന്നാണ് വേണ്ടത്ര രക്തം മസ്തിഷ്കത്തിൽ എത്തിക്കുന്നത്. മൂന്നോ നാലോ മിനിട്ടുനേരം ഹൃദയം പ്രവർത്തിക്കാതിരുന്നാൽ മസ്തിഷ്കത്തിനു സാരമായ തകരാറു സംഭവിക്കും. ആറുമുതൽ എട്ടുമിനിട്ടുവരെ ഹൃദയം പ്രവർത്തിക്കാതിരുന്നാൽ മരണം തീർച്ചയാണ്.

മസ്തിഷ്കത്തിന്റെ പ്രവർത്തനത്തിന്റെ വിശദാംശങ്ങളിലേക്കു കടക്കുന്നതിനു മുമ്പ് ഒന്നുരണ്ടു കാര്യങ്ങളെക്കുറിച്ചു പറയാൻ ഞാൻ ആഗ്രഹിക്കുന്നു. ബുദ്ധി എന്ന ഗുണത്തെ മസ്തിഷ്കത്തിന്റെ പര്യായമായി നാം പൊതുവേ പറയാറുണ്ടെങ്കിലും യഥാർത്ഥസ്ഥിതി അതല്ല. ബുദ്ധിയുടെ കാര്യത്തിൽ പാരമ്പര്യം ഗണനാർഹമായ ഒരു പങ്കുവഹിക്കുന്നുണ്ടെന്നു സമ്മതിക്കണം. എങ്കിലും പുറംലോകത്തുനിന്നു നിരന്തരമായി മസ്തിഷ്കത്തിനു ലഭിക്കുന്ന വിവരങ്ങളും ജീവിതസാഹചര്യങ്ങളും സർവ്വോപരി വിദ്യാഭ്യാസവുമാണ് ബുദ്ധിവികാസത്തെ സ്വാധീനിക്കുന്നത്. ബുദ്ധിശക്തിക്കു പേരുകേട്ട മാതാപിതാക്കളുടെ സന്താനങ്ങളുടെ അവസ്ഥയും ഇതിൽനിന്നു ഭിന്നമല്ല.

പഞ്ചേന്ദ്രിയങ്ങളിലൂടെ നാം മനസ്സിലാക്കുന്ന ഈ ലോകത്തെക്കുറിച്ചു പല ചിന്താഗതികളുണ്ട്. 'രജ്ജൂഖണ്ഡത്തിങ്കലെ പന്നഗബുദ്ധി' എന്ന മായാവാദം മുതൽ നാം കാണുന്ന ലോകമല്ല യഥാർത്ഥത്തിലുള്ള ലോകം എന്ന ആശയം വരെ, മഴവില്ലിലെ നിറങ്ങൾ പോലെ, പലപല അഭിപ്രായങ്ങൾ നിലവിലുണ്ട്. പ്രശസ്തരായ ദാർശനികന്മാർ അവതരിപ്പിച്ച ഈ ആശയങ്ങൾ തള്ളിക്കളയാവുന്നതല്ല. പക്ഷേ ശാസ്ത്രം അതിന്റെ വഴിയിലൂടെ മുന്നോട്ടു നീങ്ങുന്നു. മസ്തിഷ്കത്തിന്റെ അതീവസങ്കീർണ്ണവും അത്ഭുതാവഹവുമായ പ്രവർത്തനങ്ങളുടെ മുന്നിൽ ശാസ്ത്രജ്ഞന്മാരും ഗവേഷകരും വിനയാന്വിതരാണ്. അവർ കൈവരിച്ച നേട്ടങ്ങൾ മനുഷ്യർക്കു നിത്യജീവിതത്തിൽ വളരെ പ്രയോജനകരമാവുകയും ചെയ്യുന്നു. വായനയെ സുഖകരമാക്കുന്ന പ്രകാശത്തിന്റെ സംവിധാനങ്ങൾ, ഭാഷയുടെ ഘടനാപരമായകാര്യങ്ങൾ, വളരെ വേഗം വസ്തുതകളെ വായനയിലൂടെ മനസ്സിലാക്കാനുള്ള വഴികൾ, ഇവയൊക്കെ ഇപ്പറഞ്ഞതിന്റെ ചെറിയ ഉദാഹരണങ്ങളാണ്.

മസ്തിഷ്കത്തിന്റെ പ്രാധാന്യം മനസ്സിലാക്കി പ്രകൃതി അതിനെ ശ്രദ്ധാപൂർവ്വം സംരക്ഷിച്ചിട്ടുണ്ട്– പുറമേ ഉറപ്പുള്ള തലയോടുകൊണ്ടും അതിനുള്ളിൽ മൃദുവായ ആവരണംകൊണ്ടും ഒരു പ്രത്യേക ദ്രാവകം കൊണ്ടും. വലിയ അത്ഭുതങ്ങളുടെ കേദാരമാണെങ്കിലും ഒരു ശരാശരി പുരുഷന്റെ തലച്ചോറിന്റെ ഭാരം ഒരു കിലോ നാനൂറുഗ്രാം മാത്രമാണ്. സ്ത്രീയുടെ തലച്ചോറിന്റെ ഭാരം അല്പം കുറഞ്ഞിരിക്കും. രേഖപ്പെടുത്തിയിട്ടുള്ള ഏറ്റവും ഭാരമുള്ള തലച്ചോറ് മാനസികവൈകല്യമുള്ള ഒരു അപസ്മാരരോഗിയുടേതാണ്– രണ്ടുകിലോ എണ്ണൂറ്റിയമ്പതുഗ്രാം!

"അപ്പോൾ തലച്ചോറിന്റെ ഭാരവും ബുദ്ധിയുമായി നേരിട്ടു ബന്ധമില്ല അല്ലേ?" നായർ ചോദിച്ചു.

"തലക്കനവും ബുദ്ധിയുമായി നേരിട്ടു ബന്ധമില്ലെന്നു പറയുന്നതാവും കൂടുതൽ ശരി. ചില രാഷ്ട്രീയനേതാക്കന്മാരെ കണ്ടാൽ അറിഞ്ഞുകൂടേ?" സുന്ദരേശന്റെ വക കമന്റ്.

അതു കേൾക്കാത്തതുപോലെ പ്രൊഫസർ തുടർന്നു. "മനുഷ്യശരീരത്തിലെ സിരാവ്യൂഹത്തിന്റെ ഹെഡ്ക്വാർട്ടേഴ്സാണു തലച്ചോറ്. ശരീരത്തിന്റെ പ്രവർത്തനങ്ങളെ നിയന്ത്രിക്കുന്നതും ശരീരത്തെക്കൊണ്ടു പ്രവർത്തിപ്പിക്കുന്നതും തലച്ചോറാണ്. നാം തലച്ചോർകൊണ്ടു ചിന്തിക്കുന്നു, ഓർമ്മിക്കുന്നു, യുക്തിവിചിന്തനം ചെയ്യുന്നു. പഞ്ചേന്ദ്രിയങ്ങളിലൂടെ ലഭിക്കുന്ന വിവരങ്ങളെ അതു സ്വീകരിക്കുകയും എപ്രകാരം പ്രതികരിക്കണമെന്നു ശരീരഭാഗങ്ങൾക്കു നിർദ്ദേശം നൽകുകയും ചെയ്യുന്നു. മസ്തിഷ്കത്തിനേൽക്കുന്ന ക്ഷതങ്ങൾ ഗൗരവമുള്ളവയും പലപ്പോഴും മാരകവുമാണ്.

തലച്ചോറിനു മൂന്നു പ്രധാന ഭാഗങ്ങളാണുള്ളത്. സെറിബ്രം, സെറിബെല്ലം, തലച്ചോറിന്റെ തണ്ട്. അവയിൽ ഏറ്റവും വലുതു സെറിബ്രമാണ്. തലച്ചോറിന്റെ സിംഹഭാഗവും സെറിബ്രം തന്നെയാണെന്നു പറയാം. അതിനെ നടുക്കുവെച്ചു നെടുകേ രണ്ടായി വിഭജിച്ചിരിക്കുന്നു."

"സ്ത്രീകളുടെ സീമന്തരേഖപോലെ അല്ലേ പ്രൊഫസറേ?" കുറുപ്പ്.

"ഉപമ കൊള്ളാം. ഈ രണ്ടു ഭാഗങ്ങളെയും 'സെറിബ്രൽ അർദ്ധഗോളങ്ങൾ' എന്നുവിളിക്കുന്നു. ഈ അർദ്ധഗോളങ്ങളുടെ ഉപരിതലം വളരെ സ്നിഗ്ധമാണ്, ധാരാളം ചുളിവുകൾ ഉള്ളതുമാണ്. ഉപരിതലത്തിന്റെ വിസ്തൃതി കൂട്ടാനാണ് ഈ ചുളിവുകൾ എന്നു പറയേണ്ടതില്ലല്ലോ. സെറിബ്രത്തിന്റെ ഉപരിതലത്തിന് ഒരു പേരുണ്ട്: 'കോർട്ടെക്സ്'. ചാരനിറമാണിതിന്. കോർടെക്സ് നിറയെ നാഡീകോശങ്ങളായ ന്യൂറോണുകളാണ്. കോർടെക്സിന്റെ അടിവശം വെളുപ്പാണ്. നാഡീകോശങ്ങളെ പരസ്പരം ബന്ധിപ്പിക്കുന്ന നാരുകൾ നിറഞ്ഞിരിക്കുന്നതാണ് വെളുപ്പുനിറത്തിനു കാരണം. ആക്സോണുകൾ എന്നും ഡെൻഡ്രൈറ്റുകളെന്നും പേരുള്ള ഈ നാരുകൾ, തലച്ചോറിന്റെ തണ്ട്, സുഷുമ്നാ നാഡി എന്നു നാം പറയുന്ന സ്പൈനൽ കോഡ്, ശരീരത്തിന്റെ മറ്റു ഭാഗങ്ങൾ എന്നിവയിലുള്ള ന്യൂറോണുകളുമായി ബന്ധപ്പെട്ടിരിക്കുന്നു.

സെറിബ്രത്തെ പല ഡിപ്പാർട്ടുമെന്റുകളായി തിരിച്ചിരിക്കുന്നു. അവയെ 'ലോബുകൾ' എന്നു വിളിക്കുന്നു."

"ഒരു മിനിസെക്രട്ടേറിയറ്റു തന്നെ" നായരുടെ കമന്റ്.

"ഒരു വ്യത്യാസമുണ്ട്. സെറിബ്രത്തിലെ സെക്രട്ടേറിയറ്റിൽ സെല്ലുകൾ കാര്യക്ഷമമായി പണിയെടുക്കുന്നു." ഒരു സെക്രട്ടേറിയറ്റ് വിരോധിയായ സുന്ദരേശൻ തിരുത്തി.

"ഫ്രോണ്ടൽ ലോബാണ് ആദ്യത്തേത്. പേരുകൊണ്ടുതന്നെ അറി

യാമല്ലോ അത് നെറ്റിക്കു നേരേ പിന്നിലുള്ള ലോബാണെന്ന്. ഇതിനു തന്നെ ഉപഭാഗങ്ങളുണ്ട്. ഉന്നതമായ ചിന്തകളും യുക്തിവിചാരങ്ങളും കണക്കുകൂട്ടലുകളും പ്ലാനിങ്ങുമൊക്കെ നടക്കുന്നത് ഈ ഫ്രൊണ്ടൽ ലോബിലാണ്. കാളിദാസനെയും ഷേക്സ്പിയറെയും മൈക്കലാഞ്ജലോയെയും ബീഥോവനെയുമൊക്കെ സൃഷ്ടിച്ചത് ഒരർത്ഥത്തിൽ ഈ ഫ്രൊണ്ടൽ ലോബാണ്."

"ഫ്രൊണ്ടൽ ലോബിൽനിന്നുള്ള നാഡീതന്തുക്കൾ, അഥവാ ആക്സോണുകൾ, സ്പൈനൽകോഡിൽ എത്തുന്നതിനുമുമ്പ് വശംമാറുന്നതുകൊണ്ട് ഈ ലോബിന്റെ ഒരുവശത്തു ക്ഷതം സംഭവിച്ചാൽ അതു മറുവശത്തെ ശരീരഭാഗത്തെ ബാധിക്കും.

ഫ്രൊണ്ടൽ ലോബിന്റെ പിന്നിലാണു 'പരിയെറ്റൽ' ലോബ്. ഇതിനുമുണ്ട് പല സെക്ഷനുകൾ. സ്പർശനം, നൊമ്പരം, ചൂട് എന്നീ വേദനങ്ങൾ ഈ ലോബിലാണ് എത്തുന്നത്. സിഗ്നലുകൾ ഇവിടെനിന്നു ഫ്രൊണ്ടൽ ലോബിൽ എത്തുന്നു. വേദനങ്ങൾ സന്തോഷമാണോ സന്താപമാണോ നൽകുന്നത് എന്നു നിശ്ചയിക്കുന്നതു ഫ്രൊണ്ടൽ ലോബാണ്.

മൂന്നാമത്തെ ലോബായ 'ഓക്സിപ്പിറ്റൽ' തലയുടെ പിൻഭാഗത്താണ്. കാഴ്ചയുടെ മുഖ്യകേന്ദ്രമായതുകൊണ്ട് വളരെ പ്രാധാന്യമുള്ള ലോബാണത്. തലയുടെ പിൻഭാഗത്തു ശക്തമായ ആഘാതം ഏറ്റാൽ കാഴ്ച നഷ്ടപ്പെടുന്നതിന്റെ കാരണം വ്യക്തമാണല്ലോ.

ഇതിനു താഴെ, ചെവികൾക്കു നേരേയുള്ള 'ടെമ്പൊറൽ' ലോബാണ് കേഴ്വിയുടെ ഇരിപ്പിടം.

ഫ്രൊണ്ടൽലോബിനും പരിയെറ്റൽ ലോബിനും ഇടയ്ക്കുള്ള രണ്ടു വലിയ ചുളിവുകൾ വളരെ പ്രധാനപ്പെട്ടവയാണ്. ഈ ചുളിവുകളെ 'ജൈറസ്സുകൾ' എന്നു പറയുന്നു. ഇതിൽ ആദ്യത്തെ ചുളിവായ 'പ്രീസെൻട്രൽ ജൈറസ്' നാം അറിയാതെ നടക്കുന്ന പേശീചലനങ്ങളെ നിയന്ത്രിക്കുന്നു. ഒരു വലിയ ആശുപത്രിയിൽ ഓരോ മുറിയുടെ മുമ്പിലും ബോർഡുവച്ചിരിക്കുന്നതുപോലെ വയർ, തൊണ്ട, നാക്ക്, പല്ലും മോണകളും താടിയും, കീഴ്ചുണ്ട്, മേൽചുണ്ട്, മുഖം, കണ്ണ്, കൈവിരലുകൾ – ഇങ്ങനെ ശരീരം മുഴുവനുമുള്ള പേശികളുടെ ചലനത്തെ പ്രീസെൻട്രൽ ജൈറസ്സ് നിയന്ത്രിക്കുന്നു. 'പോസ്റ്റ് സെൻട്രൽ ജൈറസ്സാ'കട്ടെ ഈ ശരീരഭാഗങ്ങളിൽ നിന്നു വരുന്ന വേദനങ്ങളെ– സെൻസേഷനുകളെ– കൈകാര്യം ചെയ്യുന്നു."

"ഒന്നാലോചിച്ചാൽ, ഭക്ഷണം ചവയ്ക്കുന്നതുതന്നെ എത്ര കൃത്യത വേണ്ട പ്രവർത്തനമാണ്. അരിയാട്ടുന്നവൻ, ഒരു കൈകൊണ്ടു കുഴവി തിരിക്കുമ്പോൾ മറ്റേ കൈകൊണ്ട് അരി നീക്കിയിടുന്നു. അല്പം പിഴച്ചാൽ വിരലുകൾ ചതഞ്ഞതുതന്നെ. ഭക്ഷണം ചവയ്ക്കുമ്പോൾ നാക്കു ചെയ്യുന്നത് അരി നീക്കിയിടുന്ന ജോലിയാണ്. ആ താളത്തിനു പിഴവു പറ്റിയാൽ, നാക്കിൽ കടികൊണ്ടതുതന്നെ. ഇതു പ്രൊഫസർ ഇപ്പോൾ

പറഞ്ഞ ജൈറസ്സുകളുടെ നിയന്ത്രണത്തിലാണെന്ന അറിവ് അത്ഭുതം പകരുന്നു.” സുന്ദരേശനാണ് ഇങ്ങനെ പറഞ്ഞത്.

“മറ്റൊരു കാര്യത്തെക്കുറിച്ചുകൂടി സുന്ദരേശൻ ആലോചിച്ചുനോക്കൂ. അന്നനാളത്തിന്റെയും ശ്വാസനാളത്തിന്റെയും സന്ധിസ്ഥാനത്ത് ഭക്ഷണം ഇറങ്ങുന്ന നിമിഷത്തിൽ ശ്വാസനാളത്തിലേക്കുള്ള വഴി അടഞ്ഞില്ലെങ്കിൽ എന്താണു സംഭവിക്കുക. ഇത് ചെറിയ തോതിലെങ്കിലും അനുഭവിച്ചറിയാത്തവർ ഉണ്ടാവില്ല.

നമ്മൾ സെറിബ്രത്തിലെ ലോബുകളെക്കുറിച്ചാണു പറഞ്ഞത്. സെറിബ്രത്തെ രണ്ട് അർദ്ധഗോളങ്ങളായി തിരിച്ചിരിക്കുന്നെന്നു ചർച്ചയുടെ തുടക്കത്തിൽ ഞാൻ സൂചിപ്പിച്ചു. ഇതിൽ ഇടത്തേ അർദ്ധഗോളം മുഖ്യമായും ഭാഷ, ഗണിതം, അപഗ്രഥനം, ഇടങ്കൈ–വലങ്കൈ സ്വാധീനത എന്നിവയെ നിയന്ത്രിക്കുന്നു. വലത്തേ അർദ്ധഗോളം മുഖ്യമായും വസ്തുക്കളെ തിരിച്ചറിയൽ, സംഗീതം, വികാരങ്ങൾ, കാഴ്ച, സഞ്ചാരഗതി നിർണ്ണയം എന്നിവയെ നിയന്ത്രിക്കുന്നു. പക്ഷേ ഈ പ്രവർത്തനങ്ങൾക്കു കൃത്യമായ വിഭജനരേഖയില്ല.”

“പ്രൊഫസർ, ചിലർ ഇടതന്മാരായിരിക്കുന്നത് എന്തുകൊണ്ടാണ്?” പരമേശ്വരൻ ചോദിച്ചു.

“സെറിബ്രത്തിന്റെ ഇടത്തേ അർദ്ധഗോളം വലത്തേതിനെക്കാൾ വികസിച്ചവരാണു നാമെല്ലാം. അതുകൊണ്ടാണു നമ്മുടെ വലതുകൈക്കു സ്വാധീനത കൂടുതലായിരിക്കുന്നത്. മറിച്ചാണ് ഇടതുകൈയന്മാർക്ക്.

ഇനി നമുക്കു സെറിബെല്ലത്തെക്കുറിച്ചു ചർച്ചചെയ്യാം. വലുപ്പത്തിൽ രണ്ടാംസ്ഥാനമാണു സെറിബെല്ലത്തിന്. സെറിബ്രത്തിന്റെ പിൻഭാഗത്തുള്ള ഓക്സിപിറ്റൽലോബിന്റെ താഴെയാണ് വിദ്വാന്റെ ഇരിപ്പ്. കാണാൻ ഒരു കമ്പിളിനൂലുണ്ട പോലിരിക്കും. ശരീരത്തിന്റെ ബാലൻസ് നിലനിർത്തുക എന്നതാണു സെറിബെല്ലത്തിന്റെ മുഖ്യജോലി. ശരീരചലനങ്ങളെ ഏകോപിപ്പിക്കുന്ന ജോലികൂടി സെറിബെല്ലത്തിനുണ്ട്. സെറിബ്രവുമായി നല്ല ബന്ധമാണു സെറിബെല്ലത്തിനുള്ളത്. നന്നായി നൃത്തം ചെയ്യുന്നവരുടെ സെറിബെല്ലത്തിനു നല്ല കാര്യശേഷി ഉണ്ടെന്നു കണക്കാക്കാം.

മസ്തിഷ്കത്തിന്റെ രണ്ടു ഭാഗങ്ങളെപ്പറ്റി കുറച്ചാണെങ്കിലും നാം മനസ്സിലാക്കിക്കഴിഞ്ഞു. ശേഷിക്കുന്നത് തലച്ചോറിന്റെ തണ്ടാണ്. സെറിബ്രത്തിന്റെയും സെറിബെല്ലത്തിന്റെയും ചുവട്ടിൽ നിന്നാരംഭിച്ചു സ്പൈനൽകോർഡിൽ ചെന്നുചേരുന്ന ഭാഗമാണ് തലച്ചോറിന്റെ തണ്ട്.

ഈ തണ്ടിന്റെ ആദ്യഭാഗമാണ് ‘മിഡ് ബ്രെയിൻ’. മദ്ധ്യമസ്തിഷ്കം എന്നു സംസ്കൃതീകരിക്കാം. ഇത് സെറിബ്രത്തെ സ്പൈനൽ കോർഡുമായി ബന്ധിപ്പിക്കുന്ന നാഡികളുടെ ഇടത്താവളമാണ്.

മിഡ് ബ്രെയിനിലെ ഒരു സുപ്രധാന കോശസമുച്ചയമാണ് ‘ഹൈ

പ്പോത്തലാമസ്'. ഈ വാക്കിന്റെ അർത്ഥം 'തലാമസിനു താഴെ' എന്നാണ്. തലാമസ് എന്നാൽ ഗ്രീക്കുഭാഷയിൽ 'അകത്തെ മുറി' എന്നർത്ഥം.

തലാമസിനു താഴെ' എന്നു പറയുമ്പോൾ തലാമസ് എന്താണെന്ന് ആദ്യം പറയണം. മിഡ് ബ്രെയിനിന്റെ വശങ്ങളിൽ രണ്ടു കോഴിമുട്ട പോലെ സ്ഥിതിചെയ്യുന്ന തലാമസ് നാഡീവ്യൂഹത്തിന്റെ റിലേസ്റ്റേഷൻ ആണെന്നു പറയാം. നാഡികളിലൂടെ എത്തുന്ന സംവേദനങ്ങൾ മസ്തിഷ്കത്തിന്റെ ഉപരിതലത്തിൽ എത്തിക്കുന്ന ധർമ്മമാണ് തലാമസ് നിർവഹിക്കുന്നത്.

ഇനി ഹൈപ്പോത്തലാമസിനെക്കുറിച്ചു പറയാം. ശരീരത്തിലെ വിവിധ ഗ്രന്ഥികളിൽനിന്നുള്ള സ്രവങ്ങൾ, ചെറുകുടലിന്റെയും വൻകുടലിന്റെയും ചലനങ്ങൾ, പിറ്റ്യൂട്ടറിഗ്രന്ഥിയുടെ പ്രവർത്തനം, വിവിധ വികാരങ്ങളോടുള്ള പ്രതികരണം എന്നിവയെ നിയന്ത്രിക്കുന്നതു ഹൈപ്പോത്തലാമസ് ആണ്. ഉറക്കത്തിന്റെ പ്രഭവസ്ഥാനവും ശരീരത്തിന്റെ താപനില നിയന്ത്രിക്കുന്ന കേന്ദ്രവും ഇതുതന്നെയാണ്.

മിഡ് ബ്രെയിനിന്റെ തുടർച്ചയായി താഴോട്ടു നീണ്ടിരിക്കുന്ന ഭാഗത്തെ 'മെഡ്യുല ഒബ്ലോംഗേറ്റ' എന്നുപറയുന്നു. ഇതിന്റെ അടിവശത്ത് കുറുകെയുള്ള തടിപ്പിനു 'പോൺസ്' എന്നാണു പേര്. സെറിബെല്ലത്തിന്റെ ഇരുഭാഗങ്ങളെയും ബന്ധിപ്പിച്ചുകൊണ്ട് നാഡികളുടെ ഒരു സഞ്ചയം ഇതിലൂടെ കടന്നുപോകുന്നു. ഹൃദയം, ശ്വാസകോശം എന്നിവയുടെ പ്രവർത്തനം, രക്തസമ്മർദ്ദം മുതലായവയെ നിയന്ത്രിക്കുന്നത് മെഡ്യുലയാണ്. ശിരസ്സിലേക്കുള്ള മിക്ക നാഡികളും ഉത്ഭവിക്കുന്നത് ഇതിൽനിന്നാണ്. മെഡുലയുടെ താഴേയറ്റത്തുനിന്നാണ് 'സുഷുമ്ന' എന്നു യോഗശാസ്ത്രത്തിൽ പറയുന്ന സ്പൈനൽകോർഡ് ആരംഭിക്കുന്നത്.

മനുഷ്യമസ്തിഷ്കത്തെക്കുറിച്ചു കുറച്ചു കാര്യങ്ങളേ ഞാൻ പറഞ്ഞുള്ളൂ. നമ്മുടെ ചർച്ചയ്ക്ക് അത്രയും മതിയാവുമെന്നു തോന്നുന്നു."

"സംസാരിക്കാനുള്ള കഴിവാണല്ലോ മനുഷ്യനെ മറ്റു ജന്തുക്കളിൽനിന്നു വേർതിരിക്കുന്ന ഒരു പ്രധാന ഘടകം. ഈ കഴിവുമായി ബന്ധമുള്ള മസ്തിഷ്കഭാഗത്തെക്കുറിച്ച് അറിയണമെന്നുണ്ട്." സുന്ദരേശനായിരുന്നു ഇതു പറഞ്ഞത്.

"സംഭാഷണത്തിനു മനുഷ്യനെ പ്രാപ്തനാക്കുന്ന രണ്ടു കേന്ദ്രങ്ങൾ മനുഷ്യമസ്തിഷ്കത്തിലുണ്ട്. രണ്ടും അവ കണ്ടെത്തിയ ശാസ്ത്രജ്ഞന്മാരുടെ പേരുകളിലാണ് അറിയപ്പെടുന്നത്. ഒന്നു ഫ്രൊണ്ടൽ ലോബിനും പ്രീ സെൻട്രൽ ജൈറസ്സിനും ഇടയ്ക്കുള്ള 'ബ്രോക്കാസ് ഏരിയ'യാണ്; മറ്റൊന്നു പരിയെറ്റൽ ടെംപൊറൽ ലോബുകൾക്കിടയിലുള്ള 'വെർണിക്സ് ഏരിയ'. ഇതിനോടടുത്ത് വായിക്കുന്ന കാര്യങ്ങൾ മനസ്സിലാക്കാൻ വേണ്ടിയുള്ള മറ്റൊരു ഭാഗവും മസ്തിഷ്കത്തിലുണ്ട്. ഇപ്പറഞ്ഞതൊന്നും മറ്റു ജന്തുക്കൾക്ക് ഇല്ലെന്നു വ്യക്തമാണല്ലോ."

“പ്രൊഫസർ, ഓർമ്മയുടെ ഇരിപ്പിടവും മസ്തിഷ്കമല്ലേ?” കുറുപ്പു ചോദിച്ചു.

“ബാഹ്യലോകത്തെക്കുറിച്ചുള്ള അറിവു നമുക്ക് ഇന്ദ്രിയങ്ങളിലൂടെ ലഭിക്കുന്നുണ്ടെങ്കിലും അതു യഥാർത്ഥത്തിൽ അറിവാകുന്നതിന് അവശ്യം വേണ്ട ഘടകമാണ് ഓർമ്മ. മുമ്പ് അനുഭവപ്പെട്ട കാര്യങ്ങൾ, ധാരണകൾ, ആശയങ്ങൾ, അനുഭൂതികൾ എന്നിവയുടെ കലവറയാണ് ഓർമ്മ. ഒരു ഗ്രന്ഥപ്പുരയിലിരുന്നു ഗവേഷണം നടത്തുന്ന ഒരു വ്യക്തിക്ക് ആവശ്യമുള്ള പുസ്തകങ്ങൾ അലമാര തുറന്ന് എടുക്കാൻ കഴിഞ്ഞില്ലെങ്കിൽ അയാൾക്ക് എങ്ങനെ ഗവേഷണം തുടരാനാകും? അതുപോലെ, ഓർമ്മയിൽ ശേഖരിച്ചുവച്ചിരിക്കുന്ന കാര്യങ്ങൾ തക്കസമയത്തു പുറത്തെടുക്കാൻ കഴിഞ്ഞില്ലെങ്കിൽ വിജ്ഞാനസമ്പാദനവും പ്രയോഗവും സുസാദ്ധ്യമല്ല. നാം നിത്യസംഭവമെന്നു കണക്കാക്കുന്ന കാര്യങ്ങൾ ചെയ്യാൻ– ഉദാഹരണത്തിന് ഒരു കപ്പു ചായയുണ്ടാക്കാനോ റോഡു മുറിച്ചുകടക്കാനോ– ഓർമ്മയുടെ സഹായമില്ലെങ്കിൽ നമുക്കു കഴിയുമോ? ഒന്നാലോചിച്ചു നോക്കൂ.

രണ്ടുതരം ഓർമ്മകളാണു നമുക്കുള്ളത്: ഹ്രസ്വമായ ഓർമ്മയും ദീർഘമായ ഓർമ്മയും. ഹ്രസ്വമായ ഓർമ്മയ്ക്കു നല്ല ഉദാഹരണമാണ് ഡയറക്റ്ററിയിൽ നമ്പർ നോക്കി ഫോൺ ചെയ്യുന്നത്. നമ്പർ ഡയൽ ചെയ്യുന്നതുവരെയേ ഈ ഓർമ്മ നില്ക്കുകയുള്ളൂ. അതായത്, ഏതാനും നിമിഷങ്ങളുടെ ആയുസ്സേ ഈ ഓർമ്മയ്ക്കുള്ളു. മറിച്ചു ദീർഘമായ ഓർമ്മ ദിവസങ്ങളോ, മാസങ്ങളോ, വർഷങ്ങളോ, എന്തിന് ആയുഷ്കാലം മുഴുവനുമോ നിലനില്ക്കും. ബാല്യകാലസ്മരണകൾ അയവിറക്കാൻ കഴിയുന്നതും മഹാന്മാരും അല്ലാത്തവരും ആത്മകഥ എഴുതുന്നതും ദീർഘമായ ഓർമ്മയുടെ ഈ സവിശേഷത കൊണ്ടാണ്. ഹ്രസ്വമായ ഓർമ്മയെ പ്രായാധിക്യം ദുർബലമാക്കും. അതുകൊണ്ടാണ് വളരെ പ്രായമായവർ തങ്ങൾ അഞ്ചുമിനിട്ടുകൾക്കുമുമ്പ് ഭക്ഷണം കഴിച്ചതാണ് എന്ന കാര്യം മറന്ന് ഡൈനിങ് ടേബിളിനു മുന്നിൽ വീണ്ടും വന്നിരിക്കുന്നത്. ഇതേ ആളുകൾ തന്നെ തങ്ങളുടെ കുട്ടിക്കാലത്തെ ഓണസദ്യയുടെ ചട്ടവട്ടങ്ങൾ വിശദമായി നമ്മെ പറഞ്ഞുകേൾപ്പിക്കും.”

“നമ്മെപ്പോലെ പെൻഷൻ പറ്റിയവർ അറുബോറന്മാരാകുന്നത് ഈ ദീർഘമായ ഓർമ്മയുടെ ഗുണംകൊണ്ടാണല്ലേ?” പിള്ള ചോദിച്ചു.

“പുറമേ ‘ഞങ്ങളെ എഴുതിത്തള്ളാൻ വരട്ടെ’ എന്ന ചിന്തയും.” പരമേശ്വരൻ കൂട്ടിച്ചേർത്തു.

“തലച്ചോറിൽ ഓർമ്മയുടെ കലവറ എവിടെയാണു പ്രൊഫസറേ?” നായർ ചോദിച്ചു.

“മിക്കവാറും ടെംപൊറൽ ലോബിലാണ്. ഇതിനുള്ളിലായി ‘ഹിപ്പോക്യാമ്പസ്’ എന്നൊരു ഭാഗമുണ്ട്. കുതിരലാടത്തിന്റെ ആകൃതിയിൽ ഗ്രേമാറ്റർ– ഇതെന്താണെന്നു പിന്നീടു ഞാൻ പറയാം– സമൃദ്ധമായുള്ള ഈ

ഭാഗമാണു വിജ്ഞാനത്തിന്റെയും ദീർഘമായ ഓർമ്മയുടെയും കലവറ. ദീർഘമായ ഓർമ്മയെക്കുറിച്ചു നാം ചർച്ചചെയ്തുകഴിഞ്ഞല്ലോ.

ഓർമ്മയുടെ കേന്ദ്രങ്ങൾ മറ്റു പലേടത്തും കണ്ടേന്നിരിക്കും. അവയെക്കുറിച്ചു നാം അറിഞ്ഞുവരുന്നതേയുള്ളൂ."

"അണ്ഡകടാഹത്തിൽ എവിടെയൊക്കെ തമോഗർത്തങ്ങളുണ്ടെന്നു നാം ഉറപ്പിച്ചുപറയും. പക്ഷേ നമ്മുടെ ഈ കൊച്ചു തലയ്ക്കുള്ളിൽ എന്തു നടക്കുന്നുവെന്നു കൃത്യമായി പറയാൻ കഴിയുന്നുമില്ല. വിശേഷം തന്നെ." കുറുപ്പ് ആത്മഗതം എന്നോണം പറഞ്ഞു.

"വിസ്മയത്തിന്റെ ഒരു ചെപ്പുതന്നെയാണ് ഈ ഒന്നരകിലോ സാധനം!" മത്തായിസാർ പറഞ്ഞു.

"ഇനി ചില കാര്യങ്ങൾ നാഡീവ്യൂഹത്തെക്കുറിച്ചും അറിയുന്നതു നല്ലതാണ്. നാം നാഡീവ്യൂഹം എന്നു പറയുന്നതു മൂന്നു ഘടകങ്ങൾ ചേർന്നതാണ്: മസ്തിഷ്കം, സ്പൈനൽ കോഡ്, സിരകൾ. രണ്ടു ധർമ്മങ്ങളാണ് നാഡീവ്യൂഹം നിർവഹിക്കുന്നത്: ഒന്ന്, ബാഹ്യലോകത്തിൽനിന്നു വിവരങ്ങൾ ഇന്ദ്രിയങ്ങളിലൂടെ ശരീരത്തിനുള്ളിലേയ്ക്കു നയിക്കുക; മറ്റൊന്ന് അവയവങ്ങളുടെ പ്രവർത്തനം നിയന്ത്രിക്കുക. ഹൃദയമിടിപ്പും ശ്വസനപ്രക്രിയയും ഇതിൽ പെടും. അവയവങ്ങളുടെ പ്രവർത്തനങ്ങളെ ഏകോപിപ്പിക്കുക എന്നത് അവശ്യം വേണ്ട കാര്യമാണ്.

നാഡീകോശങ്ങളെ 'ന്യൂറോണുകൾ' എന്നു വിളിക്കുന്നു. നമ്മുടെ നാഡീവ്യൂഹത്തിൽ കോടിക്കണക്കിനു ന്യൂറോണുകളുണ്ട്. മറ്റു കോശങ്ങളിൽനിന്നു വ്യത്യസ്തമാണു ന്യൂറോണുകൾ. മറ്റു കോശങ്ങൾ വിഭജനം വഴി പുനർജനിക്കുന്നു. എന്നാൽ ശൈശവദശയിൽത്തന്നെ ഒരു ഘട്ടത്തിൽ ന്യൂറോണുകളുടെ വിഭജനശേഷി നഷ്ടപ്പെടുന്നു. അതുകൊണ്ട് അവ നശിച്ചാൽ നശിച്ചതുതന്നെ! കാഴ്ചയിൽ ന്യൂറോൺ നിരവധി കാലുകളുള്ള ഒരു ചിലന്തിയെപ്പോലിരിക്കും. ന്യൂറോണിന്റെ മുഖ്യഭാഗം കോശശരീരമാണ്. കോശശരീരത്തിന്റെ എല്ലാ ഭാഗങ്ങളിൽനിന്നും 'ഡെൻഡ്രൈറ്റുകൾ' എന്നു പേ.രുള്ള നിരവധി തന്തുക്കൾ ഉത്ഭവിക്കുന്നു. കൂടാതെ 'ആക്സോൺ' എന്നു പേരുള്ള ഒരൊറ്റ തന്തുവുമുണ്ട്. വൈദ്യുത സ്പന്ദനരൂപത്തിലുള്ള നാഡീയ-ആവേഗങ്ങൾ കോശത്തിലേക്ക് എത്തിക്കുന്ന ജോലിയാണ് ഡെൻഡ്രൈറ്റുകൾക്കുള്ളത്. ആക്സോണിന്റെ ധർമ്മമാകട്ടെ ഒരു ന്യൂറോണിൽനിന്നു മറ്റു ന്യൂറോണുകളിലേക്ക് ആവേഗങ്ങളെ എത്തിക്കുക എന്നതാണ്.

പല ആക്സോണുകൾക്കും 'മയെലിൻ' എന്ന വസ്തുകൊണ്ടുള്ള ആവരണമുണ്ട്- ഇൻസുലേറ്റുചെയ്ത വൈദ്യുതകമ്പിപോലെ. ഈ ആവരണങ്ങളുടെ നിറം വെളുപ്പാണ്. മയെലിൻ ആവരണമുള്ള ആക്സോണുകൾ തിങ്ങിനിറഞ്ഞിരിക്കുന്നതുകൊണ്ടാണ് മസ്തിഷ്കത്തിന്റെ അന്തർഭാഗം വെളുത്തിരിക്കുന്നത്. എവിടെയാണോ ആക്സോണുകൾ കുറഞ്ഞും താരതമ്യേന കറുത്ത നാഡീകോശങ്ങൾ കൂടിയും ഇരിക്കു

ന്നത് അവിടം ചാരനിറമായി കാണപ്പെടും. സെറിബ്രൽകോർട്ടെക്സ്. ചാരനിറമായിരിക്കാൻ കാരണം ഇതാണ്."

"ഗ്രേമാറ്റർ, വൈറ്റ് മാറ്റർ എന്നു തലച്ചോറിനെക്കുറിച്ചു പറയുന്നത് ഇതുകൊണ്ടാണല്ലേ?" പരമേശ്വരൻ.

"ഹൃദയമിടിപ്പുപോലെ അവിരാമമായി നടക്കുന്ന ചലനങ്ങളെ നിയന്ത്രിക്കുന്ന കേന്ദ്രങ്ങൾ സ്ഥിതിചെയ്യുന്നതു തലച്ചോറിന്റെ തണ്ടിലും സ്പൈനൽകോഡിലുമാണ്. മസ്തിഷ്കത്തിന്റെ മുകൾഭാഗത്തുനിന്ന് ഈ കേന്ദ്രങ്ങളിലേക്കു നിർദ്ദേശങ്ങൾ ലഭിക്കാറുണ്ട്. ആപത്തു സംഭവിക്കാൻ പോകുന്നു എന്നു ഫ്രൊണ്ടൽ ലോബ് മുന്നറിയിപ്പു നൽകുമ്പോൾ ഹൃദയമിടിപ്പു വർദ്ധിക്കുന്നതിന്റെ കാരണം ഇതാണ്."

"കതിർമണ്ഡപത്തിൽ ചമ്രം പടിഞ്ഞിരിക്കുമ്പോൾ നെഞ്ചു പടപടാന്ന് അടിക്കുന്നതിന്റെ രഹസ്യം ഇപ്പോഴാണു മനസ്സിലായത്." നായർ പറഞ്ഞു.

"മസ്തിഷ്കവും സ്പൈനൽകോഡും ചേർന്നതാണു കേന്ദ്രനാഡീവ്യൂഹം. മസ്തിഷ്കത്തെ ശരീരഭാഗങ്ങളുമായി ബന്ധിപ്പിക്കുന്നതു സ്പൈനൽ കോഡാണ്. ചെറുവിരലിന്റെ വലുപ്പമുള്ള അല്പം പരന്ന ദണ്ഡാണ് സ്പൈനൽകോഡ്. രണ്ടുകൂട്ടം നാഡീതന്തുക്കളാണ് ഇതിലുള്ളത്. ഒരുകൂട്ടം തന്തുക്കളിലൂടെ പുറംലോകത്തുനിന്നുള്ള സംവേദനങ്ങൾ ഇന്ദ്രിയങ്ങളിൽനിന്നു മസ്തിഷ്കത്തിലേക്കു പ്രവഹിക്കുമ്പോൾ, മറുകൂട്ടം തന്തുക്കളിലൂടെ മസ്തിഷ്കത്തിൽനിന്നു പുറപ്പെടുന്ന ആജ്ഞകളും നിർദ്ദേശങ്ങളും പേശികളിലേക്കും ഗ്രന്ഥികളിലേക്കും പ്രവഹിക്കുന്നു. ആദ്യത്തേതു സെൻസറി നാഡികളുടെ തന്തുക്കൾ, മറ്റേതു മോട്ടോർ നാഡികളുടേതും.

കുറുപ്പു ഷൂ വാങ്ങാൻ കടയിൽ കയറുന്നു. അവിടുത്തെ ജോലിക്കാരൻ ഒരു ജോടി ഷൂ കുറുപ്പിന്റെ കാൽച്ചുവട്ടിൽ കൊണ്ടുവയ്ക്കുന്നു. അതിൽ ഒരെണ്ണത്തിൽ കുറുപ്പു കാൽകയറ്റി നോക്കുന്നു. 'ഇത് ഇറുക്കമാണ്. അടുത്ത നമ്പർ ഷൂ കൊണ്ടുവരൂ.' എന്നു കുറുപ്പു പറയുന്നു. ഒരു പുതുമയും ഇല്ലാത്ത കാര്യമാണിത്. പക്ഷേ ഇവിടെ എന്താണു സംഭവിച്ചതെന്നു നോക്കാം. സെൻസറി നാഡികളുടെ അറ്റത്തുള്ള റിസപ്റ്ററുകൾ ഞെരുക്കം എന്ന സംവേദനം സ്പൈനൽകോഡുവഴി തലച്ചോറിന്റെ പ്രസക്തഭാഗത്ത് എത്തിക്കുന്നു. പ്രസക്തഭാഗം അതു വേദനയാണെന്ന് കണ്ടുപിടിച്ച് പാദം വലിച്ചെടുക്കാൻ മോട്ടോർ നാഡികൾവഴി പാദത്തിലെ പേശികളോട് ആജ്ഞാപിക്കുന്നു. പേശികൾ ആജ്ഞ അനുസരിക്കുന്നു. പാദം ഷൂവിന്റെ പുറത്തുവരുന്നു. ഈ രണ്ടു പ്രക്രിയകളും അതിവേഗത്തിൽ നടക്കുന്നു."

"പ്രൊഫസറേ, എം.എസ്. സുബ്ബലക്ഷ്മിയുടെ പാട്ടുകേട്ടിട്ട് പണ്ഡിറ്റ് ജവഹർലാൽ നെഹ്രു പറഞ്ഞു, ഈ സംഗീതചക്രവർത്തിനിയുടെ മുമ്പിൽ താൻ വെറുമൊരു പ്രധാനമന്ത്രി മാത്രമാണെ

ന്ന്. ചെവി ഇല്ലായിരുന്നെങ്കിൽ അദ്ദേഹം ഇങ്ങനെ പറയുമായിരുന്നോ?" കുറുപ്പിന്റെ ചോദ്യം.

"ചെവിമാത്രം പോര തലച്ചോറും വേണം. ചെവി ഒരു ബാഹ്യേന്ദ്രിയം മാത്രമാണ്. അതിന്റെ പ്രാധാന്യം കുറച്ചുകാട്ടുകയല്ല ഞാൻ ചെയ്യുന്നത്. ശബ്ദത്തിന്റെ വീചികൾ ചെവിക്കുള്ളിലെ ടിംപാനിക് മെംബ്രയിനിൽ ചലനങ്ങളുണ്ടാക്കുന്നു. സമാനമായ ചലനങ്ങൾ ഈ മെംബ്രയിനിനു പിന്നിലുള്ള അസ്ഥിഖണ്ഡങ്ങൾക്കും സംഭവിക്കുന്നു. ഈ പ്രത്യേകതരം അസ്ഥിഖണ്ഡങ്ങൾ അവസാനിക്കുന്നത് അണ്ഡാകൃതിയിലുള്ള ഒരു സ്തരത്തിലാണ്. ഈ സ്തരത്തിൽ ചലനങ്ങൾ ചെന്നെത്തുന്നു. ഉൾച്ചെവിയിലെ കോക്ലിയ എന്ന ഭാഗത്തു നിറഞ്ഞുനില്ക്കുന്ന ദ്രാവകത്തിൽ ഈ ചലനങ്ങൾ അലകൾ സൃഷ്ടിക്കുന്നു. ഈ അലകൾ കോക്ലിയയിലുള്ള ഗ്രാഹികോശങ്ങളിൽ ഉളവാക്കുന്ന ആവേഗങ്ങൾ നാഡികൾ വഴി മസ്തിഷ്കത്തിൽ എത്തുന്നു. ശബ്ദങ്ങൾക്ക് അർത്ഥമുണ്ടാക്കുന്നതും അവയെ ആശയങ്ങളുമായി ബന്ധിപ്പിക്കുന്നതും മസ്തിഷ്കമാണെന്നു പറയേണ്ടതില്ലല്ലോ."

"നോക്കൂ. എത്ര ഘട്ടങ്ങൾ കഴിഞ്ഞാണു ശബ്ദം തലച്ചോറിലെത്തുന്നത്. അത്ഭുതം തന്നെ. ശരീരത്തിന്റെ ബാലൻസിന്റെ യന്ത്രഭാഗവും ചെവിക്കുള്ളിലാണെന്നു കേട്ടിട്ടുണ്ട്; ശരിയാണോ?" പിള്ള ചോദിച്ചു.

"ശരിയാണ്. ഉൾച്ചെവിയിലെ വെസ്റ്റിബുലർ ഭാഗത്തു ഘടിപ്പിച്ചിട്ടുള്ള അർദ്ധവൃത്താകാരമായ മൂന്നു കുഴലുകൾക്കുള്ളിൽ ഒരു ദ്രാവകം നിറച്ചിട്ടുണ്ട്. ശരീരചലനങ്ങൾ ഈ ദ്രാവകത്തിൽ സൃഷ്ടിക്കുന്ന ഇളക്കങ്ങൾ ഗ്രാഹികോശങ്ങൾ വഴി മസ്തിഷ്കത്തിൽ എത്തുന്നു."

"അതാ, മമ്മതിന്റെ കടയിൽനിന്നു പഴമ്പൊരിയുടെ മണം വരുന്നു. ഇന്നത്തെ ചെലവ്, സുന്ദരേശാ, തന്റേതാണ്."

"മത്തായിസാർ മണംപിടിച്ചത് എങ്ങനെയാണെന്നു പറയാം. മൂക്കിനുള്ളിലെ ശ്ലേഷ്മത്തിലുള്ള ഗ്രാഹികോശങ്ങളിൽ ആയിരക്കണക്കിനു നാരുകളുണ്ട്. മമ്മതിന്റെ കടയിൽനിന്നു പഴമ്പൊരിയുടെ സൂക്ഷ്മകണങ്ങൾ വായുവിലൂടെ വന്നു സാറിന്റെ മൂക്കിനുള്ളിൽ പ്രവേശിക്കുന്നു. ചില കണികകൾ ശ്ലേഷ്മത്തിൽ അലിഞ്ഞു നാരുകളെ ഉത്തേജിപ്പിക്കുന്നു. ഈ ഉത്തേജനം പ്രത്യേക നാഡികൾ വഴി തലച്ചോറിന്റെ ഘ്രാണശക്തിയുമായി ബന്ധമുള്ള ഭാഗത്തെത്തുന്നു. പിന്നീടുള്ള കാര്യം തലച്ചോറു നോക്കിക്കൊള്ളും.

"അതു തിന്നുമ്പോഴുള്ള രുചിയുടെ കാര്യമോ?" കുറുപ്പു ചോദിച്ചു.

"അടിസ്ഥാനപരമായി നാലു രസങ്ങളാണുള്ളത്: മധുരം, ഉപ്പുരസം, കയ്പ്, പുളി. ഇവയുടെ മിശ്രിതങ്ങളാണു മറ്റു രസങ്ങൾ.

കണ്ണിമാങ്ങ, കരിങ്കാളൻ
കനലിൽ ചുട്ട പപ്പടം

കാച്ച്യമോരും ലഭിച്ചീടിൽ
കാണാമൂണിന്റെ വൈഭവം

എന്നു കേട്ടിട്ടില്ലേ?

നാക്കാണ് ഇവിടുത്തെ കഥാനായകൻ. മധുരവും ഉപ്പുരസവും അനുഭവിക്കാൻ സഹായിക്കുന്ന മുകുളങ്ങൾ നാക്കിന്റെ തുമ്പത്താണ്. വശത്തുള്ള മുകുളങ്ങൾ പുളിരസവും പിൻഭാഗത്തുള്ളവ കയ്പും നമ്മെ അറിയിക്കുന്നു."

"നമ്മുടെ കുറുപ്പിനു ബസ്സിൽവച്ച് ഒരക്കിടി പറ്റി. അൽപ്പനേരം കുറുപ്പ് അനുഭവിച്ച സ്പർശനസുഖവും യുവതി ചെരുപ്പൂരി തല്ലിയപ്പോൾ അനുഭവിച്ച വേദനയും അയാൾ അറിഞ്ഞത് എങ്ങനെയാണെന്നു പറഞ്ഞാൽ കൊള്ളാം." മത്തായിസാറിന്റെ കുസൃതിനിറഞ്ഞ അപേക്ഷ.

"കുറുപ്പിനെ എനിക്കു നന്നായറിയാം. അദ്ദേഹത്തിന് ഇത്തരം അക്കിടികൾ ഒന്നും പറ്റുകയില്ലെന്ന് എനിക്കു നിശ്ചയമുണ്ട്. എങ്കിലും ഞാൻ പറയാം. ചർമ്മത്തിന്റെ ഉപരിതലത്തിനു തൊട്ടുതാഴെ കോടിക്കണക്കിനു ചെറുനാഡികളുടെ തലപ്പുകളിൽ പലതരം സംവേദനകോശങ്ങളുണ്ട്. ഇവയാണു സ്പർശനം, മർദ്ദം, തണുപ്പ്, ചൂട് എന്നിവയെക്കുറിച്ചുള്ള സംവേദനങ്ങൾ മസ്തിഷ്കത്തിൽ എത്തിക്കുന്നത്. ഒരു പ്രതലത്തിന്റെ കാഠിന്യം, മാർദ്ദവം, പരുപരുപ്പ് എന്നിവ സ്പർശനം കൊണ്ടു മനസ്സിലാക്കാൻ നമുക്കു കഴിയുന്നത് ഈ സംവേദനകോശങ്ങൾ വഴിയാണ്. നാഡികളുടെ സംവേദനകോശങ്ങളില്ലാത്ത സ്വതന്ത്രാഗ്രങ്ങളിലൂടെയാണു വേദന അറിയുന്നത്.

"കാഴ്ചയെക്കുറിച്ചു പറഞ്ഞില്ല" കുറച്ച് അക്ഷമനായി പിള്ള ചോദിച്ചു.

"അതിലേയ്ക്കു ഞാൻ വരികയാണ്. കാഴ്ചയും മസ്തിഷ്കവുമായുള്ള ബന്ധത്തെക്കുറിച്ചു പറഞ്ഞില്ലെങ്കിൽ 'കല്യാണം ആഘോഷിച്ചു, പക്ഷേ താലികെട്ടു മറന്നുപോയി' എന്നു പറയുന്നതുപോലെ ആവില്ലേ?

പഞ്ചേന്ദ്രിയങ്ങളിൽ ഏറ്റവും വളർച്ച നേടിയ ഇന്ദ്രിയം കണ്ണുകളാണ്. ഓർമ്മയിൽ ശേഖരിച്ചുവയ്ക്കുന്ന വസ്തുതകളിൽ സിംഹഭാഗവും കണ്ണുകളിലൂടെ ലഭിക്കുന്നവയാണ്. എന്നാൽ മറ്റുള്ള ജന്തുക്കൾക്കുള്ളതുപോലെ ഘ്രാണശക്തി നമുക്കില്ല. ഉദാഹരണത്തിന് നായ്ക്കളുടെ ഓർമ്മയുടെ പ്രധാന ഘടകം ഘ്രാണവുമായി ബന്ധപ്പെട്ടതാണ്. കണ്ണുകളെ സംബന്ധിച്ചിടത്തോളം നമ്മുടെ സവിശേഷത ത്രിമാനദർശനം നമുക്കുണ്ട് എന്നതാണ്. മുമ്പൊരിക്കൽ സൂചിപ്പിച്ചതുപോലെ കണ്ണുകളുടെ സ്ഥാനമാണ് ത്രിമാനദർശനം സാദ്ധ്യമാക്കുന്നത്. മസ്തിഷ്കത്തിലെ ഓക്സിപ്പിറ്റൽ ലോബിൽ ഭൂരിഭാഗവും കാഴ്ചയ്ക്കുവേണ്ടി നീക്കിവച്ചിരിക്കുന്നു.

കാണുക എന്നത് താരതമ്യേന ഒരു നിഷ്ക്രിയമായ പ്രവർത്തനമാണെങ്കിൽ കണ്ടതു മനസ്സിലാക്കുക എന്നത് സജീവമായ പ്രവർത്തന

മാണ്. കാഴ്ചയിൽ നിന്നു ലഭ്യമാകുന്ന അറിവ് ഇവ രണ്ടും ചേർന്നതാണ്. കണ്ടതിനെ വേണ്ടപോലെ മനസ്സിലാക്കുന്ന കാര്യത്തിൽ ന്യൂറോബയോളജിസ്റ്റുകളുടെ അക്ഷീണയത്നത്തിന്റെ ഫലമായി ധാരാളം അറിവു നമുക്കു ലഭിച്ചിട്ടുണ്ട്. അറിയാനുള്ളത് അറിഞ്ഞതിനേക്കാൾ വളരെ കൂടുതലാണെന്നു ശാസ്ത്രജ്ഞന്മാർ വിനയപൂർവ്വം സമ്മതിക്കുന്നുണ്ട്. അറിഞ്ഞതിൽ പലതും തിരുത്തേണ്ടിവന്നേക്കാമെന്നും സത്യാന്വേഷികളായ അവർ കരുതുന്നു. ഇവിടെ ചിലരുടെ കണ്ണുകൾ അടഞ്ഞു തുടങ്ങുന്നില്ലേ എന്നൊരു ശങ്ക."

"ഉറക്കം ഒരു നല്ല വിഷയമാണ്. അതിനെക്കുറിച്ച് മാക്ബത്തിന്റെ അഭിപ്രായം ഞാൻ നിങ്ങളെ ചൊല്ലികേൾപ്പിക്കാം." പരമേശ്വരൻ പറഞ്ഞു.

Sleep that knits up the ravell'd
Sleave of care
The death of each day's life,
Sore labour's bath
Balm of hurt minds, great
Nature's second course
Chief nourisher in life's feast

മനോവ്യഥയും കഠിനാദ്ധ്വാനംകൊണ്ടുള്ള ശരീരവേദനയും മാറ്റുന്നതും വ്രണിതഹൃദയത്തിന് സുഗന്ധക്കുഴമ്പുപോലെ ആശ്വാസം പകരുന്നതും നിദ്രയാണ്. പ്രകൃതി നല്കുന്ന സദ്യയിൽ ഏറ്റവും പോഷണമൂല്യമുള്ള വിഭവവും അതുതന്നെ. ദൈനംദിന ജീവിതത്തിന്റെ മരണവും നിദ്ര തന്നെയാണ്. ഇതാണ് ഈ വരികളുടെ സാമാന്യമായ അർത്ഥം. എത്ര മനോഹരമായ ആശയം!"

"ഉറക്കത്തിന്റെ വിലയറിയുന്നത് ഉറക്കമില്ലാത്തവരാണ്. ഒരു രോഗിയെ ശുശ്രൂഷിക്കാനോ റിപ്പോർട്ടെഴുതാനോ കേസു പഠിക്കാനോ ഉറക്കമിളയ്ക്കുന്നവർക്കു ക്ഷീണം തോന്നിയേക്കാം. പക്ഷേ മാനസികമായി അത് ഒരു പ്രശ്നവും ഉണ്ടാക്കുകയില്ല. ഉറക്കം മസ്തിഷ്കത്തിനു വിശ്രമിക്കാൻ അവസരം നലകുന്നു എന്നു നമുക്കു കരുതാം."

"അതുകൊള്ളാം. തലച്ചോറു വിശ്രമിച്ചാൽ ഹൃദയം എങ്ങനെ തുടിക്കും? ശ്വാസോച്ഛ്വാസം എങ്ങനെ നടക്കും?" മത്തായിസാറിന്റെ ചോദ്യം.

"ന്യായമായ ചോദ്യം. ഈ പ്രവർത്തനങ്ങൾ നിയന്ത്രിക്കുന്നത് സ്വയം നിയന്ത്രിത നാഡീവ്യൂഹമാണ്. അതിനെക്കുറിച്ചു കൂടി നമുക്കു ചർച്ചചെയ്യാം.

മസ്തിഷ്കത്തിന്റെ ഇടപെടൽ കൂടാതെ ആന്തരികാവയവങ്ങളുടെ പ്രവർത്തനത്തെ നിയന്ത്രിക്കുന്ന സജ്ജീകരണമാണ് 'സ്വയം നിയന്ത്രിതനാഡീവ്യൂഹം'. ഹൃദയമിടിപ്പ്, ശ്വസനം എന്നിവയ്ക്കു പുറമേ ആമാശയം, കുടലുകൾ, മൂത്രസഞ്ചി എന്നീ അവയവങ്ങളുടെ പ്രവർത്തന

ങ്ങളും ഈ വ്യവസ്ഥയുടെ നിയന്ത്രണത്തിലാണ്. മെഡുലയും സുഷുമ്നയുമായി ബന്ധപ്പെട്ട നാഡികളാണ് ഇതിലുള്ളത്. 'റിഫ്ളെക്സ് ആക്ഷൻ' എന്ന പ്രതിഭാസമാണ് ഇവിടെ നടക്കുന്നത്."

"ഈ വാക്ക് ഞാൻ എവിടെയോ കേട്ടിട്ടുണ്ട്. അതേ, ഇപ്പോൾ ഓർമ്മ വരുന്നു. എന്റെ അപ്പന്റെ അനന്തിരവൻ ഒരു പണച്ചാക്കുണ്ട്. താനേ കാറോടിച്ചുനടന്നിരുന്ന അയാൾ ഈയിടെ ഒരു ഡ്രൈവറെ വച്ചു. റിഫ്ളക്സ് ആക്ഷൻ ശരിയാകാത്തതുകൊണ്ടാണെന്നു പറഞ്ഞു. പ്രൊഫസർ ഒന്നു വിശദമാക്കാമോ?" മത്തായിസാറിന്റെ അപേക്ഷ.

"ചൂടുപിടിച്ചിരിക്കുന്ന ഇസ്തിരിപ്പെട്ടിയുടെ അടിവശത്തു മത്തായി സാർ അറിയാതെ സ്പർശിച്ചുവെന്നിരിക്കട്ടെ. സാർ ഉടനെ കൈ വലിച്ചെടുക്കുന്നു, അതിന്റെ നീറ്റൽ അനുഭവപ്പെടുന്നതിനു മുമ്പുതന്നെ. ഇവിടെ യഥാർത്ഥത്തിൽ സംഭവിക്കുന്നത് എന്താണെന്നു നോക്കാം. ചൂടുള്ള പ്രതലത്തിൽ ഇതാ ഇങ്ങോർ തൊട്ടു എന്ന സന്ദേശം ഞൊടിയിടക്കുള്ളിൽ നാഡികൾ വഴി സുഷുമ്നയിൽ എത്തുന്നു. 'ആ കൈയിലെ മാംസപേശികളെ സങ്കോചിപ്പിക്കൂ' എന്ന ആജ്ഞ ഒരു ഷോർട്ട് സർക്യൂട്ടുവഴി സുഷുമ്ന തന്നെ പുറപ്പെടുവിക്കുന്നു. മാംസപേശികൾ അതനുസരിക്കുന്നു. മത്തായിസാർ കൈ വലിച്ചെടുക്കുന്നു. ഇത്രയും സംഭവിക്കാൻ ഒരു സെക്കൻഡിന്റെ അംശം സമയം മതിയാവും. അതിനെത്തുടർന്ന് ഉടനെതന്നെ സുഷുമ്നയിൽ നിന്ന് ഈ വിവരം മസ്തിഷ്കത്തിനു ലഭിക്കുന്നു."

"റിഫ്ളക്സ് ആക്ഷനും പാവ്ലോവും തമ്മിൽ എന്താണു ബന്ധം?" സുന്ദരേശൻ ചോദിച്ചു.

"നോബൽസമ്മാനം ലഭിച്ച റഷ്യൻ ശാസ്ത്രജ്ഞനായ പാവ്ലോവിനെക്കുറിച്ചു സുന്ദരേശൻ കേട്ടിരിക്കുന്നു, അല്ലേ? പാവ്ലോവിനു വിശ്വപ്രസിദ്ധി നേടിക്കൊടുത്ത ഒരു പരീക്ഷണമുണ്ട്. നായ്ക്കളുടെ ഉമിനീർഗ്രന്ഥികളുടെ പ്രവർത്തനത്തെക്കുറിച്ചുള്ള പരീക്ഷണമായിരുന്നു അത്. ഭക്ഷണം നാവിൽ സ്പർശിക്കുന്ന മാത്രയിൽ റിഫ്ളക്സ് ആക്ഷൻമൂലം ഉമിനീർ ധാരാളമായി നായുടെ വായിലേക്ക് ഒഴുകിവരും. നായ്ക്കു ഭക്ഷണം കൊടുക്കുമ്പോൾ മണിയടിക്കുന്നതു പാവ്ലോവ് പതിവാക്കി. ഒരു ദിവസം ഭക്ഷണം കൊടുക്കാതെ അദ്ദേഹം മണിയടിച്ചു. അബദ്ധം പറ്റിയതല്ല, മനഃപൂർവ്വം തന്നെ. അത്ഭുതമെന്നു പറയട്ടെ, നായുടെ വായിലേയ്ക്ക് ഉമിനീർ ഒഴുകാൻ തുടങ്ങി. ഇങ്ങനെ സംഭവിച്ചതു 'കണ്ടിഷൻഡ് റിഫ്ളക്സ്' എന്ന പ്രതിഭാസം കൊണ്ടാണെന്നു പാവ്ലോവ് തെളിയിച്ചു. ആഹാരത്തിന്റെ ദർശനമാത്രയിൽ ഉമിനീർ വായിൽ നിറയുന്നത് ചിരപരിചിതമായ ഒരുദ്ദീപനമാണ്. വെറുതേ മണിയടിച്ചാൽ നായുടെ വായിൽ ഉമിനീർ നിറയുകയില്ല. സാധാരണഗതിയിൽ പ്രതികരണം ഉളവാക്കാത്ത രണ്ടാമത്തെ ഈ ഉദ്ദീപനം ആദ്യത്തേതിനോടു ചേർത്ത് ആവർത്തിച്ചു. അങ്ങനെ ചെയ്തതുകൊണ്ടാണ് പിന്നീട് രണ്ടാമത്തെ

ഉദ്ദീപനം മാത്രം കൊണ്ടു പ്രതികരണം ഉണ്ടായത്. ആവർത്തനത്തിന്റെ ഫലമായി മസ്തിഷ്കത്തിന്റെ ഒരു ഭാഗത്ത് പുതിയ നാഡീബന്ധം സ്ഥാപിതമായതാണ് ഇതിനു കാരണം. ഇവിടെ നായ് ഒരു പുതിയ പ്രതികരണശേഷി ആർജ്ജിക്കുകയായിരുന്നു. അതീവ പ്രാധാന്യം അർഹിക്കുന്ന ഒരു പഠനമാണിത്."

''പ്രൊഫസറേ, എനിക്കു ജിലേബി വളരെ ഇഷ്ടമാണ്. ജിലേബിയെക്കുറിച്ചു രണ്ടു വാക്കു സംസാരിക്കണമെന്നു പറഞ്ഞാൽ വായിൽ കുടുകുടാ ഉമിനീരു നിറയുന്നതുകൊണ്ട് എനിക്കു കഴിയുകയില്ല. ഇതാ ഇപ്പോൾത്തന്നെ..." നായർക്കു മുഴുമിക്കാൻ കഴിഞ്ഞില്ല.

"ഇതു കണ്ടിഷൻഡ് റിഫ്ളക്സ് കൊണ്ടല്ലേ എന്നു ചോദിക്കാൻ തുടങ്ങുകയായിരുന്നു നായർ. സംശയമെന്ത്? നമ്മെ സംബന്ധിച്ചിടത്തോളം കണ്ടിഷൻഡ് റിഫ്ളക്സുകൾ ദൈനംദിന ജീവിതത്തിൽ വലിയ സ്വാധീനത ചെലുത്തുന്നുണ്ട്, അറിവു നേടുന്ന കാര്യത്തിൽ പ്രത്യേകിച്ചും. മുമ്പു രുചി അറിഞ്ഞിട്ടുള്ള ഭക്ഷണസാധനം കണ്ടാലോ അതേപ്പറ്റി ആലോചിച്ചാലോ ഉമിനീർ ഊറിവരുമെന്നു ഇപ്പോൾ നാം കണ്ടതല്ലേ."

"മുമ്പ് രുചി അറിഞ്ഞത് എന്നത് ഒരു പ്രധാനപ്പെട്ട വ്യവസ്ഥയാണല്ലേ?" കുറുപ്പു ചോദിച്ചു.

"അതേ, അമ്പലപ്പുഴ പാൽപ്പായസം എന്നു കേട്ടാൽ നമ്മുടെ വായിൽ ഉമിനീർ നിറയും. സായ്പ്പിന് ഒന്നും സംഭവിക്കുകയില്ല."

"ഇനി നമുക്കു മസ്തിഷ്കത്തെ വിട്ടു മനസ്സിലേക്കു കടന്നാലോ?" കുറുപ്പിന്റെ നിർദ്ദേശം.

"മനസ്സു ചലനാത്മകമാണ്. അത്ര നല്ലതല്ലാത്ത അർത്ഥത്തിൽ അതു ചഞ്ചലമാണ്. ആട്ടെ. ഭാരതീയ തത്ത്വചിന്തയുടെ ഔന്നത്യം വെളിപ്പെടുത്തുന്ന ഉപനിഷത്തുകളുടെ സാരസർവ്വസ്വമാണ് '*ഭഗവദ്ഗീത*' എന്നു പറയപ്പെടുന്നു. ധാരാളം ഗീതാജ്ഞാനയജ്ഞങ്ങളിൽ പങ്കെടുത്തിട്ടുള്ള ആളാണു കുറുപ്പ്. '*ഭഗവദ്ഗീത*' മനസ്സിനെ എങ്ങനെ കാണുന്നുവെന്നു പറയാമോ?"

അല്പനേരം ആലോചിച്ചിരുന്നശേഷം കുറുപ്പു പറഞ്ഞുതുടങ്ങി. " ആധികാരികമായി എന്തെങ്കിലും പറയാൻ ഞാനാളല്ല. ഗീതയിൽ പല അധ്യായങ്ങളിലും മനസ്സിനെക്കുറിച്ചു പറയുന്നുണ്ട്. ഭാരതീയമായ ആദ്ധ്യാത്മികചിന്തയിൽ മനസ്സിനു വലിയ സ്ഥാനമാണുള്ളത്. പഞ്ചേന്ദ്രിയങ്ങളുടെയും ബുദ്ധിയുടെയും മുകളിലാണു മനസ്സിനുള്ള സ്ഥാനം. മസ്തിഷ്കംപോലെ മനസ്സ് ഒരു ഭൗതികവസ്തുവാണെന്ന് ഭാരതീയദർശനങ്ങളിൽ ഏതിലെങ്കിലും പറഞ്ഞിട്ടുണ്ടെന്നു തോന്നുന്നില്ല. പക്ഷേ, മനസ്സിനു മുകളിലായി ആത്മാവിനെ, ജീവാത്മാവിനെ, പ്രതിഷ്ഠിച്ചിട്ടുണ്ട്. അന്തര്യാമിയായ ആത്മാവിനു പ്രവർത്തിക്കാനുള്ള ഉപകരണങ്ങളാണ് മനസ്സ്, ബുദ്ധി, വാസനകൾ, ഇന്ദ്രിയങ്ങൾ എന്നിവ. ഗീതയിലെ രണ്ടാമ

ദ്ധ്യായമായ '*സാംഖ്യയോഗ*'ത്തിൽ മനസ്സിനെക്കുറിച്ചു സുപ്രധാനമായ ചില പരാമർശങ്ങളുണ്ട്. അതേ എനിക്ക് ഓർമ്മയിൽ വരുന്നുള്ളൂ. ഭോഗ വാസനകൾ എത്ര വലിയ മനുഷ്യന്റെയും മനസ്സിനെ കലുഷമാക്കും. ജിതേന്ദ്രിയനായെങ്കിലേ മനുഷ്യനു മനശ്ശാന്തി ലഭിക്കുകയുള്ളൂ. അത് അഭ്യാസംകൊണ്ടു നേടേണ്ടതാണ്, അതീവ ദുഷ്കരവുമാണ്."

"മസ്തിഷ്കത്തിന്റെ പ്രവർത്തനത്തെക്കുറിച്ചും അതിന്റെ സാദ്ധ്യതകളെക്കുറിച്ചും കൂടുതൽ കൂടുതൽ അറിവുകൾ ഗവേഷകർ നമുക്കു നല്കിക്കൊണ്ടിരിക്കുന്നു. എങ്കിലും മനസ്സ് എന്ന വിഷയത്തെക്കുറിച്ചുള്ള ചർച്ച എങ്ങും ചെന്നെത്തുകയില്ല. അതുകൊണ്ട് ഇക്കാര്യത്തിൽ പ്രൊഫസർക്ക് പറയാനുള്ളതുകൂടി കേട്ടുകൊണ്ട് നമുക്കു ചർച്ച അവസാനിപ്പിക്കാമെന്നു തോന്നുന്നു." സുന്ദരേശൻ പറഞ്ഞു.

"സുന്ദരേശനോടു ഞാൻ പൊതുവേ യോജിക്കുന്നു. ബോധം, ബുദ്ധി, ഓർമ്മ, ചിന്ത, ഭാവന മുതലായവ മനുഷ്യമനസ്സുമായി ബന്ധപ്പെട്ടിരിക്കുന്നുവെന്നു നമുക്കറിയാം. പരിണാമപരമായി മനുഷ്യനോട് ഏറ്റവും അടുത്തുനില്ക്കുന്ന ചിമ്പൻസിയിൽപോലും, മനുഷ്യനുമായി താരതമ്യപ്പെടുത്തുമ്പോൾ, മാനസികമായ കഴിവുകൾ തീരെ പരിമിതമാണല്ലോ. പിന്നോട്ടു നോക്കിയാൽ മറ്റു ജൈവജാതികളുടെ മാനസികപ്രവർത്തനങ്ങൾ ഉദ്ദീപനങ്ങളോടുള്ള പ്രതികരണം മാത്രമായി ചുരുങ്ങുന്നതായി നാം കാണുന്നു. ജീവികളുടെ ശരീരഘടനയുടെ സങ്കീർണ്ണതയ്ക്ക് അനുസൃതമായി പരിണാമഗതിയിൽ ശാരീരികവും മാനസികവുമായ പ്രവർത്തനങ്ങളുടെ സങ്കീർണ്ണതകളും വർദ്ധിച്ചു എന്നുതന്നെ കണക്കാക്കാം. മനുഷ്യനിലെത്തുമ്പോൾ, മസ്തിഷ്കത്തിന്റെ വമ്പിച്ച വളർച്ചയുടെ ഫലമായി, മാനസികവ്യാപാരങ്ങളും അത്ഭുതകരമായി വികാസം പ്രാപിച്ചു എന്നു മനസ്സിലാക്കാം. മസ്തിഷ്കവികാസമെന്നാൽ ന്യൂറോണുകളുടെ വർദ്ധനവാണ്. ഏകദേശം 1200 കോടി ന്യൂറോണുകളും അവയെക്കാൾ അനേകമടങ്ങു യോജകങ്ങളും ഉള്ളതാണു മനുഷ്യമസ്തിഷ്കം എന്നോർക്കണം. ന്യൂറോണുകൾ ഭൗതികവസ്തുക്കളാണല്ലോ. ഈ ഭൗതികവസ്തുക്കളെ ആശ്രയിച്ചാണ് മനസ്സിന്റെ വികാസം എന്നുപറഞ്ഞാൽ അതിനോട് എല്ലാവരും യോജിക്കുമെന്നു തോന്നുന്നില്ല. ന്യൂറോണുകൾ എന്ന ഭൗതികവസ്തുക്കളുടെ പ്രവർത്തനങ്ങൾ എപ്രകാരമാണ് മാനസികപ്രവർത്തനങ്ങളായി മാറുന്നതെന്നു വ്യക്തമാക്കാനാവാതെ ശാസ്ത്രജ്ഞന്മാർ വിഷമിച്ചുനില്ക്കുന്നു. ഏതായാലും മസ്തിഷ്കത്തെയും മനസ്സിനെയും വെവ്വേറെ കാണുന്നതുകൊണ്ടു വലിയ കാര്യമുണ്ടെന്നു തോന്നുന്നില്ല. അവ തമ്മിലുള്ള ബന്ധം അത്രയ്ക്കു ഗാഢമാണ്. ദ്രവ്യത്തെയും മനസ്സിനെയും കുറിച്ച് ഇംഗ്ലണ്ടിൽ നടന്ന എങ്ങുമെത്താത്ത വിവാദങ്ങളെക്കുറിച്ച് 'പഞ്ചി'ൽ വന്ന വരികൾ ചൊല്ലിക്കേൾപ്പിക്കാം.

What is Matter? Never Mind
What is Mind? No matter.

പ്രശസ്ത ദാർശനികനായ ദെക്കാർത്ത് മനസ്സിനെക്കുറിച്ചു പറഞ്ഞ ഒരു കാര്യം വളരെ പ്രസക്തമാണ്:

'ഒരു നല്ല മനസ്സ് ഉണ്ടായിരുന്നാൽ മാത്രം പോര. അതു നന്നായി ഉപയോഗിക്കുക എന്നതാണ് പ്രധാനം.'

ഇന്നത്തെ ചർച്ച നമുക്ക് ഇവിടെ അവസാനിപ്പിക്കാം. ഒടുവിൽ പറയാൻ മാറ്റിവെച്ച ഒരു കാര്യം ഇപ്പോൾ പറയാം. അതു 'വിജ്ഞാനദായിനി' ഗ്രന്ഥശാലയെക്കുറിച്ചാണ്. കുറുപ്പിന്റെ സാരഥ്യത്തിൽ ഗ്രന്ഥശാല നന്നായി പ്രവർത്തിക്കുന്നു എന്നത് ഗ്രന്ഥശാലാപ്രസ്ഥാനത്തിനു ന്യായമായി അഭിമാനിക്കാവുന്ന ഒരു വസ്തുതയാണ്. അടുത്തവർഷം വജ്രജൂബിലി ആഘോഷിക്കുന്ന ഗ്രന്ഥശാലയ്ക്ക് മുൻകൂറായുള്ള എന്റെ മംഗളാശംസകൾ!!

കുറുപ്പേ, ഒരു കാര്യം കൂടി. ഞാൻ നിങ്ങളുടെ വായനശാലയ്ക്കു രണ്ടു പുസ്തകങ്ങൾ ശക്തമായി ശിപാർശ ചെയ്യുന്നു. '*ദി എമേർജിങ് മൈൻഡ്*', '*ഫാന്റംസ് ഇൻ ദി ബ്രെയിൻ*' എന്ന പുസ്തകങ്ങൾ. രണ്ടും വി എസ് രാമചന്ദ്രന്റേതാണ്."

"ആരാണ് രാമചന്ദ്രൻ?" പിള്ള ചോദിച്ചു.

"അമേരിക്കയിൽ സ്ഥിരതാമസമാക്കിയ പ്രശസ്ത ന്യൂറോ സയന്റിസ്റ്റ്. ആദ്യത്തെ പുസ്തകം ബിബിസിയിൽ ചെയ്ത റെയ്ത്ത് പ്രഭാഷണങ്ങളാണ്."

"ആദ്യത്തെ റെയ്ത്ത് പ്രഭാഷകൻ ബർട്രൻഡ് റസ്സലായിരുന്നു. ഈ രാമചന്ദ്രൻ വൻപുള്ളിയാണല്ലോ." സുന്ദരേശൻ അദ്ഭുതം കൂറി.

"അങ്ങനെയല്ലാതെ വരുമോ? പ്രഗല്ഭ ഭരണഘടനാവിദഗ്ധൻ അല്ലാടി കൃഷ്ണസ്വാമി അയ്യരുടെ കൊച്ചുമകനല്ലേ അദ്ദേഹം."

6

ജീവകോശത്തിന്റെ ഉള്ളടക്കം

"**എ**ന്റെ വത്സലശിഷ്യനും യുവസുഹൃത്തുമായ ഡോ. ദേവസ്യയെ ഞാൻ നിങ്ങൾക്കു പരിചയപ്പെടുത്തട്ടെ. സ്വയം പരിചയപ്പെടുത്താൻ ഇഷ്ടപ്പെടുന്ന ആളാണു ഡോക്ടർ. അതുകൊണ്ട് അദ്ദേഹത്തെക്കുറിച്ചു മറ്റൊന്നും ഞാൻ പറയുന്നില്ല. ഈ ഇരിക്കുന്ന ഓരോരുത്തരെക്കുറിച്ചും ഡോ. ദേവസ്യയ്ക്കു നന്നായറിയാം. ഞാൻ പറഞ്ഞുകൊടുത്തിട്ടുണ്ട്. ആളുകളെ കണ്ടാൽ മാത്രം മതി. ഇതു മത്തായിസാർ. ഇതു കുറുപ്പ്, പിള്ള, നായർ, പരമേശ്വരൻ, സുന്ദരേശൻ.

നമ്മുടെ സായാഹ്നചർച്ചകളെക്കുറിച്ചു ഡോ. ദേവസ്യയോടു പറഞ്ഞപ്പോൾ അദ്ദേഹത്തിനുണ്ടായ സന്തോഷം ചില്ലറയല്ല. ഇങ്ങനെയും പെൻഷൻകാരുണ്ടോ എന്ന് അദ്ദേഹം അത്ഭുതം കൂറി. നിങ്ങളെ കാണണം എന്ന് അദ്ദേഹം ആഗ്രഹം പ്രകടിപ്പിച്ചു. അങ്ങനെയാണെങ്കിൽ ജനിതകശാസ്ത്രത്തെക്കുറിച്ചു നിങ്ങളോടു സംസാരിക്കാമോ എന്നു ഞാൻ ചോദിച്ചു. അദ്ദേഹം ആവാമെന്നു സസന്തോഷം സമ്മതിച്ചു. ഞാനിങ്ങോട്ടു കൂട്ടിക്കൊണ്ടുപോരികയും ചെയ്തു. ഇനി അദ്ദേഹം തന്നെ സംസാരിക്കട്ടെ."

വെളുത്തു മെലിഞ്ഞ സുമുഖനായ ഡോ. ദേവസ്യ പുഞ്ചിരിച്ചുകൊണ്ടു സംസാരിച്ചുതുടങ്ങി. "നിങ്ങൾക്ക് എന്റെ വിനീത നമസ്കാരം. എന്റെ പേര് പൊരിഞ്ചു ലോനപ്പൻ ദേവസ്യ എന്നാണ്. തൃശ്ശൂർക്കാരനായ എന്നെ ജനിതകശാസ്ത്രത്തിന്റെ രാജരഥ്യയിലേക്കു നയിച്ച മാന്യ ഗുരുനാഥനാണ് ഇദ്ദേഹം. ജനറ്റിക് എഞ്ചിനിയറിങ്ങിൽ ഡോക്ടറേറ്റ് എടുക്കാൻ എന്നെ പ്രേരിപ്പിച്ചതും ഇദ്ദേഹമാണ്. ഞാനിപ്പോൾ എഡിൻബറോയിലെ റോസ്‌ലിൻ ഇൻസ്റ്റിറ്റ്യൂട്ടിൽ ജോലിചെയ്യുകയാണ്. ഇൻസ്റ്റിറ്റ്യൂട്ടിന്റെ പേര് നിങ്ങൾ കേട്ടിട്ടുണ്ടാവും."

"തീർച്ചയായും ഡോ. ദേവസ്യാ. ക്ലോണിങ്ങിലൂടെ 'ഡോളി' എന്ന ചെമ്മരിയാടിനു ജന്മം നല്കിയ വിശ്വപ്രസിദ്ധമായ സ്ഥാപനമല്ലേ അത്." സുന്ദരേശനാണ് ഇങ്ങനെ പറഞ്ഞത്.

"അവിടെ ആ പ്രോജക്റ്റിൽ ഇയാൻ വിൽമുട്ടിന്റെ സഹായിയായി പ്രവർത്തിക്കാൻ എനിക്കു സാധിച്ചു. എന്റെ ജീവിതത്തിലെ അവിസ്മരണീയമായ ഒരു കാലഘട്ടമായിരുന്നു അത്.

പ്രൊഫസർ എന്നെ ഏല്പിച്ച കൃത്യം നിർവഹിക്കാൻ തുടങ്ങുന്നതിനു മുമ്പ് ചിലതു പറയാൻ ഞാൻ ആഗ്രഹിക്കുന്നു. ഒന്ന് ഒരപേക്ഷയാണ്. എന്റെ ഗുരുനാഥന്റെ സുഹൃത്തുക്കളായ നിങ്ങൾ ഔപചാരികത കാട്ടി എന്നെ 'ഡോക്ടർ' എന്നു വിളിക്കരുത്. ദേവസ്യ എന്നു മാത്രം വിളിച്ചാൽ മതി. എന്റെ പേരുമായി ബന്ധമുള്ള ഒരു കാര്യം ഞാൻ പറയാം. സമ്പന്നമായ ഒരു പഴയ നായർകുടുംബമാണ് എന്റെ അയൽപക്കം. എന്റെ കുട്ടിക്കാലത്തെ കാര്യമാണു ഞാൻ പറയുന്നത്. അവിടെ നാരായണിഅമ്മ എന്നൊരു മുത്തശ്ശി ഉണ്ടായിരുന്നു. മുത്തശ്ശിക്ക് എന്നെ വളരെ ഇഷ്ടമായിരുന്നു. എന്നെ മടിയിൽ ഇരുത്തി മുത്തശ്ശി പറയും. കുട്ടാ നീ വലിയവനാവും. നസ്രാണിയാണെങ്കിലും നിന്റെ പേര് ഞാൻ എന്നും ഉരുവിടുന്ന ഗായത്രി മന്ത്രത്തിലുണ്ട്."

"ശരിയാണല്ലോ." കുറുപ്പ് ആശ്ചര്യത്തോടെ പറഞ്ഞു "തത് സവിതുർവരേണ്യം ഭർഗ്ഗോ ദേവസ്യ ധീമഹി."

"നിങ്ങൾക്കു തമാശയായി തോന്നിയേക്കാം. പക്ഷേ, എന്നെ സംബന്ധിച്ചിടത്തോളം എന്റെ മുത്തശ്ശി നാരായണിയമ്മയുടെ ആശിർവാദം യാഥാർത്ഥ്യമായി ഭവിച്ചിരിക്കുന്നു. സ്വപ്നത്തിൽപ്പോലും ഞാൻ കാണാത്ത സ്ഥാനത്തെത്താൻ എന്നെ സഹായിച്ചത് മുത്തശ്ശിയുടെ അനുഗ്രഹമാണെന്നു ഞാൻ ദൃഢമായി വിശ്വസിക്കുന്നു. ഒരു ശാസ്ത്രജ്ഞൻ ഈ വിധത്തിൽ ചിന്തിക്കാമോ എന്നു നിങ്ങൾ ചോദിച്ചേക്കാം. സൈക്കോലിംഗ്വിസ്റ്റിക്സ്, സൈക്കോ ന്യൂറോ ഫാർമക്കോളജി എന്നീ വികസിച്ചുകൊണ്ടിരിക്കുന്ന മനശ്ശാസ്ത്രശാഖകൾ ഇതിന്റെ സാധുത അംഗീകരിച്ചിട്ടുണ്ട്. കൂടുതൽ പഠനങ്ങൾ വേണ്ടിയിരിക്കുന്നുവെന്നുമാത്രം.

മറ്റൊരു കാര്യംകൂടി പറയാനുള്ളത് ഇതാണ്. ഞാൻ പറയുന്നതിൽ ദുർഗ്രഹതയുണ്ടെന്നു തോന്നിയാൽ 'ദേവസ്യാ, വ്യക്തമായില്ല ഒന്നുകൂടി പറയൂ' എന്നു നിങ്ങൾക്ക് ആജ്ഞാപിക്കാം; മടിക്കരുത്.

"സന്തോഷം ഡോ. ദേവസ്യ, അല്ല വെറും ദേവസ്യ. ഞാൻ മണ്ടച്ചോദ്യങ്ങൾ ചോദിച്ചെന്നിരിക്കും. ഒന്നും തോന്നരുത്." മത്തായിസാർ പ്രതികരിച്ചു.

"എന്റെ ഗുരുനാഥൻ തന്ന രേഖാചിത്രങ്ങളിലൂടെ നിങ്ങൾ എല്ലാവരും എനിക്കു സുപരിചിതരാണ്; പ്രത്യേകിച്ചു മത്തായിസാർ. സാറിന്റെ ആർജ്ജവം എനിക്കിഷ്ടമാണ്.

ഇനി ഞാൻ തുടങ്ങട്ടെ.

പത്തൊമ്പതാം നൂറ്റാണ്ടിൽ, പാവപ്പെട്ട ഒരു നെയ്ത്തുകാരന്റെ മകനായി പിറന്ന ജോൺ ഡാൾട്ടൺ, പരമാണുവിനെക്കുറിച്ചുള്ള സിദ്ധാന്തം ആവിഷ്കരിച്ചപ്പോൾ, അദ്ദേഹവും ശാസ്ത്രജ്ഞന്മാരും ധരിച്ചത് ദ്രവ്യത്തിന്റെ തുടർന്നു വിഭജിക്കാനാവാത്ത ഘടകം പരമാണു തന്നെയാണ് എന്നായിരുന്നു. പക്ഷേ ഇന്ന് ആ ധാരണയ്ക്കു മാറ്റം വന്നിരിക്കുന്നു. ശാസ്ത്രം പഠിക്കാത്തവർക്കുപോലും അറിയാം പരമാണുവിനുള്ളിൽ ഒരു സൗരയൂഥം ഒളിച്ചിരിപ്പുണ്ടെന്ന്. ന്യൂക്ലിയസ് എന്ന സൂര്യനു ചുറ്റും ഭ്രമണം ചെയ്യുന്ന എലക്ട്രോണുകൾ എന്ന ഗ്രഹങ്ങൾ ഉണ്ടെന്ന്; ന്യൂക്ലിയസ് എന്നത് പ്രോട്ടോണുകളും ന്യൂട്രോണുകളും ചേർന്നതാണെന്ന്.

ഡാൾട്ടൺ പരമാണുസിദ്ധാന്തം ആവിഷ്കരിച്ച് ഏറെനാൾ കഴിയുന്നതിനു മുമ്പ്, കൃത്യമായി പറഞ്ഞാൽ 1839ൽ, സെൽസിദ്ധാന്തം രൂപംകൊണ്ടു. 'സെൽ' എന്ന വാക്ക് 'സെല്ലാ' എന്ന ലാറ്റിൻ വാക്കിൽനിന്നാണുണ്ടായത്. 'സെല്ലാ' എന്നാൽ 'ചെറിയ മുറി' എന്നാണർത്ഥം. സൂക്ഷ്മദർശിനിയിലൂടെ കോർക്കുകഷണത്തെ വീക്ഷിച്ച റോബർട്ട് ഹൂക്- ഇദ്ദേഹം ഐസക് ന്യൂട്ടന്റെ സമകാലികനായിരുന്നു- തേനീച്ചക്കൂടുപോലെ നിരവധി അറകൾ കണ്ടതുകൊണ്ട് അവയ്ക്കു നല്കിയ പേരാണു സെല്ലുകൾ എന്നത്. ജീവന്റെ എല്ലാ ലക്ഷണങ്ങളുമുള്ള, ജൈവവസ്തുവിന്റെ ഏറ്റവും ചെറിയ അംശമാണു സെൽ എന്നു നിർവചിക്കാം."

"ജീവനുള്ള വസ്തുവാണല്ലോ ജൈവവസ്തു. ജീവന് ഒരു നിർവചനം നൽകാമോ?" പരമേശ്വരന്റെ ചോദ്യം.

"പ്രോട്ടോപ്ലാസം' എന്ന വസ്തുവിന്റെ ഭൗതികവും രാസപരവുമായ പ്രവർത്തനങ്ങളുടെ ആകെത്തുകയാണു ജീവൻ എന്നു പറയാം. ജീവന്റെ അടിസ്ഥാനഘടകമാണു പ്രോട്ടോപ്ലാസം. പ്രോട്ടോപ്ലാസത്തിന്റെ ജൈവപരമായ പ്രവർത്തനങ്ങൾ നിലയ്ക്കുമ്പോൾ ആ അവസ്ഥയെ മരണം എന്നു പറയുന്നു. ജീവനെ സംബന്ധിച്ചിടത്തോളം പരമപ്രധാനമായ കാര്യം ഊർജ്ജമാണ്. ഊർജ്ജത്തിന്റെ നിയന്ത്രിതമായ നിർമ്മാണവും ശേഖരണവും വിനിയോഗവുമാണ് ജൈവപ്രവർത്തനങ്ങൾ എന്ന വാക്കുകൊണ്ടു ജീവശാസ്ത്രം ഉദ്ദേശിക്കുന്നത്. ഇക്കാര്യം ശ്രദ്ധിച്ചു മനസ്സിലാക്കണം.

ഇനി നമുക്കു ജീവനുള്ള വസ്തുക്കളുടെ സവിശേഷതകൾ പരിശോധിക്കാം. അവയിൽ ആദ്യത്തേതു മെറ്റാബലിസമാണ്. 'മാറ്റം' എന്നർത്ഥമുള്ള ഒരു ഗ്രീക്കുപദമാണ് ഇതിന്റെ ഉറവിടം. ആനബലിസം + കാറ്റബലിസം = മെറ്റാബലിസം എന്നു വേണമെങ്കിൽ സമവാക്യരൂപത്തിൽ എഴുതാം. ആനബലിസം നിർമ്മാണാത്മകപ്രവർത്തനമാണ്. ആവശ്യമുള്ള വസ്തുക്കൾ ചുറ്റുപാടുകളിൽനിന്നു വലിച്ചെടുത്ത്, രാസപ്രക്രിയയിലൂടെ, പുതിയ വസ്തുക്കളെ നിർമ്മിക്കുക എന്നിട്ട് അവയെ ശരീരത്തിന്റെ വളർച്ചയ്ക്കും പ്രവർത്തനങ്ങൾക്കും വേണ്ടി ഉപയോഗിക്കുക

എന്നതാണ് ആനബലിസം. കാറ്റബലിസമാകട്ടെ നേരേമറിച്ച് ഒരു ശിഥിലീകരണപ്രവർത്തനമാണ്. വസ്തുക്കളെ വിഘടിപ്പിച്ച് ഊർജ്ജം ഉത്പാദിപ്പിച്ച് ആ ഊർജ്ജത്തെ ശരീരപ്രവർത്തനങ്ങൾക്കുവേണ്ടി വിനിയോഗിക്കുന്നതാണത്.

ജീവജാലങ്ങളുടെ രണ്ടാമത്തെ സവിശേഷത വളർച്ചയാണ്. ഈ വളർച്ച ആന്തരികമാണ്.

മൂന്നാമത്തെ സവിശേഷത ഉത്തേജനങ്ങളോടുള്ള പ്രതികരണമാണ്. ചലനം, ശ്വസനം, വിസർജ്ജനം, പ്രത്യുല്പാദനം എന്നിവയാണു മറ്റു സവിശേഷതകൾ. ഇനി നമുക്കു സെല്ലുകളിലേക്കു മടങ്ങാം."

"അങ്ങനെ പറയല്ലേ ദേവസ്യ. നമ്മൾ ജയിലിൽ കിടക്കുകയാണെന്നു തോന്നും അതു കേൾക്കുമ്പോൾ." മത്തായിസാറിന്റെ ഫലിതം എല്ലാവരും ആസ്വദിച്ചു.

പക്ഷേ സുന്ദരേശന് ഈ ഫലിതം അത്ര രസിച്ചില്ല. "മത്തായിസാർ പതിവു ഫലിതങ്ങളൊന്നും ഇത്തവണ പുറത്തെടുക്കരുത്. ദേവസ്യയുടെ സമയം വളരെ വിലപ്പെട്ടതാണ്. അദ്ദേഹം നമ്മോടൊപ്പമുള്ള അനർഘ നിമിഷങ്ങൾ നാം അങ്ങേയറ്റം പ്രയോജനപ്പെടുത്തണം."

"അതു നല്ല പോയിന്റ്. ഞാൻ സമ്മതിച്ചു."

"പ്രോട്ടോപ്ലാസത്തിന്റെ– 'ആദ്യം രൂപംകൊണ്ടത്' എന്നാണ് ആ വാക്കിന്റെ അർത്ഥം– അതിസൂക്ഷ്മമായ യൂണിറ്റുകളാണു സെല്ലുകൾ. സെല്ലുകളെ നമുക്കു രണ്ടായി തരംതിരിക്കാം, പ്രോകാര്യോട്ടുകളെന്നും യൂക്യാരിയോട്ടുകളെന്നും.

യൂകാരിയോട്ടുകളിൽ സുഘടിതമായ ന്യൂക്ലിയസ് ഉണ്ട്. അതിലെ പ്രധാന വസ്തുക്കളായ ക്രോമസോമുകളെ ഒരാവരണത്താൽ സൈറ്റോപ്ലാസത്തിൽ നിന്നു വേർതിരിച്ചു നിർത്തുന്നു. എന്നാൽ പ്രോക്യാരിയോട്ടുകളിൽ ഇങ്ങനെ ഒരാവരണമില്ല അവയിൽ ഉള്ള ഒരേയൊരു ക്രോമസോം സൈറ്റോപ്ലാസത്തിന്റെ ഒരു ഭാഗത്തു വളഞ്ഞുപുളഞ്ഞു കിടക്കുന്നു. 'ന്യൂക്ലിയോയിഡ്' എന്ന് ഇവയെ വിശേഷിപ്പിക്കാറുണ്ട്. പ്രോക്യാരിയോട്ട് കോശത്തിന് ഉദാഹരണമായി ചൂണ്ടിക്കാണിക്കപ്പെടുന്നത് ഏകകോശജീവിയായ ബാക്റ്റീരിയത്തെയാണ്."

"പ്രൊഫസർ പറഞ്ഞുതന്നിട്ടുണ്ട്" കുറുപ്പ്.

"ഞാനിപ്പോൾ ക്രോമസോം എന്നൊരു വാക്കുപയോഗിച്ചു. യൂക്യാരിയോട്ടുകളിൽ ഓരോ സെല്ലിന്റെയും ന്യൂക്ലിയസിനുള്ളിൽ ക്രോമസോമുകൾ നീണ്ടു നേർത്ത ചരടുകളായി കിടക്കുന്നു. കോശവിഭജനം നടക്കുമ്പോൾ ഇവ ചുരുങ്ങി ദണ്ഡിന്റെ രൂപത്തിലും പല നീളത്തിലും ആകുന്നു. നിറം പിടിപ്പിച്ചാൽ, സൂക്ഷ്മദർശിനിയിലൂടെ കാണാം എന്നതുകൊണ്ടാണ് ഇവയ്ക്ക് ക്രോമസോം എന്ന പേരു നല്കിയത്. 'ക്രോമ' എന്ന ഗ്രീക്കുപദത്തിന്റെ അർത്ഥം നിറം എന്നാണ്. ഓരോ ജീവിയുടെ ഓരോ സെല്ലിലും നിശ്ചിത എണ്ണം ജോടി ക്രോമസോമുകളാണുള്ളത്.

ഒരുതരം വളരെ ചെറിയ വിരയ്ക്ക് ഒരു ജോടി, പഴയീച്ചയ്ക്കു നാലു ജോടി, മനുഷ്യന് 23 ജോടി. ഇതിൽ ഒരെണ്ണം പോലും കൂടുകയോ കുറയുകയോ ചെയ്യാറില്ല. അങ്ങനെ സംഭവിച്ചാൽ ആകെ കുഴപ്പമാകും."

"അപ്പോൾ, മനുഷ്യന്റെ ജീവമന്ത്രത്തിന് 23 അക്ഷരങ്ങളാണുള്ളത്" കുറുപ്പ് അത്ഭുതത്തോടെ സ്വയം പറഞ്ഞു.

"അങ്ങനെ ചിന്തിച്ചാൽ മനുഷ്യനെ നിർവചിക്കാൻ നൂറുകോടി ജനിതകവാക്കുകൾ വേണ്ടിവരും. അതിനെക്കുറിച്ചു പിന്നീട് പറയാം."

"കണക്കുകൊണ്ടുള്ള കളിയാണു പ്രകൃതി കളിക്കുന്നത്, അല്ലേ ദേവസ്യാ?" മത്തായിസാർ ചോദിച്ചു.

"അങ്ങനെ കരുതിയാലും തെറ്റില്ല. കമ്പ്യൂട്ടറുകൾ കാണിക്കുന്ന അത്ഭുതങ്ങൾ സൃഷ്ടിക്കുന്നത് 0, 1 എന്നീ രണ്ട് അക്കങ്ങളാണെന്ന് അറിയാമല്ലോ. അതിനെ ബൈനറി സിസ്റ്റം എന്നു പറയുന്നു. കമ്പ്യൂട്ടറിൽ തെളിയുന്ന സുന്ദരമുഖങ്ങൾ വെറും 0, 1 ന്റെ കളികളാണ്."

"ജന്തുക്കളുടെ സെല്ലുകളും സസ്യങ്ങളുടെ സെല്ലുകളും തമ്മിൽ എന്തെങ്കിലും വ്യത്യാസമുണ്ടോ? പരമേശ്വരൻ ചോദിച്ചു.

രണ്ടും യൂക്യാരിയോട്ട് സെല്ലുകളാണെങ്കിലും സസ്യങ്ങളുടെ സെല്ലുകൾക്ക് കട്ടിയുള്ള ഒരാവരണം കൂടിയുണ്ട്.

"ക്രോമസോമുകളുടെ ഘടന ഏതുവിധത്തിലാണ്?" പിള്ള ചോദിച്ചു.

"ന്യൂക്ലെയിക് ആസിഡും പ്രോട്ടീനും ചേർന്നുണ്ടായിട്ടുള്ളതാണു ക്രോമസോം. രണ്ടുതരം ന്യൂക്ലെയിക് ആസിഡുകളാണുള്ളത്: ഡീഓക്സിറൈബോ ന്യൂക്ലെയിക് ആസിഡ്– ഇതിന്റെ ചുരുക്കപ്പേര് ഡിഎൻ എ റൈബോ ന്യൂക്ലെയിക് ആസിഡ്, ആർ എൻ എ മുഴുവൻ പേരുകൾ നാം ഓർമ്മിക്കേണ്ട കാര്യമില്ല. ഡി എൻ എ. എന്നും ആർ.എൻ. എ. എന്നും പറഞ്ഞാൽ മതി."

"വി കെ എൻ എന്നു പറയുന്നതുപോലെ അല്ലേ? ആ സരസസാഹിത്യകാരന്റെ മുഴുവൻ പേര് വടക്കേക്കൂട്ടാല നാരായണൻകുട്ടി നായർ എന്നാണെന്ന് എത്രപേർക്കറിയാം." നായർ പറഞ്ഞു.

"ഞാൻ വളരെ ഇഷ്ടപ്പെടുന്ന ഒരെഴുത്തുകാരനാണ് വി കെ എൻ അദ്ദേഹത്തിന്റെ മുഴുവൻ പേര് ഇപ്പോഴാണ് ഞാനറിഞ്ഞത്. നായർ ചേട്ടൻ പറഞ്ഞപ്പോൾ.

മെൻഡലിന്റെ പാരമ്പര്യസിദ്ധാന്തത്തെക്കുറിച്ച് അത്യാവശ്യം അറിഞ്ഞിരിക്കേണ്ട കാര്യങ്ങൾ ചർച്ചചെയ്തുകഴിഞ്ഞുവെന്ന് എന്റെ ഗുരുനാഥൻ എന്നോടു പറഞ്ഞിട്ടുണ്ട്. മെൻഡലിന്റെ അമൂല്യമായ സംഭാവനകൾ ദീർഘനാൾ അവഗണിക്കപ്പെട്ടുപോയത് ജീവശാസ്ത്രത്തിന്റെ ഒരു ഭാഗ്യദോഷമാണ്; പക്ഷേ, അവ എന്നെന്നേക്കുമായി നഷ്ടപ്പെട്ടുപോയില്ല എന്നത് ഭാഗ്യവുമാണ്. പാരമ്പര്യത്തെ നിലനിർത്തുകയും നിയന്ത്രിക്കുകയും ചെയ്യുന്ന കണികകളെക്കുറിച്ചു മെൻഡൽ സൂചിപ്പിച്ചു. ആ കണി

കകളാണു ജീനുകൾ എന്നു പിന്നീടു ശാസ്ത്രലോകം മനസ്സിലാക്കി. ഈ ജീനുകൾ ക്രോമസോമുകളിൽ ഒളിഞ്ഞിരിക്കുകയാണെന്നും മന സ്സിലാക്കി. പക്ഷേ എവിടെ? പ്രോട്ടീനിലോ ന്യൂക്ലെയിക് ആസിഡിലോ? പ്രോട്ടീനുകളെ കേന്ദ്രീകരിച്ചു നടത്തിയ ഗവേഷണങ്ങൾ എങ്ങും ചെന്നെ ത്തിയില്ല. അങ്ങനെയിരിക്കെ, 1944ൽ അമേരിക്കയിലെ റോക്ഫെല്ലർ ഇൻസ്റ്റിറ്റ്യൂട്ടിലെ മൂന്നു ഗവേഷകർ ജനിതകവസ്തു ഡി എൻ എ ആണെന്നു കണ്ടെത്തി. ജീൻ എന്താണെന്ന് അന്നും കൃത്യമായി മന സ്സിലായില്ല.

ജീവശാസ്ത്രത്തിന്റെ ചരിത്രത്തിൽ സുവർണ്ണലിപികളാൽ രേഖ പ്പെടുത്തേണ്ട രണ്ടുപേരുകളുണ്ട്: ജെയിംസ് വാട്ട്സൺ, ഫ്രാൻസിസ് ക്രിക്ക്. പതിനഞ്ചാം വയസ്സിൽ ബിരുദം നേടുകയും ഇരുപത്തിരണ്ടാം വയസ്സിൽ ഡോക്ടറേറ്റ് സമ്പാദിക്കുകയും ചെയ്ത അത്ഭുതപ്രതിഭാശാ ലിയാണ് വാട്ട്സൺ.

ഒരു പക്ഷിനിരീക്ഷകനായ വാട്ട്സന്റെ ജനിതകശാസ്ത്രപ്രവേശനം നിയതിയുടെ ലീലകളിൽ ഒന്നാണ്. അദ്ദേഹത്തിന്റെ ഗവേഷണകൂട്ടാളി തന്നെക്കാൾ പത്തുവയസ്സു പ്രായക്കൂടുതലുള്ള ഇംഗ്ലീഷ് ഊർജ്ജതന്ത്ര ജ്ഞനായ ഫ്രാൻസീസ് ക്രിക്കായിരുന്നു. 'ക്രിക്ക് എന്നെ ഊർജ്ജത ന്ത്രവും ഞാൻ അദ്ദേഹത്തെ ജീവശാസ്ത്രവും പഠിപ്പിച്ചു' എന്നു വാട്ട്സൺ പറയുമായിരുന്നു. വാട്ട്സന്റെയും ക്രിക്കിന്റെയും മാതൃകാപ രമായ കൂട്ടുകെട്ടിന്റെ ഫലമായിരുന്നു ഡി.എൻ.എ.യുടെ ഘടനയും പ്രവർത്തനവും വിശദമാക്കുന്ന പ്രസിദ്ധമായ വാട്ട്സൺ-ക്രിക്ക് മോഡൽ.

ഒരു ജന്തുകോശത്തിന്റെ മുഖ്യഭാഗങ്ങൾ ഏതൊക്കെയാണെന്നു നോക്കാം. സെൽമെംബ്രെയിൻ എന്ന കോശചർമ്മം, സൈറ്റോപ്ലാസം എന്ന കോശദ്രവം, ന്യൂക്ലിയസ് എന്ന കോശകേന്ദ്രം എന്നിവ യാണവയെന്നു ഞാൻ സൂചിപ്പിച്ചത് ഓർക്കുമല്ലോ. ചർമ്മം കോശത്തെ പൂർണ്ണമായി ആവരണം ചെയ്തിരിക്കുന്നു. എങ്കിലും കോശചർമ്മത്തിൽ, അകത്തേക്കും പുറത്തേക്കും വസ്തുക്കളെ കടത്തിവിടാനായി അതിസൂ ക്ഷ്മമായ സുഷിരങ്ങളുണ്ട്. സൈറ്റോപ്ലാസമെന്ന കോശദ്രവം യഥാർത്ഥ ത്തിൽ ഒരു ദ്രാവകമല്ല; അതു ജെല്ലിപോലെയാണിരിക്കുന്നത്. ശക്ത മായ ഒരു സൂക്ഷ്ദർശിനിയിലൂടെ മാത്രം കാണാവുന്ന കോശത്തിനു ള്ളിലെ സൈറ്റോപ്ലാസത്തിൽ ഒരു ഇൻഡസ്ട്രിയൽ എസ്റ്റേറ്റുപോലെ പല ഫാക്ടറികളും പ്രവർത്തിക്കുന്നുണ്ട്. ഇവയെ ഓർഗനെല്ലുകൾ എന്നു വിളിക്കുന്നു."

"കർത്താവേ, അത്ഭുതം തന്നെയാണിത്!"

"ഓർഗനെല്ലുകളുടെ പ്രവർത്തനം സങ്കീർണ്ണവും അത്ഭുതകരവു മാണ്. ഈ ഓർഗനെല്ലുകൾ ഏതൊക്കെയാണെന്നു നോക്കാം.

കോശചർമ്മത്തിന്റെ സുഷിരഭാഗങ്ങളിൽ നിന്നു തുടങ്ങി ഒരു കുഴൽപോലെ വളർന്ന് കോശദ്രവത്തിലെമ്പാടും വലപോലെ പടർന്നു

കിടക്കുന്ന ഓർഗ്ഗനെല്ലാണ് 'എൻഡോപ്ലാസ്മിക് റെറ്റിക്കുലം'. അതിനെക്കാൾ നാക്കു കുഴക്കിയാണ് അതിന്റെ മലയാളം പേര്: 'അന്തപ്ലാസ്മീയ ജാലിക.'

"അതെങ്ങനെ മലയാളപദമാകും? സംസ്കൃതവും ഇംഗ്ലീഷുംചേർന്ന ഒരു വെങ്കലവാക്കല്ലേ?" മത്തായിസാറിന്റെ കമന്റ്.

'റെറ്റിക്കുലത്തിന്റെ ബാഹ്യപ്രതലത്തിൽ മിക്കഭാഗത്തും പറ്റിപ്പിടിച്ചിരിക്കുന്ന മറ്റൊരു ഓർഗനെല്ലാണ്. 'റൈബോസോം'. റൈബോസോമുകൾ പറ്റിപ്പിടിച്ചിരിക്കുന്ന ഭാഗങ്ങൾ പരുക്കനായും അല്ലാത്ത ഭാഗങ്ങൾ മിനുസമുള്ളവയായും ഇരിക്കുന്നു. റെറ്റിക്കുലത്തിന്റെ പരുക്കൻ ഭാഗങ്ങൾ പ്രോട്ടീൻ സംശ്ലേഷണത്തിൽ വഹിക്കുന്ന പങ്കിനെക്കുറിച്ചു പിന്നീടു ഞാൻ പറയാം. റെറ്റിക്കുലത്തിന്റെ മിനുത്ത ഭാഗങ്ങൾ ലിപ്പിഡുകളെ സംശ്ലേഷണം ചെയ്യുന്നു."

"വളരെ നാൾ വിദേശത്തായിരുന്നിട്ടും ദേവസ്യ എത്ര അനായാസമായി മലയാളപദങ്ങൾ കൈകാര്യം ചെയ്യുന്നു!" കുറുപ്പിന്റെ ആസ്വാദനം.

"അതിന്റെ ക്രെഡിറ്റ് നല്കേണ്ടത് എന്റെ ഗുരുനാഥനും കേരള ഭാഷാ ഇൻസ്റ്റിറ്റ്യൂട്ടിനുമാണ്.

വെള്ളത്തിൽ ലയിക്കാത്ത ജൈവസംയുക്തങ്ങളാണു ലിപ്പിഡുകൾ അഥവാ കൊഴുപ്പുകൾ. സസ്യങ്ങളുടെയും ജന്തുക്കളുടെയും കോശങ്ങളിൽ സംഭരിച്ചിരിക്കുന്ന കൊഴുപ്പുകൾ തന്നെ പലതരത്തിലുണ്ട്. ഇക്കൂട്ടത്തിൽപ്പെട്ട ഫോസ്ഫോലിപിഡുകൾ കോശചർമ്മത്തിന്റെ നിർമാണത്തിന് അവശ്യം വേണ്ട വസ്തുവാണ്. നാഡീകലകളിൽ ലിപ്പിഡുകൾ മുഖ്യഘടകമാണ്.

സോസേജിന്റെ ആകൃതിയിലുള്ള മൈറ്റോകോൺഡ്രിയോണുകളാണ് മറ്റൊരു ഓർഗനെൽ. അതീവ സൂക്ഷ്മമായ ഈ ഓർഗനെല്ലുകൾ കോശദ്രവത്തിൽ പലേടത്തായി കിടക്കുന്നു. പോഷകവസ്തുക്കളും ഓക്സിജനും ചേർന്ന് എൻസൈം പ്രേരിതമായി നടക്കുന്ന രാസപ്രവർത്തനത്തിന്റെ ഫലമായുണ്ടാകുന്ന അഡിനോസിൻ ട്രൈഫോസ്ഫേറ്റ് (എ ടി പി) എന്ന സാധനത്തിന്റെ തന്മാത്രകൾ ഊർജ്ജസമ്പന്നമാണ്. ഈ തന്മാത്രകൾ കോശദ്രവത്തിലേക്കു കടന്നു വിവിധ പ്രക്രിയകൾക്കുള്ള ഊർജ്ജം പകർന്നുകൊടുക്കുന്നു. ഒരു ഇൻഡസ്ട്രിയൽ എസ്റ്റേറ്റിൽ പ്രവർത്തിക്കുന്ന യൂണിറ്റുകൾക്ക് ആവശ്യമായ വൈദ്യുതി നല്കാനായി അവിടെ സ്ഥാപിച്ചിട്ടുള്ള ചെറിയ വൈദ്യുതിനിലയത്തോട് ഓരോ മൈറ്റോകോൺഡ്രിയോണിനെയും ഉപമിക്കാം.

ഓർഗനെല്ലുകൾ ഇനിയുമുണ്ട്. കുറെ പരന്ന സഞ്ചികൾ അടുക്കിവച്ച് ഒരു ചർമ്മം കൊണ്ടു പൊതിഞ്ഞാലെന്നപോലെ കാണപ്പെടുന്ന 'ഗോൾഗി ഉപകരണ'മാണ് അടുത്തത്. ഗോൾഗി ഉപകരണം കോശദ്രവത്തിന്റെ ഒരു ഭാഗത്ത് ഒതുങ്ങിനില്ക്കുന്ന ഒരു പ്രോസസിങ് യൂണിറ്റാ

ണ്. 1898ൽ കമില്ലോ ഗോൾഗി എന്ന ഇറ്റാലിയൻ പാത്തോളജി പ്രൊഫസറാണ് ഈ ഓർഗനെൽ കണ്ടുപിടിച്ചത്. ഇതിലെ ഓരോ സഞ്ചിയും ആവശ്യാനുസരണം ഒരറ്റത്തുനിന്നു വളർന്നുവരികയും മറ്റേയറ്റത്തുനിന്ന് ഒരു കുമിളപോലെ മൊട്ടിട്ടു വേർപെടുകയും ചെയ്യുന്നു. റെറ്റിക്കുലത്തിൽനിന്നു പ്രോട്ടീനുകളെ സ്വീകരിച്ച് ആവശ്യമുള്ള ഭാഗങ്ങളിലേക്ക് ഈ ഓർഗനെൽ കുമിളകളിലൂടെ കടത്തിവിടുന്നു. ഇതിനു പുറമേ ലൈസോസോം എന്ന മറ്റൊരു ഓർഗനെല്ലിനെയും പലതരം സ്രവങ്ങളെയും ഗോൾഗി ഉത്പാദിപ്പിക്കുന്നു. ഗ്രന്ഥികോശങ്ങളിൽ ഗോൾഗി സമൃദ്ധമായി കാണപ്പെടുന്നു.

കോശദ്രവത്തിലെ ദുർബലവും പ്രവർത്തനരഹിതവുമായ ഓർഗനെല്ലുകളെ നശിപ്പിക്കുന്ന ജോലിയാണ് ലൈസോസോമുകൾ ചെയ്യുന്നത്. ഒരു ചർമ്മത്താൽ ആവരണം ചെയ്യപ്പെട്ടിട്ടുള്ള ലളിതമായ സഞ്ചികളാണിവ. വേണ്ടാത്ത ഓർഗനെല്ലുകളെ ദഹിപ്പിക്കാൻപോന്ന എൻസൈമുകളാണ് ഈ സഞ്ചികളിൽ ഉള്ളത്."

"സ്വീകരണമുറികളിലെ അക്വേറിയത്തിൽ കിടക്കുന്ന സ്കാവെഞ്ചർ മീനുകളെപ്പോലെ, അല്ലേ?" കുറുപ്പു ചോദിച്ചു.

"അതേ, അതുതന്നെ. ഒരു കാര്യംകൂടി അറിയുക. ഒരുകോശം നശിക്കുമ്പോൾ അതിനുള്ളിലെ ലൈസോസോമുകൾ പൊട്ടിച്ചിതറുന്നു. സഞ്ചികളിൽ സൂക്ഷിച്ചിരുന്ന എൻസൈമുകൾ കോശദ്രവത്തിൽ വ്യാപിച്ച് മറ്റ് ഓർഗനെല്ലുകളെ നശിപ്പിക്കുന്നു.

"തമിഴ്പുലികളുടെ സൂയിസൈഡ് സ്ക്വാഡുകളെപ്പോലെ." പിള്ളയുടെ കമന്റ്.

"നല്ല ഉപമ. അതുകൊണ്ട് ലൈസോസോമുകളെ 'ആത്മഹത്യാസഞ്ചികൾ' എന്നും വിളിക്കാറുണ്ട്.

ഓർഗനെല്ലുകൾ ഏതൊക്കെയാണെന്ന് ആർക്കെങ്കിലും ഓർത്തു പറയാമോ?"

"ഞാൻ ശ്രമിച്ചുനോക്കാം" സുന്ദരേശൻ പറഞ്ഞു. "എൻഡോപ്ലാസ്മിക് റെറ്റിക്കുലം, റൈബോസോമുകൾ, മൈറ്റോകോൺഡ്രിയോണുകൾ, ഗോൾഗി ഉപകരണം, ലൈസോസോമുകൾ"

"സുന്ദരേശൻ മാഷിനു നന്ദി."

"അയാൾ മാഷൊന്നുമല്ല. ഇക്കൂട്ടത്തിൽ ഒരു മാഷുള്ളതു ഞാൻ മാത്രമാണ്." മത്തായിസാർ പറഞ്ഞു.

"ഞങ്ങളുടെ നാട്ടിൽ മുതിർന്നവരെ ബഹുമാനസൂചകമായി മാഷ് എന്നു വിളിക്കാറുണ്ട്."

"ശരി, ശരി. എടോ സുന്ദരേശാ, തന്നെ ബഹുമാനിക്കുന്ന ഒരാളെങ്കിലും ഉണ്ടല്ലോ."

"ഇനി നമുക്ക് ഓർഗനെല്ലുകളിൽ ഏറ്റവും വലുപ്പമുള്ള ന്യൂക്ലിയസ് അഥവാ കോശകേന്ദ്രത്തെക്കുറിച്ചു ചിന്തിക്കാം. ഇരട്ട ചർമ്മങ്ങൾ കൊണ്ടു

പൊതിഞ്ഞ ഗോളാകാരമായ വസ്തുവാണിത്. ന്യൂക്ലിയസിനുള്ളിൽ ന്യൂക്ലിയോപ്ലാസം എന്ന ദ്രവം നിറഞ്ഞിരിക്കുന്നു. ന്യൂക്ലിയസ് അതിനെ പൊതിഞ്ഞിരിക്കുന്ന ചർമ്മദ്വയത്തിലുള്ള നിരവധി സുഷിരങ്ങളിലൂടെ സൈറ്റോപ്ലാസവുമായി സമ്പർക്കം പുലർത്തുന്നു. ന്യൂക്ലിയസിനുള്ളിൽ 'ന്യൂക്ലിയോലസ്' എന്ന ഉരുണ്ട ഒരു വസ്തുവും ഉണ്ട്.

റൈബോസോമുകളുടെ നിർമ്മാണത്തിനാവശ്യമുള്ള ന്യൂക്ലെയിക് ആസിഡ് –ഇതിനെ റൈബോസോമൽ ആർ എൻ എ എന്നു പറയും.– ഉത്പാദിപ്പിക്കുന്നത് ന്യൂക്ലിയോലസ് ആണ്. അതുകൊണ്ട് ഇതിനു പ്രാധാന്യവുമുണ്ട്. ക്രൊമാറ്റിൻ തന്തുക്കൾ ഒരു വലപോലെ ന്യൂക്ലിയോപ്ലാസത്തിൽ പരന്നുകിടക്കുന്നു. ഇവ ഭാഗികമായി ചുരുൾ നിവർന്നുകിടക്കുന്ന ക്രോമസോമുകളാണ്. ഈ ക്രൊമാറ്റിൻ തന്തുക്കളിൽ, ഒരു ജപമാലയിലെ മുത്തുകളെന്നപോലെ, ജീനുകൾ സ്ഥിതിചെയ്യുന്നു."

" 'സൂത്രേ മണിഗണാ ഇവ' എന്നു *ഗീത*യിൽ പറഞ്ഞിട്ടുണ്ട്, ജീനുകളെക്കുറിച്ചല്ലെങ്കിലും." കുറുപ്പു പറഞ്ഞു.

"ഞാൻ *ഗീത* വായിച്ചിട്ടില്ല. ക്രോമസോം എന്ന നൂല് അവിടവിടെയായി ചുരുണ്ട് മുത്തുകൾ പോലെ മുഴച്ചുകാണുന്നതാണു ജീനുകൾ. പക്ഷേ ജപമാലയിലെ മണികളെപ്പോലെ ഒരേ വലുപ്പമുള്ളതല്ല അവ.

ഇത്രയും സാധനങ്ങൾ നിറച്ചിട്ടുള്ള, ഇത്രയും അത്ഭുതപ്രവർത്തനങ്ങൾ നടക്കുന്ന, ഒരു ജന്തുകോശത്തിന്റെ ശരാശരി വലുപ്പം എത്രയാണെന്നറിയാമോ? ഒരു മില്ലിമീറ്ററിന്റെ അമ്പതിൽ ഒരു ഭാഗം മാത്രം. സസ്യകോശത്തിന് ഏതാണ്ട് ഇരട്ടി വലുപ്പമുണ്ടാവും."

"മത്തായിസാറെന്താ കണ്ണുമടച്ചിരിക്കുന്നത്? ഈ വിവരങ്ങളൊന്നും താങ്ങാൻ വയ്യേ?" കുറുപ്പു ചോദിച്ചു.

"ദേവസ്യായുടെ വിവരണങ്ങൾ കേൾക്കുന്തോറും അത്ഭുതംകൊണ്ട് എന്റെ തല പെരുക്കുന്നു. ഞാൻ മനസ്സിൽ കുരിശു വരയ്ക്കുകയായിരുന്നെടോ കുറുപ്പേ."

"ശാസ്ത്രം തലയ്ക്കു പിടിക്കുകയില്ല. തലയിലും ഹൃദയത്തിലും വെളിച്ചം വീശുകയേ ഉള്ളൂ." പ്രൊഫസർ അനുനയസ്വരത്തിൽ പറഞ്ഞു.

"1953ൽ വാട്ട്സണും ക്രിക്കും ചേർന്നവതരിപ്പിച്ചതും 1962ൽ അവർക്കു നോബൽസമ്മാനം നേടിക്കൊടുത്തതുമായ ഡി എൻ എയുടെ വാട്ട്സൺ–ക്രിക്ക് മോഡൽ നമുക്കു ചെറുതായൊന്നു പരിശോധിക്കാം. ഒരേണി പിരിച്ചുവച്ചതുപോലെയിരിക്കും ഈ മോഡൽ– പഴയ മാളികകളിൽ കാണാറുള്ള പിരിയൻ കോണിപ്പടിപോലെ. അതിന്റെ ചിത്രം ഞാൻ കാട്ടിത്തരാം. ഡി.എൻ.എ.യുടെ ഈ മോഡലിനു നല്കിയ പേര് 'ഡബിൾ ഹെലിക്സ്' എന്നാണ്.

ഡി എൻ എ യുടെ അടിസ്ഥാനഘടകങ്ങൾ ന്യൂക്ലിയോറ്റൈഡുകളാണ്. ഓരോ ന്യൂക്ലിയോറ്റൈഡും മൂന്നു വ്യത്യസ്ത തന്മാത്രകൾ ചേർന്നുണ്ടായിട്ടുള്ളതാണ്: ഒരു ഷുഗർ, ഒരു ഫോസ്ഫേറ്റ്, ഒരു ബെയ്സ്. ഷുഗ

റിന്റെ മുഴുവൻ പേരു ഡി-ഓക്സി-റിബോസ് ഷുഗർ എന്നാണെങ്കിലും ഷുഗർ എന്ന് മാത്രം ഓർത്താൽ മതി. ഏണിയുടെ ഇരുവശങ്ങളും ഷുഗർ, ഫോസ്ഫേറ്റ്, ഷുഗർ, ഫോസ്ഫേറ്റ്, ഷുഗർ, ഫോസ്ഫേറ്റ് എന്നീ ക്രമത്തിലാണു നിർമിക്കപ്പെട്ടിരിക്കുന്നത്. ഏണിയുടെ ചവിട്ടു പടികളാണ് ബെയ്സുകൾ. ഇടതുവശത്തെ ന്യൂക്ലിയോറ്റൈഡിന്റെ ബെയ്സും വലതുവശത്തെ ന്യൂക്ലിയോറ്റൈഡിന്റെ ബെയ്സും ചേർത്താണ് ഓരോ പടിയും നിർമ്മിച്ചിരിക്കുന്നത്. ബെയ്സുകളെ തമ്മിൽ ഘടിപ്പിക്കുന്നത് ഹൈഡ്രജൻ ബോണ്ടുകളാണ്. പടികളുടെ നീളം തുല്യമായിരിക്കും; അതുപോലെതന്നെ പടികൾ തമ്മിലുള്ള അകലവും. ഈ കൃത്യത പാലിക്കപ്പെടുന്നതുകൊണ്ട് ശരിക്കും ഒരു റെയിൽപ്പാളത്തിന്റെ പ്രതീതി ഉളവാക്കുന്നതാണ് നിവർന്ന ഒരു ഡി.എൻ.എ. തന്മാത്ര.

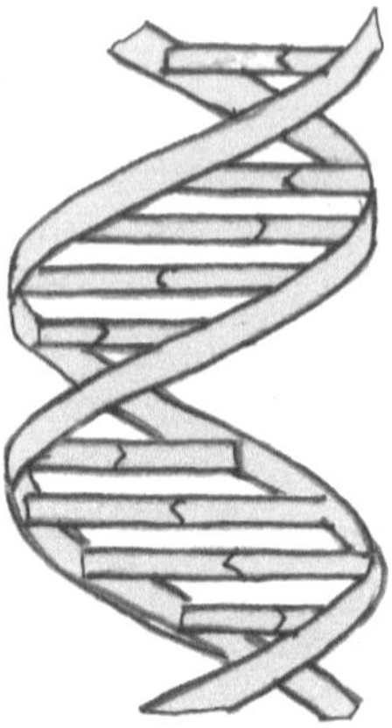

ഡബിൾ ഹെലിക്സ്

ഇനി ബെയ്സുകളെ കുറിച്ചുപറയാം. സൈറ്റോസൈൻ, തൈമൈൻ, അഡെനൈൻ, ഗുവനൈൻ എന്നീ രാസസംയുക്തങ്ങളാണ് ബെയ് സുകൾ. ആദ്യത്തെ രണ്ടു ബെയ്സുകൾ 'പിരിമിഡൈൻ' എന്ന ഗ്രൂപ്പിലും മറ്റു രണ്ടെണ്ണം 'പ്യൂറൈൻ' എന്ന ഗ്രൂപ്പിലും പെടുന്നു. ഈ ബെയ്സുകളെ ആദ്യക്ഷരം കൊണ്ടാണു വ്യവഹരിക്കുന്നത്. അതായത് C, T, A,G എന്ന് യഥാക്രമത്തിൽ. ബെയ്സുകൾ തമ്മിൽച്ചേരുന്നതിന് ഒരു നിയമമുണ്ട്: അഡെനൈൻ (A) തൈമൈനോടും (T) ഗുവനൈൻ (G) സൈറ്റോസൈനോടു (C) മേ ചേരുകയുള്ളു. ഡി.എൻ.എ. തന്മാത്രയുടെ ഒരുവശത്തെ– ഇതിനെ 'സ്റ്റ്രാൻഡ്' എന്നു പറയും– ന്യൂക്ലിയോറ്റൈഡിലെ ബെയ്സ് A ആണെങ്കിൽ മറുവശത്തെ ന്യൂക്ലിയോറ്റൈഡിലെ ബെയ്സ് Tയായിരിക്കും എന്നു നിശ്ചയിക്കാം. മറിച്ചുമാകാം, കേട്ടോ. ഇതു

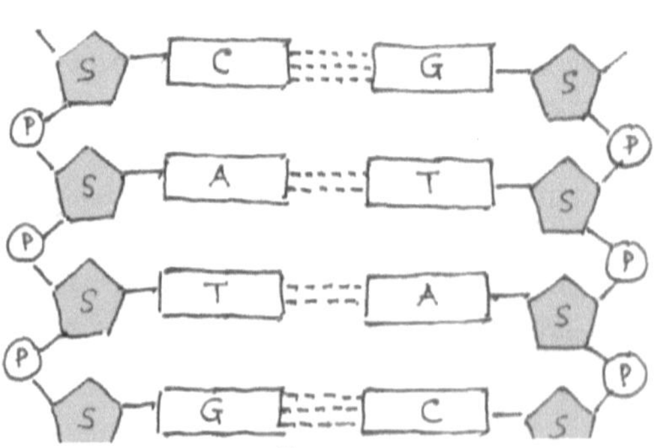

S- ഷുഗർ
P- ഫോസ്ഫേറ്റ്
...... ഹൈഡ്രജൻ ബോണ്ടിംഗ്

പോലെ C, Gയോടും G, Cയോടും ചേരും. ഞാൻ പറഞ്ഞത് ഇതാ, ഈ ചിത്രം വ്യക്തമാക്കും. പടികളുടെ ക്രമം ജീനുകളുടെ സ്വഭാവമനുസരിച്ചു മാറും. പക്ഷേ ജോടിചേരൽ നിയമം ലംഘിക്കപ്പെടുകയില്ല.

ഡി എൻ എയ്ക്കു രണ്ടു ധർമ്മങ്ങളാണുള്ളത്: ഒന്ന്, പ്രോട്ടീൻ സംശ്ലേഷണത്തിന്റെ നിയന്ത്രണം; മറ്റൊന്ന് പുനരാവർത്തനം അഥവാ 'റെപ്ലിക്കേഷൻ'. ശരീരത്തിന്റെ പൊതുവായ ഘടനയ്ക്കും എല്ലാ പ്രവർത്തനങ്ങൾക്കും വേണ്ട അടിസ്ഥാന വസ്തു പ്രോട്ടീൻ ആണെന്നറിയാമല്ലോ?"

"പ്രോട്ടീനു മാംസ്യമെന്നല്ലേ പറയുന്നത്?" നായർ ചോദിച്ചു.

"അതേ, അങ്ങനെ തന്നെ. പക്ഷേ നമുക്കതു വേണ്ട. പ്രോട്ടീൻ എന്നു മതി." ശുദ്ധ സസ്യഭുക്കായ കുറുപ്പു പറഞ്ഞു.

"ഞാൻ കുറുപ്പുചേട്ടനോടു യോജിക്കുന്നു. പ്രോട്ടീനുകളെല്ലാം മാംസമല്ലാത്ത സ്ഥിതിക്ക് നമുക്കു 'പ്രോട്ടീൻ' എന്ന ഇംഗ്ലീഷ് വാക്കു തന്നെ ഉപയോഗിക്കാം. പ്രോട്ടീൻ തന്മാത്രകൾ അമിനോ ആസിഡുകളുടെ ശൃംഖലയാണ്. ഈ ശൃംഖല ഉണ്ടാക്കുന്നത് 'പെപ്റ്റൈഡ് ബോണ്ട്'കൾ വഴിയാണ്. ഹൈഡ്രജൻ ബോണ്ടുപോലെ ഇതിന്റെയും പേരുമാത്രം നാം അറിഞ്ഞാൽ മതിയാവും.

നമ്മൾ ഉൾപ്പെടെയുള്ള ജീവികളിൽ ആകെ 20 അമിനോ ആസിഡുകളാണുള്ളത്. ഇവയുടെ വിവിധ ചേരുവകളിലൂടെ ലക്ഷക്കണക്കിന് വ്യത്യസ്ത പ്രോട്ടീൻ തന്മാത്രകൾ ഉണ്ടാക്കാം. ചേംബേഴ്സ് ഡിക്ഷണറിയിലുള്ള ആയിരക്കണക്കിനു വാക്കുകൾ ഇംഗ്ലീഷ് അക്ഷരമാലയിലെ 26 അക്ഷരങ്ങളുടെ സൃഷ്ടികളല്ലേ? അതുപോലെ വാക്കുകളുടെ സ്പെല്ലിങ്ങു മാതിരി ഓരോ പ്രോട്ടീനും നിയതമായ അമിനോ ആസിഡ് അനുക്രമമുണ്ട്."

"ഈ അനുക്രമവും ഡി എൻ എയുമായി നേരിട്ടു ബന്ധമുണ്ടോ?" പരമേശ്വരൻ ചോദിച്ചു.

"ഉണ്ടല്ലോ. ഡി എൻ എയിലെ ബെയ്സുകൾ അടുക്കിയിരിക്കുന്നത് ഈ അനുക്രമം അനുസരിച്ചാണ്. ഒരു ജീൻ ഒരു പ്രോട്ടീൻ നിർമ്മിക്കാനുള്ള വിവരം അടങ്ങിയ ഒരു ഡി.എൻ.എ. ഖണ്ഡമാണ്. ഈ വിവരത്തെയാണ് 'ജെനറ്റിക് കോഡ് ഭാഷ' എന്നു പറയുന്നത്. ജീൻ എന്ന വാക്കു കേട്ടാൽ ഇക്കാര്യം ഉടനേ ഓർക്കണം. ഉത്പാദിപ്പിക്കേണ്ട അമിനോ ആസിഡ് ശൃംഖലയുടെ നീളമനുസരിച്ച് ഡി എൻ എയുടെ ദൈർഘ്യവും കൂടുന്നു. ക്രോമസോമുകളിലെ ജീൻമുഴകളുടെ വലുപ്പം ഏറിയും കുറഞ്ഞും ഇരിക്കുന്നതിന്റെ കാരണം ഇപ്പോൾ വ്യക്തമായിക്കാണുമല്ലോ?

ഡി എൻ എയ്ക്ക് ഒരു കോഡു ഭാഷയുണ്ട്– 'കടു, കട്ട്' എന്ന മോഴ്സ് കോഡുപോലെയും കമ്പ്യൂട്ടറിലെ ബൈനറിസിസ്റ്റത്തിലെ 0, 1 എന്ന ഡിജിറ്റൽ കോഡുപോലെയും. A, T, G, Cഎന്ന നാലു ബെയ്സു

കളാണ് ഡി.എൻ.എ.യിൽ ഉള്ളത്. ഇവ ഓരോന്നും ഓരോ അമിനോ ആസിഡിനെ കോഡു ചെയ്താൽ, 16 ആസിഡുകൾ കോഡുചെയ്യപ്പെടാതെ പോകും. ഒരു കോഡിൽ മൂന്നു ബെയ്സുകൾ വീതമാണെങ്കിൽ, 64 ചേരുവകൾക്കു സാദ്ധ്യതയുണ്ട്- AAA, TTT, GGG, CCC, ATC എന്നിങ്ങനെ. ഗണിതം പഠിച്ചവർ പറയും 4^3എന്ന്, അതായത് 4 x 4 x 4=64. ബെയ്സുകളുടെ മുമ്മൂന്നു വീതമുള്ള ചേരുവകളെ, അതായത് ബെയ്സ് ട്രിപ്ലെറ്റുകളെ, 'കോഡോണുകൾ' എന്നു വിളിക്കുന്നു. ഒരു കോഡോൺ ഒരമിനോ ആസിഡിനെ കോഡു ചെയ്യുന്നു. 64 ചേരുവകൾക്കു സാദ്ധ്യതയുണ്ടെങ്കിലും അമിനോ ആസിഡുകൾ 20 അല്ലേ ഉള്ളു. അതുകൊണ്ട് മിക്ക അമിനോ ആസിഡുകളെയും ഒന്നിലധികം കോഡോണുകൾ കോഡു ചെയ്യുന്നു.

ഇവിടെ ഒരു പ്രശ്നമുണ്ട്. ജീനുകൾ ന്യൂക്ലിയസിനു പുറത്തിറങ്ങുകയില്ല. പ്രോട്ടീനുകൾ നിർമ്മിക്കാനുള്ള വിവരങ്ങളുമായി അവ ന്യൂക്ലിയസിനുള്ളിൽ ഇരിക്കുകയേ ഉള്ളൂ. പ്രോട്ടീൻ നിർമ്മാണം നടക്കുന്നതാകട്ടെ ന്യൂക്ലിയസിനു പുറത്തുള്ള സൈറ്റോപ്ലാസത്തിലും. എന്താണു ചെയ്യുക?"

"അതിനെന്താ, വിശ്വസ്തനായ ഒരു ദൂതൻ വഴി വിവരം ഫാക്റ്ററിയിൽ എത്തിച്ചാൽ പോരേ?" മത്തായിസാർ ലളിതമായി പോംവഴി നിർദ്ദേശിച്ചു.

"കറക്റ്റ്. അതുതന്നെയാണു നടക്കുന്നത്. ഈ ദൂതനാണ് ആർ. എൻ.എ. ഈ ദൗത്യം നിർവഹിക്കുന്ന ആർ.എൻ.എ. തന്മാത്രയെ 'മെസഞ്ചർ ആർ എൻ എ' എന്നു പറയും, ചുരുക്കി mRNAഎന്നും. കുറുപ്പുചേട്ടൻ ഒരു ലൈബ്രേറിയൻ കൂടിയാണല്ലോ. ഒരു വലിയ ലൈബ്രറിയിലെ റെഫറൻസ് സെക്ഷനിൽ ഇരിക്കുന്ന ഒരു പുസ്തകത്തിലെ വിവരങ്ങൾ ഒരു മെമ്പർക്കു വേണം. എന്തു ചെയ്യും? പുസ്തകം പുറത്തു കൊണ്ടുപോകാൻ പറ്റുകയില്ലല്ലോ."

"അവിടെ സിറോക്സ് മെഷീൻ വച്ചിട്ടുണ്ടാവുമല്ലോ. ആവശ്യമുള്ള വിവരത്തിന്റെ ഫോട്ടോകോപ്പി എടുത്താൽപോരേ?"

"അതുതന്നെയാണ് mRNAയെക്കൊണ്ടു ചെയ്യിക്കുന്നത്. ഈ പകർത്തൽ പ്രക്രിയക്കു 'ട്രാൻസ്ക്രിപ്ഷൻ' എന്നു പറയും. അതെങ്ങനെയാണെന്നു നോക്കാം.

ഡി എൻ എയിലെ രണ്ടു സ്ട്രാൻഡുകളിൽ ഒരെണ്ണത്തിൽ മാത്രമേ ജനിതകവിവരങ്ങൾ അടങ്ങിയിട്ടുള്ളു. അതിനെ 'സെൻസ് സ്ട്രാൻഡ്' എന്നും മറ്റേ സ്ട്രാൻഡിനെ 'ആന്റീ സെൻസ് സ്ട്രാൻഡ്' എന്നും വിളിക്കുന്നു. ഒരു പ്രത്യേക പ്രോട്ടീൻ നിർമ്മിക്കേണ്ട ആവശ്യം വരുമ്പോൾ, ക്രോമസോമിൽനിന്ന്, ആ പ്രോട്ടിനുമായി ബന്ധപ്പെട്ട ഡി.എൻ.എ. അതിവേഗത്തിൽ ചുരുളഴിഞ്ഞു വരുന്നു. ഒരു ക്രോമസോമിൽ കോടിക്കണക്കിനു ന്യൂക്ലിയോറ്റൈഡുകൾ ഉണ്ട്! ഒരു പ്രത്യേകതരം എൻസൈമാണ്

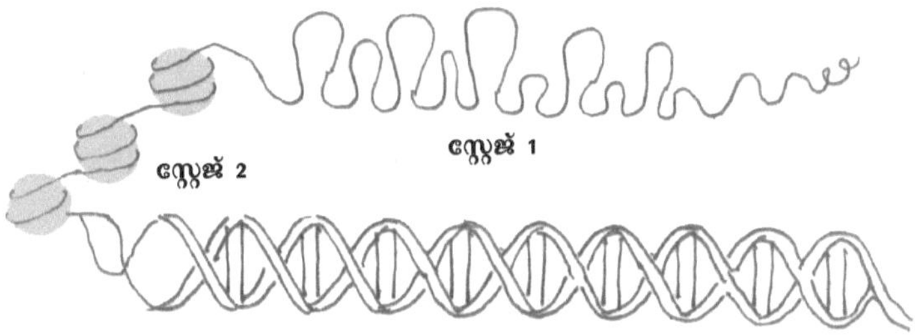

ക്രോമസോം ചുരുൾ നിവർന്നു ഡബിൾ ഹെലിക്സാകുന്ന ചിത്രം
സ്റ്റേജ് 1 – ചുരുൾ നിവർന്ന ക്രോമസോം
സ്റ്റേജ് 2– ഹിസ്റ്റോൺ പ്രോട്ടീനിൽ ചുറ്റിയിരിക്കുന്ന ക്രോമസോം
സ്റ്റേജ് 3– ഡബിൾ ഹെലിക്സിന്റെ രൂപത്തിൽ നിവർന്ന ഡി.എൻ.എ.

ചുരുളഴിക്കുന്നത്. ഡി.എൻ.എ. ചുരുളഴിഞ്ഞു നിവരുന്നത് ഇതാ ഈ ചിത്രത്തിൽ നിന്നു വ്യക്തമാകും.

ഒരു പ്രത്യേക എൻസൈം ബെയ്സുകളെ ബന്ധിപ്പിച്ചിരിക്കുന്ന ഹൈഡ്രജൻ ബോണ്ട് ഇളക്കിമാറ്റി ഡി.എൻ.എ.യുടെ രണ്ടു സ്ട്രാൻഡുകളെയും വേർപിരിക്കുന്നു. ഇതാ ഈ ചിത്രം നോക്കുക. സെൻസ് സ്ട്രാൻഡും ആന്റീ സെൻസ് സ്ട്രാൻഡും വേർപെട്ട നിലയിലാണു ചിത്രത്തിൽ കാണിച്ചിരിക്കുന്നത്. നിർമ്മിക്കാൻ ഉദ്ദേശിക്കുന്ന പ്രോട്ടീനിന്റെ ആദ്യത്തെ മൂന്നു കോ ഡോണുകൾ യഥാക്രമം ATC, GCA, TGC ആണെന്നിരിക്കട്ടെ. വേർപെട്ടുനില്ക്കുന്ന ആന്റീ സെൻസ് സ്ട്രാൻഡിൽ നേരത്തേ സെൻസ് സ്ട്രാൻഡുമായി ഘടിപ്പിച്ചിരുന്ന TAG, CGT, ACG എന്ന ബെയ്സുകളെ കാണാം. സെൻസ് സ്ട്രാൻഡിൽ സ്വതന്ത്രമായി തള്ളിനിൽക്കുന്ന കോഡോണുകളിൽ, ജോടി ചേരൽ നിയമമനുസരിച്ച്, ആർ.എൻ.എ.യുടെ ന്യൂക്ലിയോറ്റൈഡുകൾ പൂരക ബെയ്സുകളായി സ്ഥാനം പിടിക്കുന്നു. ഇവിടെ ഒരു വസ്തുത പ്രത്യേകമായി ഓർക്കേണ്ടതുണ്ട്. RNA ന്യൂക്ലിയോറ്റൈഡുകളിൽ തൈമൈൻ അഥവാ Tയ്ക്കു പകരം യുറാസിൽ അഥവാ U ആണുള്ളത്. mRNA യിലെ പൂരക ബെയ്സ് കോഡോണുകൾ യഥാക്രമം UAG, CGU, ACG ആണെന്നു ചിത്രത്തിൽ നോക്കിയാൽ കാണാം. ഇവയെ തമ്മിൽ ഘടിപ്പിച്ചു സ്ട്രാൻഡുണ്ടാക്കുന്നത് എൻസൈമാണ്. mRNAയ്ക്ക് ഒരു സ്ട്രാൻഡേ ഉള്ളൂ. ഇവിടെ നടക്കുന്നത് ഒരു പകർത്തിയെഴുത്ത് അഥവാ ട്രാൻസ്ക്രിപ്ഷൻ ആണ്. ജീനിലെ എല്ലാ കോഡോണുകളും പകർത്തിക്കഴിയുമ്പോൾ ഒരു നീണ്ട mRNA തന്മാത്ര രൂപംകൊള്ളുന്നു. നൂറ് അമിനോ ആസിഡുകളുള്ള ഒരു പ്രോട്ടീൻ ഫോർമുല പകർത്തിയെഴുതപ്പെട്ട ഒരു mRNA തന്മാത്രയിൽ നൂറു കോഡോണുകളാവും ഉണ്ടാവുക.

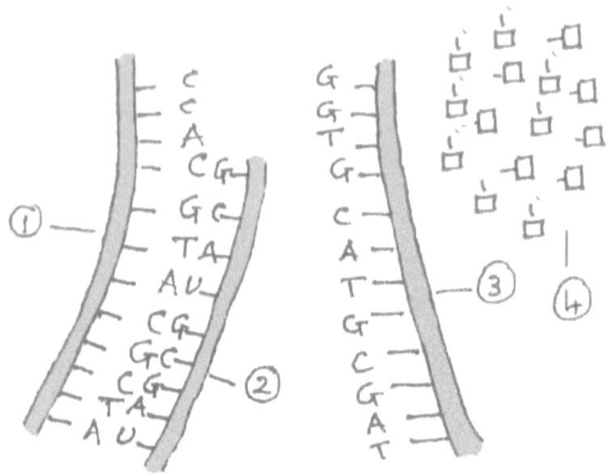

1. സെൻസ് സ്ട്രാൻഡ്
2. m RNA സ്ട്രാൻഡ്
3. വേർപിരിഞ്ഞുനില്ക്കുന്ന ആന്റി സെൻസ് സ്ട്രാൻഡ്
4. സ്വതന്ത്രമായി കിടക്കുന്ന RNA ന്യൂക്ലിയോറ്റൈഡുകൾ

ഓർക്കേണ്ട ഒരു വ്യത്യാസം?"

"mRNA തന്മാത്രയിൽ T എന്ന ബെയ്സു കാണുകയില്ല, പകരം U ആയിരിക്കും" ശരിയല്ലേ?" കുറുപ്പു പറഞ്ഞു.

"വളരെ ശരി. പകർത്തിയെഴുത്തു കഴിഞ്ഞാൽ mRNA തന്മാത്ര ന്യൂക്ലിയസിനു പുറത്തു പോകുന്നു. വേർപെട്ട DNA സ്ട്രാൻഡുകൾ തമ്മിൽ ചേർന്നു പൂർവ്വസ്ഥിതി പ്രാപിക്കുന്നു."

"പുറത്തിറങ്ങിയ mRNA തന്മാത്രയ്ക്ക് എന്തു സംഭവിക്കുന്നു?" മത്തായിസാറാണ് ഈ ചോദ്യം ചോദിച്ചത്.

"പുറത്തിറങ്ങിയ mRNA തന്മാത്ര സൈറ്റോപ്ലാസത്തിലുള്ള നിരവധി റൈബോസോമുകളിൽ ഒരെണ്ണവുമായി സന്ധിക്കുന്നു. ഈ റൈബോസോമാണ് തന്മാത്രയിൽ അടങ്ങിയ വിവരം അനുസരിച്ചു പ്രോട്ടീൻ നിർമ്മിക്കുന്നത്."

"വിവരമല്ലേ എത്തിയുള്ളു. അമിനോ ആസിഡുകൾ ഉണ്ടെങ്കിലല്ലേ പ്രോട്ടീൻ നിർമ്മാണം നടക്കുകയുള്ളു?" പരമേശ്വരൻ ചോദിച്ചു.

"ന്യായമായ സംശയം. സൈറ്റോപ്ലാസത്തിൽ സ്വതന്ത്രമായി കിടക്കുന്ന അമിനോ ആസിഡുകളെ ആവശ്യാനുസരണം അനുക്രമമായി റൈബോസോം എന്ന ഫാക്റ്ററിയിൽ എത്തിക്കുന്ന ഒരു ഏജൻസിയുണ്ട്. അതാണ് ട്രാൻസ്ഫർ RNA, tRNA എന്നു ചുരുക്കിപ്പറയും. m RNAയെപ്പോലെ ഒരു സിംഗിൾ സ്ട്രാൻഡു തന്മാത്രയായ tRNA മൂന്നു ലൂപ്പുകളായി വളഞ്ഞ് ഒരു പ്രത്യേക രൂപത്തിലുള്ളതാണ്. അതിന്റെ ഒരറ്റത്ത് ഒരമിനോ ആസിഡും ഒരു ലൂപ്പിന്റെ ഭാഗത്ത് അടുത്തടുത്ത് ഒരു ബെയ്സ് ട്രിപ്ലെറ്റായി 'ആന്റീ കോഡോൺ' എന്ന ഘടകവുമുണ്ട്. നമ്മുടെ പരിഗണനയിലുള്ള m RNA തന്മാത്രയിലെ ആദ്യത്തെ കോഡോൺ UAG ആണല്ലോ. അതിന്റെ ആന്റി കോഡോൺ AUC ആയിരിക്കും. ഇവിടെയും ഓർക്കേണ്ട കാര്യം m RNAയെപ്പോലെ tRNAയിലും T യ്ക്കു പകരം U എന്ന ബെയ്സേ കാണുകയുള്ളൂ എന്നതാണ്. മാത്രമ

ല്ല, ഓരോ tRNAയും ഒരു പ്രത്യേകതരം അമിനോ ആസിഡിനെ മാത്രമേ വഹിക്കുകയുള്ളൂ. t RNA യിലെ AUC ആന്റീ കോഡോൺ റൈബോസോമിൽ എത്തുമ്പോൾ m RNA യിലെ UAG എന്ന കോഡോണുമായി പൂരകമായി സന്ധിക്കുന്നു. ഉടനേ തന്നെ റൈബോസോം tRNA കൊണ്ടു വന്ന അമിനോ ആസിഡിനെ പിടിച്ചെടുക്കുന്നു. അതോടെ tRNA സ്വതന്ത്രമാകുന്നു. ഇങ്ങനെ mRNAയിലെ കോഡോണുകളുടെ അനുക്രമമനുസരിച്ച്, ഒന്നിനു പുറകേ മറ്റൊന്നായി, അമിനോ ആസിഡുകളെ റൈബോസോം കോർത്തിണക്കി പ്രോട്ടീൻ നിർമ്മാണം പൂർത്തിയാക്കുന്നു. ഇവിടെ mRNAയിലെ വിവരത്തിന് അമിനോ ആസിഡുകളായും തുടർന്ന് പ്രോട്ടീനുമായി രൂപഭേദം സംഭവിക്കുന്നതുകൊണ്ട് ഈ പ്രക്രിയയെ 'ട്രാൻസ്ലേഷൻ' എന്നു പറയുന്നു. അങ്ങനെ പ്രോട്ടീൻ നിർമ്മാണം ന്യൂക്ലിയസിനുള്ളിൽ ട്രാൻസ്ക്രിപ്ഷനായി തുടങ്ങി സൈറ്റോപ്ലാസത്തിലെ റൈബോസോമിൽ ട്രാൻസ്ലേഷനായി അവസാനിക്കുന്നു. ജോലി പൂർത്തിയാക്കിയ mRNA സൈറ്റോപ്ലാസത്തിൽ സ്വതന്ത്രമാകുന്നു. എങ്ങനെയുണ്ട് പരിപാടി?"

"മഹാത്ഭുതം എന്നേ പറയേണ്ടൂ." കുറുപ്പു പറഞ്ഞു.

"നോക്കൂ, മത്തായിസാർ ഈ ലോകത്തൊന്നുമല്ല." പിള്ള.

"കോഡോൺ' എന്ന വാക്ക് DNA, m RNAഎന്നിവയുമായി ബന്ധപ്പെടുത്തി നമുക്കു പലതവണ പ്രയോഗിക്കേണ്ടിവന്നു. കോഡോണുകൾ ജനറ്റിക് കോഡു വാക്കുകളാണെന്ന് വ്യക്തമായല്ലോ. ജനിതകഭാഷയിൽ നാല് അക്ഷരങ്ങളും 64 വാക്കുകളും മാത്രമേ ഉള്ളൂ. ഇതൊക്കെ മനസ്സിലാക്കാൻ കഴിഞ്ഞത് m RNAയെ ഉപയോഗിച്ചുകൊണ്ടു നടത്തിയ പഠനങ്ങൾ വഴിയാണ്. അതിനാൽ അതിലെ അക്ഷരങ്ങളാണ് ജനറ്റിക് കോഡ് വിവരിക്കാനായി അംഗീകരിക്കപ്പെട്ടിട്ടുള്ളത്. ഇതിനെ ആസ്പദമാക്കിയാണ് ജനറ്റിക് കോഡ് ഡിക്ഷണറി തയ്യാറാക്കപ്പെട്ടിട്ടുള്ളതും. ഈ ഡിക്ഷണറിയിൽ T എന്ന അക്ഷരം കാണുകയില്ല. അതിനു പകരം U ആയിരിക്കും എന്നു പറഞ്ഞാൽ കാരണം വ്യക്തമാണല്ലോ. ഓരോ അമിനോ ആസിഡിനെയും അതിനെ നിർദ്ദേശിക്കുന്ന കോഡോണുകളെയും ഡിക്ഷണറിയിൽ സൂചിപ്പിച്ചിട്ടുണ്ട്. 'കോഡോൺ' എന്ന വാക്ക് ഉപയോഗിക്കുന്നത് RNA യിലെ കോഡോണിനെ സൂചിപ്പിക്കുന്നതിനായിരിക്കും. വിവരണത്തിന്റെ സൗകര്യത്തിനുവേണ്ടി മാത്രമായിരിക്കും ആദ്യം DNA കോഡോണുകൾ എന്നു പ്രയോഗിക്കേണ്ടിവരിക.

ജനറ്റിക് കോഡ് ഡിക്ഷണറിയുടെ നിർമ്മാണത്തിന്റെ മുഖ്യ സൂത്രധാരൻ നിരെൻബർഗ് എന്ന ശാസ്ത്രജ്ഞനാണ്. ഹോളി എന്ന മറ്റൊരാളും ഈ വിഷയത്തിൽ കാര്യമായ സംഭാവന നല്കിയിട്ടുണ്ട്. ഇവർ അവതരിപ്പിച്ച വിവരങ്ങളെ പ്രയോജനപ്പെടുത്തി ഇന്ത്യൻ വംശജനായ ഹർഗോവിന്ദ് ഖൊരാന ആദ്യമായി ഒരു കൃത്രിമ ജീൻ നിർമ്മിച്ചു. മൂന്നു പേരും നോബൽ സമ്മാനം നേടുകയും ചെയ്തു.

ഡി എൻ എയ്ക്കു രണ്ടു ധർമ്മങ്ങളുണ്ടെന്നു നേരത്തേ ഞാൻ സൂചിപ്പിച്ചു; അവയിൽ ഒരെണ്ണമായ പ്രോട്ടീൻ നിർമ്മാണനിയന്ത്രണം സാമാന്യമായി വിവരിക്കുകയും ചെയ്തു. മറ്റേ ധർമ്മം 'റെപ്ലിക്കേഷൻ' അഥവാ പുനരാവർത്തനമാണ്. 'മൈറ്റോസിസ്' എന്നു പറയുന്ന കോശവിഭജനത്തിനു മുന്നോടിയായി നടക്കുന്ന വിസ്മയകരമായ ഒരു പ്രക്രിയയാണ് ഡി എൻഎയുടെ റെപ്ലിക്കേഷൻ. ഇതാ ഈ നാലു ചിത്രങ്ങളിലൂടെ കണ്ണോടിച്ചാൽ ആ പ്രക്രിയ നിങ്ങൾക്കു വ്യക്തമാകും.*

ചുരുൾ നിവർന്ന ഡി എൻ എ ഖണ്ഡമാണ് ആദ്യത്തെ ചിത്രം.

ഒരു പ്രത്യേക എൻസൈം ബെയ്സ് ജോടികളെ ഇളക്കിമാറ്റുമ്പോൾ എന്തു സംഭവിക്കുന്നു എന്നതു സൂചിപ്പിക്കുന്ന ചിത്രമാണ് രണ്ടാമത്തേത്. ബെയ്സുകൾ സ്വതന്ത്രമായി തള്ളിനില്ക്കുന്നതു ചിത്രത്തിൽ കാണുന്നുണ്ടല്ലോ.

സ്റ്റ്രാൻഡുകൾ പൂർണ്ണമായി അകന്നു കഴിയുമ്പോൾ, തള്ളിനില്ക്കുന്ന ബെയ്സുകളിലേക്കു ജോടിചേരൽ നിയമമനുസരിച്ചു പൂരക ബെയ്സുകൾ വന്നുചേരുന്നതാണ് മൂന്നാമത്തെ ചിത്രം. എൻസൈമുകൾ ബെയ്സുകളെ ഹൈഡ്രജൻ ബോൻഡിങ്ങു കൊണ്ടു യോജിപ്പിക്കുകയും പുതിയ സ്റ്റ്രാൻഡുകൾ ഉണ്ടാക്കുകയും ചെയ്യുന്നു.

നാലാമത്തെ ചിത്രവും ഒന്നാമത്തെ ചിത്രവും താരതമ്യപ്പെടുത്തിയാൽ ഒന്നാമത്തെ ഡി എൻ എ ഖണ്ഡം ഇരട്ടിച്ചതായി കാണാൻ കഴിയും. ഇതാണു റെപ്ലിക്കേഷൻ. ഡി എൻ എയുടെ നീളം മുഴുവൻ ഈ മെക്കാനിസം ആവർത്തിക്കുമ്പോൾ റെപ്ലിക്കേഷൻ പൂർത്തിയാകുന്നു.

"ദേവസ്യ, എനിക്കൊരു സംശയം. ഒരുപക്ഷേ ബാലിശമായിരിക്കാം. എങ്കിൽ ക്ഷമിക്കുക. രക്തത്തിലെ ഗ്ലൂക്കോസിന്റെ അളവു കൂടിയാൽ അതു കുറയ്ക്കുന്ന ധർമ്മം നിറവേറ്റുന്നതു ഇൻസുലിൻ ആണ്. ഈ ഇൻസുലിൻ എന്ന പ്രോട്ടീൻ ആവശ്യാനുസരണം ഉണ്ടാക്കി രക്തത്തിലേയ്ക്കു സ്രവിപ്പിക്കുന്നത് പാൻക്രിയാസ് എന്ന ഗ്രന്ഥിയാണ്. ഇൻസുലിൻ എന്നല്ല ഏതു പ്രോട്ടീനായാലും അതു നിർമ്മിക്കുന്നതു ജീനുകളാണ്. ഇൻസുലിൻ ഉത്പാദിപ്പിക്കുന്ന ജീനുകൾ പാൻക്രിയാസിന്റെ കോശങ്ങളിലേ ഉള്ളോ അതോ ശരീരത്തിന്റെ ഏതു ഭാഗത്തുള്ള കോശങ്ങളിലും ഉണ്ടോ? ഉദാഹരണത്തിനു കാൽവണ്ണയിലോ മൂക്കിന്റെ അറ്റത്തോ ഉള്ള കോശങ്ങളിലും ഇൻസുലിന്റെ കോഡു വഹിക്കുന്ന ജീനുകൾ ഉണ്ടോ?" സുന്ദരേശനാണു ചോദ്യകർത്താവ്.

"ക്ഷമാപണത്തിന്റെ യാതൊരാവശ്യവുമില്ല. ചോദ്യം ബാലിശമല്ല എന്നു മാത്രമല്ല വളരെ പ്രസക്തവുമാണ്. മനുഷ്യശരീരത്തിലുള്ള കോടിക്കണക്കിനു സെല്ലുകളിൽ എല്ലാ സെല്ലുകളിലും ഇൻസുലിൻ എന്ന പ്രോട്ടീൻ ഉത്പാദിപ്പിക്കാനുള്ള കോഡു വഹിക്കുന്ന ജീനുകൾ ഉണ്ട്. പക്ഷേ അവ പ്രവർത്തിക്കുന്നില്ല. പാൻക്രിയാസ് എന്ന ഗ്രന്ഥിയിലെ കുറെ

* ചിത്രങ്ങൾ അടുത്തപേജിൽ

സെല്ലുകൾക്കുള്ളിലുള്ള ജീനുകൾ മാത്രമേ ആ ധർമ്മം നിർവഹിക്കുന്നുള്ളൂ. കാപിലറികൾ വഴി രക്തം പാൻക്രിയാസിലെത്തുമ്പോൾ രക്തത്തിലെ ഗ്ലൂക്കോസിന്റെ അളവു കൂടുതലാണോ കുറവാണോ എന്ന് ആ ഗ്രന്ഥി മനസ്സിലാക്കുന്നു. കൂടുതലാണെങ്കിൽ ഇൻസുലിൻ ജീനുകൾ സജീവമാകുന്നു; കുറവാണെങ്കിൽ, ഗ്ലൂക്കാഗോൺ ജീനുകൾ സജീവമാകുന്നു. ഇൻസുലിനാണോ ഗ്ലൂക്കാഗോൺ ആണോ വേണ്ടത് എന്നു നിശ്ചയിക്കുന്നത് പാൻക്രിയാസിലുള്ള, യഥാക്രമം ബീറ്റാസെല്ലുകളും ആൽഫാ സെല്ലുകളുമാണ്. കരൾ സ്രവിപ്പിക്കുന്ന ബൈലിന്റെ ധർമ്മം എന്താണെന്നു നിങ്ങൾക്കറിയാം. ഭക്ഷണത്തിൽ കൊഴുപ്പിന്റെ അംശം ഉണ്ടെങ്കിൽ മാത്രമേ കരൾ ബൈൽ സ്രവിപ്പിക്കുകയുള്ളൂ. ശരീരത്തിലെ എല്ലാ അവയവങ്ങളും 'ആവശ്യം' എന്ന സാഹചര്യത്തിനോടു പ്രതികരിക്കുകയാണു ചെയ്യുന്നത്. ആവശ്യമുള്ളപ്പോൾ അവ പ്രവർത്തനക്ഷമമാവും, അല്ലാത്തപ്പോൾ വെറുതേയിരിക്കും. ഇതിൽ മസ്തിഷ്കത്തിനും സുപ്രധാനമായ ഒരു റോളുണ്ട്. ജീവശാസ്ത്രജ്ഞർക്കു സുപരിചിതമായ ഒരുദാഹരണമുള്ളതു ഞാൻ പറയാം. അതു വസ

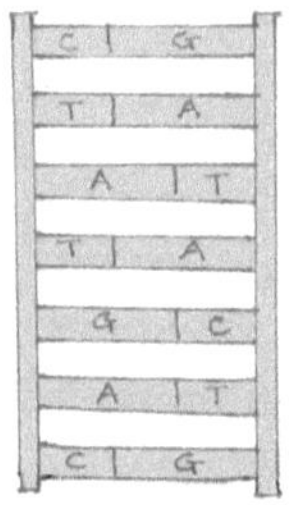

ചിത്രം 1– ചുരുൾ നിവർന്ന DNA ഖണ്ഡം

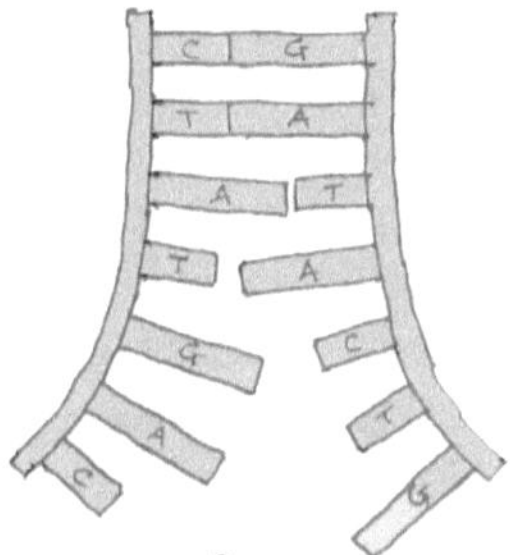

ചിത്രം 2
ബെയ്സ് ജോടികൾ ഇളകിയ DNA ഖണ്ഡം

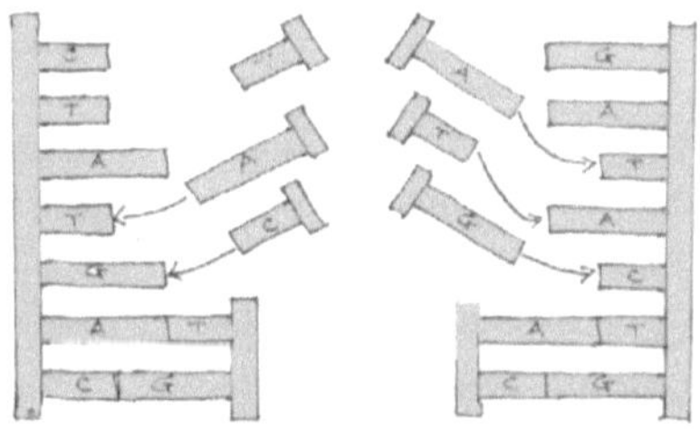

ചിത്രം 3 – പൂരക ബെയ്സുകൾ വന്നുചേരുന്നത്

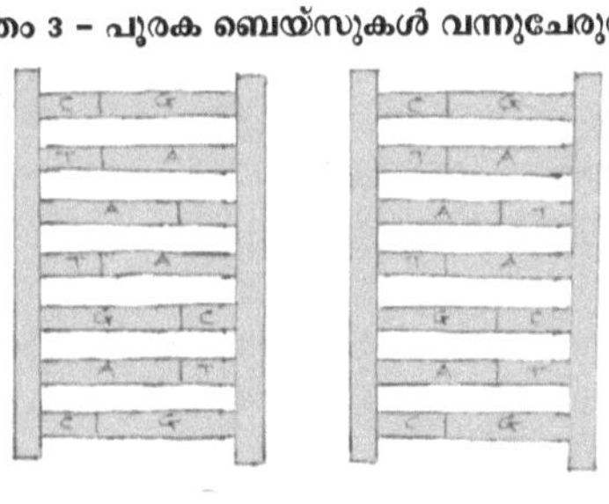

ചിത്രം 4 – ഇരട്ടിച്ച DNA ഖണ്ഡം

ന്തകാലത്തിന്റെ ആഗമനമാണ്. കവിഹൃദയമുള്ളവരും അല്ലാത്തവരും ഒരുപോലെ ആനന്ദിക്കുന്ന ഒരു ഋതുവാണല്ലോ വസന്തം. അന്തരീക്ഷത്തിലെ താപനില, ഈർപ്പത്തിന്റെ തോത്, രാപകലുകളുടെ ദൈർഘ്യം, എന്നിങ്ങനെയുള്ള പല ഘടകങ്ങളും ചേർന്നൊരുക്കുന്ന പ്രത്യേകമായ ഒരു സാഹചര്യത്തിൽ മാത്രമേ വൃക്ഷങ്ങളും ചെടികളും പുഷ്പിക്കുന്നതിനുള്ള ജീനുകൾ പ്രവർത്തനക്ഷമമാവുകയുള്ളു. ചോദ്യത്തിന് ഉത്തരം നല്കാനുള്ള എന്റെ ശ്രമം പാളിപ്പോയില്ലെന്നു ഞാൻ കരുതുന്നു.

കുറുപ്പുചേട്ടൻ എന്തോ ആലോചിക്കുന്നതുപോലെ തോന്നുന്നു. ഞാൻ പറഞ്ഞത് കേട്ടില്ലെന്നു വരുമോ?"

"ദേവസ്യ പറഞ്ഞതു മുഴുവൻ ഞാൻ കേട്ടു. വസന്തകാലത്തിന്റെ കാര്യം പറഞ്ഞപ്പോൾ '*കുമാരസംഭവ*'ത്തിലെ രണ്ടുവരികൾ ഞാൻ ഓർത്തുപോയി."

"ഏആറിന്റേതാണോ? കേൾക്കട്ടെ."

കുറുപ്പു മടിച്ചുമടിച്ചു ചൊല്ലി.

"വനാന്തലക്ഷ്മിക്കു നഖക്ഷതങ്ങൾ
വസന്തയോഗത്തിൽ ഉദിച്ചപോലെ"

"അതു ശരി." മത്തായിസാർ പറഞ്ഞു. "എനിക്കു മറ്റൊരു കവിതയാണ് ഓർമ്മ വരുന്നത്.

"ക്ഷീരമുള്ളൊരകിടിൻ ചുവട്ടിലും
ചോരതന്നെ കൊതുകിന്നു കൗതുകം"

"അപ്പോൾ മത്തായിസാർ ക്ഷീരം ആസ്വദിക്കുകയായിരുന്നു. അതു സമ്മതിക്കണം." സുന്ദരേശൻ വിട്ടില്ല.

"എടോ ക്ഷീരമല്ല സാക്ഷാൽ അമൃതു തന്നെയാണ്. ഉടയതമ്പുരാന്റെ മഹിമയാണെടോ ദേവസ്യ നമുക്കു പറഞ്ഞുതരുന്നത്. ഹോമോസേപ്പിയൻസിന്റെ കാലം തൊട്ടോ അതിനു മുമ്പോ തമ്പുരാൻ ചെയ്തുവച്ച കാര്യങ്ങൾ മനസ്സിലാക്കാൻ എത്രായിരം വർഷങ്ങൾ എടുത്തെടോ നാം!"

"മത്തായിസാറിനെയും സുന്ദരേശൻ മാഷിനെയുംപോലെ ചിന്തിക്കുന്നവർ ഞാൻ ജോലിചെയ്യുന്ന സ്ഥാപനത്തിലുമുണ്ട്. ചില ശാസ്ത്രജ്ഞർ 'ദൈവം' എന്നു പറയുമ്പോൾ വേറെ ചിലർ 'പ്രകൃതി' എന്നു പറയുന്നു. വിശ്വാസം എങ്ങനെയായാലും എല്ലാവരും ഒരുപോലെ ആത്മാർത്ഥമായി, അർപ്പണബോധത്തോടെ, ജോലിചെയ്യുന്നു. അതവിടെ നില്ക്കട്ടെ. മാത്തമാറ്റിക്കൽ പ്രിസിഷനോടെ നടക്കുന്ന രണ്ടു മഹാത്ഭുതങ്ങൾ ഇനിയുമുണ്ട്."

"ദേവസ്യ, അവയെക്കുറിച്ചു നമുക്കു നാളെ പറയാം. സ്നേഹിതന്മാർ ക്ഷമിക്കണം. ഞങ്ങൾക്കു ഗവേഷണപരമായ ചില കാര്യങ്ങൾ ചർച്ചചെയ്യാനുണ്ട്. ഞങ്ങളെ പോകാൻ അനുവദിക്കണം.

"അങ്ങനെയാകട്ടെ പ്രൊഫസർ." മത്തായിസാർ പറഞ്ഞു.

7

കോശവിഭജനം മുതൽ ജൈവസാങ്കേതികവിദ്യ വരെ

"**മൈ**റ്റോസിസ്, മിയോസിസ് എന്ന രണ്ടു മഹാത്ഭുതങ്ങളെക്കുറിച്ചു വളരെ ചുരുക്കി ഞാൻ പറയാം. ആദ്യം മൈറ്റോസിസ് തന്നെയാകട്ടെ, മനുഷ്യരുടെ ഓരോ കോശത്തിലെയും ന്യൂക്ലിയസിനുള്ളിൽ എത്ര ജോടി ക്രോമസോമുകളുണ്ട്?"

"ഇരുപത്തിമൂന്നു ജോടി. അതിൽ കൂടാനും കുറയാനും പാടില്ല." പരമേശ്വരൻ പറഞ്ഞു.

"ശരിയാണ്. അങ്ങനെയുള്ള ഒരു കോശം നടുവേ രണ്ടായി പിളർന്നാൽ ഓരോ പുതിയ കോശത്തിലും എത്ര ക്രോമസോമുകൾ കാണും?"

"ഇരുപത്തിമൂന്നു വീതം."

"അങ്കഗണിതം അനുസരിച്ച് അങ്ങനെയാണെങ്കിലും ഓരോ പുതിയ സെല്ലിലും പഴയപടി ഇരുപത്തിമൂന്നു ജോടി വീതം കാണും. അതാണ് പ്രകൃതിയുടെ മാത്തമാറ്റിക്സ്."

"അത്ഭുതമായിരിക്കുന്നല്ലോ. അതെങ്ങനെ?" മത്തായിസാർ ചോദിച്ചു.

"ഏകകോശജീവികളിൽ പ്രത്യുത്പാദനത്തിനും ബഹുകോശജീവികളിൽ വളർച്ചയ്ക്കും വേണ്ടി കോശം ഓരോ തവണയും ഈരണ്ടായി പിളരുന്നു. ഇതിനെയാണു 'മൈറ്റോസിസ്' എന്നു പറയുന്നത്. ഈ വിഭജനത്തിനു മുന്നോടിയായി, ക്രോമസോമുകളിലെ ഡി എൻ എയുടെ ഇരട്ടിക്കൽ സംഭവിച്ചതു നമ്മൾ കണ്ടതാണല്ലോ. ഓരോ ക്രോമസോമും അതിനു തുല്യമായ രണ്ടു ക്രോമസോമുകളായി മാറുന്നു. ഈ അവസ്ഥയിൽ ക്രോമസോമുകളെ 'ക്രോമാറ്റിഡ്സ്' എന്നു വിളിക്കുന്നു. ഇനി

നിങ്ങൾ കണ്ണടച്ച് കോശത്തെ ഭൂഗോളമാണെന്നു സങ്കല്പിക്കുക ഇരട്ടിച്ച ക്രോമസോമുകൾ ആദ്യം കോശത്തിന്റെ മധ്യരേഖയുടെ ഭാഗത്തു ക്രമീകരിക്കപ്പെടുന്നു. ഓരോ ക്രോമസോമിന്റെയും രണ്ടു ക്രൊമാറ്റിഡുകളിൽ ഒരെണ്ണം ഒരു ധ്രുവത്തിലേക്കും മറ്റേത് എതിർധ്രുവത്തിലേക്കും നീങ്ങുന്നു. സ്വമേധയാ നീങ്ങുന്നതല്ല. വിഭജനാരംഭത്തിൽ കോശത്തിനുള്ളിൽ രൂപംകൊണ്ട ചിലന്തിവലയെക്കാൾ സൂക്ഷ്മമായ 'സ്പിൻഡിൽ ഫൈബറുകൾ' എന്ന നാരുകളാണ് ഇവയെ തള്ളിയും വലിച്ചും നീക്കുന്നത്. രണ്ടു ധ്രുവങ്ങളിലെയും ക്രോമസോമുകളുടെ എണ്ണം തുല്യമാകുമ്പോൾ കോശത്തിന്റെ മദ്ധ്യഭാഗം ചുരുങ്ങാൻ തുടങ്ങുന്നു. ചുരുങ്ങിച്ചുരുങ്ങി ഒടുവിൽ കോശം രണ്ടു കോശങ്ങളായി വേർപെടുന്നു. ഇങ്ങനെയുണ്ടാകുന്ന കോശങ്ങൾ വളർന്നു, രൂപത്തിലും വലുപ്പത്തിലും, മാതൃകോശം പോലെ ആകുന്നു. പുതിയ കോശത്തിൽ എത്ര കോമസോമുകൾ ഉണ്ട്?"

"ഇരുപത്തിമൂന്നു ജോടി തന്നെ!"

"ഞാൻ വളരെ ചുരുക്കിപ്പറഞ്ഞെന്നേയുള്ളൂ. ഈ പ്രക്രിയ വിജയകരമായി പൂർത്തിയാക്കാൻ വേണ്ട എഞ്ചിനിയറിങ്ങ് പ്രവർത്തനങ്ങളുടെ കൃത്യത വിവരിച്ചാൽ അത്ഭുതം പതിന്മടങ്ങു വർദ്ധിക്കും. സമയച്ചുരുക്കം കൊണ്ടു ഞാൻ അതിലേയ്ക്കു കടക്കുന്നില്ല. ഒരു കാര്യം നന്നായി അറിയുക; മൈറ്റോസിസിലൂടെയാണു പ്രകൃതി ശരീരങ്ങളുടെ നിലനില്പും വളർച്ചയും ഭദ്രമാക്കുന്നത്.

ഒരു കോശം സ്വയം വിഭജിച്ചു നാലു കോശങ്ങളാകുന്ന പ്രക്രിയയാണ് മിയോസിസ്. പ്രത്യുല്പാദനത്തിനു വേണ്ട ഗാമീറ്റുകളുടെ രൂപവത്കരണത്തിനായി, അണ്ഡാശയത്തിലും വൃഷണത്തിലും മാത്രമാണു മിയോസിസ് നടക്കുന്നത്. ഇത്രമാത്രം പറഞ്ഞാൽ മിയോസിസിനെക്കുറിച്ചുള്ള വിവരണം പൂർണ്ണമാവുകയില്ല.

ഒരു മനുഷ്യകോശത്തിൽ 23 ജോടി ക്രോമസോമുകളാണുള്ളതെന്ന് അറിയാമല്ലോ. ജോടികളിൽ ഒരെണ്ണം മാതൃ ക്രോമസോമും മറ്റേത് പിതൃ ക്രോമസോമുമാണെന്നും അറിയാം. ഇത് ഒരു വ്യക്തിക്കു സ്വന്തം മാതാപിതാക്കളിൽനിന്നു ലഭിക്കുന്നതാണ്. സ്ത്രീക്കും പുരുഷനും ഒരുപോലെ ബാധകമായ ഒരു വസ്തുതയാണിത്. അവർക്കു ജനിക്കുന്ന സന്താനത്തിന്റെ ഓരോ കോശത്തിലും 23 ജോടി ക്രോമസോമുകളേ കാണാവൂ. അത്രയും ഉണ്ടായിരിക്കണം, അതിൽ പകുതി പിതാവും പകുതി മാതാവും സംഭാവനചെയ്യുകയും വേണം. അതുകൊണ്ട് പുരുഷന്റെ ബിജത്തിലും സ്ത്രീയുടെ അണ്ഡത്തിലും 23 ക്രോമസോം വീതമേ കാണാവൂ. 'മിയോസിസ്' എന്ന പ്രക്രിയയിലൂടെ ഒരു കോശം തുടർച്ചയായുള്ള രണ്ടു വിഭജനങ്ങൾ വഴി നാലാകുമ്പോൾ പുതുതായുണ്ടാവുന്ന ഓരോ കോശത്തിലും 23 ക്രോമസോം വീതമേ കാണുകയുള്ളൂ.

ഒരു കോശത്തിലുള്ള ക്രോമസോമുകൾ പല വലുപ്പമുള്ളവയാണ്.

ഒരേ വലുപ്പമുള്ള ഒരു മാതൃക്രോമസോമും പിതൃക്രോമസോമും അടുത്തടുത്തുവന്ന് ഒരു ജോടിയാകുമ്പോൾ അതിനെ 'ഹോമലോഗസ് ജോടി' എന്നു പറയുന്നു. മിയോസിസിന്റെ ആരംഭത്തിൽ ഓരോ ക്രോമസോമും ഇരട്ടിക്കുന്നു. എങ്കിലും അവ രണ്ടായി വേർപെടുന്നില്ല. 'സെൻട്രോ മിയർ' എന്ന പോയിന്റിൽ അവ ഒട്ടിനില്ക്കുന്നു. കോശവിഭജനത്തിനുമുമ്പ് എന്തു സംഭവിക്കുന്നു എന്ന് എളുപ്പം മനസ്സിലാക്കാനായി ഞാൻ നിങ്ങൾക്ക് മൂന്നു ചിത്രങ്ങൾ തരാം.* ഇതാ ഈ ആദ്യത്തെ ചിത്രത്തിൽ ഹോമലോഗസ് ജോടികൾ ഉണ്ടാകുന്നതിനുമുമ്പുള്ള നാലു ക്രോമസോമുകളെ കാണിച്ചിരിക്കുന്നു– രണ്ടു മാതൃക്രോമസോമുകളും രണ്ടു പിതൃക്രോമസോമുകളും.

ഒരു കാര്യം ശ്രദ്ധിക്കുക. ചെറിയ രണ്ടു ക്രോമസോമുകളിലും സെൻട്രോ മിയർ ഒരേ സ്ഥാനത്താണ്; അതുപോലെതന്നെ വലിയ ക്രോമസോമുകളിലും.

ഹോമലോഗസ് ജോടികളായ നാലു ക്രോമസോമുകളുടെ ചിത്രമാണു രണ്ടാമത്തേത്. രണ്ടു ജോടികളിലും സെൻട്രോ മിയറുകൾ അടുത്തടുത്ത് ഒരേ ലെവലിലായിരിക്കും.

ഇനി നടക്കാൻ പോകുന്നത് മിയോസിസിലെ ഒരു പ്രധാന സംഭവമാണ്. ജീനുകൾ ഉൾക്കൊള്ളുന്ന ക്രോമ സോം ഖണ്ഡങ്ങളുടെ, അതായത് ജനിതകവസ്തുവിന്റെ കൈമാറ്റമാണത്. ഇതിനെ 'ക്രോസിങ് ഓവർ' എന്നു പറയുന്നു. അതിനായി അടുത്തടുത്തു നില്ക്കുന്ന ഹോമലോഗസ് ജോടികൾ കെട്ടുപിണയുന്നു. മൂന്നാമത്തെ ചിത്രം നോക്കുമ്പോൾ അതു മനസ്സിലാകും. ഇങ്ങനെ ജനിതകവസ്തുവിന്റെ കൈമാറ്റം ഒരേ ഹോമലോഗസ് ക്രോ മസോം ജോടിയിൽ, ഒരു പ്രത്യേക നിയമമനുസരിച്ച്, പല ഭാഗങ്ങളിൽ നടക്കുന്നു. ജീനുകളുടെ ഇപ്രകാരത്തിലുള്ള കൈമാറ്റത്തെ 'ജനിതക പുനസ്സംയോഗം' അഥ വാ 'ജനറ്റിക് റീകോംബിനേഷൻ' എന്നു പറയുന്നു.

ഇതിനെത്തുടർന്നാണ് കോശവിഭജനം നടക്കുന്നത്. ഇതിനുവേണ്ടി ഉണ്ടാകുന്ന സ്പിൻഡിൽ ഫൈബറുകൾ ഉന്തിയും വലിച്ചും ക്രോമസോമുകളെ വേണ്ട സ്ഥലങ്ങളിൽ എത്തിച്ചാണു കോശവിഭജനം നടത്തുന്നത്. അത്ഭുതകരമായ എഞ്ചിനീയറിങ് വൈദഗ്ധ്യത്തിന്റെ പ്രകടനമാണ് മിയോസിസിൽ നടക്കുന്നത്. ഓരോ ഘട്ടത്തിനെയും വ്യക്തമാക്കുന്ന സൂക്ഷ്മമായ ചിത്രങ്ങളുടെ സഹായത്തോടെ മാത്രമേ ഈ പ്രതിഭാസത്തെ വിശദീകരിക്കാൻ കഴിയുകയുള്ളു. അത്രത്തോളം ആഴത്തിലേക്കു കടക്കേണ്ട ആവശ്യവും നമുക്കില്ല. ഒരു കാര്യം മാത്രം അറിഞ്ഞാൽ മതി. നേരത്തേ സൂചിപ്പിച്ചതുപോലെ, മിയോസിസിന്റെ അന്ത്യത്തിൽ പുരുഷന്റെ കോശം നാലു ബീജങ്ങളായി മാറുന്നു. ഓരോ ബീജത്തിലും 23 ക്രോമസോമുകൾ ഉണ്ടായിരിക്കും. ഓരോ ക്രോമസോമും,

* ചിത്രങ്ങൾ അടുത്തപേജിൽ

ഞാൻ ചിത്രത്തിലൂടെ വിവരിച്ച ജനിതകവസ്തുക്കളുടെ കൈമാറ്റത്താൽ, റീകോംബിനേഷനു വിധേയമായതായിരിക്കും. ഓരോ ജോടി ക്രോമസോമുകളുടെയും ഒരറ്റംമുതൽ മറ്റേ അറ്റം വരെ പല ഭാഗങ്ങളിൽ ഇതു സംഭവിക്കും. പാരമ്പര്യഗുണങ്ങളുടെ സംക്രമണത്തിലുണ്ടാകുന്ന അനന്ത വൈവിധ്യത്തിന്റെ മുഖ്യ കാരണവും ഈ റീകോംബിനേഷനാണ്.

പുരുഷബീജത്തിന്റെ കാര്യമാണ് ഇപ്പോൾ ഞാൻ പറഞ്ഞത്. സ്ത്രീയുടെ കോശം നാലണ്ഡങ്ങളായി മാറുമെന്നു നാം പ്രതീക്ഷിക്കുമെങ്കിലും അങ്ങനെയല്ല സംഭവിക്കുന്നത്. കോശം നാലായി വിഭജിക്കപ്പെട്ടാലും ഫലത്തിൽ ഒരണ്ഡമേ ഉണ്ടാവുകയുള്ളൂ. ആ അണ്ഡത്തിൽ 23 ക്രോമസോമുകൾ ഉണ്ടായിരിക്കും. മറ്റു മൂന്നു കോശങ്ങൾ തീരെ ചെറുതായതിനാൽ നശിച്ചുപോകും.

ഒരു കാര്യംകൂടി നിങ്ങളുടെ ശ്രദ്ധയിൽപ്പെടുത്തിക്കൊണ്ടു മിയോസിസിനെക്കുറിച്ചുള്ള ഹ്രസ്വമായ ഈ ചർച്ച അവസാനിപ്പിക്കാം. മനുഷ്യൻ എന്ന ജൈവജാതിക്ക് ഒരു തലമുറയിൽനിന്ന് അടുത്ത തലമുറയെ ഉത്പാദിപ്പിക്കാൻ കുറ

ചിത്രം 1 ക്രോമസോമുകൾ ഹോമലോഗസ് ജോടി ആകുന്നതിനു മുമ്പ്

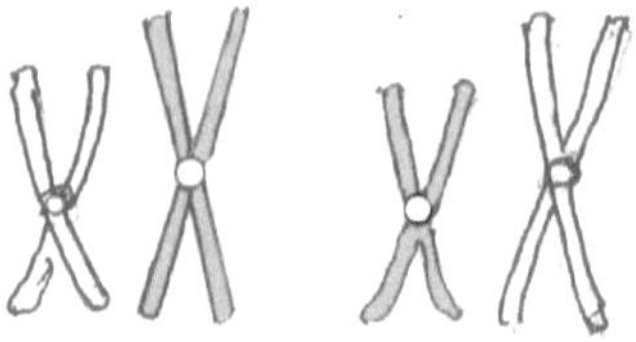

○ സെൻട്രോ മിയർ
□ മാതൃക്രോമസോം
■ പിതൃക്രോമസോം

ചിത്രം 2 ഹോമലോഗസ് ക്രോമസോമുകൾ

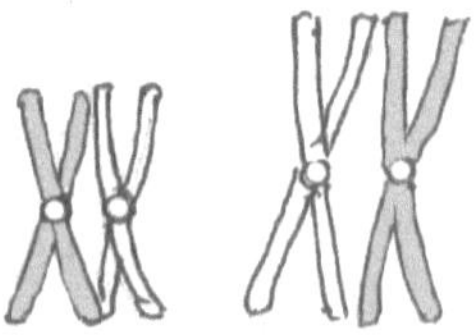

○ സെൻട്രോ മിയർ
□ മാതൃക്രോമസോം
■ പിതൃക്രോമസോം

ചിത്രം 3 ജനിതകവസ്തുവിന്റെ കൈമാറ്റം

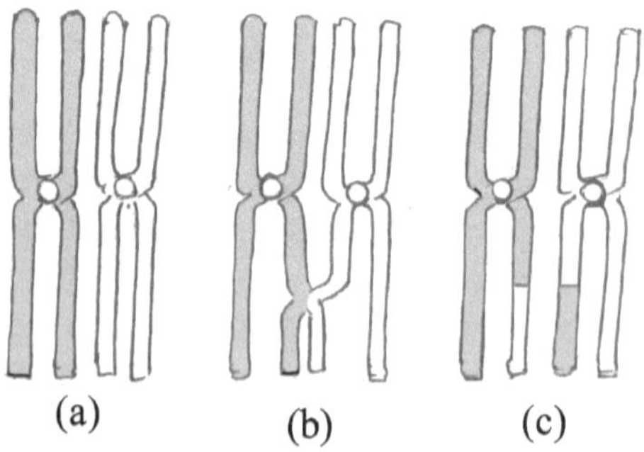

(a) അടുത്തടുത്തു നില്ക്കുന്ന ഹോമലോഗസ് ക്രോമസോം ജോടി
(b) ജോടി കെട്ടുപിണഞ്ഞു ജനിതകവസ്തു കൈമാറുന്നു
(c) ജോടി ജനിതകവസ്തു പരസ്പരം കൈമാറിയശേഷം

ഞ്ഞത് 14–15 വർഷങ്ങൾ കാത്തിരിക്കണം. ഒരു പെൺകുട്ടിയുടെ ആർത്തവകാലം മനസ്സിൽ കണ്ടുകൊണ്ടാണ് ഞാൻ ഇങ്ങനെ പറഞ്ഞത്. സാമൂഹികനിയമങ്ങൾ, മറ്റു ന്യായമായ കാരണങ്ങളാൽ, ഈ കാലദൈർഘ്യം വർദ്ധിപ്പിക്കുകയാണു ചെയ്യുന്നത്. ആഗോളതലത്തിൽ വലിയ തലവേദനയായ ജനപ്പെരുപ്പം തടയാൻ ഈ ഘടകങ്ങൾ പ്രയോജനപ്രദമാണെങ്കിലും പരിണാമത്തിന്റെ പരിപ്രേക്ഷ്യത്തിൽ മനുഷ്യന്റെ ഈ അവസ്ഥ ഒരു പോരായ്മയാണെന്നുതന്നെ കരുതണം.

മൈറ്റോ കോൺഡ്രിയോൺ എന്നൊരു ഓർഗനെല്ലിനെക്കുറിച്ചു ഞാൻ പറഞ്ഞത് ഓർമ്മ കാണുമല്ലോ. സ്ത്രീയുടെ അണ്ഡത്തിൽനിന്നുള്ള മൈറ്റോ കോൺഡ്രിയോണുകൾ മാത്രമേ സന്താനങ്ങൾക്കു ലഭിക്കുന്നുള്ളൂ. ബീജസംയോജനം നടക്കുമ്പോൾ, പുരുഷബീജങ്ങളുടെ വാൽഭാഗത്തുള്ള മൈറ്റോ കോൺഡ്രിയോണുകൾ വാലോടു കൂടെ മുറിഞ്ഞുമാറുന്നു. അതുകൊണ്ടു സിക്താണ്ഡത്തിൽ മാതാവിൽനിന്നുള്ള മൈറ്റോ കോൺഡ്രിയോണുകളേ കാണുകയുള്ളൂ."

"ഇന്ത്യ ഒരു വലിയ ജനാധിപത്യ രാജ്യമാണ്." സുന്ദരേശൻ പറഞ്ഞുതുടങ്ങി. "നെഹ്രുവിന്റെ ഇന്ത്യയെ മറന്നേക്കുക. ഇപ്പോഴും ലോകരാഷ്ട്രങ്ങൾക്ക്, വിശേഷിച്ച് ഇന്ത്യയ്ക്കുശേഷം സ്വാതന്ത്ര്യം ലഭിച്ച ആഫ്രോ–ഏഷ്യൻ രാഷ്ട്രങ്ങൾക്ക്, ഇന്ത്യ ഒരു മാതൃകയാണ്. പക്ഷേ ഈ രാജ്യം ഭരിക്കുന്നവർ സ്ത്രീകൾക്ക് രാഷ്ട്രനിർമ്മാണത്തിന് അർഹിക്കുന്ന സ്ഥാനം നല്കുന്ന കാര്യത്തിൽ വെറും അധരസേവനമാണു നടത്തുന്നത്. 'തേർ തെളിച്ചില്ലേ പണ്ടു സുഭദ്ര'യെന്നോ 'ഭാരതസ്ത്രീകൾ തൻ ഭാവശുദ്ധി' എന്നോ ഒക്കെ കഥാപ്രസംഗം നടത്താൻ ഒരുളുപ്പുമില്ലാത്ത, പുരുഷമേധാവിത്വം മനസ്സിൽ കൊണ്ടുനടക്കുന്ന, ഈ മാന്യന്മാർ, അവർ ഏതു പാർട്ടിയിൽപെട്ടവരാണെങ്കിലും, ഒരു കാര്യം മനസ്സിലാക്കണം നമ്മുടെ ദേവസ്യ പറഞ്ഞതുപോലെ, അവരുടെ, അതായത് ഈ നേതാക്കന്മാരുടെ, സ്വത്വത്തിന്റെ ഗണ്യമായ പങ്കു നല്കിയത് അവരുടെ അമ്മമാരാണെന്ന്." സുന്ദരേശന്റെ ആവേശം അണപൊട്ടി ഒഴുകി.

"ബലേ ഭേഷ്, സുന്ദരേശാ." മത്തായിസാർ കൈയടിച്ചു.

പ്രൊഫസർ ഇടപെട്ടു. അദ്ദേഹം പറഞ്ഞു. "ഒരു വസ്തുത കൂടി ഓർക്കുന്നതു നന്നായിരിക്കും. മാതാവിന്റെ മൈറ്റോ കോൺഡ്രിയോണുകൾ മാത്രമേ സന്താനങ്ങൾക്കു ലഭിക്കുന്നുള്ളൂ എന്നതുകൊണ്ട് അവരുടെ സ്വത്വരൂപീകരണത്തിന്റെ കാര്യത്തിൽ മാതാവിനാണു മുൻതൂക്കം."

ഈ നീണ്ട ചർച്ചയിൽ അധികമൊന്നും സംഭാവന ചെയ്യാതിരുന്ന പിള്ള പാടാൻ തുടങ്ങി:

ആദ്യത്തെ കൺമണി
ആണായിരിക്കണം
അച്ഛനെപ്പോലെ ഇരിക്കണം – അവൻ
ആയില്യം നാളിൽ ജനിക്കണം.

ഇത്രയും പാടിയിട്ടു പിള്ള എല്ലാവരുടെയും മുഖത്തുനോക്കി പുഞ്ചിരിച്ചു. പിരിമുറുക്കം മാറ്റാൻ പിള്ള പ്രയോഗിച്ച തന്ത്രമാണെന്നാണ് അവർ കരുതിയത്.

"ഒരു പഴയ സിനിമാപ്പാട്ടിന്റെ വരികളാണു ഞാൻ മൂളിയത്. വരികൾ തെറ്റായിരിക്കാം. നിങ്ങളെ ആനന്ദിപ്പിക്കാനുള്ള ക്വാളിറ്റി എന്റെ സംഗീതത്തിനില്ലെന്നും എനിക്കറിയാം. ഒരു പെണ്ണിന്റെ ആഗ്രഹത്തിനപ്പുറം ഇതിനു ശാസ്ത്രീ യമായി വല്ല പ്രസക്തിയുമുണ്ടോ ദേവസ്യാ? അതാണെനിക്കറിയേണ്ടത്"

"ഈ വിഷയത്തെക്കുറിച്ചു ഞാൻ പറയാൻ തുടങ്ങിയതാണ്. പാട്ടിന്റെ രൂപത്തിൽ ശ്രദ്ധ ക്ഷണിക്കൽ നോട്ടീസ് നല്കിയതിനു പിള്ളച്ചേട്ടനു നന്ദി.

ഒരു മനുഷ്യകോശത്തിന്റെ ന്യൂക്ലിയസിൽ 23 ജോടി ക്രോമസോമുകൾ ഉണ്ട് എന്നത് ഇപ്പോൾ നിങ്ങൾക്കു കാണാപ്പാഠമായിക്കാണും. ഓരോ ജോടിയും ഒരുപോലെ ഇരിക്കുമെങ്കിലും ക്രോമസോമുകൾ പല വലുപ്പത്തിലുള്ളവയാണെന്നും നിങ്ങൾക്കറിയാം. 22 ജോടികളും ഇങ്ങനെതന്നെ. 23-ാമത്തെ ജോടി സെക്സ് ക്രോമസോമുകളുടെ ജോടിയാണ്. പുരുഷന്റെ സെക്സ് ക്രോമസോം ജോടിയിൽ ഒരെണ്ണം വലുതും മറ്റേതു ചെറുതുമായിരിക്കും. വലുതിനെ x ക്രോമസോമെന്നും ചെറുതിനെ y ക്രോമസോമെന്നും പറയും. സ്ത്രീയുടെ സെക്സ് ക്രോമസോം ജോടിയിൽ രണ്ടും ഒരുപോലെ വലുപ്പമുള്ള x ക്രോമസോമുകളായിരിക്കും. ഒരു കുട്ടി ആണോ പെണ്ണോ എന്നു നിശ്ചയിക്കുന്നത് സെക്സ് ക്രോമസോമുകളാണ്– 23-ാമത്തെ ജോടി രണ്ടും x ആണെങ്കിൽ പെണ്ണ്, ഒന്ന് x-ഉം മറ്റേത് yയുമാണെങ്കിൽ ആണ്.

"രണ്ടും y ആണെങ്കിലോ?" മത്തായിസാർ ചോദിച്ചു.

"അങ്ങനെ സംഭവിക്കുകയില്ലെന്നു വഴിയേ മനസ്സിലാകും." പുരുഷന്റെ ഗാമീറ്റിൽ സെക്സ് ക്രോമസോമും ജോടിയുടെ പകുതിയാണല്ലോ. സ്ത്രീയുടേതിലും അതുപോലെ തന്നെ. അതുകൊണ്ടു പുരുഷബീജത്തിൽ സെക്സ് ക്രോമസോം ഒന്നുകിൽ x അല്ലെങ്കിൽ y. സ്ത്രീയുടെ എല്ലാ അണ്ഡങ്ങളിലും x തന്നെയായിരിക്കുമല്ലോ.

സ്ത്രീയുടെ അണ്ഡത്തിൽ ഒരു പുരുഷബീജത്തിനല്ലേ പ്രവേശനമുള്ളൂ. അതു x ക്രോമസോമുള്ളതോ y ക്രോമസോമുള്ളതോ ആവാം. വെറും ചാൻസാണത്. x ആണു വിജയിക്കുന്നതെങ്കിൽ സൈഗോട്ടിലെ സെക്സ് ക്രോമസോമിന്റെ ജോടി xx. അതായത് പെണ്ണ്; വിജയിക്കുന്നത് y ആണെങ്കിൽ സെക്സ് ക്രോമസോമിന്റെ ജോടി xy– അതായത് ആണ്. yy ചേരുവ ഉണ്ടാവാൻ സാദ്ധ്യതയില്ലെന്നു മത്തായിസാറിനു ബോദ്ധ്യമായിക്കാണുമല്ലോ.

അച്ഛന്റെയും അമ്മയുടെയും ഗുണങ്ങൾ ഏറിയും കുറഞ്ഞും കുട്ടിയിലുണ്ടാവും, ഇരുവരും ഒരുപോലെയാണു ക്രോമസോമുകൾ പകുത്തു

നൽകുന്നതെങ്കിലും. അതും വെറും ചാൻസാണ്. ഓരോ ക്രോമസോമിലുമുള്ള അനേകം ജീനുകളുടെ പ്രഭാവി–അപ്രഭാവി അല്ലീലുകളുടെ വിതരണം റീകോംബിനേഷനുമായി ബന്ധപ്പെട്ടതുകൊണ്ടാണ് ചാൻസ് എന്നു പറഞ്ഞത്. വിശദാംശങ്ങളിലേക്കു ഞാൻ കടക്കുന്നില്ല. ആയില്യംനാളിൽ ജനിക്കുന്നതു കാക്കവന്നപ്പോൾ പനമ്പഴം വീണു എന്നു പറയുന്നതു പോലെയേ ഉള്ളൂ."

"ഇപ്പോൾ അക്കഥയൊക്കെ മാറി ദേവസ്യ. കുട്ടിയ്ക്കു പൂർണ്ണവളർച്ച എത്തിയില്ലെങ്കിലും ആയില്യംനാളിൽത്തന്നെ ഓപ്പറേറ്റു ചെയ്ത് കുഞ്ഞിനെ എടുക്കുന്നവരുമുണ്ട്." കുറുപ്പു പറഞ്ഞു.

"ഞാൻ ജാതകത്തിലൊന്നും വിശ്വസിക്കുന്നില്ലെങ്കിലും ജനനത്തിലെ ആകസ്മികത നഷ്ടപ്പെട്ടാൽ നാളിന് എന്താണു പ്രസക്തി? നമ്മുടെ നാട് കൂടുതൽ അന്ധവിശ്വാസങ്ങളിലേക്കു നീങ്ങുന്നത് കഷ്ടം തന്നെ! ഞാൻ വിദേശങ്ങളിൽ വീമ്പിളക്കുന്നതു കേരളീയരെപ്പോലെ ഉത്പതിഷ്ണുക്കളും ശാസ്ത്രബോധവുമുള്ളവരും മറ്റെങ്ങുമില്ലെന്നാണ്."

"x, y ക്രോമസോമുകളുടെ വലുപ്പവ്യത്യാസം പോലെ അവയുടെ കരുത്തിലും വ്യത്യാസമുണ്ടോ?" പരമേശ്വരൻ ചോദിച്ചു.

"രണ്ടിനും വ്യത്യസ്തമായ ധർമ്മങ്ങളാണല്ലോ നിർവഹിക്കാനുള്ളത്. വലുപ്പം കുറവാണെങ്കിലും y ക്രോമസോം പുരുഷസ്വഭാവനിർണയത്തിൽ ചെലുത്തുന്ന സ്വാധീനതയെ അടിസ്ഥാനമാക്കി അതിനു x ക്രോമസോമിനെക്കാൾ കരുത്തു കൂടുതലാണെന്നു പറയാറുണ്ട്."

"ഇരട്ടക്കുട്ടികൾ പിറക്കുന്നത് എന്തുകൊണ്ടാണ്?" കുറുപ്പിന്റെ ചോദ്യം. ചോദ്യത്തിൽ ആത്മകഥാംശമുണ്ട്. മൂത്ത മകളുടെ ആദ്യത്തെ പ്രസവത്തിൽ ഇരട്ടകളാണു പിറന്നത്, ഒരാണും ഒരു പെണ്ണും.

"ഇരട്ടക്കുട്ടികൾ രണ്ടുതരത്തിലുണ്ട്. ഒന്ന്, രണ്ടുപേരും ഒരുപോലെയുള്ളവർ– അതായത് ഐഡന്റിക്കൽ ടിൻസ്. മറ്റേത് തികച്ചും വ്യത്യസ്തരായവർ– നോൺ ഐഡന്റിക്കൽ ടിൻസ്. സിക്താണ്ഡത്തിന്റെ ആദ്യവിഭജനത്തിലുണ്ടാകുന്ന രണ്ടു കോശങ്ങൾ വേർപെട്ട് ഓരോന്നും പ്രത്യേകമായി വളരുന്നതുകൊണ്ടാണ് ഐഡന്റിക്കൽ ടിൻസ് ജനിക്കുന്നത്. രണ്ടു കോശങ്ങളും ഒരുപോലുള്ളവയായതുകൊണ്ട് അവയിൽനിന്നുണ്ടാകുന്ന ശിശുക്കളും ഒരുപോലെ ആയിരിക്കുമല്ലോ. അപൂർവമായി ഒരുപോലുള്ള രണ്ടിൽക്കൂടുതൽ കുട്ടികൾ ജനിക്കാറുണ്ട്. ഇവിടെയും ബാധകമായ തത്ത്വം ഒന്നുതന്നെയാണ്. ഒരേ സിക്താണ്ഡം വിഭജിച്ചുണ്ടാകുന്ന കൂടുതൽ കോശങ്ങൾ വേർപെട്ട് ഓരോ കോശവും ഓരോ ഭ്രൂണമായാൽ അങ്ങനെ സംഭവിക്കും. സാധാരണയായി മാതാവിന്റെ അണ്ഡാശയത്തിൽനിന്ന് ഒരണ്ഡമേ പുറത്തുവരുകയുള്ളൂ. ചിലപ്പോൾ രണ്ടണ്ഡങ്ങൾ പുറത്തുവരും. ആ രണ്ടെണ്ണത്തിലും തുളച്ചുകയറുന്ന പുരുഷബീജത്തിന്റെ സെക്സ് ക്രോമസോമിന്റെ സ്വഭാവമനുസരിച്ചു ജനിക്കുന്ന കുഞ്ഞുങ്ങൾ രണ്ടും ആണോ, രണ്ടും പെണ്ണോ ഒരാണും ഒരു

പെണ്ണുമോ ആകാം. രണ്ടു പ്രസവങ്ങളിലെന്നപോലെ കുഞ്ഞുങ്ങൾ വ്യത്യസ്തരൂപ, സ്വഭാവങ്ങൾ ഉള്ളവരായിരിക്കും.

ഇനി നമുക്കു പരിണാമസിദ്ധാന്തവുമായി നേരിട്ടു ബന്ധമുള്ള ഒരു വിഷയത്തിലേക്കു കടക്കാം– മ്യൂട്ടേഷൻ. നിങ്ങൾ ആ വാക്കു തീർച്ചയായും കേട്ടിട്ടുണ്ടാകും."

"ഞങ്ങൾക്കു കൂടുതൽ പരിചയം, പെൻഷൻകാരെന്ന നിലയിൽ, അതിനേക്കാൾ വലിയ ഒരു വാക്കാണ് 'കമ്മ്യൂട്ടേഷൻ'. എങ്കിലും ദിവ്രീസിനെയും മ്യൂട്ടേഷനെയും കുറിച്ചു പ്രൊഫസർ ചുരുക്കിപ്പറഞ്ഞു തന്നിട്ടുണ്ട്." ഇതു പറഞ്ഞതു നായരാണ്.

"പാരമ്പര്യത്തിന്റെ ഘടകം ഡി എൻ എ ആണെന്ന് നാം മനസ്സിലാക്കിക്കഴിഞ്ഞു. ഈ ഡി എൻ എയിൽ നാലു ബെയ്സുകളാണുള്ളതെന്നും നമുക്കറിയാം. ഈ ബെയ്സുകളിൽ എന്തെങ്കിലും മാറ്റമുണ്ടായാൽ അതിനെ 'ജീൻ മ്യൂട്ടേഷൻ' എന്നു പറയും. ക്രോമസോമുകളുടെ എണ്ണത്തിലോ ഘടനയിലോ ഏറ്റക്കുറച്ചിൽ സംഭവിച്ചാൽ അതിനെ 'ക്രോമസോം മ്യൂട്ടേഷൻ' എന്നു പറയും. ക്രോമസോം മ്യൂട്ടേഷൻ ശക്തമായ ഒരു സൂക്ഷ്മദർശിനിയിലൂടെ കാണാൻ കഴിയും. ഈ രണ്ടു മ്യൂട്ടേഷനുകളും ജനറ്റിക് കോഡിനെ സ്വാധീനിക്കും. പുരുഷന്റെ ബീജത്തിനോ സ്ത്രീയുടെ അണ്ഡത്തിനോ സംഭവിക്കുന്ന മ്യൂട്ടേഷൻ സന്തതികളിലേയ്ക്കു സംക്രമിക്കും. മറ്റേതെങ്കിലും കോശത്തിനാണു മ്യൂട്ടേഷൻ സംഭവിക്കുന്നതെങ്കിൽ, ആ കോശം മൈറ്റോസിസിലൂടെ വിഭജിച്ചുണ്ടാകുന്ന കോശങ്ങളെ മാത്രമേ അതു ബാധിക്കുകയുള്ളൂ. ശരീരത്തിലുണ്ടാകുന്ന മുഴകളും മിക്ക ക്യാൻസറുകളും മ്യൂട്ടേഷന്റെ ഫലമാണ്. 'മിക്ക ക്യാൻസറുകളും' എന്നു പറയാൻ കാരണം വൈറസുകൾ മൂലവും ക്യാൻസർ ഉണ്ടാകുന്നതുകൊണ്ടാണ്.

പഞ്ചാംഗം നോക്കിയല്ല മ്യൂട്ടേഷൻ സംഭവിക്കുന്നത്. അത് എപ്പോൾ, എവിടെ സംഭവിക്കുമെന്ന് ആർക്കും പ്രവചിക്കാൻ പറ്റുകയില്ല. പല മ്യൂട്ടേഷനുകളും, ജീവികളെ സംബന്ധിച്ചിടത്തോളം, പ്രയോജനകരമാകാം. മ്യൂട്ടേഷനുകൾ പ്രകൃതിനിർദ്ധാരണത്തിനായി ഉപയോഗിക്കപ്പെടുമ്പോൾ, പരിണാമത്തിലൂടെയുള്ള അതിമന്ദഗതിയിലുള്ള മാറ്റത്തിന്റെ വേഗം കൂടുന്നു.

കുറുപ്പുചേട്ടന് എന്തോ ചോദിക്കാനുണ്ടെന്നു തോന്നുന്നു."

"ഇടയ്ക്കു കയറി ശല്യപ്പെടുത്തുകയാണെന്നു കരുതരുത് ദേവസ്യാ. ജീൻ മ്യൂട്ടേഷൻ ഒന്നുകൂടി വ്യക്തമാക്കിയാൽ കൊള്ളാം."

"മൂന്നു ബെയ്സുകൾ വീതമുള്ള കോഡോണുകളിൽ ഓരോ കോഡോണും ഒരു അമിനോ ആസിഡിനെ പ്രതിനിധാനം ചെയ്യുന്നുവെന്ന് അറിയാമല്ലോ. ഞാൻ ഒരു പുസ്തകത്തിൽ വായിച്ച നല്ലൊരുദാഹരണം പറയാം.

THE CAT ATE THE BIG FAT RAT

ഇതിൽ ഒരോന്നും ഓരോ കോഡോണാണെന്നും ഈ വാക്യം ഒരു പ്രോട്ടീനിന്റെ കോഡാണെന്നും സങ്കല്പിക്കുക. THE CAT കഴിഞ്ഞിട്ട് S എന്നൊരക്ഷരം ചാടിവീണെന്നിരിക്കട്ടെ. ഇപ്പോൾ ആ വാക്യം എങ്ങനെയാവും എന്നു നോക്കാം. മുമ്മൂന്നക്ഷരമേ പാടുള്ളൂ എന്നറിയാമല്ലോ.

THE CAT SAT ETH EBI GFA TRA T വാക്യം അർത്ഥശൂന്യമായി, ഒടുവിൽ ഒരക്ഷരം മുഴച്ചുനില്ക്കുകയും ചെയ്യുന്നു.

ഇനി ആദ്യത്തെ വാക്കിലെ E എന്ന അക്ഷരം പോയാൽ എന്തു സംഭവിക്കും എന്നു നോക്കാം.

THC ATA TET HEB IGF ATR AT ഇപ്പോഴും വാക്യം താറുമാറായി, അർത്ഥവും ഇല്ലാതായി. ജനറ്റിക് കോഡിൽ ഇപ്രകാരം സംഭവിക്കുകയാണെങ്കിൽ, ഒന്നുകിൽ ദശമൂലാരിഷ്ടം പിപ്പല്യാസവമാകും അല്ലെങ്കിൽ അരിഷ്ടമേ ഉണ്ടാവുകയില്ല."

"എന്നു പറഞ്ഞാൽ?" മത്തായിസാർ

"ഒന്നുകിൽ ഒരു പ്രോട്ടിനുപകരം അബദ്ധത്തിൽ മറ്റൊരു പ്രോട്ടീൻ ഉണ്ടാകും; അല്ലെങ്കിൽ, ആവശ്യമായ പ്രോട്ടീനേ ഉണ്ടാവുകയില്ല.

ഒരക്ഷരം മാറി മറ്റൊരക്ഷരം വന്നാലും ഇതുപോലെ പ്രശ്നമുണ്ടാകും. CAT യുടെ Cയ്ക്കു പകരം G സ്ഥാനംപിടിച്ചാൽ GAT എന്നാകുമല്ലോ. GAT എന്ന കോഡോൺ നിർദ്ദേശിക്കുന്ന അമിനോ ആസിഡ് CAT നിർദ്ദേശിച്ചിരുന്ന അമിനോ ആസിഡ് അല്ലെങ്കിൽ വ്യത്യസ്തമായ ഒന്ന് പ്രോട്ടീനിൽ സ്ഥാനം പിടിക്കുന്നു. ഇതിനു ഒന്നാന്തരം ഉദാഹരണമാണ് 'സിക്കിൾസെൽ അനീമിയ' എന്ന മാരകമാകാവുന്ന ജനിതകരോഗം."

"ഓഹോ, ഇതാണോ കേരളത്തിൽ ചില സ്ഥലങ്ങളിലെ ആദിവാസികളെ കൂട്ടത്തോടെ പിടികൂടിയ രോഗം?" പിള്ള ചോദിച്ചു.

"നീഗ്രോകളിൽ പൊതുവെയും മദ്ധ്യാഫ്രിക്കൻ ജനതയിൽ ഗണ്യമായ ഒരു വിഭാഗത്തിലും ഈ രോഗം കാണപ്പെടുന്നു. രക്തത്തിലെ ശോണകോശങ്ങൾക്കു സംഭവിക്കുന്ന തകരാറാണ് ഈ രോഗത്തിനു കാരണം. ശോണകോശങ്ങൾ ഓക്സിജൻ വഹിക്കുന്നിടത്തോളം അവയുടെ ആകൃതിയിൽ വ്യത്യാസം വരുന്നില്ല. എന്നാൽ കലകളിലേക്ക് ഓക്സിജൻ പകർന്നുകഴിഞ്ഞാലുടനേ ഇവ ചുരുങ്ങി അരിവാളിന്റെ രൂപത്തിൽ ആയിപ്പോകുന്നതുകൊണ്ടാണ് രോഗത്തിനു ഈ പേരു കിട്ടിയത്"

"അങ്ങനെയാണല്ലേ? ഞാൻ ചോദിക്കാൻ ഒരുങ്ങുകയായിരുന്നു. റഷ്യയിലും ചൈനയിലും വരേണ്ടിയിരുന്ന രോഗമല്ലേ ഇത്, പാവപ്പെട്ട നീഗ്രോകളെ എന്തിനു പിടികൂടിയെന്ന്." മത്തായിസാർ.

"ശരീരത്തിന്റെ എല്ലാ ഭാഗത്തും ഓക്സിജൻ എത്തിക്കുന്ന ഹീമോഗ്ലോബിൻ ആണല്ലോ ചുവന്ന രക്തകോശങ്ങളിൽ ഉള്ളത്. ഹിമോഗ്ലോബിൻ 574 അമിനോ ആസിഡുകൾ ചേർന്നുണ്ടാകുന്ന പ്രോട്ടീൻ തന്മാത്രയാണ്. അതിലെ ഒരു ഭാഗത്തെ ഗ്ലൂട്ടാമിക് ആസിഡിന്റെ സ്ഥാനത്തു വാലൈൻ എന്ന അമിനോ ആസിഡ് കടന്നുകൂടുന്നു എന്ന ഒറ്റക്കാരണം

കൊണ്ടാണ് മാരകമാകാവുന്ന ഈ രോഗം പിടിപെടുന്നത്. അരിവാൾ കോശങ്ങൾ സൂക്ഷ്മധമനികളിൽ പറ്റിപ്പിടിച്ച് ഓക്സിജൻ ശരീരകലകളിൽ എത്തുന്നതു തടസ്സപ്പെടുത്തുന്നു.

കൂട്ടത്തിൽ ഒരു കാര്യം കൂടി പറയട്ടെ, 'തലസ്സീമിയ' എന്ന രോഗത്തിനു കാരണമായ മറ്റൊരു ഹീമോഗ്ലോബിൻ തകരാറും ആദിവാസികൾക്കിടയിലുണ്ട്.

അണ്വായുധപരീക്ഷണങ്ങൾ നടക്കുമ്പോഴോ, അണ്വായുധങ്ങൾ പ്രയോഗിക്കുമ്പോഴോ സംഭവിക്കുന്ന ജനിതകതകരാറുകളെക്കുറിച്ചു പത്രപംക്തികളിലൂടെ നിങ്ങൾ മനസ്സിലാക്കിയിട്ടുണ്ടാവും. ഇവ ദോഷകരമായ മ്യൂട്ടേഷനുകളാണ്. എക്സ്റേ, അൾട്രാ വയലറ്റ് റേഡിയേഷൻ എന്നിവയും, റേഡിയോ ആക്റ്റീവ് ധൂളികളെപ്പോലെ, ദോഷകരമായ മ്യൂട്ടേഷനുകൾ ഉണ്ടാക്കിയേക്കാം. ആണവനിലയങ്ങളിൽ ജോലിചെയ്യുന്നവരെയും ഇത്തരം മ്യൂട്ടേഷനുകൾ ബാധിക്കാറുണ്ടെന്നു പഠനങ്ങൾ തെളിയിച്ചിട്ടുണ്ട്. മാതാപിതാക്കളെ കണ്ണീർ കുടിപ്പിക്കുന്ന ഒരു രോഗമുണ്ട്: ആട്ടിസം–കുഞ്ഞുങ്ങളിൽ പ്രതികരണശേഷി തീരെ കുറവായിരിക്കുന്ന അവസ്ഥ. ജീൻ മ്യൂട്ടേഷനാണ് ഇതിനു കാരണമെന്നു ഗവേഷകർ കണ്ടെത്തിയിരിക്കുന്നു. അതിനു പ്രതിവിധിയും ജനിതകശാസ്ത്രം കണ്ടെത്തുമെന്ന കാര്യം തീർച്ചയാണ്."

"ഇനി ഞങ്ങൾക്കറിയേണ്ടതു ക്ലോണിങ്ങിനെക്കുറിച്ചാണ്. അതു ദേവസ്യ പറഞ്ഞുതന്നെ ഞങ്ങൾക്കു കേൾക്കുകയും വേണം." കുറുപ്പു പറഞ്ഞു.

"ഇക്കാലത്ത് ഏറെ പ്രചാരമുള്ള ഒരു വാക്കാണ് ക്ലോണിങ്. ഒറ്റ വാക്യത്തിൽ പറഞ്ഞാൽ ലൈംഗികമല്ലാത്ത മാർഗ്ഗത്തിലൂടെ ഒരു കോശത്തിന്റെയോ ജീവിയുടെയോ തനിപ്പകർപ്പോ തനിപ്പകർപ്പുകളോ നിർമ്മിക്കുന്ന പ്രക്രിയയാണു ക്ലോണിങ്. സസ്യങ്ങളെ കമ്പു മുറിച്ചു നട്ടോ, പതിവച്ചു വളർത്തിയോ, ടിഷ്യു കൾച്ചർ വഴിയോ അവയുടെ വംശം വർദ്ധിപ്പിക്കുന്നതും ഒരുതരം ക്ലോണിങ്ങാണ്. ക്ലോണിങ്ങിന് സവിശേഷമായ ജനശ്രദ്ധ ലഭിച്ചത് ഞാൻ ജോലിചെയ്യുന്ന സ്കോട്ട്ലൻഡിലെ റോസ്ലിൻ ഇൻസ്റ്റിറ്റ്യൂട്ടിൽ നടന്ന, 'ഡോളി' എന്ന ചെമ്മരിയാടിനു ജന്മം നൽകിയ, ക്ലോണിങ്ങോടെയാണ്. എന്നെ സംബന്ധിച്ചിടത്തോളം അവിസ്മരണീയമായ ഒരു ദിവസമാണ് 1997ലെ ഫെബ്രുവരി 27. അന്നാണു ഡോളി ജനിച്ചത്. അവളുടെ ജനനത്തിനു കാരണമായ ക്ലോണിങ്ങിനെക്കുറിച്ചു വളരെ ചുരുക്കി ഞാൻ പറയാം. അതിന്റെ സാങ്കേതികവശം ഏറെ സങ്കീർണ്ണമാണ്. അതു നമുക്കാവശ്യമില്ല.

ധാരാളം പാൽ തരുന്ന ഏതെങ്കിലും ഇനം ആടിനെയോ പശുവിനെയോ ഇണചേർത്തു ജനിപ്പിക്കുന്ന ആടുകളോ പശുക്കളോ അതുപോലെ പാൽതരണമെന്നില്ല. മിക്കപ്പോഴും ഇങ്ങനെയാണു സംഭവിക്കുന്നത്. ഇതു കന്നുകാലികളെ വളർത്തുന്നവർ നേരിടുന്ന ഒരു പ്രശ്നമാ

ണ്. മറിച്ചു നല്ലയിനം കന്നുകാലികളുടെ 'ഫോട്ടോകോപ്പി'കൾ ഉണ്ടാക്കാൻ കഴിഞ്ഞാൽ പ്രശ്നത്തിനു പരിഹാരമായി. ഈ ദിശയിലുള്ള ഒരു പരീക്ഷണമാണ് റോസ്‌ലിൻ ഇൻസ്റ്റിറ്റ്യൂട്ട് വിജയകരമായി നിർവഹിച്ചത്.

'ഫിൻഡോർസെറ്റ്' എന്ന വംശത്തിൽപ്പെടുന്ന ഒരു പെൺചെമ്മരിയാടിന്റെ അകിടിലെ ടിഷ്യൂവിൽ നിന്നെടുത്ത ഒരു കോശത്തിനു വിഭജനം സംഭവിക്കാതെ ഒരാഴ്ച സൂക്ഷിച്ചു. ഇതിനിടയ്ക്ക് 'സ്കോട്ടിഷ് ബ്ലാക്ഫേസ്' വർഗ്ഗത്തിൽപ്പെട്ട ഒരു പെൺ ചെമ്മരിയാടിന്റെ ബീജസങ്കലനത്തിനു വിധേയമാകാത്ത ഒരണ്ഡമെടുത്ത് ഒരു മൈക്രോപിപ്പെറ്റുകൊണ്ട് അതിനുള്ളിലെ ന്യൂക്ലിയസ് മാറ്റി. ഫിൻഡോർസെറ്റ് ആടിന്റെ കോശവും ന്യൂക്ലിയസ് എടുത്തുമാറ്റിയ കോശവും ചേർത്തുവച്ച് വളരെ ലഘുവായ വൈദ്യുതി പ്രവാഹം ഉപയോഗിച്ച് ആ കോശങ്ങൾ വിളക്കിച്ചേർത്തു. ഇങ്ങനെ ഒത്തുചേർന്ന കോശം വിഭജനം തുടങ്ങി, ഒരാഴ്ചയോടെ ഭ്രൂണം രൂപംകൊണ്ടു. ഈ ഭ്രൂണത്തെ മറ്റൊരു ബ്ലാക്ഫേസ് ചെമ്മരിയാടിന്റെ ഗർഭപാത്രത്തിൽ നിക്ഷേപിച്ചു. 148 ദിവസം കഴിഞ്ഞപ്പോൾ ഗർഭിണിയായ ആ സ്കോട്ടിഷ് ബ്ലാക്ഫേസ് ചെമ്മരിയാട് ഫിൻഡോർസെറ്റ് വംശത്തിലുള്ള ഒരു പെൺ ആട്ടിൻകുട്ടിയെ പ്രസവിച്ചു. ഏത് ആടിന്റെ അകിടിൽനിന്നാണോ കോശമെടുത്തത് ആ ആടുമായി എല്ലാത്തരത്തിലും സമാനതയുണ്ടായിരുന്നു ഡോളിയ്ക്ക്.

ഞാൻ എത്ര എളുപ്പത്തിലാണു പറഞ്ഞുതീർത്തത്. ഇയാൻ വിൽമുട്ടിന്റെ നേതൃത്വത്തിലുള്ള ഞങ്ങളുടെ ടീമിന്റെ കഠിനാദ്ധ്വാനവും ഉത്കണ്ഠയും വേദനയും നിങ്ങൾക്ക് ഊഹിക്കാവുന്നതേയുള്ളൂ. ഡോളി എഴുന്നേറ്റുനിന്നപ്പോൾ എത്ര ഷാമ്പെയിൻ കുപ്പികളാണു പൊട്ടിയതെന്നറിയാമോ. ഞങ്ങളുടെ ടീമിലെ മത്തായിസാറന്മാർ കുരിശുവരച്ചു.

പൂച്ചെണ്ടുകളുടെയും കല്ലേറുകളുടെയും പ്രവാഹമായിരുന്നു ലോകത്തിന്റെ നാനാഭാഗത്തുനിന്ന്. വൈജ്ഞാനികലോകത്തു നിന്നായിരുന്നു പൂച്ചെണ്ടിൽ ഏറിയ കൂറും. കല്ലേറുകൾ എവിടെനിന്നായിരുന്നുവെന്ന് ഊഹിക്കാവുന്നതേയുള്ളൂ."

"സംശയമെന്ത്? ധർമ്മപ്രബോധകരിൽനിന്ന്. തങ്ങൾക്കിഷ്ടപ്പെടാത്ത, ദഹിക്കാത്ത, ഏതറിവുവന്നാലും സദാചാരം, ധാർമ്മികത എന്നീ പേരുകളിൽ ചന്ദ്രഹാസം ചുഴറ്റുന്നത് പണ്ടേയ്ക്കുപണ്ടേയുള്ള പരിപാടിയാണല്ലോ." സുന്ദരേശനാണ് ഇങ്ങനെ പറഞ്ഞത്.

ഇതുവരെ, ഏറെക്കുറെ നിശ്ശബ്ദമായി, തന്റെ വത്സലശിഷ്യന്റെ പ്രകടനം ആസ്വദിച്ചുകൊണ്ടിരുന്ന പ്രൊഫസർ ഇടപെട്ടു.

"അങ്ങനെ അടച്ചു ശകാരിക്കരുതു സുന്ദരേശൻ. അവരുടെ എതിർപ്പിലും കുറച്ചു കഴമ്പുണ്ട്. ഏതു നല്ല കാര്യങ്ങളെയും മുതലെടുത്തു സമൂഹത്തെ ദ്രോഹിക്കുന്നവർ ഉണ്ടല്ലോ. കിഡ്നിയും ഹൃദയവും മാറ്റിവയ്ക്കുന്നതു വൈദ്യശാസ്ത്രത്തിന്റെ വരദാനമാണ്. അതു മുതലെടുത്തു കുറുക്കുവഴിയിലൂടെ സമ്പന്നരാകാൻ മുതിരുന്ന എത്രയോ വമ്പ

ന്മാർ സമൂഹത്തിലുണ്ട്. നിങ്ങളിൽ ചിലരെങ്കിലും '*കോമ*' എന്ന ഇംഗ്ലീഷ് ചിത്രം കണ്ടിട്ടുണ്ടാവും. ഇത്തരം ദുരുപയോഗമാണ് ഈ ചിത്രത്തിന്റെ പ്രമേയം. 'സാക്ഷരാ' എന്ന വാക്കും തിരിച്ചു വായിക്കൂ. 'രാക്ഷസാ' എന്നാകും. അതുപോലെയാണു സമൂഹത്തിലെ പഠിപ്പുള്ള വില്ലന്മാർ. ഇന്ന് ആടിനെ ക്ലോൺ ചെയ്തു. നാളെ മനുഷ്യനെ ക്ലോൺ ചെയ്തുകൂടേ? തങ്ങൾ ക്ലോണിങ്ങുവഴി മനുഷ്യഭ്രൂണത്തെ നിർമ്മിച്ചുവെന്ന് മസാച്യുസെറ്റ്സിലെ 'അഡ്വാൻസ്ഡ് സെൽ ടെക്നോളജി' എന്ന പ്രൈവറ്റ് ഗവേഷണകേന്ദ്രം 2001 നവംബറിൽ അവകാശപ്പെടുകയുണ്ടായി. അവരുടെ അവകാശവാദം ശരിയാവാം, തെറ്റാവാം. പക്ഷേ അത് അമേരിക്കയിൽ വലിയ ഒച്ചപ്പാടുണ്ടാക്കി. ക്ലോണിങ്ങുമായി ബന്ധമുള്ളതും അതിലേറെ രൂക്ഷവിമർശനങ്ങൾക്കു ശരവ്യമായതുമായ ഒരു മേഖലയാണ് സ്റ്റെംസെൽ ഗവേഷണം. അതിനെക്കുറിച്ചു കൂടി ചില കാര്യങ്ങൾ ദേവസ്യ ഇവർക്കു പറഞ്ഞുകൊടുക്കണം."

" 'ബ്ലാസ്റ്റോസിസ്റ്റ്' എന്നൊരു വാക്ക് പ്രൊഫസർ പറഞ്ഞു നിങ്ങൾ കേട്ടിട്ടുണ്ടാകും. ഭ്രൂണത്തിന്റെ വളർച്ചയുടെ ആദ്യഘട്ടമാണിത്. അതിനുള്ളിലെ കോശപിണ്ഡത്തിലെ മുഴുവൻ കോശങ്ങളും സ്റ്റെം കോശങ്ങളാണ്. ഇവ ഫീറ്റസിന്റെ പൊക്കിൾക്കൊടി, മറുപിള്ള എന്നിവയിലെ രക്തത്തിൽ സമൃദ്ധമായി കാണപ്പെടുന്നു. മുതിർന്നവരുടെ അസ്ഥിമജ്ജ, രക്തം മുതലായ ചില കലകളിലും ഇവയുണ്ട്. കൾച്ചർ ചെയ്തു സംഖ്യ വർദ്ധിപ്പിച്ച്, പ്രവർത്തനം തകരാറിലായ അവയവങ്ങളിൽ കടത്തിവിട്ടാൽ ഈ കോശങ്ങൾ ആ അവയവങ്ങളുടെ കോശങ്ങളെപ്പോലെ ആയിത്തീരുകയും തുടർച്ചയായി സ്വയം വിഭജിക്കുകയും ചെയ്യും. അങ്ങനെ അവ ആതിഥേയ അവയവത്തിന്റെ ഭാഗമായി പ്രവർത്തിക്കും; തകരാറു പരിഹരിക്കപ്പെടും. അതിനാൽ രോഗചികിത്സാരംഗത്ത് സ്റ്റെംസെല്ലുകൾക്ക് ഏറെ പ്രാധാന്യമുണ്ട്. ലുക്കീമിയ പോലുള്ള മാരകമായ രക്തരോഗങ്ങൾക്ക് ഏറ്റവും മെച്ചപ്പെട്ട ചികിത്സാരീതിയാണിത്. ബ്ലാസ്റ്റോസിസ്റ്റിലെ സ്റ്റെം കോശങ്ങൾ, അതായത് ഭ്രൂണീയ സ്റ്റെം കോശങ്ങൾ, മറ്റുള്ളവയിൽനിന്ന് വ്യത്യസ്തമാണ്. ഇവയ്ക്ക് മനുഷ്യശരീരത്തിലെ പേശി, ചർമ്മം, ഗ്രന്ഥി, അസ്ഥി എന്നിങ്ങനെ ഏതു കലയായാലും, അവ സ്ഥിതി ചെയ്യുന്ന സാഹചര്യത്തിനനുസരിച്ച് മാറാൻ കഴിയും. ആയതിനാൽ അവയെ 'പ്ലൂറി പൊട്ടെന്റ്' അഥവാ ബഹുവിധ ശക്തം എന്നു വിശേഷിപ്പിക്കുന്നു. പൊക്കിൾക്കൊടിയിലും മറ്റും കാണപ്പെടുന്ന സ്റ്റെം കോശങ്ങൾക്ക് മറ്റു കോശങ്ങളായി മാറാനുള്ള കഴിവ് പരിമിതമാകയാൽ അവയെ മൾട്ടിപൊട്ടെന്റ് അഥവാ പലവിധശക്തം എന്നു വിളിക്കുന്നു. ഉദാഹരണമായി അസ്ഥിമജ്ജയിലെ സ്റ്റെംകോശങ്ങൾക്ക് രക്തത്തിലെ വിവിധയിനം കോശങ്ങളായി മാറാനും, ചർമ്മത്തിലെ സ്റ്റെം കോശങ്ങൾക്ക് പലയിനം ചർമ്മകോശങ്ങളായി മാറാനും കഴിയുമെങ്കിലും മറ്റു കലകളിലെ കോശങ്ങളായി മാറാൻ അവയ്ക്കു കഴിയുകയില്ല.

"ഇവിടെ ക്ലോണിങ്ങിന്റെ പ്രസക്തി?" പിള്ളയാണ് ഈ ചോദ്യം ചോദിച്ചത്.

"ഈ ചോദ്യത്തിന്റെ ഉത്തരം ഞാൻ ഇപ്പോൾ പറഞ്ഞുകഴിഞ്ഞതിൽ അടങ്ങിയിട്ടുണ്ട്. എന്നാലും ഞാൻ വിശദീകരിക്കാം.

ചികിത്സയ്ക്ക് ഏറ്റവും ഉത്തമം ഭ്രൂണത്തിലുള്ള സ്റ്റെം സെല്ലുകളാണെന്നു ഞാൻ പറഞ്ഞല്ലോ. ഭ്രൂണത്തിലുള്ള സ്റ്റെം സെല്ലുകളെ കിട്ടണമെങ്കിൽ ശിശുവായി മാറേണ്ട ഒരു ഭ്രൂണത്തെ നശിപ്പിക്കണം. ഭ്രൂണഹത്യ പാപമാണെന്ന് അനുശാസിക്കുന്ന മതങ്ങളുണ്ട്. പല ജീവിതങ്ങളെ രക്ഷിക്കാൻവേണ്ടിയാണെങ്കിലും ഭ്രൂണഹത്യ മതങ്ങളെ സംബന്ധിച്ചിടത്തോളം നിഷിദ്ധമാണ്. ക്ലോണിങ്ങിലൂടെ നിർമ്മിക്കപ്പെടുന്ന ഭ്രൂണങ്ങളാണെങ്കിൽപ്പോലും സ്റ്റെംസെല്ലുകൾക്കുവേണ്ടി അവയെ നശിപ്പിക്കുന്നതു പാപമായി കരുതപ്പെടുന്നു. ഭ്രൂണം ബ്ലാസ്റ്റോസിസ്റ്റ് ആയിരിക്കുമ്പോൾ ഉദ്ദീപനങ്ങളോടു പ്രകടമായി പ്രതികരിക്കാത്തതുകൊണ്ട് അതിനെ നശിപ്പിക്കുന്നതിൽ നൈതികപ്രശ്നങ്ങളൊന്നും അന്തർഭവിക്കുന്നില്ല എന്നാണ് അനുകൂലമനസ്കരുടെ നിലപാട്.

പല രാജ്യങ്ങളും സ്റ്റെംസെൽ ഗവേഷണം നിയമംമൂലം തടഞ്ഞിട്ടുണ്ട്. 2005 ഫെബ്രുവരി 18ന് ഐക്യരാഷ്ട്രസഭയുടെ കമ്മിറ്റി, അമേരിക്കൻ ഗവൺമെന്റിന്റെ ശക്തമായ പിന്തുണയോടെ, അംഗരാജ്യങ്ങൾ ചികിത്സയ്ക്കുവേണ്ടിപ്പോലും സ്റ്റെംസെൽ ഗവേഷണം അനുവദിക്കരുത് എന്നൊരു പ്രമേയം പാസാക്കി. 71 രാജ്യങ്ങൾ പ്രമേയത്തെ അനുകൂലിച്ചും 35 രാജ്യങ്ങൾ എതിർത്തും വോട്ടുചെയ്തു. എതിർത്തവരുടെ മുൻനിരയിൽ ഇന്ത്യയും ഉണ്ടായിരുന്നു. മിക്ക കാര്യങ്ങളിലും അമേരിക്കയെ പിന്താങ്ങുന്ന ബ്രിട്ടൻ ഈ പ്രശ്നത്തിൽ അമേരിക്കയെ എതിർത്തു. മെഡിക്കൽ ഗവേഷണത്തിനും മാരകമായ രോഗങ്ങൾക്കു പ്രതിവിധി കണ്ടെത്താനുള്ള ശ്രമങ്ങൾക്കും ഈ പ്രമേയം വിലങ്ങുതടിയാവുമെന്നു വാദിച്ച ബ്രിട്ടൻ, ഈ പ്രമേയാവതരണത്തിനു തൊട്ടുമുമ്പ്, മെഡിക്കൽ ഗവേഷണത്തിനുവേണ്ടി മനുഷ്യക്ലോണിങ് നടത്താൻ റോസ്‌ലിൻ ഇൻസ്റ്റിറ്റ്യൂട്ടിനു ലൈസൻസു നൽകി എന്നത് ഇവിടെ എടുത്തുപറയേണ്ട കാര്യമാണ്.

എന്നാൽ ധാർമ്മികതയുടെ പേരിലുള്ള എതിർപ്പുകളെ അതിജീവിക്കാൻ കഴിയുമെന്ന പ്രതീക്ഷയുണർത്തുന്ന ഒരു പരീക്ഷണത്തിൽ എന്റെ യൂണിവേഴ്സിറ്റിയിലെ തന്നെ ഒരു സംഘം ശാസ്ത്രജ്ഞന്മാർ സമീപകാലത്ത് വിജയം കൈവരിച്ചിരിക്കയാണ്. സാധാരണ കോശങ്ങളെ ഭ്രൂണീയ സ്റ്റെം സെല്ലുകളെപ്പോലെ ബഹുവിധ ശക്തമാക്കി മാറ്റാൻ കഴിവുള്ള ഒരു ജീനിനെ അവർ വേർതിരിച്ചെടുത്തു. ഇതിന് 'നാനോംഗ്' എന്നാണ് പേര് നൽകിയിരിക്കുന്നത്. തൊലിയിൽനിന്നോ, മറ്റേതെങ്കിലും കലകളിൽനിന്നോ എടുത്ത കോശങ്ങളിലേക്ക് 'നാനോംഗി'നെ കടത്തിയാൽ അവ ഭ്രൂണീയകോശങ്ങളെപ്പോലെ ആയിത്തീരും. ഈ സാങ്കേ

തികവിദ്യ താമസിയാതെ പ്രയോഗത്തിലാവും എന്നാണ് പ്രതീക്ഷ. എങ്കിൽ അത് രോഗചികിത്സാരംഗത്തെ ഒരു വമ്പിച്ച നേട്ടമായിരിക്കും. പക്ഷേ, അതൊരു വലിയ 'എങ്കിൽ' ആണ്. മാറാരോഗങ്ങളുമായി മല്ലടിക്കുന്ന മനുഷ്യരെ ഓർത്ത് സ്റ്റെംസെൽ ഗവേഷണത്തിന്മേൽ ഏർപ്പെടുത്തിയിരിക്കുന്ന വിലക്ക് രാജ്യങ്ങൾ പിൻവലിക്കുമെന്നും സമീപഭാവിയിൽത്തന്നെ സ്റ്റെംസെല്ലുകളെ അടിസ്ഥാനമാക്കിയുള്ള ചികിത്സാരംഗം അത്ഭുതകരമായ പുരോഗതി കൈവരിക്കുമെന്നും നമുക്കു പ്രത്യാശിക്കാം.

മൈറ്റോകോൺഡ്രിയണുകളെക്കുറിച്ച് ഒന്നുരണ്ടുകാര്യങ്ങൾ പറയാൻ ഞാൻ ആഗ്രഹിക്കുന്നു. ഒരു കോശത്തിന്റെ ന്യൂക്ലിയസിനുള്ളിൽ മാത്രമല്ല, സൈറ്റോപ്ലാസത്തിലെ ഒരാർഗ്ഗനെല്ലായ മൈറ്റോകോൺഡ്രിയണിലും ഡിഎൻ എ ഉണ്ടെന്നു നാം മനസ്സിലാക്കി. മൈറ്റോകോൺഡ്രിയണിലെ ഡി എൻ എയുടെ സവിശേഷത അതു മാതാവിൽനിന്നു മാത്രം ലഭിക്കുന്ന ഡി എൻ എ ആണെന്നതാണ്. പ്രകടമായ വലിയ മാറ്റങ്ങൾക്ക് ഇവ വിധേയമല്ലതാനും. ചില ഗവേഷകർ ലോകത്തെ വിവിധ ഭാഗങ്ങളിലുള്ള ആളുകളിൽനിന്നു മൈറ്റോകോൺഡ്രിയണുകളുടെ ജീൻ ശേഖരിച്ചു തലമുറകൾ പിന്നിലോട്ടു നീളുന്ന ഗവേഷണങ്ങൾ നടത്തിയതിന്റെ ഫലമായി ഹോമോസേപ്പിയൻസ് എന്ന മനുഷ്യവർഗ്ഗത്തിന്റെ മൈറ്റോകോൺഡ്രിയൽ ഡി എൻ എ യുടെ ഉത്ഭവം രണ്ടുലക്ഷം വർഷങ്ങൾക്കു മുമ്പു ജീവിച്ചിരുന്ന ഒരാഫ്രിക്കക്കാരിയിൽ എത്തിനില്ക്കുന്നതായി കണ്ടു. ആദ്യത്തെ പെൺഹോമോസേപ്പിയൻസ് എന്ന അർത്ഥത്തിൽ ഇവരെ 'ആഫ്രിക്കൻ ഹവ്വ' എന്നു വിശേഷിപ്പിച്ചു. ഫോസിൽപഠനങ്ങളും രണ്ടു ലക്ഷം വർഷങ്ങൾക്കു മുമ്പാണ് ആദ്യത്തെ ഹോമോസേപ്പിയൻസിന്റെ ഉത്ഭവം എന്ന നിഗമനത്തിലാണ് എത്തിച്ചേർന്നത്! നരവംശശാസ്ത്രത്തിലെ പഠനങ്ങൾക്ക് ജനറ്റിക്സ് വളരെ സഹായം ചെയ്യുന്നു എന്നു സൂചിപ്പിക്കാനാണ് ഇത്രയും ഞാൻ പറഞ്ഞത്.

കൊലപാതകങ്ങൾക്കു തുമ്പു കണ്ടെത്താനും ഒരു കുട്ടിയുടെ പിതൃത്വം നിശ്ചയിക്കാനും ജനിതകശാസ്ത്രം സഹായകമാകുന്നു എന്ന വസ്തുത കൂടെക്കൂടെ പത്രപംക്തികളിലൂടെ നിങ്ങൾ അറിയുന്നുണ്ടാവും, അല്ലേ? ""പത്രങ്ങളിൽ മാത്രമല്ല ദൃശ്യമാധ്യമങ്ങളിലും ഡി എൻ എ ടെസ്റ്റു നിറഞ്ഞുനില്ക്കുന്നു. ഡി എൻ എ. ടെസ്റ്റിനെക്കുറിച്ചു പരാമർശമില്ലാത്ത സിനിമകളും സീരിയലുകളും ഇല്ലെന്നു തന്നെ പറയാം." കുറുപ്പു പറഞ്ഞു.

"യേശുക്രിസ്തു മഗ്ദലനമറിയത്തെ വിവാഹം ചെയ്തെന്നും അവർക്ക് ഒരു മകനുണ്ടായിരുന്നെന്നും തെളിയിക്കാൻ അന്വേഷകർ ഡി എൻ ഏ യെ കൂട്ടുപിടിച്ചതായി പത്രത്തിൽ കണ്ടു," പരമേശ്വരൻ പറഞ്ഞു.

"ഡാവിഞ്ചികോഡിന്റെ തുടർച്ച, അല്ലേ?" സുന്ദരേശൻ ഒളികണ്ണാൽ മത്തായിസാറിനെ നോക്കി

"ഏതു കോഡായാലും കെങ്കേമം!" സാറിന്റെ കമന്റ്.

ഇതൊന്നും കേൾക്കാത്തതുപോലെ ദേവസ്യ തുടർന്നു. "ഒരു ജീവിയുടെ ക്രോമസോമുകളിലുള്ള ഡി എൻ എ യിലെ മൊത്തം ബെയ്സ് അനുക്രമങ്ങൾ അഥവാ ബെയ്സ് സീക്വൻസുകളാണ് അതിന്റെ ജെനോം. ഡി എൻ എ സീക്വൻസുകളെന്നേ സാധാരണ പറയാറുള്ളു. ഒരു സാധാരണ വ്യക്തിക്കു മനസ്സിലാകാൻ മൊത്തം ഡി എൻ എ എന്നു പറഞ്ഞാലും മതിയാവും. ബഹുകോശജീവികളിൽ ഒരു കോശത്തിന്റെ ജെനോം മറ്റെല്ലാ കോശങ്ങളിലെയും ജെനോമിനെ പ്രതിനിധാനം ചെയ്യുന്നു. എന്തെന്നാൽ, ക്രോമസോമുകളുടെ കാര്യത്തിൽ കോശങ്ങൾ തമ്മിൽ വ്യത്യാസമില്ല എന്നതുതന്നെ. ഏതാനും മൈക്രോമീറ്റർ മാത്രം വ്യാസമുള്ള അതിസൂക്ഷ്മമായ ഒരു കോശത്തിനുള്ളിലെ ന്യൂക്ലിയസിൽ രണ്ടു മീറ്ററോളം നീളമുള്ള ഡി എൻ എ യെ അടക്കം ചെയ്യുക എന്ന ജാലവിദ്യ കാട്ടാൻ വിശ്വപ്രകൃതിക്കു മാത്രമേ കഴിയുകയുള്ളു. അതിലും വലിയ അത്ഭുതം രണ്ടു മീറ്റർ മാത്രം നീളമുള്ള ഡി എൻ എയിൽ മുന്നൂറുകോടിയോളം ബെയ്സ് ജോഡികൾ ഗോപനം ചെയ്തിട്ടുണ്ട് എന്നതാണ്. ഇവയിൽ പ്രോട്ടീൻ കോഡുചെയ്യുന്ന ജീനുകൾ മുപ്പതിനായിരത്തിൽ താഴെയേ കാണുകയുള്ളു. ശേഷിച്ച വലിയ ശതമാനം ഡി എൻ എ യിൽ എന്തെങ്കിലും ജനിതകവിവരങ്ങൾ ഉള്ളതായി ഇതുവരെ കണ്ടെത്തിയിട്ടില്ല. ഇവയെ 'ജങ്ക്' അഥവാ ചവറു ഡി എൻ എ എന്നു മാദ്ധ്യമഭാഷയിൽ വിളിക്കുന്നു. അങ്ങനെ തറപ്പിച്ചുപറയാറായിട്ടില്ല.

'അന്താരാഷ്ട്ര മാനവ ജെനോം പ്രോജക്ട്' എന്നു നിങ്ങൾ കേട്ടിട്ടില്ലേ? വിവിധ രാജ്യങ്ങളിലുള്ള ജനിതകശാസ്ത്രജ്ഞന്മാരുടെ വിദഗ്ധസംഘങ്ങൾ പ്രത്യേകം പ്രത്യേകമായി 17 വർഷം ഗവേഷണം നടത്തിയതിന്റെ ഫലമായി മനുഷ്യന്റെ ജെനോംപ്ലാനിന്റെ വായന 99.9% പൂർത്തിയാക്കി. 'ജെനോം പ്ലാൻ' എന്നു പറഞ്ഞാൽ മൊത്തം ഡി.എൻ.എ.യിലെ ബെയ്സുകളുടെ അനുക്രമം വ്യക്തമാക്കുന്ന ചിത്രാധിഷ്ഠിത വിശദീകരണമാണ്. ഈ അനുക്രമം നിർണ്ണയിക്കുന്ന രിതിക്ക് ജെനോം സീക്വൻസിങ് എന്നു പറയും. ഏതാനും വർഷങ്ങൾക്കുള്ളിൽ ആ വലിയ ജോലി എല്ലാ അർത്ഥത്തിലും പൂർത്തിയാവും എന്നു പ്രതീക്ഷിക്കപ്പെടുന്നു. മനുഷ്യരുടെ ആരോഗ്യനിലവാരം വളരെ മെച്ചപ്പെടുത്താനും മാരകരോഗങ്ങൾക്കു പരിഹാരം കണ്ടെത്താനും ആയുർദൈർഘ്യം വർദ്ധിപ്പിക്കാനും മനുഷ്യരുടെ മാനസികപ്രവർത്തനങ്ങളുടെ നിഗൂഢതകളിലേയ്ക്കു വെളിച്ചം പായിക്കാനും സുദീർഘവും ക്ലേശപൂർണ്ണവുമായ ഈ പഠനം സഹായകമാകുമെന്നു ശാസ്ത്രലോകം പ്രതീക്ഷിക്കുന്നു.

ഈ ജെനോം പ്രോജക്ട് ഒരു സുപ്രധാനവസ്തുത വെളിവാക്കിയിട്ടുണ്ട്. വർണ്ണവ്യത്യാസമെന്നതു ശുദ്ധ അസംബന്ധമാണെന്ന്. കറുത്ത

തൊലിയുള്ളവർ മോശക്കാരെന്നും വെളുത്ത തൊലിയുള്ളവർ കറുപ്പ്, ബ്രൗൺ, മഞ്ഞ എന്നീ നിറങ്ങളിലുള്ള തൊലിയുള്ളവരെക്കാൾ കേമന്മാരാണെന്നും ഉള്ള ധാരണ തെറ്റാണെന്നു ഡി എൻ എ പഠനങ്ങൾ അർത്ഥശങ്കയ്ക്ക് ഇടമില്ലാതെ തെളിയിച്ചിരിക്കുന്നു. ഇവരുടെ ഡി എൻ എകൾക്കു തമ്മിൽ അടിസ്ഥാനപരമായി യാതൊരു വ്യത്യാസവും ഇല്ല."

"ശാസ്ത്രത്തിന്റെ ഈ വെളിപ്പെടുത്തൽ മാനവരാശിയിലെ വിഭിന്നവർഗ്ഗങ്ങളെ തമ്മിൽ അടുപ്പിക്കാൻ സഹായകമാകും എന്നാണ് എന്റെ വിശ്വാസം." കുറുപ്പാണ് ഇങ്ങനെ പറഞ്ഞത്.

"നനഞ്ഞിടം കുഴിക്കുകയാണെന്നു ദേവസ്യയ്ക്കു തോന്നരുത്. വിലപ്പെട്ട ഈ അറിവുകളൊന്നും ഞങ്ങൾക്കു ലഭിക്കുമായിരുന്നില്ല പ്രൊഫസർ ഈ ചർച്ചയ്ക്കു തുടക്കമിട്ടില്ലായിരുന്നെങ്കിൽ. എന്തെങ്കിലും കിട്ടുമെന്നുണ്ടെങ്കിൽ കൂടുതൽ ആയിക്കോട്ടേ എന്ന വിചാരം മനുഷ്യസഹജമാണ്. പെൻഷൻകാരും അതിനതീതരല്ല." പിള്ളയാണ് ഇങ്ങനെ പറഞ്ഞത്.

"പിള്ളച്ചേട്ടന്റെ മുഖവുര അസ്സലായി. എന്തിന്റെ പുറപ്പാടാണെന്നറിഞ്ഞില്ല."

"ഞങ്ങൾക്ക് ജനറ്റിക് എഞ്ചിനീയറിങ്ങിനെയും ബയോടെക്നോളജിയെയും കുറിച്ചു സാമാന്യമായ അറിവു കിട്ടിയാൽ കൊള്ളാമെന്നുണ്ട്. പത്രമാസികകളിലും ദൃശ്യമാദ്ധ്യമങ്ങളിലും ഇപ്പോൾ പ്രചാരമുള്ള വാക്കുകളാണിവ."

"അതിനെന്താ പറയാമല്ലോ.

നമ്മുടെ ഈ നൂറ്റാണ്ടിനെ ബയോടെക്നോളജിയുടെയും ഇൻഫർമേഷൻ ടെക്നോളജിയുടെയും യുഗമെന്നു വിശേഷിപ്പിക്കുന്നതിൽ തെറ്റില്ല. ബയോടെക്നോളജിയുടെ വളർച്ച ജനറ്റിക് എഞ്ചിനീയറിങ്ങിനെ ആശ്രയിച്ചിരിക്കുന്നു. അതുകൊണ്ട് ജനറ്റിക് എഞ്ചിനീയറിങ്ങിനെക്കുറിച്ച് ആദ്യം പറയാം. ഒരു ജീവിയുടെ ഡി എൻ എ തന്മാത്രയോട് ഒരു ബാഹ്യജീനിനെ കൂട്ടിയിണക്കുന്ന വിദ്യയാണ് ജനറ്റിക് എഞ്ചിനിയറിങ്. ഈ സാങ്കേതികവിദ്യയുടെ ആദ്യവിജയക്കൊടിയാണ് കൃത്രിമ ഹ്യൂമൺ ഇൻസുലിൻ."

"കേൾക്കട്ടെ, കേൾക്കട്ടെ. രണ്ടുനേരം ഈ ഇൻസുലിനാണു ഞാൻ കുത്തിവയ്ക്കുന്നത്." മത്തായിസാർ പറഞ്ഞു.

"കോടിക്കണക്കിനു പ്രമേഹരോഗികൾക്ക് ആശ്വാസമേകുന്ന ഈ ഹ്യൂമൺ ഇൻസുലിൻ എങ്ങനെയാണു നിർമ്മിക്കുന്നത് എന്നു നോക്കാം.

'ഇ കോളി' എന്ന ബാക്റ്റീരിയത്തിന്റെ സൈറ്റോപ്ലാസത്തിൽ സ്വതന്ത്രമായി വിന്യസിച്ചിരിക്കുന്ന പ്ലാസ്മിഡുകൾ എന്ന ചെറു ഡി എൻ എ വലയങ്ങളുണ്ട്. ഇവയെ വേർതിരിച്ച് ഒരു മാദ്ധ്യമത്തിലേക്കു മാറ്റിയ ശേഷം ഒരു എൻസൈം പ്രയോഗിക്കുമ്പോൾ വലയത്തിന്റെ ഒരു ഭാഗം മുറിഞ്ഞു വിടവുണ്ടാകുന്നു. ഈ വിടവിലേക്ക് മനുഷ്യന്റെ ഇൻസുലിൻ

ജീൻ ഒരു യോജിപ്പിക്കൽ എൻസൈം ഉപയോഗിച്ചു കടത്തി യോജിപ്പിക്കുന്നു. അങ്ങനെ ഒരു കൃത്രിമ റീ കോംബിനന്റ് ഡി എൻ എ രൂപം കൊള്ളുന്നു. ഇൻസുലിൻ ജീൻ വാഹിയായ ഈ പ്ലാസ്മിഡ് ജനിതക മാറ്റത്തിനു വിധേയമായതുകൊണ്ട് ഇതിനെ 'ജനറ്റിക്കലി മോഡിഫൈഡ് പ്ലാസ്മിഡ്' അഥവാ 'GM പ്ലാസ്മിഡ്' എന്നു വിളിക്കുന്നു."

"ദേവസ്യാ ക്ഷമിക്കണം. 'പ്ലാസ്മിഡ്' എന്ന വാക്കു ഞങ്ങൾ കേട്ടിട്ടില്ല." കുറുപ്പാണു പറഞ്ഞത്.

"ഒരു ബാക്റ്റീരിയത്തിന്റെ ക്രോമസോം ഒരൊറ്റ ഡി എൻ എ തന്മാത്രയാണ്. അതു വളഞ്ഞുമടങ്ങി ഒരു ഭാഗത്തു കിടക്കുന്നു. അതിനു ചുറ്റും ഒരാവരണമില്ലാത്തതുകൊണ്ട്, ബാക്റ്റീരിയത്തിനു സുഘടിത ന്യൂക്ലിയസ്സില്ല– ക്രോമസോം ന്യൂക്ലിയസ്സിനെ പ്രതിനിധാനം ചെയ്യുന്നെങ്കിലും. ഈ ക്രോമസോം നിവർത്തിനോക്കിയാൽ അതൊരു വലിയ വളയമാണെന്നു കാണാം. ബാക്റ്റീരിയത്തിന്റെ സൈറ്റോപ്ലാസത്തിൽ ചെറിയ വളയങ്ങളായ സ്വതന്ത്ര ഡി എൻ എ തന്മാത്രകളും ഉണ്ട്. ഇവയെയാണു 'പ്ലാസ്മിഡുകൾ' എന്നു പറയുന്നത്. ഇപ്പോൾ വ്യക്തമായല്ലോ.

ഇൻസുലിൻ ജീനിനെ ഉൾക്കൊണ്ട പ്ലാസ്മിഡിനെ വീണ്ടും ഇ കോളി ബാക്റ്റീരിയത്തിൽ കടന്നുകൂടാൻ സൗകര്യപ്പെടുത്തിയാൽ അവിടെ അത് ഇൻസുലിൻ ഉത്പാദനം ആരംഭിക്കും. ഇപ്പോൾ ആ ബാക്റ്റിരിയം GM ബാക്റ്റീരിയമായി മാറിക്കഴിഞ്ഞിരിക്കുന്നു. ഇത് ഒരു ബാക്റ്റീരിയത്തിന്റെ കഥ. പ്രത്യുല്പാദനം ആരംഭിക്കുന്ന GM ബാക്റ്റീരിയങ്ങൾ ചുരുങ്ങിയ സമയംകൊണ്ടു വൻസംഭരണികളിൽ, പ്രത്യേക മാധ്യമത്തിൽ, വളർന്നു നിറയുന്നു. പിന്നീട് ആവശ്യാനുസരണം കൃത്രിമ മനുഷ്യ ഇൻസുലിൻ വേർതിരിച്ചു വിപണിയിൽ ഇറക്കുന്നു."

"ചുമ്മാതല്ല മുടിഞ്ഞ വില വാങ്ങുന്നത്." മത്തായിസാറിന്റെ കമന്റ്. ഹ്യൂമൺ ഇൻസുലിന്റെ വലിയ വിലയ്ക്ക് അദ്ദേഹം ന്യായീകരണം കണ്ടെത്തി, ആശ്വസിച്ചു.

"ജീവജാലങ്ങളെ, വിശിഷ്യ സൂക്ഷ്മജീവികളെ, പലതരം സാങ്കേതികവിദ്യകൾ പ്രയോഗിച്ച്, തങ്ങൾക്കു പ്രയോജനകരമായ രീതിയിൽ, മനുഷ്യർ ഉപയോഗിക്കുന്നതിനെയാണ് 'ബയോടെക്നോളജി' എന്നു പറയുന്നത്. ഒരർത്ഥത്തിൽ, മനുഷ്യർ കർഷകവൃത്തി തുടങ്ങിയ കാലം മുതൽ ബയോടെക്നോളജി ഉണ്ടായിരുന്നു എന്നു പറയാം. പക്ഷേ ആ പേരു പറയാൻ തുടങ്ങിയത് അടുത്തകാലം മുതൽക്കാണ്– അതായത് ജനറ്റിക് എഞ്ചിനിയറിങ്ങിന്റെ ആവിർഭാവം മുതൽ. പാൽ പുളിപ്പിച്ച് തൈര്, വെണ്ണ, പാൽക്കട്ടി മുതലായ സാധനങ്ങൾ ഉണ്ടാക്കുന്നതു പഴയ ബയോടെക്നോളജിയാണ്; ബാക്റ്റീരിയങ്ങളെയാണല്ലോ അതിനുപയോഗിക്കുന്നത്. അതുപോലെ യീസ്റ്റ് ഉപയോഗിച്ചു പഞ്ചസാര, പഴവർഗ്ഗങ്ങൾ എന്നിവയെ നുരപ്പിച്ചു വീഞ്ഞ്, വിനിഗർ, ചാരായം മുതലായവ ഉത്പാദിപ്പിക്കു

ന്നതും ധാന്യമാവ് നുരപ്പിച്ചു റൊട്ടിയുണ്ടാക്കുന്നതും സൂക്ഷ്മജീവികളെക്കൊണ്ടു വൈറ്റമിനുകളും വാക്സിനുകളും നിർമ്മിക്കുന്നതും ബയോടെക്നോളജി തന്നെ, സംശയമില്ല. ജനറ്റിക് എഞ്ചിനീയറിങ്ങിന്റെ വരവോടെയാണ്, 1975നുശേഷമാണത്, ആധുനിക ബയോടെക്നോളജിയുടെ രംഗപ്രവേശം. ആദ്യകാലത്ത് GM സൂക്ഷ്മജീവികളെ ഉപയോഗിച്ചു വിവിധതരം എൻസൈമുകൾ സമൃദ്ധമായി നിർമ്മിച്ചുതുടങ്ങി. തുടർന്ന് GM വിളകളെയും അപൂർവ്വമായി വളർത്തുമൃഗങ്ങളെയും സൃഷ്ടിക്കുന്നതിൽ വിജയം കൈവരിച്ചു. ടിഷ്യൂകൾച്ചർവഴി സസ്യങ്ങളുടെ ക്ലോണുകൾ എത്രവേണമെങ്കിലും ഉണ്ടാക്കാം എന്നുകൂടിയായപ്പോൾ ബയോടെക്നോളജി വെന്നിക്കൊടി പാറിച്ചു.

ബയോടെക്നോളജി കൈവരിച്ച നേട്ടങ്ങളെ നമുക്ക് ഇങ്ങനെ സംഗ്രഹിക്കാം: വ്യാവസായികമേഖലയാണു ബയോടെക്നോളജിയുടെ ഏറ്റവും വലിയ ഗുണഭോക്താവ്. എൻസൈമുകളെ സമൃദ്ധമായി ഉത്പാദിപ്പിക്കാൻ കഴിഞ്ഞതുകൊണ്ടാണ് ഇതു സാദ്ധ്യമായത്. GM വിദ്യയുടെ പ്രയോഗം എണ്ണത്തിലും ഗുണത്തിലും വർദ്ധനവുണ്ടാക്കി. ക്ഷീരോത്പന്നങ്ങൾ പോലുള്ള ഭക്ഷ്യവസ്തുക്കളുടെ ഗുണനിലവാരം ഉയർന്നു. വസ്ത്രങ്ങളിലെ അഴുക്കുകളയാനും കറ നീക്കം ചെയ്യാനും പലതരം ഡിറ്റർജന്റുകൾ ഇന്നു വിപണിയിൽ സുലഭമാണ്. ടെക്സ്റ്റൈൽ നിർമാണത്തിന്റെ വിവിധഘട്ടങ്ങളിലെ എൻസൈം പ്രയോഗം തുണികളുടെ ഗുണനിലവാരം ഉയർത്തി. കടലാസ് നിർമാണത്തിലും തുകൽ ശുദ്ധീകരണത്തിലും വിപ്ലവകരമായ മാറ്റങ്ങൾ ഉണ്ടായിരിക്കുന്നു. GM ടെക്നിക് ഉപയോഗിച്ചു നിർമ്മിക്കുന്ന ഇൻസുലിനും മറ്റുചില ഹോർമോണുകൾക്കും പുറമേ ഹീമോഗ്ലോബിൻ പോലുള്ള ഫാർമസ്യൂട്ടിക്കൽ ഉത്പന്നങ്ങളും ഇന്നു നമുക്കു ലഭ്യമാണ്. വിസ്തരഭയത്താൽ ഞാൻ ഇവിടെ നിറുത്തുന്നു.

ഏതൊരു ബാലൻസ്ഷീറ്റിനും രണ്ടുവശം കാണുമല്ലോ. GM ടെക്നിക് ഉപയോഗിച്ചു വൻതോതിൽ നിർമ്മിക്കുന്ന സാധനങ്ങൾ ആവുന്നത്ര മുൻകരുതലോടെയേ വിപണിയിൽ ഇറക്കാൻ പാടുള്ളൂ. ബഹുരാഷ്ട്ര കമ്പനികളാണ് ഇത്തരം സാധനങ്ങൾ നിർമ്മിക്കുന്നത് എന്നതുകൊണ്ടും അത്തരം കമ്പനികൾക്കു മൂന്നാംലോകത്തോടുള്ള പുച്ഛം കൊണ്ടും സംശയദൃഷ്ടിയോടെയാണ് ആളുകൾ ഈ ഉത്പന്നങ്ങളെ വീക്ഷിക്കുന്നത്. ഇക്കാര്യത്തിൽ ഉപഭോക്താക്കൾ എന്ന നിലയിൽ നാം ജാഗ്രത പുലർത്തണം എന്നു മാത്രം പറഞ്ഞുകൊണ്ട് ബയോടെക്നോളജിയെക്കുറിച്ചുള്ള ചർച്ച നമുക്ക് അവസാനിപ്പിക്കാം."

"ദേവസ്യ GM വിളകളെന്നു വിവരണമദ്ധ്യേ പറഞ്ഞു. പത്രങ്ങളിൽ ഇടയ്ക്കിടെ ഇത്തരം വിളകളെ സംബന്ധിച്ചുള്ള തർക്കങ്ങൾ പ്രത്യക്ഷപ്പെടാറുണ്ട്. അവയെക്കുറിച്ചുകൂടി പറഞ്ഞാൽ നന്നായിരുന്നു." പരമേശ്വരനാണ് ഈ ആവശ്യം ഉന്നയിച്ചത്.

"പരുത്തി, കിഴങ്ങുവർഗ്ഗങ്ങൾ, പഴങ്ങൾ, നെല്ല്, ഗോതമ്പ്, ചോളം എന്നിവയുടെ ഉത്പാദനത്തിൽ വിപ്ലവകരമായ പുരോഗതി കൈവരിക്കാൻ കഴിഞ്ഞത് ജനിതകവിദ്യയുടെ സംഭാവനകൊണ്ടാണ്. കീടങ്ങൾ, കളകൾ, വൈറസ്സുകൾ എന്നീ കർഷകദ്രോഹികളെ പ്രതിരോധിക്കാനും വരൾച്ച, ലവണത്വം എന്നിവയെ ഒരളവുവരെ ചെറുത്തുനില്ക്കാനും കഴിവുള്ള തക്കാളി ഉത്പാദിപ്പിക്കാൻ 1994ൽ കർഷകർക്കു കഴിഞ്ഞിട്ടുണ്ട്. പഴുക്കാൻ കൂടുതൽ സമയം എടുക്കുന്നതുകൊണ്ട് കപ്പൽമാർഗ്ഗം ഇത്തരം തക്കാളി ദൂരദേശങ്ങളിൽ എത്തിക്കാനും കഴിഞ്ഞു. പക്ഷേ ദൗർഭാഗ്യം എന്നു പറയട്ടെ, ഉപഭോക്താക്കൾക്ക് ഈ തക്കാളിയുടെ രുചി ഇഷ്ടപ്പെട്ടില്ല. അങ്ങനെ ഈ ഉദ്യമം പരാജയപ്പെട്ടു.

എന്നാൽ പപ്പായയുടെ അനുഭവം മറിച്ചായിരുന്നു. പപ്പായ മരങ്ങളെ ആക്രമിക്കുന്ന ഒരുതരം വൈറസ്സുകളെ പ്രതിരോധിക്കുന്ന പപ്പായ വികസിപ്പിച്ചെടുക്കാൻ ശാസ്ത്രജ്ഞന്മാർക്കു കഴിഞ്ഞു. ആദ്യം ഈ പുതിയ ഇനത്തെ വളർത്തിയെടുത്തത് ഹവായ് ദ്വീപുകളിലാണ്, 1977ൽ മണ്ണിൽ സമൃദ്ധമായി കാണപ്പെടുന്ന 'ബാസിലസ് തുറിഞ്ജൻസിസ്' എന്ന ഇനം ബാക്റ്റീരിയങ്ങൾക്ക് പലതരം കീടങ്ങളെ നശിപ്പിക്കുന്ന ടോക്സിനുകൾ ഉത്പാദിപ്പിക്കാൻ കഴിയുമെന്നു കണ്ടെത്തി. ശലഭങ്ങൾ, നിശാശലഭങ്ങൾ, വണ്ടുകൾ, ഈച്ചകൾ എന്നിങ്ങനെയുള്ള കീടങ്ങളുടെ ലാർവയെയാണ് ഈ ടോക്സിനുകൾ നശിപ്പിക്കുന്നത്. ഓരോ ഇനം ടോക്സിന്റെയും ജീനുകളെ വേർതിരിച്ചെടുത്തു വളർത്തി സസ്യങ്ങളിൽ കടത്തിവിട്ട് ട്രാൻസ്ജെനിക് സസ്യങ്ങളെ ഉത്പാദിപ്പിച്ചു. പരുത്തി, ചോളം, സോയാബീൻ, ഉരുളക്കിഴങ്ങ് എന്നിവ ചില ഉദാഹരണങ്ങളാണ്. ഈ സസ്യങ്ങളെ ആക്രമിക്കുന്ന കീടങ്ങളെ നശിപ്പിക്കാൻ കഴിവുള്ള ടോക്സിൻ അതതു ട്രാൻസ്ജെനിക് സസ്യങ്ങളുടെ ടിഷ്യുകളിൽ ഉത്പാദിപ്പിച്ചു. ഗുജറാത്തിലും ആന്ധ്രപ്രദേശിലും ഉത്പാദിപ്പിക്കപ്പെടുന്ന Bt കോട്ടൺ പ്രശസ്തമായ ഒരുദാഹരണമാണ്. ഇതിന്റെ സുരക്ഷിതത്വത്തെക്കുറിച്ചുള്ള ചർച്ച സജീവമാണുതാനും."

"ക്ഷമിക്കണം. Bt കോട്ടൺ എന്നു പറഞ്ഞാൽ ബയോളജിക്കലി ട്രാൻസ്ഫോമ്ഡ് കോട്ടൺ എന്നാണോ?" പരമേശ്വരൻ ചോദിച്ചു.

"ചോദിച്ചതു നന്നായി. ഞാൻ ഒരു ബാക്റ്റീരിയത്തിന്റെ പേരു പറഞ്ഞത് ഓർക്കുന്നുണ്ടോ? ബാസിലസ് തുറിഞ്ജൻസിസ്. അതിലെ രണ്ടു വാക്കുകളുടെ ആദ്യക്ഷരങ്ങളാണ് Bt

GM സസ്യങ്ങൾ ഏറ്റവും കൂടുതൽ ഉത്പാദിപ്പിക്കുന്നത് അമേരിക്കയാണ്. ലോകത്താകമാനം 13 കോടിയോളം ഏക്കർ സ്ഥലത്ത് GM വിളകൾ ഉത്പാദിപ്പിക്കുന്നു എന്നാണു കണക്ക്.

GM വിളകളെക്കുറിച്ചു പല സംശയങ്ങളും കർഷകർക്കും പരിസ്ഥിതിപ്രവർത്തകർക്കും ഉണ്ട്. അവ കൃഷിഭൂമിയുടെ വീര്യം നശിപ്പിക്കുമോ എന്ന ആശങ്ക വളരെ ശക്തമാണ്. അതിനു മതിയായ കാരണവുമുണ്ട്.

രാസവളങ്ങൾ കൊണ്ടു ഹരിതവിപ്ലവം സൃഷ്ടിക്കാൻ കഴിഞ്ഞെങ്കിലും അവയുടെ അമിതമായ ഉപയോഗംമൂലം ഉണ്ടായ ദൂഷ്യഫലങ്ങൾ അനുഭവിച്ചുകൊണ്ടിരിക്കുന്ന കർഷകർക്ക് ഇങ്ങനെ ഒരു ഭയം ഉണ്ടാകാതിരുന്നെങ്കിലേ അത്ഭുതമുള്ളൂ.

ഇനി ഒരു ഭയമുള്ളത് GM സസ്യങ്ങൾ തന്നെ അവയുടെ ജീനുകൾ അടുത്തുള്ള മറ്റു സസ്യങ്ങളിലേക്കും കളകളിലേക്കും പകർന്നുകൊടുക്കുമോ എന്നതാണ്. അങ്ങനെ സംഭവിക്കുകയാണെങ്കിൽ നശിപ്പിക്കാൻ കഴിയാത്ത കളകളും കീടങ്ങളും ഉണ്ടാവാൻ സാധ്യതയുണ്ട്. അതു കടുത്ത പാരിസ്ഥിതികപ്രശ്നങ്ങൾക്കു കാരണമാകും. ഈ ഭയവും അസ്ഥാനത്തല്ല."

"കർഷകർക്ക് കൃഷിചെയ്യാൻ വിത്തുകൾ തിരഞ്ഞെടുക്കുന്നതിനുള്ള സ്വാതന്ത്ര്യം ക്രമേണ നഷ്ടപ്പെടാൻ ഇടയുണ്ട് എന്നു കേൾക്കുന്നു. ശരിയാണോ?" സുന്ദരേശൻ ചോദിച്ചു.

"ഈ സാദ്ധ്യതകളൊന്നും തള്ളിക്കളയാനാവില്ല. ഞാൻ നേരത്തേ സൂചിപ്പിച്ചതുപോലെ, വമ്പൻ ബഹുരാഷ്ട്രക്കമ്പനികളുടെ പരീക്ഷണശാല ദരിദ്രരാഷ്ട്രങ്ങളാണെന്ന വിചാരം ബലപ്പെടുന്നതരത്തിലാണു കാര്യങ്ങൾ നീങ്ങുന്നത്. യൂറോപ്യൻരാജ്യങ്ങളിലെ കർഷകരും പൊതുവേ GM വിളകളോടു ആഭിമുഖ്യം കാട്ടുന്നില്ല. 'ഗ്രീൻപീസ്' എന്ന ലോകപ്രസിദ്ധമായ പാരിസ്ഥിതികസംഘടന കുരിശുയുദ്ധവുമായി രംഗത്തിറങ്ങിയത് സ്വാഗതാർഹം തന്നെയാണ്. GM വിളകളുടെ ഗുണങ്ങളും ദോഷങ്ങളും നാം ഒരുപോലെ മനസ്സിലാക്കണം. പല താത്ക്കാലികഗുണങ്ങളും പിന്നീടു ദോഷം ചെയ്യാമെന്നു നാം മനസ്സിലാക്കുന്നതു നല്ലതാണ്. എന്നിരുന്നാലും ലോകത്തു കാർഷികമേഖല 'ഹരിതവിപ്ലവ'ത്തിനു പിന്നാലെ 'ജീൻവിപ്ലവ'ത്തിന്റെ ഘട്ടത്തിലേക്കു കടന്നിരിക്കുകയാണ് എന്നു സമീപകാലത്തു ഡോ. എം എസ് സ്വാമിനാഥൻ പറഞ്ഞത് ആർക്കും അവഗണിക്കാനാവില്ല.

കഴിഞ്ഞ രണ്ടു ദിവസമായി ഞാൻ നടത്തിയ ദീർഘമായ പ്രഭാഷണങ്ങൾ എന്റെ ഗുരുനാഥന്റെ മൗനാനുവാദത്തോടെ അവസാനിപ്പിക്കുകയാണ്. ഇവിടെ വരാനും നിങ്ങളെ പരിചയപ്പെടാനും ഇടയായതിൽ ഞാൻ വളരെ സന്തുഷ്ടനാണ്. നാട്ടിൻപുറത്തെ പെൻഷൻകാരെക്കുറിച്ചുള്ള എന്റെ സങ്കല്പം തിരുത്തിയവരാണു നിങ്ങൾ. ഇവിടെ നമ്മൾ ചർച്ചചെയ്ത കാര്യങ്ങൾ നിങ്ങൾക്കു പറഞ്ഞുതരാൻ എന്റെ ഗുരുനാഥന് അനായാസേന കഴിയും. എനിക്ക് ഈ അവസരം അദ്ദേഹം നൽകിയത് നിങ്ങളുമായി ഇടപഴകട്ടെ എന്ന ഉദ്ദേശ്യത്താലാണ്. അദ്ദേഹത്തിനു നന്ദിപറയേണ്ട അവസരങ്ങളിൽ ഒന്നുകൂടി ആയി.

ഞാൻ ഇന്നുരാത്രി തന്നെ തൃശൂർക്കു മടങ്ങുകയാണ്. രണ്ടുദിവസം അമ്മയോടൊത്തു കഴിഞ്ഞിട്ടു ഞാൻ സ്കോട്ട്ലൻഡിലേക്കു തിരിയെപ്പോകും. അടുത്ത അവധിക്കു നാട്ടിൽ വരുമ്പോൾ തീർച്ചയായും ഞാൻ

ഇവിടെയും വരും– ഒറ്റയ്ക്കല്ല, ഭാര്യയും മകളുമായി. ഒരു രഹസ്യം പറയട്ടെ, എന്റെ ഭാര്യ ഒരു സ്കോട്ട്ലൻഡുകാരിയാണ്, എന്റെ സഹപ്രവർത്തക.”

കുറച്ചുനേരം ആരും അനങ്ങിയില്ല. പ്രൊഫസർ, ദേവസ്യയെ നോക്കി പുഞ്ചിരിച്ചു. സ്നേഹാർദ്രമായ കണ്ണുകൾകൊണ്ട് അദ്ദേഹം തന്റെ വത്സലശിഷ്യനെ അടിമുടി ഉഴിഞ്ഞു.

മത്തായിസാർ സാവധാനം എഴുന്നേറ്റുനിന്നു.

“ഞങ്ങൾ ആറു പെൻഷൻകാർക്കുവേണ്ടി ഞാൻ സംസാരിക്കുകയാണ്. ആർക്കാണു നന്ദി പറയേണ്ടതെന്നറിയില്ല. വളരെ വിലപ്പെട്ട അറിവുകൾ ഞങ്ങൾക്കു പകർന്നുതന്ന വിദ്യാവിനയസമ്പന്നനായ ഈ യുവശാസ്ത്രജ്ഞനോ അതോ ഇതിനുള്ള അവസരം ഒരുക്കിയ പ്രൊഫസർക്കോ? ഒരു കാര്യത്തിൽ സന്ദേഹമേ വേണ്ട. പ്രൊഫസർ ഭാഗ്യവാനാണ്. ഇതുപോലൊരു ശിഷ്യനെ അദ്ദേഹത്തിനു കിട്ടിയല്ലോ.

ദേവസ്യ അടുത്തതവണ നാട്ടിൽ വരുമ്പോൾ നിശ്ചയമായും ഇവിടെ വരണം. ഭാര്യയെയും മകളെയും കൊണ്ടുവരികയും വേണം.”

8

ഡാർവിനിസത്തിന്റെ ചൂഷകരും വൈരികളും

"സുഹൃത്തുക്കളേ, ഇന്നലെ ദേവസ്യ നിർത്തിയ സ്ഥാനത്തു നിന്നു നമുക്കു തുടങ്ങാം."

"ദേവസ്യ ഇന്നലെത്തന്നെ പോയോ പ്രൊഫസറേ?" കുറുപ്പു ചോദിച്ചു.

"പോയി. വീട്ടിൽ എത്തിയ ഉടനേ എനിക്കു ഫോൺ ചെയ്തു. റോസ്‌ലിൻ ഇൻസ്റ്റിറ്റ്യൂട്ടിൽനിന്ന് ഒരു കത്തു ദേവസ്യയെ കാത്തുകിടപ്പുണ്ടായിരുന്നു. ദില്ലിയിൽ നടക്കുന്ന ബയോടെക്നോളജി സെമിനാറിൽ ഇൻസ്റ്റിറ്റ്യൂട്ടിനു വേണ്ടി പങ്കെടുക്കണമെന്ന്. ദേവസ്യ ഇന്നുതന്നെ ദില്ലിക്കു പോയിട്ടുണ്ടാകും. അവിടുന്നു നേരേ എഡിൻബറോയ്ക്കു പോകും. നല്ല ഭാവിയുള്ള ശാസ്ത്രജ്ഞനാണു ദേവസ്യ."

"ഞാൻ ഇന്നലെ പറഞ്ഞത് ആവർത്തിക്കുന്നു: പ്രൊഫസർ ഭാഗ്യവാനാണ്. അദ്ധ്യാപനവൃത്തിക്കു കിട്ടുന്ന ഏറ്റവും വിലപ്പെട്ട പ്രതിഫലവും ഇതുതന്നെ."

"ആ സന്തോഷത്തോടെ തന്നെ ഞാൻ പ്രശ്നങ്ങളിലേക്കു കടക്കട്ടെ."

മനുഷ്യരുടെ പെരുമാറ്റത്തെ ജീനുകൾ എപ്രകാരം നിയന്ത്രിക്കുന്നു എന്നത് ഒരു സങ്കീർണ്ണമായ പ്രശ്നം തന്നെയാണ്. ജന്തുക്കളുടെ പെരുമാറ്റരീതികൾ മനുഷ്യരുടേതുമായി പരിണാമപരമായി എങ്ങനെ ബന്ധപ്പെട്ടിരിക്കുന്നുവെന്നതും വിശദീകരണത്തിനു വഴങ്ങാത്ത പ്രശ്നമാണ്. മനശ്ശാസ്ത്രം, സാമൂഹ്യശാസ്ത്രം, എന്നീ മേഖലകളിൽ ഇതു സംബന്ധമായ കണ്ടെത്തലുകൾക്ക് ഏറെ പ്രാധാന്യമുണ്ട്.

ജീനുകളുടെ പ്രവർത്തനം പരിസ്ഥിതിയുടെ സ്വാധീനതകൾക്കു വിധേയമാണെന്ന കാര്യത്തിൽ സംശയമില്ല. ഈ സ്വാധീനത 30%ത്തോളം

വരുമെന്നാണ് സമീപകാലപഠനം വെളിപ്പെടുത്തുന്നത്. മസ്തിഷ്കത്തിലെ കോടിക്കണക്കിനുള്ള ന്യൂറോണുകൾ ശൈശവകാലം കഴിഞ്ഞാൽ വിഭജിക്കുകയില്ല. അതുകൊണ്ട് ന്യൂറോണുകളിലെ ജീനുകൾ വ്യക്തിയുടെ ജീവിതകാലം മുഴുവൻ മാറ്റമില്ലാതെ തുടരുന്നു. മാറ്റമില്ലാത്ത ഈ ജീനുകൾ വിജ്ഞാനശകലങ്ങൾ എങ്ങനെ സംഭരിക്കുന്നുവെന്നും ചിന്തയെയും മനുഷ്യന്റെ പെരുമാറ്റത്തെയും ഏതുരീതിയിൽ എത്രത്തോളം നിയന്ത്രിക്കുന്നുവെന്നും ഉള്ള കാര്യങ്ങളെക്കുറിച്ചു ഗവേഷണങ്ങൾ തുടർന്നുകൊണ്ടിരിക്കുന്നു.

എലികളിൽ നടത്തിയ സമീപകാല പരീക്ഷണങ്ങൾ ഇക്കാര്യത്തിൽ ഏറെ പ്രാധാന്യം അർഹിക്കുന്നു. ഓർമ്മയുടെ മുഖ്യകേന്ദ്രമായ ഹിപ്പോക്യാമ്പസ്സിലെ ജീനുകളിൽ ചില പാരിസ്ഥിതിക സ്വാധീനങ്ങൾ മാറ്റം വരുത്തുമെന്നാണു തെളിഞ്ഞിരിക്കുന്നത്. മനുഷ്യരുടെ കാര്യത്തിലും ഇങ്ങനെ സംഭവിക്കുമെന്നു തെളിയിക്കാൻ കഴിഞ്ഞാൽ, അതു ദൂരവ്യാപകമായ ഫലങ്ങൾ ഉളവാക്കുന്ന ഒരു കണ്ടെത്തലാവും.

ഇത്രയും ആമുഖമായി പറഞ്ഞത് നിങ്ങളുടെ മുമ്പിൽ 'സോഷ്യോ ബയോളജി' അഥവാ സാമൂഹ്യ ജീവശാസ്ത്രം എന്നൊരു നൂതന വിജ്ഞാനശാഖ അവതരിപ്പിക്കാനാണ്. സോഷ്യോ ബയോളജിയെ തൃപ്തികരമായി നമുക്ക് എങ്ങനെ നിർവചിക്കാം എന്നു നോക്കാം. എല്ലാ ജൈവജാതികളുടെയും സാമൂഹികതലത്തിലെ പെരുമാറ്റത്തിന്റെ ജീവശാസ്ത്രപരമായ അടിസ്ഥാനത്തെ സംബന്ധിച്ചുള്ള ചിട്ടയായ പഠനം എന്നാണ് ഇ ഒ വിൽസൺ എന്ന ശാസ്ത്രജ്ഞൻ ഈ വിജ്ഞാനശാഖയെ വിശേഷിപ്പിച്ചത്. സാമൂഹികമായ പെരുമാറ്റത്തെ പരിണാമസിദ്ധാന്തത്തിന്റെ അടിസ്ഥാനത്തിൽ വിശകലനം ചെയ്യാനും വിശദീകരിക്കാനുമാണ് വിൽസൺ ശ്രമിച്ചത്.

വിൽസന്റെ '*സോഷ്യോ ബയോളജി*' എന്ന ഗ്രന്ഥം സമഗ്രമായ പഠനത്തിനും വിമർശനത്തിനും വിധേയമായി. ആ വിഷയവും അതുമായി ബന്ധപ്പെട്ടു പിൽക്കാലത്തു രൂപംകൊണ്ട ചില ആശയങ്ങളും ചിന്താലോകത്തു വേരുറപ്പിച്ചുകഴിഞ്ഞു. '*സോഷ്യോബയോളജി*' അവതരിപ്പിക്കുന്ന അടിസ്ഥാന കാര്യങ്ങൾ ഏതൊക്കെയാണെന്നു നമുക്കു നോക്കാം.

ജന്തുക്കളുടെ സാമൂഹികജീവിതത്തെക്കുറിച്ചു സമഗ്രമായ പഠനങ്ങൾ നടന്നിട്ടുണ്ട്. നട്ടെല്ലില്ലാത്ത ജീവികളായ തേനീച്ച, ഉറുമ്പ്, ചിതൽ എന്നിവയും നട്ടെല്ലുള്ള ജീവികളായ മത്സ്യങ്ങൾ, സസ്തനികൾ എന്നിവയും ഇക്കൂട്ടത്തിൽ പെടുന്നു. ഈ പഠനങ്ങളുടെ അടിസ്ഥാനത്തിൽ മനുഷ്യന്റെ സാമൂഹികജീവിതത്തിലെ വൈവിധ്യമാർന്ന സവിശേഷതകൾ പരിണാമസിദ്ധാന്തത്തിന്റെ വെളിച്ചത്തിൽ സുസൂക്ഷ്മമായി പരിശോധിക്കുകയാണു വിൽസൺ ചെയ്യുന്നത്.

ആൽട്രൂയിസം, അക്രമവാസന, മതവിശ്വാസം, ഭാഷയുടെ വികാസം, സൗന്ദര്യാസ്വാദനം, ലിംഗഭേദം, ലൈംഗികപരമായ അസൂയ എന്നി

ങ്ങനെയുള്ള പല കാര്യങ്ങളും നിഷ്കൃഷ്ടമായി പരിശോധിച്ചു വിൽസൺ എത്തിച്ചേർന്ന നിഗമനം ഇതാണ്: പ്രകൃതി നിർദ്ധാരണം എന്ന ഡാർവിന്റെ സിദ്ധാന്തം ജൈവജാതികളുടെ ഉത്പത്തിയെ തൃപ്തികരമായി വിശദീകരിക്കുന്നുണ്ടെങ്കിലും മനുഷ്യൻ എന്ന ജന്തുവിന്റെ സാമൂഹികപെരുമാറ്റങ്ങൾ മറ്റു ജന്തുക്കളിൽനിന്ന് വിഭിന്നമായിരിക്കുന്നത് എന്തുകൊണ്ടാണെന്നു വിശ്വസനീയമായി വിശദീകരിക്കാൻ ആ സിദ്ധാന്തം അപര്യാപ്തമാണ്. വിൽസന്റെ നിഗമനം സ്വാഭാവികമായി വിവാദം സൃഷ്ടിച്ചു.

ആയിടയ്ക്ക്, അതായത് 1976ൽ, റിച്ചാർഡ് ഡാക്കിൻസ് എന്ന മറ്റൊരു ജീവശാസ്ത്രജ്ഞൻ '*സെൽഫിഷ് ജീൻ*' എന്നൊരു പുസ്തകം പ്രസിദ്ധികരിച്ചു. പുസ്തകത്തിന്റെ പേരുപോലെതന്നെ അതിന്റെ ഉള്ളടക്കവും ജനശ്രദ്ധ പിടിച്ചുപറ്റി. 'സ്വാർത്ഥമതിയായ ജീൻ' എന്നു വിശേഷിപ്പിക്കുന്നത് ജീനുകളെ സംബന്ധിച്ചിടത്തോളം നല്ല സ്വഭാവസർട്ടിഫിക്കറ്റ് അല്ലെങ്കിലും സെൽഫിഷ് എന്ന പദത്തിനു വളരെ പരിമിതമായ ഒരർത്ഥമേ താൻ കല്പിച്ചിട്ടുള്ളു എന്നു ഗ്രന്ഥകാരൻ വ്യക്തമാക്കുന്നുണ്ട്. ജീനിന്റെ സുപ്രധാന താത്പര്യം റെപ്ലിക്കേഷനിലൂടെ, അഥവാ സ്വയം ഇരട്ടിക്കലിലൂടെ, അടുത്ത തലമുറയ്ക്കു ജന്മം നല്കുക എന്നതു മാത്രമാണ്. ഇതു സ്വാർത്ഥതയാണെങ്കിൽ ജീനിന് ആ സ്വാർത്ഥതയുണ്ട്. ഇരട്ടിക്കൽ പ്രക്രിയയുടെ ഘടകങ്ങളായ ജീനുകളെ സംരക്ഷിക്കാനും കൂടെ കൊണ്ടുനടക്കാനുമുള്ള 'വാഹനങ്ങൾ' ആണ് ജീവികൾ. ജീവികളും ജീവിസമൂഹങ്ങളും പരസ്പരം പ്രതിപ്രവർത്തിക്കുക മാത്രമല്ല ചെയ്യുന്നത്, അവ വിവിധ പരിതസ്ഥിതികളുമായും പ്രതിപ്രവർത്തിക്കുന്നു. ഇതിന്റെ ഫലമായി അതിജീവനത്തിനു വേണ്ടിയുള്ള സമരവും ആ സമരത്തിന്റെ ഭാഗമായ മത്സരവും ഉണ്ടാകുന്നു. ഈ മത്സരം ജീനുകൾ തമ്മിലുള്ളതാണെന്നും അതിന്റെ പശ്ചാത്തലത്തിലാണു പരിണാമത്തെക്കുറിച്ചുള്ള വ്യക്തമായ ധാരണ ലഭിക്കുന്നതെന്നും ആണു ഡാക്കിൻസ് അഭിപ്രായപ്പെട്ടത്.

ഈ ഭൂമുഖത്തു ജീനല്ലാതെ മറ്റൊരു റെപ്ലിക്കേറ്റർ കൂടിയുണ്ടെന്നു ഡാക്കിൻസ് പറയുന്നു. അത് 'അനുകരണം' എന്ന ഘടകമാണ്. അതു സാംസ്കാരികപ്രേഷണത്തിന്റെ ഘടകമാണ്."

"ചുക്കുവെള്ളം ധാരാളം വേണ്ടിവരുമെന്നു തോന്നുന്നു പ്രൊഫസറേ" മത്തായി സാർ.

"നമുക്കു ദഹിപ്പിക്കാൻ നോക്കാം" പ്രൊഫസർ പുഞ്ചിരിച്ചുകൊണ്ടു പറഞ്ഞു. "അനുകരണത്തിന്റെ യൂണിറ്റിനു ഡാക്കിൻസ് 'മെമി' എന്നു പേരിട്ടു. മിമിക്സ് എന്നു നാം കേട്ടിട്ടില്ലേ? രണ്ടും ഉത്ഭവിച്ചത് അനുകരണം എന്നർത്ഥമുള്ള ഒരു ഗ്രീക്കുപദത്തിൽനിന്നാണ്. വസ്തുക്കളൊഴികെ, ഒരാളിൽനിന്നു മറ്റൊരാളിലേക്കു പകരുന്ന ഓരോന്നും ഓരോ മെമിയാണ്. മനുഷ്യരുടെ എല്ലാ പ്രവൃത്തികളിലും മെമിയുടെ സ്വാധീനത പ്രകടമാണ്."

"ഞാനൊരു കഥ കേട്ടിട്ടുണ്ട്. എത്രത്തോളം സത്യമുണ്ടെന്നറിഞ്ഞു കൂട. ഒരു രാത്രി ഫ്രാൻസിലെ ചക്രവർത്തി പാരീസിലെ ഒരു ചടങ്ങിൽ പങ്കെടുക്കാൻ പോയപ്പോൾ അബദ്ധവശാൽ ഒരു കാലിൽ കറുത്ത ഷൂവും മറ്റേക്കാലിൽ ചുവന്നഷൂവും ധരിച്ചു. പിറ്റേദിവസം പാരീസിൽ മുഴുവൻ അതൊരു ഫാഷനായി എന്നാണു കഥ" കുറുപ്പാണ് ഈ കഥ പറഞ്ഞത്.

"പ്രൊഫസർ പറഞ്ഞ മെമിയെ മുതലെടുക്കുന്നവരാണു പരസ്യക്കാർ. സാധനങ്ങൾക്കു വിപണി ഉണ്ടാക്കാനായി എന്തൊക്കെയാണവർ കാട്ടിക്കൂട്ടുന്നത്! ആ വിക്രിയകൾ അപ്പടി വിഴുങ്ങാൻ നാട്ടുകാരും." സുന്ദരേശന്റെ കമന്റ്.

"മെമിയുടെ സ്വാധീനവലയത്തിൽ പെടാത്ത ഒരു മേഖലയും സാമൂഹികരംഗത്തില്ല. ഉദാഹരണങ്ങൾ പറഞ്ഞു സമയം കളയുന്നില്ല. ശാസ്ത്ര സംബന്ധികളായ ആശയങ്ങൾ മെമികളായി ഒരു മസ്തിഷ്കത്തിൽനിന്നു മറ്റൊരു മസ്തിഷ്കത്തിലേക്ക്, അവിടുന്നു മറ്റൊന്നിലേക്ക്, ഇങ്ങനെ ചാടിച്ചാടി ലോകം മുഴുവൻ വ്യാപിക്കുന്നു. മെമികളുടെ ഗ്രൂപ്പുകളാണു മതങ്ങൾ എന്നു പറയാം. ഈ ഗ്രൂപ്പുകളുടെ അതിജീവനമൂല്യം ഉയർന്നതായതുകൊണ്ടു സമൂഹങ്ങളെ മൊത്തത്തിൽ അവ സ്വാധീനിക്കുന്നു. ഈശ്വരവിശ്വാസം, ആചാരാനുഷ്ഠാനങ്ങൾ, പുനർജ്ജന്മവിശ്വാസം, എന്നിവയും മെമികളാണ്. ഇവയിൽ നിന്നൊക്കെ അനുമാനിക്കേണ്ടത് മെമികൾ മനുഷ്യമസ്തിഷ്കത്തിൽ സംഭരിക്കപ്പെടുകയും അനുകരണം വഴി പ്രചരിപ്പിക്കപ്പെടുകയും ചെയ്യുന്നുവെന്നാണ്. മനുഷ്യർ മറ്റു ജീവികളിൽനിന്നു വ്യത്യസ്തരായിരിക്കുന്നത് എന്തുകൊണ്ടാണെന്നു മെമെറ്റിക്സിന്റെ കണ്ണടയിലൂടെ വീക്ഷിക്കുമ്പോൾ മനസ്സിലാകുമെന്നാണു ഡാക്കിൻസ് പറയുന്നത്."

"എന്താണു മെമെറ്റിക്സ്?" കുറുപ്പു ചോദിച്ചു.

"മെമിയെക്കുറിച്ചുള്ള പഠനമാണത്. വിൽസൺ, ഡാക്കിൻസ് എന്നിവരുടെ പുതുമനിറഞ്ഞ ആശയങ്ങളും നിഗമനങ്ങളും പരിണാമശാസ്ത്രം, സാമൂഹികശാസ്ത്രം, പരിണാമ മനശ്ശാസ്ത്രം, പെരുമാറ്റശാസ്ത്രം എന്നീ മേഖലകളിലെ പല വമ്പന്മാരുടെയും നിശിതവിമർശനത്തിനു പാത്രമായി. എന്നാൽ അവരെ പിന്താങ്ങുന്നവരും രംഗത്തു വന്നു."

"ഡാർവിന്റെ കാലത്തു സംഭവിച്ചതുപോലെ, അല്ലേ?" പരമേശ്വരൻ ചോദിച്ചു.

"സൂസൻ ബ്ലാക്മോർ എന്ന ശാസ്ത്രജ്ഞ 1999ൽ പ്രസിദ്ധികരിച്ച '*ദി മെമി മെഷീൻ*' എന്ന പുസ്തകം മെമി സിദ്ധാന്തത്തിന് ആക്കം നല്കി. അവർ ഡാക്കിൻസിന്റെ സിദ്ധാന്തത്തെ ആഴത്തിൽ പഠിച്ചു വിലയിരുത്തി. അവരുടെ ചില അഭിപ്രായങ്ങൾ കേൾക്കുക. മെമികൾ ജീനുകളെപ്പൊലെ പരിണാമവിധേയരായ റെപ്ലിക്കേറ്ററുകളാണ്. റെപ്ലിക്കേഷൻ, പാരമ്പര്യം, നിർദ്ധാരണം എന്നിവ പരിണാമത്തിന്റെ അവശ്യഘടകങ്ങളാണെന്നറിയാമല്ലോ. മെമികളും ജീനുകളും പലവിധത്തിൽ വ്യത്യസ്ത

മാണ്. പ്രേഷണം ചെയ്യപ്പെടുന്നതെല്ലാം മെമികളല്ല. അനുകരണം മാത്രമാണു മെമി. മെമികളെ ശേഖരിക്കുകയും പകർത്തുകയും ചെയ്യുന്ന മെക്കാനിസം അജ്ഞാതമായിരിക്കുന്നിടത്തോളം മെമിയെ ഒരു യൂണിറ്റായി കണക്കാക്കാൻ നമുക്കു കഴിയുകയില്ല.

ജീനുകൾ സംസ്കാരത്തെ നിയന്ത്രിക്കുന്നു എന്നാണ് സോഷ്യോബയോളജിസ്റ്റുകൾ കരുതുന്നത്. ഈ ധാരണ ശരിയല്ലെന്നു മെമെറ്റിക്സ് പറയുന്നു. യഥാർത്ഥത്തിൽ മെമികൾ ജീനുകളെ നയിക്കുകയാണെന്നാണ് മെമെറ്റിക്സ് സിദ്ധാന്തിക്കുന്നത്.

ഞാൻ നേരത്തേ 'ആൽട്രൂയിസം' എന്നൊരു വാക്കു പ്രയോഗിച്ചു. ആരും അതിന്റെ അർത്ഥം ചോദിച്ചില്ല. ആർക്കെങ്കിലും അതിൽ അന്തർഭവിച്ചിരിക്കുന്ന ആശയം എന്താണെന്നു പറയാമോ?"

"സന്ദേഹം വേണ്ടപരനുപകാരത്തിനാകാത്തതെങ്കിൽ
കിംദേഹം കൊണ്ടൊരു ഫലമിഹ പ്രാണിനാം ക്ഷോണിതന്നിൽ?
എന്ന '*മയൂരസന്ദേശ*'ത്തിലെ വരികളിലും ആശാന്റെ
അന്യ ജീവനുതകീ സ്വജീവിതം
ധന്യമാക്കുമമലേ, വിവേകികൾ

എന്ന വരികളിലും 'ആൽട്രൂയിസം' എന്ന ആശയം അടങ്ങിയിരിക്കുന്നു എന്നാണെനിക്കു തോന്നുന്നത്." കുറുപ്പാണിതു പറഞ്ഞത്.

"ഡിക്കൻസിന്റെ ഒരു നോവലിൽ സിഡ്നി കാർട്ടൺ എന്നയാൾ തന്റെ പ്രേമഭാജനത്തിന്റെ കമിതാവിന്റെ ജീവൻ രക്ഷിച്ച് അവളെ സന്തോഷിപ്പിക്കാൻ വേണ്ടി ഗില്ലട്ടിനു തലവച്ചുകൊടുക്കുന്നതു വിവരിക്കുന്നുണ്ട്. രോമാഞ്ചത്തോടെയല്ലാതെ ആ രംഗം വായിക്കാൻ പറ്റുകയില്ല. അതും ആൽട്രൂയിസത്തിന്റെ ഒരു മാതൃകയാണെന്നു തോന്നുന്നു." സുന്ദരേശൻ പറഞ്ഞു.

"ഉദാഹരണങ്ങൾ കൊള്ളാം. ആൽട്രൂയിസത്തെ ശാസ്ത്രീയമായി ഇങ്ങനെ നിർവചിക്കാം: തനിക്കു ഗുണകരമല്ലെങ്കിലും മറ്റൊരാൾക്കോ മറ്റാളുകൾക്കോ ഗുണപ്രദവും, ഒരുപക്ഷേ തനിക്കു ദോഷകരവും, ആയ പ്രവൃത്തി ഒരാൾ ചെയ്താൽ അത് ആൽട്രൂയിസം ആണ്. ആൽട്രൂയിസം കാട്ടുന്നവർ രണ്ടുതരത്തിലുണ്ട്: തങ്ങൾക്ക് എന്തു സംഭവിക്കും എന്ന ചിന്ത കൂടാതെ മറ്റൊരാൾക്ക്, അല്ലെങ്കിൽ മറ്റുള്ളവർക്ക്, ഗുണകരമാകട്ടെ എന്ന ലക്ഷ്യത്തോടെ പ്രവർത്തിക്കുന്നവർ; തങ്ങൾക്കു നാശമുണ്ടാവും എന്നറിഞ്ഞുകൊണ്ടുതന്നെ ഇങ്ങനെ പ്രവർത്തിക്കുന്നവർ– സുന്ദരേശൻ പറഞ്ഞ സിഡ്നികാർട്ടണെപ്പോലെ. പ്രസിദ്ധ ശാസ്ത്രജ്ഞനായ ജെ ബി എസ് ഹാൽഡെയിൻ ഒരിക്കൽ പറഞ്ഞു തന്റെ രണ്ടു സഹോദരങ്ങൾക്കോ അല്ലെങ്കിൽ എട്ടു പിതൃവ്യപുത്രന്മാർക്കോ വേണ്ടി സ്വന്തം ജീവൻ ബലികഴിക്കാൻ താൻ ഒരുക്കമാണെന്ന്. തലമുറകളിലേക്കു സംക്രമിക്കേണ്ട ജീൻ പകർപ്പുകളെ രക്ഷിക്കുക എന്നതാണ് ലക്ഷ്യം.

മനുഷ്യർ മാത്രമല്ല ജന്തുക്കളും ആൽട്രൂയിസം കാട്ടാറുണ്ട്. കൂട്ടം

കൂട്ടമായി മേഞ്ഞുനടക്കുന്ന മാനുകളിൽ ഒരെണ്ണം പതുങ്ങിക്കിടക്കുന്ന കടുവയെ കാണുന്നു എന്നിരിക്കട്ടെ. കടുവ മാൻകൂട്ടത്തെ കാണുന്നില്ല. കടുവയെ കണ്ട മാൻ ഉറക്കെ ശബ്ദമുണ്ടാക്കുന്നു. ആപത്തുണ്ടെന്നു മനസ്സിലാക്കിയ മാനുകൾ തിരിഞ്ഞോടുന്നു. ശബ്ദംകേട്ടു തിരിഞ്ഞുനോക്കിയ കടുവ ആ മാനിന്റെ മേൽ ചാടിവീഴുന്നു. തന്റെ ജീവൻ അപകടപ്പെടുത്തിക്കൊണ്ട് മറ്റു മാനുകളെ രക്ഷിച്ച ആ മാനിന്റെ പ്രവൃത്തി ആൽട്രൂയിസമാണ്. പക്ഷികളും കുരങ്ങുകളും ഇങ്ങനെ ചെയ്യാറുണ്ട്. കൂടിനെ രക്ഷിക്കാൻ തേനീച്ചകൾ കൂടിനടുത്തേക്കു ചെല്ലുന്നവരെ കുത്തുന്നു, അതിനെ തുടർന്ന് ചത്തുപോകുന്നു. ഇത് ആൽട്രൂയിസം തന്നെ. തങ്ങൾക്കു വിനാശകരമായ ഈ ധീരത ജന്തുക്കൾ എന്തിനാണു കാട്ടുന്നത്? ഇത് അതിജീവനം എന്ന പരിണാമപ്രക്രിയയുടെ മുഖ്യഘടകത്തിനു ദോഷം ചെയ്യുകയില്ലേ?

കൂട്ടംകൂട്ടമായി പറക്കുന്ന ഒരിനം കാക്കകൾക്ക് ഒരു സവിശേഷതയുണ്ട്. അവയുടെ എണ്ണം അമിതമായി വർദ്ധിക്കുമ്പോൾ അവ മുട്ടയിടാതാവും. ഇത് ഒരു കാക്കയെ സംബന്ധിച്ചിടത്തോളം ദോഷകരമാണെങ്കിലും മൊത്തത്തിൽ ഗുണകരമാണ്. പരിണാമപ്രക്രിയയിലെ ഗ്രൂപ്പു പ്രവർത്തനത്തിനു ദൃഷ്ടാന്തമായി ഈ പ്രതിഭാസം ചൂണ്ടിക്കാണിക്കപ്പെട്ടു. ആഹാരം വേണ്ടത്ര കിട്ടാത്തതുകൊണ്ടാണു കാക്കകൾ മുട്ടയിടാത്തതെന്നായിരുന്നു ഡാർവിനിസത്തിന്റെ എതിരാളികൾ പറഞ്ഞത്.

പരിണാമപ്രക്രിയയുടെ ഏജന്റുകൾ എപ്പോഴും വ്യക്തികളായിരിക്കണം എന്നു നിർബന്ധമില്ല; ഗ്രൂപ്പുകളും ആവാം. കാക്കകളുടെ കഥ അതിനുദാഹരണമാണ്. ഒരു മൃഗം കാട്ടുന്ന ധീരത അതിനു ഗുണം ചെയ്തില്ലെങ്കിലും അതുൾപ്പെട്ട സംഘത്തിനു ഗുണകരമായിത്തീരും. ഗുണകരം എന്നുപറഞ്ഞാൽ പാരമ്പര്യം പിൻതലമുറകളിലേക്കു പകരാനുള്ള അവസരം ലഭിക്കുന്നു എന്നാണർത്ഥം. ഡാർവിനെ കുഴച്ച ഒരാശയമാണ് ആൽട്രൂയിസം. അതിനു പരിണാമസിദ്ധാന്തത്തിൽ തൃപ്തികരമായ ഒരു സ്ഥാനം നൽകാൻ അദ്ദേഹത്തിനു കഴിഞ്ഞില്ല."

"ഡാക്കിൻസിന് കഴിഞ്ഞോ?" സുന്ദരേശൻ ചോദിച്ചു.

"ഡാക്കിൻസിനു കഴിഞ്ഞു എന്നു ഞാൻ പറയുകയില്ല. 'മെമെറ്റിക് ആൽട്രൂയിസം' എന്നൊരു സിദ്ധാന്തം അദ്ദേഹം ആവിഷ്കരിച്ചു. അദ്ദേഹത്തിന്റെ അഭിപ്രായത്തിൽ ആൽട്രൂയിസം മെമികളുടെ വ്യാപനത്തെ സഹായിക്കുന്നു. ജീനുകൾക്കു കുഴപ്പം സംഭവിച്ചേക്കാം. അതിനു മെമികളുടെ വ്യാപനത്തോളം പ്രാധാന്യമില്ല.

മെമികളുടെ വ്യാപനത്തെ സംബന്ധിച്ചിടത്തോളം ആൽട്രൂയിസം പോലെ പ്രധാനമാണു ലൈംഗികവികാരം. ജീനുകളുടെ പക്ഷത്തുനിന്നു നോക്കിയാൽ ലൈംഗികബന്ധത്തിൽനിന്നു വിട്ടുനില്ക്കുക, ജനനനിയന്ത്രണം പാലിക്കുക, കുട്ടികളെ ദത്തെടുക്കുക തുടങ്ങിയ കാര്യങ്ങൾ അനഭിലഷണീയമാണെങ്കിലും മെമികൾക്കു ഗുണകരമാണ് എന്നാണു ഡാക്കിൻസിന്റെ അഭിപ്രായം.

മതവിശ്വാസങ്ങളുടെയും ജീനുകളുടെയും പരിണാമകാലഘട്ടം ഒന്നുതന്നെയാണെന്നും അവയുടെ കൂട്ടായ സംഭാവനയാണു മനുഷ്യമസ്തിഷ്കം എന്നുമാണു ഡാക്കിൻസ് പറയുന്നത്. അതുകൊണ്ടാണ് തെറ്റായ വിശ്വാസങ്ങൾ സ്വാഗതംചെയ്യാൻ മസ്തിഷ്കം തയ്യാറാവുന്നത്. ഡാക്കിൻസിന്റെ ആശയമാണിത്. അതിലേക്കു നാം കടക്കേണ്ടതില്ല.

ഡാർവിനിസവുമായി ബന്ധപ്പെട്ട ആശാസ്യമല്ലാത്ത മൂന്നു പ്രവണതകൾ ലോകം കണ്ടിട്ടുണ്ട്: സോഷ്യൽ ഡാർവിനിസം, യൂജെനിക്സ്, ക്രിയേഷനിസം– ആദ്യത്തെ രണ്ടെണ്ണവും ഡാർവിനിസത്തിന്റ മറപിടിച്ചും മൂന്നാമത്തേത് അതിനെ അടിമുടി എതിർത്തും. സോഷ്യൽ ഡാർവിനിസത്തെക്കുറിച്ചു വളരെ ചുരുക്കിയാണെങ്കിലും നാം ചർച്ചചെയ്തുകഴിഞ്ഞു. യൂജെനിക്സിനെക്കുറിച്ചു ചില കാര്യങ്ങൾ ഞാൻ പറയാം. അതിനു മുമ്പു ബാങ്കിങ് മേഖലയിൽ പരിജ്ഞാനമുള്ള പിള്ളയോടു ഞാനൊരു ചോദ്യം ചോദിക്കാം. ഒരു ബാങ്ക് മറ്റൊരു ബാങ്കിനെ ഏറ്റെടുക്കുമ്പോൾ ഒരേ സ്ഥലത്തു രണ്ടോ മൂന്നോ അതിൽ കൂടുതലോ ശാഖകൾ കണ്ടുവെന്നു വരും. പലേടത്തും തുടർച്ചയായി നഷ്ടത്തിൽ പ്രവർത്തിക്കുന്ന ശാഖകൾ ഉണ്ടായിരിക്കും. ഈ സാഹചര്യത്തിൽ ബാങ്കിന്റെ കാര്യക്ഷമത വർധിപ്പിക്കാൻ നിങ്ങൾ കൈക്കൊള്ളുന്ന നടപടിയുടെ പേരെന്താണ്?

“ബ്രാഞ്ച് റാഷണലൈസേഷൻ എന്നു പറയും.”

“ഇതിന്റെ ഒരു വകഭേദമാണ് 20–ാം നൂറ്റാണ്ടിന്റെ പ്രഥമപാദത്തിൽ യൂറോപ്പിലും അമേരിക്കയിലും പ്രചാരം ലഭിച്ച യൂജെനിക്സ്. ‘നല്ല പാരമ്പര്യം’ എന്നർത്ഥമുള്ള ഒരു ഗ്രീക്കുപദമാണ് ഇതിന്റെ ഉറവിടം. ഡാർവിന്റെ അടുത്ത ബന്ധുവായ ഫ്രാൻസിസ് ഗാൽട്ടൺ എന്ന സ്ഥിതിവിവരശാസ്ത്രജ്ഞനാണ് യൂജെനിക്സിന്റെ ഉപജ്ഞാതാവ്.

ഡാർവിന്റെ അതിജീവനം എന്ന ആശയത്തിൽനിന്നു പ്രചോദനം ഉൾക്കൊണ്ട ഗാൾട്ടന്റെ കണ്ടുപിടിത്തം ലോകത്തിലെ സാമൂഹികപ്രശ്നങ്ങൾക്കു കാരണം ദരിദ്രരാജ്യങ്ങളിലെ നിലവാരം കുറഞ്ഞ ജേം പ്ലാസമാണെന്നായിരുന്നു.”

“ജേം പ്ലാസമെന്നാൽ?” കുറുപ്പു ചോദിച്ചു.

“ശരീരകോശങ്ങൾക്കുള്ളിലെ ന്യൂക്ലിയസ്സിന്റെ ഉള്ളടക്കം തന്നെ. നമ്മുടെ നാട്ടിലെ യുവാക്കൾ തൊഴിൽതേടി ഗൾഫു രാജ്യങ്ങളിലേക്കു പോകുന്നതുപോലെ, 19–ാം നൂറ്റാണ്ടിൽ, ദരിദ്രരാജ്യങ്ങളിലെ ജനങ്ങൾ തൊഴിൽതേടി കൂട്ടംകൂട്ടമായി അമേരിക്കയിൽ കുടിയേറിപ്പാർത്തു. കറുത്ത തൊലിയുള്ളവർ, തവിട്ടു തൊലിയുള്ളവർ, മഞ്ഞത്തൊലിയുള്ളവർ, ഇങ്ങനെ പല വർഗ്ഗങ്ങളിൽപെട്ടവർ. കുടിയേറ്റക്കാർ ഉണ്ടാക്കിയ സാമൂഹികപ്രശ്നങ്ങളും വെളുത്ത തൊലിയുള്ളവർക്ക് അവരോടുള്ള അവജ്ഞയും യൂജെനിക്സിന് അമേരിക്കയിൽ നല്ല വളക്കൂറുള്ള മണ്ണൊരുക്കി. നല്ല കുലത്തിൽ പിറക്കാനുള്ള അവകാശം എന്ന ആശയം അമേ

രിക്കയിലെ വെള്ളക്കാരായ റോക് ഫെല്ലർമാർക്കും, കാർണീഗിമാർക്കും കെല്ലോഗുകാർക്കുമൊക്കെ വളരെ ഇഷ്ടമായി. അവർ ഈ നൂതനപ്ര സ്ഥാനത്തിന്റെ വളർച്ചയ്ക്ക് എല്ലാ സഹായങ്ങളും ചെയ്തു. അവർക്കു മറ്റൊരുദ്ദേശ്യവും ഉണ്ടായിരുന്നു. തങ്ങളുടെ ഫാക്ടറികളിൽ പണിയെ ടുക്കുന്ന വെള്ളക്കാരെയും അല്ലാത്തവരെയും യൂജെനിക്സിന്റെ പേരിൽ തമ്മിൽ അകറ്റുക, അങ്ങനെ തൊഴിലാളിവർഗ്ഗത്തിന്റെ സംഘടിതശക്തി ദുർബലമാക്കുക."

"അതായത്, ബ്രിട്ടീഷുകാർ ഇന്ത്യയിൽ അനുവർത്തിച്ച നയം, അല്ലേ പ്രൊഫസറേ?" സുന്ദരേശന്റെ കമന്റ്.

"ഏതാണ്ടതു തന്നെ. ഡാവൻപോർട്ടെന്നും ലാഫ്ലീൻ എന്നും പേരുള്ള രണ്ട് ഊർജ്ജസ്വലരായ പ്രവർത്തകരെ യൂജെനിക്സ് പ്രസ്ഥാ നത്തിന് ചുക്കാൻ പിടിക്കാൻ അമേരിക്കയിൽ ഗാൾട്ടനു ലഭിച്ചു. ലാഫ്ലീന്റെ ശ്രമഫലമായി 1924ൽ അമേരിക്കൻ ഗവൺമെന്റ് ഒരു കുടി യേറ്റ നിയന്ത്രണനിയമം കൊണ്ടുവന്നു. 1930ൽ നാസികളെ ഭയന്ന് ജർമ്മ നിയിൽനിന്ന് അമേരിക്കയിൽ അഭയം പ്രാപിച്ച യഹൂദന്മാരെ ക്വോട്ട തീർന്നുപോയി എന്ന കാരണം പറഞ്ഞ് കപ്പലോടെ മടക്കി അയച്ചു. ആ പാവം മനുഷ്യർക്ക് എന്തു സംഭവിച്ചുകാണുമെന്ന് ഊഹിക്കുകയേ വേണ്ടൂ!

യൂജെനിക്സിനു ശാസ്ത്രീയാടിസ്ഥാനമില്ലെന്നു ചൂണ്ടിക്കാട്ടിയവ രിൽ, പഴയീച്ചകളിൽ ഗവേഷണം നടത്തി ലബ്ധപ്രതിഷ്ഠനായ ജനി തക ശാസ്ത്രജ്ഞൻ ടി എച്ച് മോർഗനും പ്രശസ്ത പത്രപ്രവർത്തക നായ വാൾട്ടർ ലിപ്മാനും ഉൾപ്പെടും. പക്ഷേ, ശാസ്ത്രജ്ഞരുടെയും മറ്റു പ്രഗല്ഭ ചിന്തകരുടെയും എതിർപ്പുകൾക്കൊന്നും യൂജെനിക്സി ന്റെ മുന്നേറ്റത്തെ തടയാനായില്ല. ബുദ്ധിമാന്ദ്യം, അപസ്മാരം പോലുള്ള മാനസികരോഗങ്ങൾ, എന്നിവയുള്ളവർക്കു സന്താനങ്ങൾ ഉണ്ടാകാതി രിക്കാൻ, യൂജെനിക്സ് പ്രസ്ഥാനത്തിന്റെ ഉത്സാഹത്തിൽ, ആശുപത്രി കൾ, ആരോഗ്യകേന്ദ്രങ്ങൾ എന്നിവിടങ്ങളിൽ നിർബന്ധിതവന്ധ്യംകരണ ശസ്ത്രക്രിയകൾ നടന്നു. 1935നും 1965നും ഇടയ്ക്ക് 64,000 ശസ്ത്രക്രി യകൾ അമേരിക്കയിൽ നടന്നു എന്നാണു കണക്ക്. റോമൻ കത്തോലി ക്കരുടെയും അവരുടെ മതാദ്ധ്യക്ഷന്മാരുടെയും എതിർപ്പുകളൊന്നും വില പ്പോയില്ല."

"ഇതിൽ ഹിറ്റ്ലറുടെ സംഭാവന എന്താണ്? അങ്ങോരും യൂജെനി ക്സിൽ വിശ്വസിച്ചിരുന്ന ആളായിരുന്നല്ലോ." സുന്ദരേശൻ ചോദിച്ചു.

"ഹിറ്റ്ലറുടെ സംഭാവന ചില്ലറയല്ല. പത്തുകൊല്ലത്തിനുള്ളിൽ നാലു ലക്ഷം പേരെയാണ് നാസികൾ വന്ധ്യംകരിച്ചത്. ഒരു പാരമ്പര്യരോഗ വുമില്ലാത്ത എത്രപേരെയാണ്, അവർ യഹൂദരാണ് എന്ന ഒറ്റക്കാരണ ത്താൽ, ഹിറ്റ്ലർ ഗ്യാസ്ചേംബറുകളിൽ പുകച്ചുകൊന്നത്! അതുമായി താരതമ്യപ്പെടുത്തുമ്പോൾ അമേരിക്കയിൽ നടന്നത്...."

"കുഷ്ഠരോഗിക്കു ചൊറി എന്നപോലെയേ ഉള്ളു. അല്ലേ?" നായർ പറഞ്ഞു.

"പ്രൊഫസർ ഞാനൊന്നു ചോദിക്കട്ടെ. യഥാർത്ഥത്തിൽ യൂജെനിക്സ് അപലപനീയമായ ഒരാശയമാണോ?" പരമേശ്വരനാണ് ഈ സംശയം ഉന്നയിച്ചത്.

"അല്ലെന്നതാണു സത്യം. നാം മനസ്സിരുത്തി ചിന്തിച്ചാൽ അതിന്റെ ആണിക്കല്ലായ വസ്തുതയെ അവഗണിക്കാനാവില്ല. ഒരാശയം പ്രാവർത്തികമാക്കാൻ ശ്രമിക്കുമ്പോൾ ഉണ്ടാകുന്ന ഗൗരവമേറിയ പിഴവുകൾ ആ ആശയത്തിന്റെ സ്വീകാര്യതയ്ക്കു പോറലേല്പ്പിക്കുന്നു. സോഷ്യലിസം അതിനു നല്ലൊരുദാഹരണമാണ്. അതിലേയ്ക്കു നാം കടക്കണ്ട. ഒരു സമൂഹത്തിന്റെ ജീൻപൂൾ മെച്ചപ്പെടുത്തുന്നതിൽ എന്താണു തെറ്റ്? വേണ്ടത്ര, ശരിയായ ദിശയിലുള്ള, ബോധവത്കരണമുണ്ടെങ്കിൽ യൂജെനിക്സ് സ്വാഗതാർഹമായ ഒരാശയം തന്നെയാണ്.

മനുഷ്യരിൽ അനേകം ജനിതകരോഗങ്ങൾ കണ്ടെത്തിയിട്ടുണ്ട്. പലതും മാരകമാണ്. രോഗത്തിന്റെ രണ്ട് അപ്രഭാവി അല്ലീലുകൾ ഒന്നിച്ചുവരുമ്പോൾ മാത്രമാണു രോഗമുണ്ടാകുന്നത്. മെൻഡലിസത്തിലെ വെളുത്ത പൂക്കളുള്ള പയർ ചെടിയെ ഓർക്കുക.

വ്യക്തികളുടെ ജീനരൂപം മനസ്സിലായിക്കഴിഞ്ഞാൽ, വിവാഹപൂർവ്വ ജനറ്റിക് കൗൺസലിങ് വഴി, ജനിതകമായ പരിഗണനയിൽ, സന്താനങ്ങൾക്ക് ഇത്തരം രോഗങ്ങൾ വരാനുള്ള സാദ്ധ്യത, വലിയൊരളവുവരെ, വിദഗ്ധർക്കു പ്രവചിക്കാൻ കഴിയും. ദേവസ്യ വിവരിച്ച സിക്കിൾസെൽ അനീമിയ ഉൾപ്പെടെയുള്ള പല ജനിതകരോഗങ്ങളുടെയും ജനിതകത കരാറുകളുടെയും വ്യാപനം ഫലപ്രദമായി തടയാൻ ജനറ്റിക് കൗൺസലിങ്ങിനു സാധിക്കും എന്ന വിശ്വാസമാണ് എനിക്കുള്ളത്."

"എയ്ഡ്സിന്റെ കാര്യത്തിലും ഇതുതന്നെ ചെയ്തുകൂടേ?" പിള്ള ചോദിച്ചു.

"എയ്ഡ്സ് ഒരു ജനിതകരോഗമല്ല. അതുകൊണ്ടു ജനറ്റിക് കൗൺസലിങ്ങിനു പ്രസക്തിയില്ല.

പടിഞ്ഞാറൻ രാജ്യങ്ങളിൽ കൗൺസലിങ് പ്രചാരത്തിലായിക്കഴിഞ്ഞു. നമ്മുടെ നാട്ടിലും ഈ പ്രവണത വേരുപിടിച്ചുതുടങ്ങിയെന്നുള്ളതു നല്ല ലക്ഷണമാണ്. പലതരം ജനിതകരോഗങ്ങളുടെ പിടിയിലമർന്ന ആളുകളുടെ എണ്ണം കൂടിക്കൊണ്ടിരിക്കുന്ന പശ്ചാത്തലത്തിൽ പരിഹാരപ്രവർത്തനങ്ങളുടെ ആക്കം കൂട്ടേണ്ടിയിരിക്കുന്നു.

ഇനി നമുക്ക് 'ക്രിയേഷനിസ'ത്തെക്കുറിച്ചു ചർച്ചചെയ്യാം. ഡാർവിൻ പരിണാമസിദ്ധാന്തം ആവിഷ്കരിച്ച കാലത്ത് അമേരിക്കയിൽ തുടങ്ങി, വളർന്നു വലുതായി, ക്രമേണ കെട്ടടങ്ങി, ഇക്കാലത്തു വീണ്ടും ശക്തി ആർജ്ജിച്ചുകൊണ്ടിരിക്കുന്ന ഒരു പിന്തിരിപ്പൻ ചിന്താഗതിയാണു 'ക്രിയേ

ഷനിസം'. ഇരുപതാം നൂറ്റാണ്ടിന്റെ തുടക്കത്തിലണിഞ്ഞ വേഷമല്ല ഇന്ന തിനുള്ളത് എന്നൊരു വ്യത്യാസമേ ഉള്ളു."

"പഴയ വീഞ്ഞു പുതിയ കുപ്പിയിൽ അല്ലേ?" കുറുപ്പു ചോദിച്ചു.

"അമേരിക്കൻ പൗരനിൽനിന്ന് എടുത്തുമാറ്റാനാവാത്ത മൂന്ന് അവ കാശങ്ങളെക്കുറിച്ച് 1776ലെ സ്വാതന്ത്ര്യ പ്രഖ്യാപനത്തിൽ അടിവരയിട്ടു പറയുന്നുണ്ട്: ജീവൻ, സ്വാതന്ത്ര്യം, സുഖാർജ്ജനം. സുഖാർജ്ജനത്തിനു വേണ്ടത്രയോ അതിലേറെയോ സ്വാതന്ത്ര്യം അമേരിക്കയിൽ ലഭ്യമാണെ ങ്കിലും ആശയപ്രകടനസ്വാതന്ത്ര്യം ആ മഹാരാജ്യത്ത് അല്പം കമ്മി യാണ്. പ്രബലന്മാർക്കു രുചിക്കാത്ത ആശയങ്ങൾ അവിടെ സ്വാഗതം ചെയ്യപ്പെടാറില്ല. പ്രബലന്മാരുടെ കൂട്ടത്തിൽ അതിസമ്പന്നന്മാരും രാഷ്ട്രീ യനേതാക്കളും മാത്രമല്ല മതമേധാവികളും ഉൾപ്പെടും. അന്ധമായ കമ്യൂ ണിസ്റ്റുവിരോധത്തിന്റെ നീരാളിപ്പിടിത്തത്തിൽ എത്ര ധിഷണാശാലിക ളാണ് ഞെരിഞ്ഞമർന്നത്. 'മക്കാർത്തിയിസം' വേട്ടയാടിയവരിൽ അമേ രിക്കയ്ക്ക് ആറ്റംബോംബ് ഉണ്ടാക്കിക്കൊടുത്ത റോബർട്ട് ഓപ്പൻ ഹീമറും ഉൾപ്പെട്ടിരുന്നു. മഹാചിന്തകനായ ബർട്രൻഡ് റസ്സലിനെ മതവിശ്വാസി കൾ തേജോവധം ചെയ്ത ഒരു സ്വതന്ത്രരാഷ്ട്രമാണ് അമേരിക്ക. വൈരു ദ്ധ്യങ്ങളുടെ പരിവേഷമണിഞ്ഞ നാടെന്നും അമേരിക്കയെ വിശേഷിപ്പി ക്കാം. സൗരയൂഥത്തിനപ്പുറത്തേക്ക് എത്തിപ്പിടിക്കാൻ നീളുന്ന കൈകൾ തന്നെ ശാസ്ത്രസത്യങ്ങൾക്കു നേരേ കണ്ണുപൊത്തുന്ന വൈചിത്ര്യമേ റിയ കാഴ്ചയും അവിടെ നാം കാണുന്നു."

"അതു നമ്മുടെ ചർച്ചാവിഷയമല്ല സുന്ദരേശാ. 'ക്രിയേഷനിസം' ഒരടഞ്ഞ അദ്ധ്യായമാണെന്നു കരുതിയതാണ്. ഇപ്പോൾ അതു പൂർവ്വാ ധികം ശക്തി പ്രാപിക്കുന്നതുകൊണ്ടാണ് അതിനെക്കുറിച്ചു രണ്ടു വാക്കു പറയാമെന്നു ഞാൻ കരുതിയത്. മത്തായിസാറിനു ബൈബിൾ കാണാ പ്പാഠമാണല്ലോ. ഉത്പത്തിപ്പുസ്തകത്തിൽ മനുഷ്യസൃഷ്ടിയെക്കുറിച്ചു പറഞ്ഞിരിക്കുന്ന ഭാഗം മാത്രം ഒന്ന് ഉദ്ധരിക്കാമോ?"

" 'ദൈവം വീണ്ടും അരുളിച്ചെയ്തു. നമുക്കു നമ്മുടെ ഛായയിലും സാദൃശ്യത്തിലും മനുഷ്യനെ സൃഷ്ടിക്കാം. അവർക്കു കടലിലെ മത്സ്യ ങ്ങളുടെയും ആകാശത്തെ പറവകളുടെയും നാല്ക്കാലികളുടെയും ഭൂമി യിൽ ഇഴയുന്ന സർവ്വജീവികളുടെയും മേൽ ആധിപത്യം ഉണ്ടായിരിക്ക ട്ടെ. അങ്ങനെ ദൈവം തന്റെ ഛായയിൽ മനുഷ്യനെ സൃഷ്ടിച്ചു.' "

"ഇത്രയും മതി സാറേ, നന്ദി. സൃഷ്ടികർമ്മം കഴിഞ്ഞ് ഏഴാം ദിവസം ദൈവം വിശ്രമിച്ചുവെന്നു ബൈബിളിൽ പറയുന്നു. എല്ലാ ജീവ ജാലങ്ങളെയും നാം ഇന്നു കാണുന്ന രൂപത്തിൽത്തന്നെ ദൈവം സൃഷ്ടി ച്ചുവെന്നും മനുഷ്യനു ദൈവത്തിന്റെ രൂപസാദൃശ്യമുണ്ടെന്നും സൃഷ്ടി കർമ്മത്തിനു മൊത്തം ആറുദിവസമേ ദൈവം എടുത്തുള്ളുവെന്നും ബൈബിൾ പദാനുപദം സത്യമാണെന്നും ദൃഢമായി വിശ്വസിക്കുന്ന ക്രൈസ്തവർ ഇക്കാലത്തും ഉണ്ട്. ഡാർവിനിസത്തിന്റെ യുക്തിയെ ചെറു

ത്തുനില്ക്കാൻ കഴിയാതെ വന്നപ്പോൾ, ദൈവത്തിന്റെ ആറുദിവസം ലക്ഷ ക്കണക്കിനു വർഷങ്ങളാണെന്നു വ്യാഖ്യാനിച്ചെങ്കിലും, സൃഷ്ടികർത്താ വിന്റെ സ്ഥാനത്തുനിന്നു ദൈവത്തെ ഭ്രഷ്ടനാക്കിയതിനു വിശ്വാസികൾ ഡാർവിനു മാപ്പു നല്കിയില്ല. യൂറോപ്പ് പരിണാമസിദ്ധാന്തം ക്രമേണ അംഗീകരിച്ചു. പക്ഷേ, അമേരിക്കയിൽ ഗണ്യമായ ഒരു വിഭാഗം ആളു കൾ സൃഷ്ടിയെക്കുറിച്ചുള്ള ബൈബിൾ വിവരണത്തിൽ ഉറച്ചുനിന്നു. ഇതാണു 'ക്രിയേഷനിസം.' ക്രിയേഷനിസത്തിൽ മുഖ്യമായി മൂന്നു ഘട കങ്ങളാണുള്ളത്: ഒന്ന്, ദൈവമാണ് സൃഷ്ടികർമ്മം നടത്തിയത്; രണ്ട്, ഇന്നു കാണുന്ന ജീവികളെല്ലാം ദൈവം സൃഷ്ടിച്ച അതേ രൂപ ത്തിൽത്തന്നെ നിലനില്ക്കുന്നു; മൂന്ന്, ദൈവം തന്റെ സ്വന്തം രൂപത്തി ലാണു മനുഷ്യനെ സൃഷ്ടിച്ചത്. ഈ മൂന്നു കാര്യങ്ങളും ഡാർവിനിസ ത്തിന് വിരുദ്ധമാണെന്നു പറയേണ്ടതില്ലല്ലോ.

ടെനസീസ്റ്റേറ്റിലെ ഒരു സ്കൂളിൽ ഡാർവിനിസം പഠിപ്പിച്ചു എന്ന കുറ്റം ചുമത്തി സ്കോപ്സ് എന്നൊരു യുവാവിനെ കോടതി വിചാരണ ചെയ്തത് ലോകശ്രദ്ധ നേടി. 1925 ലായിരുന്നു ഈ സംഭവം."

"അതൊരു പഴങ്കഥ ആയിരിക്കേണ്ടതല്ലേ ജനിതകശാസ്ത്രം ജൈത്ര യാത്ര നടത്തുന്ന ഈ കാലഘട്ടത്തിൽ, വിശേഷിച്ച് അമേരിക്കയിൽ? പ്രൊഫസർ സൂചിപ്പിക്കുന്നത് അങ്ങനെയല്ലെന്നാണല്ലോ" പരമേശ്വരൻ പറഞ്ഞു.

"പരമേശ്വരൻ പറഞ്ഞതുപോലെ അതൊരു അടഞ്ഞ അദ്ധ്യായം ആയിരിക്കേണ്ടതാണ്. പക്ഷേ യാഥാർത്ഥ്യം അതല്ല. ഈയിടെ- സെപ്റ്റം ബർ 2005ലാണെന്നാണ് ഓർമ്മ– അമേരിക്കയിലെ ഡോവർ എന്ന സ്ഥല ത്തുള്ള ഒരു വിദ്യാലയത്തിന്റെ നടത്തിപ്പുകാർ ഒരു ഓർഡർ ഇറക്കി. അദ്ധ്യാപകരെ ഉദ്ദേശിച്ചായിരുന്നു ആ ഓർഡർ. പരിണാമസിദ്ധാന്തം കുട്ടി കളെ പഠിപ്പിക്കണമെന്നുണ്ടെങ്കിൽ അതിനു വിരോധമില്ല. പക്ഷേ ഒരു കാര്യം കൂടി കുട്ടികൾക്കു നിർബന്ധമായി പറഞ്ഞുകൊടുക്കണം: പരി ണാമസിദ്ധാന്തത്തിനു വസ്തുതകളുടെ പിൻബലമില്ല, അതിലുള്ള പല വിടവുകളും നികത്താൻ ഇതുവരെ കഴിഞ്ഞിട്ടില്ല; എന്നാൽ അതിനു ബദ ലായി മറ്റൊരു സിദ്ധാന്തമുണ്ട് 'ഇന്റലിജന്റ് ഡിസൈൻ' എന്നാണ് അതിന്റെ പേര്. ആസൂത്രകൻ ദൈവമാണ്. ഈ ബദൽ സിദ്ധാന്തം പഠി ക്കാനുള്ള എല്ലാ സൗകര്യങ്ങളും സ്കൂൾ ലൈബ്രറിയിലുണ്ട്. കുട്ടികൾ ആ സൗകര്യം പ്രയോജനപ്പെടുത്തുക.

"കൊള്ളാമല്ലോ, നല്ല ആശയം" പരിഹസിച്ചതു സുന്ദരേശനാണ്.

"അമേരിക്കയിൽ രണ്ടു സംഘടനകളുണ്ട്. പേരുകൊണ്ടുതന്നെ അവയുടെ പ്രവർത്തനലക്ഷ്യം വ്യക്തമാകും. ഒന്ന്, 'അമേരിക്കൻ സിവിൽ ലിബർട്ടീസ് യൂണിയൻ' മറ്റൊന്ന്, 'അമേരിക്കൻസ് യുണൈറ്റഡ് ഫോർ സെപ്പറേഷൻ ഒഫ് ചർച്ച് ആൻഡ് സ്റ്റേറ്റ്'. ഈ രണ്ടു സംഘടനകളും ചേർന്ന് സ്കൂൾ അധികൃതരുടെ വിചിത്രമായ ഓർഡറിനെതിരെ കോട

തിയെ സമീപിച്ചു. ഒരു പ്രധാനകാര്യം ഈ അവസരത്തിൽ ഓർക്കുക. പബ്ലിക് സ്കൂളുകളിലെ സയൻസുക്ലാസുകളിൽ ക്രിയേഷനിസം പഠിപ്പിക്കാൻ പാടില്ലെന്ന 1987ലെ അമേരിക്കൻ സുപ്രീം കോടതിയുടെ വിധിയാണത്.”

“ഇങ്ങനെയൊരു വിധി നിലവിലിരിക്കെ അതിനെ ധിക്കരിക്കുന്ന ഒരു ഓർഡർ ഇറക്കിയതിന്റെ പിന്നിലെ ശക്തി മതമേധാവികളുടേതായിരിക്കും എന്നു വ്യക്തം” പരമേശ്വരൻ പറഞ്ഞു.

“പക്ഷേ അന്നതു ക്രിയേഷനിസമായിരുന്നു; ഇന്നത് ശാസ്ത്രപദങ്ങളുടെ കുപ്പായമണിഞ്ഞ ‘ഇന്റലിജന്റ് ഡിസൈൻ’ ആണ്. കോടതി ആ സൂത്രം മനസ്സിലാക്കി സ്കൂൾ അധികാരികളുടെ ഓർഡർ റദ്ദാക്കുമെന്നു ശാസ്ത്രലോകം കരുതുന്നു.”

“ഇപ്പോഴത്തെ അമേരിക്കൻ പ്രസിഡണ്ട് ജോർജ് ബുഷ് ക്രിയേഷനിസത്തിന്റെ പക്ഷത്താണെന്നു കേൾക്കുന്നല്ലോ.” സുന്ദരേശൻ പറഞ്ഞു.

“കേട്ടതു ശരിയാണ്. ഡാർവിനിസവും ഇന്റലിജന്റ് ഡിസൈനും ഒരുപോലെ കുട്ടികളെ പഠിപ്പിക്കുന്നതിൽ എന്താണു തെറ്റ്? എന്നാണ് അദ്ദേഹം ചോദിക്കുന്നത്. കേൾക്കുമ്പോൾ നിർദ്ദോഷമെന്നു തോന്നാമെങ്കിലും അത് ആപത്കരമായ ഒരു നിർദ്ദേശമാണ്. ശാസ്ത്രതത്ത്വങ്ങൾ പഠിക്കുന്ന ഇളംമനസ്സുകളിൽ തെളിവുകളുടെ പിൻബലമില്ലാത്ത അർദ്ധസത്യങ്ങളോ അഭ്യൂഹങ്ങളോ കുത്തിവയ്ക്കുന്നത് ശരിയല്ല.”

“എന്താണീ ഇന്റലിജെന്റ് ഡിസൈൻ?” കുറുപ്പ് ചോദിച്ചു.

“വില്യം പാലി എന്നൊരു ഇംഗ്ലീഷ് വൈദികനാണ് ആദ്യമായി ഇങ്ങനെ ഒരു പ്രയോഗം നടത്തിയത്. ക്രിയേഷനിസം തന്നെയായിരുന്നു പാലിയുടെ മനസ്സിൽ. പാലിയുടെ ഉപമ കേൾക്കുക. നിങ്ങളുടെ കൃഷിസ്ഥലത്ത് ഒരു ഘടികാരം കിടക്കുന്നതു നിങ്ങൾ കണ്ടു. അതിന്റെ കൃത്യവും സങ്കീർണ്ണവുമായ പ്രവർത്തനത്തിൽനിന്ന് അതു പ്രകൃതിയുടെ സൃഷ്ടിയല്ലെന്നും ആരോ ബോധപൂർവ്വവും ശ്രദ്ധാപൂർവ്വവുമായി നിർമ്മിച്ചതാണെന്നും മനസ്സിലാക്കാൻ നിങ്ങൾക്ക് ഒരു പ്രയാസവും കാണുകയില്ല. നോക്കൂ, മനുഷ്യശരീരം എന്ന യന്ത്രം എത്ര സങ്കീർണ്ണമാണ്. ഓരോ അവയവവും എത്ര കൃത്യതയോടെയാണു പ്രവർത്തിക്കുന്നത്. പ്രകൃതിനിർദ്ധാരണത്തിന് ഇതുപോലൊരു യന്ത്രം നിർമ്മിക്കാൻ കഴിയുമോ? സങ്കീർണ്ണമായ ഒരു യന്ത്രം പ്രവർത്തിക്കണമെങ്കിൽ അതിന്റെ വിവിധ ഭാഗങ്ങൾ ഏകകാലത്തു പ്രവർത്തിക്കണം. പ്രകൃതിനിർദ്ധാരണംപോലെ പതുക്കെപ്പതുക്കെ, കുറേശ്ശെ കുറേശ്ശെ, മാറ്റം വരുത്തിച്ചെയ്യാവുന്നതല്ല മനുഷ്യശരീരത്തിന്റെ സൃഷ്ടി. അസാധാരണമായ ബുദ്ധിവൈഭവമുള്ള ഒരു സൃഷ്ടികർത്താവിനല്ലാതെ മനുഷ്യൻ എന്ന മഹായന്ത്രത്തെ സൃഷ്ടിക്കാൻ കഴിയുകയില്ല. പാലി ഉദ്ദേശിച്ചതു ദൈവത്തെയാണെന്നു വ്യക്തമാണല്ലോ.

“പാലി പറഞ്ഞതിൽ അന്തർഭവിച്ചിരിക്കുന്ന യുക്തി പിടികിട്ടുന്നില്ലല്ലോ പ്രൊഫസറേ?” സുന്ദരേശൻ ചോദിച്ചു.

"ഇല്ലാത്ത യുക്തി എങ്ങനെ പിടികിട്ടാനാണ്? പാലി വയലിൽക്കണ്ട ഘടികാരം തന്നെ അജൈവമേഖലയിൽ മനുഷ്യപ്രയത്നംമൂലം ഉണ്ടായിട്ടുള്ള, ഉണ്ടായിക്കൊണ്ടിരിക്കുന്ന, പരിണാമത്തിന്റെ ഒരു നല്ല ഉദാഹരണമാണ്. മൺതരികൾ ഉപയോഗിച്ചുള്ള പ്രാകൃത നാഴികമണികളിൽനിന്ന്, പെൻഡുലം ക്ലോക്കിലൂടെ, നെപ്പോളിയൻ ചക്രവർത്തിയുടെ രാജ്ഞി കൈയിൽ കെട്ടിയ ലോകത്തിലെ ആദ്യത്തെ വാച്ചിലൂടെ, രണ്ടുലക്ഷം വർഷം കൂടുമ്പോൾ മാത്രം ഒരു സെക്കൻഡ് വ്യത്യാസം വരുന്ന അറ്റോമിക് ക്ലോക്കിൽ എത്തിനില്ക്കുന്ന ഘടികാരപരിണാമത്തിന്റെ ഒരു ഘട്ടം. മാത്രമാണ് പാലി കണ്ടത്. ആ വസ്തുതകൾ അവഗണിച്ചുകൊണ്ട് ജൈവപരിണാമത്തെ മാത്രം നിഷേധിക്കാനുള്ള മനോഭാവം അപഹാസ്യമാണ്. ഇന്റലിജന്റ് ഡിസൈനിന്റെ ആൾക്കാർ വളരെ ഇന്റലിജെന്റായി ദൈവത്തെ സൃഷ്ടികർത്താവിന്റെ സ്ഥാനത്തുനിന്നു മാറ്റി. മോളിക്കുലാർ ബയോളജിയിലെ സാങ്കേതികപദങ്ങളും ചിഹ്നങ്ങളും വിശ്വാസ്യതയ്ക്കുവേണ്ടി സമർത്ഥമായി തിരുകിക്കയറ്റി."

"ഇതു രണ്ടും ഗൗരവമേറിയ കുറ്റങ്ങളാണ്." സുന്ദരേശൻ പറഞ്ഞു. "ഇക്കൂട്ടർ മാപ്പർഹിക്കുന്നില്ല."

"ഈയിടെ പത്രങ്ങളിൽ വന്ന മറ്റൊരു രസകരമായ വാർത്ത ഇന്റലിജന്റ് ഡിസൈനിന്റെ ആൾക്കാർ 'പ്രിവിലെജ്ഡ് പ്ലാനെറ്റ്' എന്നൊരു ചിത്രം നിർമ്മിച്ച്, അതിന്റെ വിശ്വാസ്യത വർദ്ധിപ്പിക്കാനായി, വാഷിങ്ടണിലെ പ്രസിദ്ധമായ സ്മിത്സോണിയൻ ഇൻസ്റ്റിറ്റ്യൂട്ടിൽ പ്രദർശിപ്പിച്ചുവെന്നാണ്. മറ്റൊരു വാർത്ത– അതു ശുഭോദർക്കമാണ്– ലോകത്തിലെ ഏറ്റവും വലിയ ശാസ്ത്രസംഘടനയായ 'ദി അമേരിക്കൻ സൊസൈറ്റി ഫോർ ദി അഡ്വാൻസ്മെന്റ് ഓഫ് സയൻസ്' ക്രിയേഷനിസ്റ്റുകളുടെ കുത്സിതപ്രവർത്തനങ്ങൾക്കെതിരെ അണിനിരക്കാൻ ശാസ്ത്രജ്ഞന്മാരെ ആഹ്വാനം ചെയ്തിരിക്കുന്നു എന്നതാണ്. ഈ പോരാട്ടത്തിൽ അന്തിമ വിജയം ശാസ്ത്രത്തിനായിരിക്കുമെന്നു നമുക്കു പ്രത്യാശിക്കാം."

"പക്ഷേ, പ്രൊഫസർ, വിശ്വാസികൾ സ്വതന്ത്രമായി ചിന്തിക്കുന്നത് ഇഷ്ടമല്ലാത്ത മതങ്ങളുടെ സ്വാധീനത നിലനില്ക്കുന്ന കാലത്തോളം ഈ മത്സരം തുടരുകതന്നെ ചെയ്യും." സുന്ദരേശൻ പ്രവചിച്ചു.

"ക്രിയേഷനിസത്തെക്കുറിച്ചുള്ള വിവരണം കേട്ടപ്പോൾ എന്റെ മനസ്സിൽ ഊളിയിട്ടുവന്ന ഒരു കാര്യമുണ്ട്. ആദ്ധ്യാത്മികപ്രഭാഷണങ്ങളിലും ആ വിഷയത്തിലുള്ള ലേഖനങ്ങൾ, പുസ്തകങ്ങൾ എന്നിവയിലും ഭൗതികശാസ്ത്രത്തിലെ സിദ്ധാന്തങ്ങളും സാങ്കേതികപദങ്ങളും സമൃദ്ധമായി ഉപയോഗിച്ചു വിശ്വാസ്യത വർദ്ധിപ്പിക്കുന്ന ഒരേർപ്പാട് കേരളത്തിൽത്തന്നെ ഒരു ഫാഷനായിരിക്കുന്നു. അതു നിരുത്സാഹപ്പെടുത്തേണ്ട ഒരു പ്രവണതയല്ലേ? പ്രൊഫസർ എന്തു പറയുന്നു?" ഈ ചോദ്യം ചോദിച്ചതു പരമേശ്വരനാണ്.

"ആശാസ്യമായ ഒരു പ്രവണതയല്ല അതെന്നു പറയാം, ലക്ഷ്യം പരമേശ്വരൻ ചൂണ്ടിക്കാട്ടിയതാണെങ്കിൽ. എന്നാൽ ഔചിത്യത്തോടെ, അനുയോജ്യമായ സ്ഥാനങ്ങളിൽ ആദ്ധ്യാത്മികചിന്തകളെ ശാസ്ത്രീയ വീക്ഷണങ്ങളുമായി സമരസപ്പെടുത്താൻ ആരു ശ്രമിച്ചാലും അതിനെ കുറ്റപ്പെടുത്താൻ പറ്റുകയില്ല, മറിച്ചു സ്വാഗതാർഹമാണുതാനും. ഞാൻ മനസ്സിൽ കാണുന്നതു സ്വാമി രംഗനാഥാനന്ദയുടെയും ചിന്മയാനന്ദന്റെയും നിത്യചൈതന്യയതിയുടെയും പ്രഭാഷണങ്ങളും ഗ്രന്ഥങ്ങളുമാണ്."

"ഇന്നിത്രയും മതി കൂട്ടരേ, പ്രൊഫസറെ ഞാൻ വീട്ടിലേക്കു കൊണ്ടുപോവുകയാണ്." മത്തായിസാർ പ്രൊഫസറെ പിടിച്ചെഴുന്നേല്പിച്ചു.

9

പരിസ്ഥിതിയും ചില ശാസ്ത്രേതര വിഷയങ്ങളും

"ഡോക്ടർ ദേവസ്യ ജി എം വിളകളെക്കുറിച്ചു പറഞ്ഞ കൂട്ടത്തിൽ 'ഗ്രീൻപീസ്' എന്ന ലോകപ്രശസ്തമായ ഒരു സംഘടനയുടെ കാര്യം സൂചിപ്പിച്ചതു നിങ്ങൾക്ക് ഓർമ്മയുണ്ടല്ലോ?"

"ആ പേരു കേട്ടപ്പോൾ ആദ്യം ഞാൻ ഓർത്തത് നമ്മുടെ ഭാരത് ഹോട്ടലിലെ ഗ്രീൻപീസും പറോട്ടയുമാണ്." മത്തായിസാർ ചിരിച്ചു കൊണ്ടു പറഞ്ഞു.

"ഇപ്പോഴും കഥ അതുതന്നെ. വല്ലപ്പോഴുമെങ്കിലും പത്രം വായിക്കണം എന്റെ മത്തായിമാഷേ." കുറുപ്പു കളിയാക്കി.

"ജീവിതത്തിന്റെ മർമ്മം ഗ്രഹിച്ച സംഘടനയാണു ഗ്രീൻപീസ്. നമ്മുടെ മുത്തശ്ശിമാർ പറയാറുള്ളതുപോലെ ചുവരുണ്ടെങ്കിലേ ചിത്രമെഴുതാൻ ഒക്കൂ. നാം അധിവസിക്കുന്ന, നമ്മെ പോറ്റുന്ന, ലോകത്തെ അതിമോഹം മൂലം നശിപ്പിക്കുന്നതു തടയാനാണ് ആ സംഘടന യത്നിക്കുന്നത്.

കേംബ്രിഡ്ജ് ആസ്ഥാനമാക്കി പ്രവർത്തിക്കുന്ന 'വേൾഡ് കോൺസർവേഷൻ മോണിട്ടറിങ് സെന്റർ' എന്ന സ്ഥാപനം 1992ൽ 'ഗ്ലോബൽ ബയോഡൈവേഴ്സിറ്റി' എന്ന പേരിൽ ഒരു വിജ്ഞാനകോശം പ്രസിദ്ധീകരിച്ചു. ലോകത്ത് ഒരുകോടിയിൽപരം ജൈവജാതികളുണ്ടെന്നാണ് അതിൽ പറയുന്നത്. പതിനാലു ലക്ഷം ജൈവജാതികളുടെ പേര് പുസ്തകത്തിൽ എടുത്തുപറയുന്നുണ്ട്. മറ്റുള്ളവ പലതരം വണ്ടുകളും ക്ഷുദ്രജീവികളുമാണ്. കഴിഞ്ഞ നാലുശതാബ്ദങ്ങൾക്കിടയ്ക്ക് നശിച്ചുപോയ സസ്തനികളും പക്ഷികളും മത്സ്യങ്ങളും അടക്കമുള്ള 464 ജൈവജാതികളുടെ ലിസ്റ്റും പുസ്തകത്തിലുണ്ട്."

"അതായത്, ഒരാണ്ടിൽ ശരാശരി ഒന്നിൽ കുറയാതെ ജൈവജാതികൾ അപ്രത്യക്ഷമായിക്കൊണ്ടിരിക്കുന്നു എന്നർത്ഥം" സുന്ദരേശന്റെ കമന്റ്.

"തിമിംഗലവേട്ടയെക്കുറിച്ചുള്ള 'ഹിന്ദു' പത്രത്തിലെ മുഖപ്രസംഗം സുന്ദരേശൻ വായിച്ചുവോ എന്നറിഞ്ഞുകൂട. മാംസം തിന്നും എണ്ണ വാറ്റിയെടുത്തും തിമിംഗലങ്ങളുടെ വംശനാശം വരുത്തുന്ന ചില രാജ്യങ്ങളുണ്ട്. അവയുടെ മുൻവരിയിലാണു ജപ്പാൻ. ആധുനിക സാങ്കേതികവിദ്യകളും ഈ ഹിംസയെ സഹായിക്കുന്നു. കൂട്ടത്തിൽ ആബാലവൃദ്ധം ജപ്പാൻകാരെ തിമിംഗലമാംസം തീറ്റിക്കുന്ന സമർത്ഥമായ പരസ്യകലയും. നമ്മൾ നേരത്തേ പറഞ്ഞ ഗ്രീൻപീസുകാർ തിമിംഗലക്കുരുതിക്കെതിരെ രംഗത്തു വന്നിട്ടുണ്ട്. അവരുടെയും മറ്റു ജന്തുസ്നേഹികളുടെയും പ്രയത്നം ഫലവത്തായില്ലെങ്കിൽ അന്തർദ്ധാനം ചെയ്യുന്ന 465–ാമത്തെ ജൈവജാതി നീലത്തിമിംഗലമായിരിക്കും.

കഴിഞ്ഞ നൂറ്റാണ്ടിൽ ലോകത്തുനിന്ന് അപ്രത്യക്ഷമായ 20 സസ്തനികളിൽ ഒരെണ്ണം നമ്മുടെ ചെമ്പുലിയാണ്. വൻ അണക്കെട്ടുകൾക്കുവേണ്ടിയും അല്ലാതെയും നാം നശിപ്പിക്കുന്നത് നമ്മുടെ ജൈവവൈവിധ്യത്തെയാണ്. പശ്ചിമന്യൂഗിനിയിലെ ചേതോഹരമായ വനപ്രദേശങ്ങളുടെ ജൈവവൈവിധ്യം ഏതാണ്ടു മുഴുവൻ അപ്രത്യക്ഷമായെന്നാണു പത്രറിപ്പോർട്ടുകൾ പറയുന്നത്. നമ്മുടെ, 'ദൈവത്തിന്റെ സ്വന്തം നാട്ടിൽ' 'സൈലന്റ് വാലി'യെച്ചൊല്ലി ഉണ്ടായ കോലാഹലങ്ങൾ നിങ്ങൾക്ക് അറിവുള്ളതാണല്ലോ."

"സ്വാർത്ഥമോഹം പെരുകുമ്പോൾ ജൈവവൈവിധ്യം ആർക്കു വേണം! 'തലയ്ക്കു വെളിവില്ലാത്ത' കുറെ ശാസ്ത്രജ്ഞന്മാരും തൊഴിലൊന്നുമില്ലാത്ത, പ്രശസ്തി മോഹിക്കുന്ന, പരിസ്ഥിതിപ്രവർത്തകരും ചേർന്നു സംരക്ഷിക്കാൻ ശ്രമിക്കുന്ന അപ്രായോഗികമായ ഒരാശയമാണല്ലോ ജൈവവൈവിധ്യം! ഇന്നത്തെ കാര്യം കുശാലായി നടക്കണം. ചൈതന്യം നശിച്ച നാളത്തെ ഭൂമിയെച്ചൊല്ലി നാമെന്തിനു വെറുതേ തലപുണ്ണാക്കണം. ഇതല്ലേ നമ്മുടെ മനസ്ഥിതി?" സുന്ദരേശൻ ആവേശത്തോടെ പറഞ്ഞു.

"സ്വിറ്റ്സർലണ്ടിലെ വേൾഡ് കൺസർവേഷൻ യൂണിയൻ' എന്ന സംഘടന 1998ൽ പ്രസിദ്ധപ്പെടുത്തിയ ഒരു സർവ്വേ റിപ്പോർട്ടിൻപ്രകാരം, എട്ടിനങ്ങളിൽ ഒന്നെന്ന കണക്കിന് സസ്യജാലങ്ങൾ വിനാശത്തിന്റെ നിഴലിലാണ്."

"വികസിതരാജ്യങ്ങളിൽ കുറെ സംഘടനകളെങ്കിലും ജൈവവൈവിധ്യത്തെ രക്ഷിക്കാൻ രംഗത്തിറങ്ങിയതു നല്ല ലക്ഷണമാണ്." പരമേശ്വരൻ ആശ്വസിച്ചു.

"വികസിതരാജ്യങ്ങളിലെന്നല്ല ആഗോളതലത്തിൽത്തന്നെ ഇക്കാര്യത്തിൽ ഉണർവുണ്ടായിട്ടുണ്ടു പരമേശ്വരാ. 1945ൽ ഹിറോഷിമയിലും

നഗസാക്കിയിലും അണുബോംബിട്ടശേഷം ഒരൊറ്റ അണുബോംബും ആരുടെ തലയിലും വീണിട്ടില്ല. അത്രയും നല്ലത്. പക്ഷേ തുടർന്നുണ്ടായ അണ്വായുധപരീക്ഷണങ്ങൾ ലോകാന്തരീക്ഷത്തെ റേഡിയേഷൻ ധൂളികൾകൊണ്ട് അപകടകരമാംവിധം മലീമസമാക്കി. ബർട്രൻഡ് റസ്സലിനെപ്പോലുള്ള ലോകപ്രശസ്തരായ മനുഷ്യസ്നേഹികളുടെ ശ്രമംകൊണ്ടാണ് അണ്വായുധപരീക്ഷണങ്ങൾ നിയന്ത്രിക്കാൻ കഴിഞ്ഞത്. പക്ഷേ അണിയറയിൽ ഒരു വില്ലനുണ്ട്. സി എഫ് സി എന്ന ചുരുക്കപ്പേരുള്ള 'ക്ലോറോഫ്ളൂറോ കാർബണുകൾ. റെഫ്രിജറേറ്ററുകൾ പ്രവർത്തിക്കുമ്പോഴും സ്പ്രേയറുകൾ ഉപയോഗിക്കുമ്പോഴും അന്തരീക്ഷത്തിലേക്കുയരുന്ന ക്ലോറോഫ്ളൂറോ കാർബണുകൾ ഓസോൺ പാളികളിൽ വിള്ളലുണ്ടാക്കുന്നു.

"ഓസോൺ പാളികൾ ഭൂമിയിൽനിന്ന് എത്ര ഉയരത്തിലാണ്?" മത്തായിസാർ ചോദിച്ചു.

"ഭൂതലത്തിൽനിന്ന് 12 കി മീറ്റർ മുതൽ 30 കി മീറ്റർ വരെ ഉയരത്തിൽ കിടക്കുന്ന ആകാശമണ്ഡലമാണ് സ്ട്രാറ്റോസ്ഫിയർ. അതിന്റെ ഉപരിതലത്തിലാണ് ഓസോൺ പാളികൾ."

"അത്രേയുള്ളോ? ആ പാളികളിൽ വിള്ളൽ വീണോട്ടെ. നാമെന്തിനു പരിഭ്രമിക്കണം."

"ഞാൻ പറഞ്ഞുതരാം സാറേ" സുന്ദരേശൻ ഇടപെട്ടു. "സാറിന്റെ ആ വലിയ കാലൻകുട എന്തിനാണ്?" സാറിന്റെ കഷണ്ടിത്തലയെ ചുട്ടുപൊള്ളുന്ന വെയിലിൽ നിന്നും മഴയിൽനിന്നും സംരക്ഷിക്കാൻ. അതുപോലെ ബാഹ്യാകാശത്തുനിന്നു വരുന്ന അൾട്രാവയലറ്റ് രശ്മികൾ തടഞ്ഞുനിർത്തി നമ്മെ രക്ഷിക്കാൻ വിശ്വപ്രകൃതി നിവർത്തിപ്പിടിച്ചിരിക്കുന്ന കുടയാണ് ഓസോൺ പാളി. ആ കുടയിൽ ദ്വാരങ്ങൾ വീണാൽ എന്തു സംഭവിക്കുമെന്നു സാറിന് ഊഹിക്കാവുന്നതേയുള്ളൂ."

"ദ്വാരം വീണാൽ എന്നല്ല പറയേണ്ടത് ദ്വാരം വീണുകഴിഞ്ഞു എന്നാണ്. 1997ൽ സമുദ്രപഠനം നടത്തിയ ശാസ്ത്രജ്ഞന്മാർ ഒരു സംഭവം റിപ്പോർട്ടു ചെയ്തു. അന്റാർട്ടിക്കയുടെ മുകൾഭാഗത്ത് ഓസോൺ പാളിയിലുണ്ടായ വലിയ വിള്ളലിലൂടെ കടന്നെത്തിയ അൾട്രാവയലറ്റ് രശ്മികൾ ദക്ഷിണസമുദ്രത്തിലെ മത്സ്യസമ്പത്തിനു കൊടിയ നാശം ഉണ്ടാക്കി എന്നായിരുന്നു അവരുടെ കണ്ടെത്തൽ. ഒരു കൊല്ലം കഴിഞ്ഞു കണ്ടത് ഓസോൺ പാളിയുടെ വിള്ളലിന് അമേരിക്കയുടെ മൂന്നിരട്ടി വലിപ്പമുണ്ടെന്നായിരിന്നു!"

"ഇങ്ങനെ പോയാൽ സംഗതി വഷളാകുമല്ലോ പ്രൊഫസറേ" മത്തായിസാറിന്റെ സ്വരത്തിൽ ഉത്ക്കണ്ഠ കലർന്നിരുന്നു.

"1990ൽ ലോകത്തിലെ 35 രാജ്യങ്ങളിൽ നിന്നുള്ള 170 ശാസ്ത്രജ്ഞന്മാർ മനുഷ്യപ്രവർത്തനം മൂലം അന്തരീക്ഷത്തിലേക്കു വിസർജ്ജിക്കപ്പെടുന്ന കാർബൺഡയോക്സൈഡ് വാതകം ഉണ്ടാക്കുന്ന ദോഷ

ങ്ങളെക്കുറിച്ചു സമഗ്രമായ ഒരു പഠനം നടത്തി. ഇങ്ങനെ വിസർജ്ജിക്കപ്പെടുന്ന കാർബൺ ഡയോക്സൈഡിന്റെ തോതു കുറയ്ക്കാനും ജനസംഖ്യാവർദ്ധനവു നിയന്ത്രിക്കാനും ഫലപ്രദമായ നടപടികൾ സ്വീകരിച്ചില്ലെങ്കിൽ 2100-ാമാണ്ടോടെ അന്തരീക്ഷത്തിലെ കാർബൺഡൈയോക്സൈഡിന്റെ സാന്നിധ്യം ഇരട്ടിയാവുമെന്നും ഭൂമിയിലെ താപനില 2.5 ഡിഗ്രി സെൽഷ്യസ് വർദ്ധിക്കുമെന്നും അവർ മുന്നറിയിപ്പു നൽകി. അവർ പറഞ്ഞ മറ്റു കാര്യങ്ങൾ ഇവയാണ്: തെക്കൻ യൂറോപ്പിലും മദ്ധ്യ അമേരിക്കയിലും അനാവൃഷ്ടി മൂലം 2030 ആകുമ്പോഴേക്കും വലിയ കൃഷിനാശം ഉണ്ടാകും; സമുദ്രങ്ങളിലെ ജലനിരപ്പ് ഉയരും; പല ഭൂവിഭാഗങ്ങളും കടൽ വിഴുങ്ങും."

"പ്രൊഫസർ, ഈ കാർബൺഡയോക്സൈഡ് എങ്ങനെയാണു ഭൂമിയുടെ ചൂട് ഉയർത്തുന്നത്?" നായരുടെ സംശയം.

"ഭൂമിയിൽ പതിക്കുന്ന സൂര്യതാപത്തിന്റെ നല്ലൊരു ശതമാനം ഭൂമി തരംഗദൈർഘ്യം കൂടിയ ഇൻഫ്രാറെഡ് റേഡിയേഷനായി തിരിയെ വിടുന്നു. അതു നമുക്കു ശല്യം ചെയ്യാതെ ബാഹ്യാകാശത്തിലേക്കു മടങ്ങിപ്പോകേണ്ടതാണ്. പക്ഷേ അന്തരീക്ഷത്തിൽ തങ്ങിനില്ക്കുന്ന ഗ്രീൻഹൗസ് വാതങ്ങളായ കാർബൺഡയോക്സൈഡും മീഥെയിനും ഈ താപത്തെ കുടുക്കി തിരിച്ചു ഭൂമിയിലേക്കു തന്നെ വിടുന്നു. ഇതാണു ചൂടു വർദ്ധിക്കാനുള്ള പ്രധാന കാരണം."

"ജനസംഖ്യാവർദ്ധനവ് ഈ പ്രശ്നത്തെ എങ്ങനെയാണു രൂക്ഷമാക്കുന്നത്?" പിള്ള ചോദിച്ചു.

"1990ൽ ഐക്യരാഷ്ട്രസഭ തയ്യാറാക്കിയ റിപ്പോർട്ടനുസരിച്ച് ലോകജനസംഖ്യ 530 കോടിയാണ്. അതു ദിനംപ്രതി രണ്ടരലക്ഷം എന്ന കണക്കിനു കൂടിക്കൊണ്ടിരിക്കുന്നു എന്നും റിപ്പോർട്ടിൽ പറയുന്നു. ദക്ഷിണാർദ്ധഗോളത്തിലെ രാജ്യങ്ങളിലെ ജനസംഖ്യപ്പെരുപ്പം നിയന്ത്രിക്കുക, ദാരിദ്ര്യത്തിന്റെ രൂക്ഷത കുറയ്ക്കുക, ഉത്തരാർദ്ധഗോളത്തിലെ സമ്പന്നരാജ്യങ്ങൾ അന്തരീക്ഷമലിനീകരണം ഗണ്യമായി കുറയ്ക്കുന്ന സാങ്കേതികവിദ്യകൾ സ്വീകരിക്കുക, ഊർജ്ജത്തിന്റെ വിനിയോഗത്തിൽ കാര്യക്ഷമത നേടുക, പ്രകൃതിവിഭവങ്ങൾ കരുതലോടെ ഉപയോഗിക്കുക, ഇവയാണു റിപ്പോർട്ടിലെ നിർദ്ദേശങ്ങൾ."

"അനിയന്ത്രിതമായ ജനസംഖ്യപ്പെരുപ്പം മനുഷ്യർക്കു ഗുണകരമായ പദ്ധതികളെ തകിടംമറിക്കുമെന്ന സത്യം മനസ്സിലാക്കി ഐക്യരാഷ്ട്രസഭ പ്രവർത്തിക്കുന്നതു നല്ല കാര്യം തന്നെ." കുറുപ്പു പറഞ്ഞു.

"കേട്ടുകൊള്ളൂ. ഐക്യരാഷ്ട്രസഭയുടെ മേൽനോട്ടത്തിൽ, 1994ൽ, കെയ്റോയിൽ ഒരു മഹാസമ്മേളനം നടന്നു. 180 അംഗരാജ്യങ്ങളിൽ നിന്ന് 20,000 പ്രതിനിധികളാണ് സമ്മേളനത്തിൽ പങ്കെടുത്തത്. പ്രധാന വിഷയം ജനസംഖ്യാനിയന്ത്രണം തന്നെ. വനിതാ വിദ്യാഭ്യാസത്തിന് ഊന്നൽ നൽകുക, കുടുംബാസൂത്രണം ഊർജ്ജിതമായി നടപ്പാക്കുക,

മൂന്നാംലോകത്തിലെ ദരിദ്രരാജ്യങ്ങളുടെ ഉന്നമനത്തിനു ശക്തമായ പിന്തുണ നൽകുക, എന്നീ കാര്യങ്ങളിൽ പൂർണ്ണമായ യോജിപ്പോടെയാണു സമ്മേളനം അവസാനിച്ചത്. രണ്ടു ദശാബ്ദം കാലദൈർഘ്യമുള്ള ഒരു പ്രവർത്തനപരിപാടിയും സമ്മേളനം അംഗീകരിച്ചു.

"ലോകജനസംഖ്യയുടെ ഇപ്പോഴത്തെ സ്ഥിതി എന്താണു പ്രൊഫസറേ?"

"1999ൽ അത് 603 കോടിയായിരുന്നു. 2050ൽ അത് 1100 കോടി ആവുമെന്നാണു കണക്കുകൂട്ടൽ."

"ഭൂമി വലുതാകാനുള്ള സാദ്ധ്യതകളൊന്നും കാണുന്നില്ല. അപ്പോൾ നാം എന്തു ചെയ്യും കുറപ്പേ?" മത്തായിസാർ ഉത്കണ്ഠ പ്രകടിപ്പിച്ചു.

"നോം ഇനി എത്രനാൾ കൂടി ഇരിക്കാനാണു നിശ്ചയിച്ചിരിക്കുന്നത്? പെൻഷനായിട്ടു കാലം കുറെ ആയില്ലേ" കുറുപ്പു ചോദിച്ചു.

"1997 ഡിസംബറിൽ ജപ്പാനിലെ കിയോട്ടോയിൽ കൈക്കൊണ്ട സുപ്രധാനമായ തീരുമാനം, 2008–12 ഓടെ, വ്യാവസായിക പുരോഗതി ആർജ്ജിച്ച എല്ലാ രാജ്യങ്ങളും, അവ ഉത്പാദിപ്പിക്കുന്ന ഗ്രീൻഹൗസ് വാതകങ്ങളുടെ അളവ്, 1990ലെ മൊത്തം അളവിന്റെ 5% കുറയ്ക്കണമെന്നാണ്. കഴിഞ്ഞ ആറരലക്ഷം വർഷങ്ങൾക്കിടയ്ക്ക് അന്തരീക്ഷത്തിലെ കാർബൺഡയോക്സൈഡ് ലെവൽ ഏറ്റവും കൂടിയത് 2005ലായിരുന്നു. ലോകജനസംഖ്യയുടെ 5% മാത്രമുള്ള അമേരിക്കയുടെ ഗ്രീൻഹൗസ് വാതകസംഭാവന 25%മാണ്. അതിശക്തവും സമ്പന്നവുമായ ഒരു രാജ്യമാണ് അമേരിക്ക. ലോകത്തിന് ഏറ്റവും വലിയ ഭീഷണിയായിരിക്കുന്ന അന്തരീക്ഷമലിനീകരണത്തെ ഫലപ്രദമായി കുറയ്ക്കുന്നതിനു നേതൃത്വം നല്കുന്നതിനുപകരം അമേരിക്ക ചെയ്തത് കിയോട്ടോ നിബന്ധനകളിൽനിന്നു തലയൂരുക എന്നതായിരുന്നു. 2005 ഡിസംബറിൽ കാനഡയിലെ മോൺട്രീലിൽ ചേർന്ന അടിയന്തിരയോഗത്തിലും അമേരിക്ക സഹായകമല്ലാത്ത നിലപാടാണ് എടുത്തത്. കിയോട്ടോ നിബന്ധനകൾ പാലിക്കാൻ ഭീമമായ പണച്ചെലവു വേണ്ടിവരുമെന്നും അതുകൊണ്ട് അവ തങ്ങൾക്കു സ്വീകാര്യമല്ലെന്നുമാണ് അമേരിക്ക പറഞ്ഞത്."

"അതങ്ങനെയേ വരൂ പ്രൊഫസറേ. തങ്ങളുടെ താത്പര്യവുമായി പൊരുത്തപ്പെടാത്ത ഒരു നിബന്ധനയും തങ്ങൾ അനുസരിക്കുകയില്ല എന്ന ധാർഷ്ട്യം അമേരിക്കയുടെ മുഖമുദ്രയാണ്." സുന്ദരേശൻ പറഞ്ഞു.

"പക്ഷേ 2007ൽ ഇന്തോനേഷ്യയിലെ ബാലിയിൽ ചേർന്ന സമ്മേളനത്തിൽ അമേരിക്കയ്ക്കു മുട്ടുമടക്കേണ്ടിവന്നു, സുന്ദരേശാ. ബാലിയിൽ കൈക്കൊണ്ട തീരുമാനമനുസരിച്ച് അമേരിക്ക ഉൾപ്പെടെയുള്ള എല്ലാ വികസിതരാജ്യങ്ങളും അളക്കാവുന്നതും റിപ്പോർട്ടു ചെയ്യാവുന്നതും പരിശോധനയ്ക്കു വഴങ്ങുന്നതുമായ എമിഷൻ പരിധികൾ നിശ്ചയിച്ചേ മതിയാവൂ. ഇത് ആശാവഹമായ തീരുമാനമാണ്."

"അമേരിക്കയുമുണ്ടല്ലോ. കണ്ടുതന്നെ അറിയണം." സുന്ദരേശന്റെ പ്രതികരണം അങ്ങനെയായിരുന്നു.

"കാലാവസ്ഥയുടെ കാര്യത്തിൽ ഒരു ലോക അതോറിട്ടി ആയ ജെയിംസ് ഹാൻസൺ പറയുന്നത് ഫോസിൽ ഇന്ധനങ്ങൾ കത്തിക്കുന്നതുമൂലം ഉണ്ടാകുന്ന കാർബൺഡൈയോക്സൈഡിന്റെ അളവ് വർഷത്തിൽ 2% എന്ന കണക്കിനു വർദ്ധിച്ചാൽ ഈ നൂറ്റാണ്ടിൽത്തന്നെ ഭൂമി വല്ലാതെ മാറുമെന്നാണ്. കൊടുങ്കാറ്റ്, വെള്ളപ്പൊക്കം, അനാവൃഷ്ടി, എന്നീ ദുരന്തങ്ങൾക്കു പുറമേ, ധ്രുവപ്രദേശങ്ങളിലെ മഞ്ഞുരുകി കടലിലെ ജലനിരപ്പുയർന്നു പല ഭൂവിഭാഗങ്ങളും വെള്ളത്തിൽ മുങ്ങിപ്പോകുമെന്നും അദ്ദേഹം മുന്നറിയിപ്പു നൽകുന്നു."

"ഹാൻസൺ പേടിക്കേണ്ട കാര്യമില്ല. അതിനു കത്തിക്കാൻ ഫോസിൽ ഇന്ധനങ്ങൾ ഉണ്ടായിട്ടു വേണ്ടേ." നായരുടെ കമന്റ്.

"ധ്രുവപ്രദേശങ്ങളിലെ മഞ്ഞുരുകുന്ന കാര്യം പറഞ്ഞപ്പോൾ ഈയിടെ പത്രങ്ങളിൽ വന്ന ഒരു വാർത്ത ഞാൻ ഓർമ്മിച്ചുപോയി." പരമേശ്വരൻ പറഞ്ഞു; "അന്റാർട്ടിക്കയിലെ മഞ്ഞുകട്ടകൾ ഉരുകി, കഴിഞ്ഞ പന്തീരായിരം വർഷങ്ങളായി മറഞ്ഞുകിടന്നിരുന്ന അത്ഭുതകരമായ വൈവിധ്യമുള്ള ഒരു ജൈവലോകം ശാസ്ത്രജ്ഞന്മാരുടെ കൺമുമ്പിൽ തെളിഞ്ഞിരിക്കുന്നു എന്നാണു വാർത്ത. ഇതു തികച്ചും സന്തോഷകരമല്ലേ പ്രൊഫസറേ?"

"മഞ്ഞുരുകൽ തുടർന്നാലുള്ള ഭീകരാവസ്ഥയെക്കുറിച്ച് ഓർക്കുമ്പോൾ സന്തോഷിക്കാൻ വകയില്ലല്ലോ, പരമേശ്വരാ."

"വെനീസ് എന്ന മനോഹരദേശത്തെ കടൽ ഇപ്പോൾത്തന്നെ വിഴുങ്ങിക്കൊണ്ടിരിക്കുകയാണ്" പരമേശ്വരൻ പറഞ്ഞു. "ഈയിടെ ഞാനൊരു ലേഖനം വായിച്ചു. അതിൽ പറയുന്നത് ഈജിപ്റ്റിലെ ലോകപ്രസിദ്ധമായ ക്ഷേത്രങ്ങൾ നശിച്ചുകൊണ്ടിരിക്കുകയാണെന്നാണ്. നാലായിരം വർഷങ്ങളോളം മരുഭൂമിയിലെ ഉഗ്രതാപം ഏറ്റിട്ടും ഒന്നും സംഭവിക്കാത്തതാണ് ഈ ക്ഷേത്രങ്ങൾ. പക്ഷേ അവ നാശോന്മുഖമാകുന്നത് വെള്ളം മൂലമാണെന്ന്! വെള്ളപ്പൊക്കം കൊണ്ടൊന്നുമല്ല, കൃഷിക്കാരുടെ അത്യാഗ്രഹം കൊണ്ട്. അതാണു വിചിത്രം! ആണ്ടിൽ മൂന്നുപ്രാവശ്യം വിളവെടുക്കാൻ വേണ്ടി നൈൽനദിയിൽനിന്നു ക്ഷേത്രങ്ങൾക്കു സമീപം കെട്ടിനിർത്തുന്ന വെള്ളം അവിടുത്തെ ഭൂഗർഭജലനിരപ്പു വല്ലാതെകണ്ട് ഉയർത്തിയിട്ടുണ്ട്. വെള്ളത്തിന്റെ ഉപ്പുരസം ശിലകളെ ദ്രവിപ്പിക്കുന്നതാണ് ക്ഷേത്രങ്ങൾക്കു സംഭവിച്ചിരിക്കുന്ന ആപത്ത്. കൃഷി അരങ്ങുതകർക്കുമ്പോൾ ക്ഷേത്രങ്ങൾ തകരും. അങ്ങനെ ഈജിപ്റ്റിലെ രണ്ടാമത്തെ ടൂറിസ്റ്റുകേന്ദ്രത്തിന്റെ കഥ കഴിയും."

"മനുഷ്യർ വരുത്തിവയ്ക്കുന്ന വിനകളല്ലേ ഇവയെല്ലാം? വനങ്ങൾ വെട്ടി നശിപ്പിക്കുക, നദികളിലെ മണൽ ഊറ്റുക, ഇവയൊക്കെ സ്വാർത്ഥലാഭത്തിനുവേണ്ടി വമ്പന്മാർ ചെയ്യുന്ന ദുഷ്പ്രവൃത്തികളാണ്. 'ദിവസം

രണ്ടു നേരം കുളിക്കുന്ന മലയാളി' എന്ന ക്രെഡിറ്റും പേറിനടന്ന നമുക്കിന്നു കുളിക്കാൻ നല്ല വെള്ളമില്ലെന്നതോ പോകട്ടെ കുടിവെള്ളം കാശു കൊടുത്തു വാങ്ങേണ്ടിവന്നിരിക്കുന്നു." മത്തായിസാറിന്റെ വിലാപം.

"സങ്കുചിതമായി ചിന്തിക്കാതെ വിശാലമായി ചിന്തിക്കാമെന്നുവച്ചാലും നമ്മുടെ ഭാവി ഇരുളടഞ്ഞതാണ്. ലോകജനതയ്ക്ക് വെള്ളം കിട്ടുന്നതിനെക്കുറിച്ചുള്ള കണക്ക് ഞാൻ എവിടെയോ വായിച്ചതാണ്. ഇപ്പോൾ ഒരാൾക്കു ശരാശരി കിട്ടുന്ന വെള്ളത്തിന്റെ മൂന്നിൽ ഒന്നു മാത്രമേ വെറും ഇരുപതുകൊല്ലം കഴിയുമ്പോൾ കിട്ടുകയുള്ളൂ." സുന്ദരേശനാണ് ഇതു പറഞ്ഞത്.

"ചാവാൻ നേരത്തു വായിലൊഴിച്ചുതരാനെങ്കിലും ഇത്തിരി നല്ല വെള്ളം കിട്ടുമോ സുന്ദരേശാ?" നായർ ചോദിച്ചു.

"കളക്ടറുടെ സ്പെഷ്യൽ പെർമിറ്റു വാങ്ങി റേഷൻകടയിൽ കൊടുത്താൽ ഒരു കുപ്പി വെള്ളം കിട്ടിയാലായി. ഇരുനൂറുരൂപ കൊടുത്താൽ മാർക്കറ്റിൽനിന്ന് ഉടനേ ഒരു കുപ്പി വെള്ളം വാങ്ങാം. ഐ എസ് ഐ മാർക്കൊന്നും നോക്കാൻ പോകരുത്." കുറുപ്പു പറഞ്ഞു.

സുന്ദരേശൻ തുടർന്നു "ഐക്യരാഷ്ട്രസഭയുടെ കണക്കനുസരിച്ച് 2025 ആകുമ്പോഴേക്കും ലോകജനതയിൽ 500 കോടിയോളം ആളുകൾക്ക് ജലദൗർലഭ്യം അനുഭവപ്പെടും; 270 കോടി ആളുകൾ വെള്ളം കിട്ടാതെ വലയും. അതുകൊണ്ട് വെള്ളം സൂക്ഷിച്ചുപയോഗിക്കുക."

"എന്റെ കൊച്ചുമക്കൾ പല്ലുതേയ്ക്കുമ്പോൾ ടാപ്പു തുറന്ന് വെറുതേ വെള്ളം കളയുന്നതു കണ്ട് എന്റെ നെഞ്ചു പിടഞ്ഞിട്ടുണ്ട്. ഞാൻ പറയും 'മക്കളേ, വെള്ളം പാഴാക്കരുത്, ആവശ്യത്തിനേ ഉപയോഗിക്കാവൂ.' ആരു കേൾക്കാൻ? ഞാൻ സ്കൂളിൽ പഠിക്കുന്ന കാലത്ത് ഗാന്ധിജിയുടെ '*വിദ്യാർഥികളോട്*' എന്നൊരു പുസ്തകം വായിച്ചിട്ടുണ്ട്. അതിൽ ഒരിടത്ത് അദ്ദേഹം പറയുന്നു. നിങ്ങൾ വെള്ളം പാഴാക്കുമ്പോൾ ബീഹാറിലും രാജസ്ഥാനിലും ഒരു തുള്ളി വെള്ളം കിട്ടാതെ വലയുന്ന നിങ്ങളുടെ സമപ്രായക്കാരെ ഓർക്കണമെന്ന്. എന്റെ ചങ്കിൽ കൊണ്ട ഒരാശയമായിരുന്നു അത്. ഞാനൊരു ഗാന്ധിയനൊന്നുമല്ലെങ്കിലും ഇതുവരെ ഞാൻ ശുദ്ധജലം പാഴാക്കിയിട്ടില്ല." മത്തായിസാറിന്റെ ശബ്ദം അല്പം ഇടറിയിരുന്നു. "മനുഷ്യന്റെ സ്വാർത്ഥതയ്ക്ക് എന്നെങ്കിലും അറുതിവരുമോ, പ്രൊഫസറേ?" നായർ ചോദിച്ചു.

"അതെങ്ങനെ വരാനാണ്? ഡാർവിന്റെ പരിണാമസിദ്ധാന്തത്തിൽപ്പോലും സ്വാർത്ഥതയുടെ അംശം ഒളിഞ്ഞിരിക്കുന്നു. നിലനില്പ്പിനുവേണ്ടിയുള്ള സമരവും ഏറ്റവും യോഗ്യമായവയുടെ അതിജീവനവും മറ്റെന്താണു കാണിക്കുന്നത്? ഇപ്പോൾ ലോകമെമ്പാടും ആർത്തിയോടെ അനുകരിക്കുന്ന അമേരിക്കൻ ജീവിതരീതിയും സ്വാർത്ഥവിചാരത്തിൽ അധിഷ്ഠിതമല്ലേ?" സുന്ദരേശൻ ഇടപെട്ടു.

"ഇത് അത്ര ലാഘവബുദ്ധിയോടെ പറഞ്ഞുകളയേണ്ട കാര്യമല്ല.

പെട്ടെന്ന് ഒരു നിഗമനം കൈക്കൊള്ളുന്നതും യുക്തിസഹമല്ല. ശാസ്ത്രീയമായ കാഴ്ചപ്പാടിലൂടെ ഈ പ്രശ്നത്തെ സമീപിക്കാൻ നമുക്ക് ഒരു ശ്രമം നടത്താം. 'സ്വാർത്ഥത'യുടെ ഇംഗ്ലീഷ്പദം 'സെൽഫിഷ്നെസ്' എന്നാണ്. ഇതും 'സെൽഫും' ഒന്നല്ല. ആദ്യത്തെ വാക്കിന്റെ അർത്ഥം അന്യരുടെ ആവശ്യങ്ങൾ അവഗണിച്ചുകൊണ്ട് തന്റെ ആവശ്യം നിറവേറ്റുക എന്നതാണ്. മറ്റു ഗുണങ്ങളോടൊപ്പം സ്വന്തം താത്പര്യങ്ങളും ഉള്ള ഒരു വ്യക്തിത്വത്തെയാണ് 'സെൽഫ്' എന്ന വാക്കു വിവക്ഷിക്കുന്നത്. സ്വന്തം സ്വത്വത്തെ നിലനിർത്തുകയും അടുത്ത തലമുറയ്ക്കു ജന്മം നല്കുകയും ചെയ്യുക എന്നതാണ് ജീവന്റെ മൗലികധർമ്മം. ഇക്കാര്യം ഒരിക്കൽ നമ്മൾ ചർച്ചചെയ്തിട്ടുള്ളതാണ്. 'സെൽഫ്' ഇല്ലെങ്കിൽ ജീവനുമില്ല. പക്ഷേ മനുഷ്യന്റെ സ്വാർത്ഥയ്ക്കു ജീവന്റെ മേൽ പഴിചാരാൻ പറ്റുകയില്ല. ലോകത്തു മനുഷ്യനൊഴികെ ഒരു ജീവിയും സ്വാർത്ഥത പ്രകടിപ്പിക്കുന്നില്ല– തത്ക്കാലം പരാദങ്ങളെ, അഥവാ പാരസൈറ്റുകളെ ഒഴിച്ചുനിർത്തുക. മറ്റു ജീവികളെ സംബന്ധിച്ചിടത്തോളം, അവയുടെ ആവശ്യങ്ങൾ നിറവേറ്റാൻ വേണ്ടതു മാത്രം പ്രകൃതിയിൽനിന്നു സ്വീകരിക്കുന്നതിൽ സെൽഫിന്റെ താത്പര്യം ഒതുങ്ങിനില്ക്കുന്നു.

മനുഷ്യന്റെ കൊടിയ സ്വാർത്ഥതയും അക്രമവാസനയും പ്രകൃതിക്കു പറ്റിപ്പോയ ഒരുപിഴവാണെന്നാണ് ആർതർ കോസ്ലർ എന്ന ചിന്തകൻ പറയുന്നത്."

"കോസ്ലർ. '*ഡാർക്ക്നെസ് അറ്റ് നൂൺ*' എന്ന പ്രസിദ്ധമായ നോവൽ രചിച്ച ആൾ. അദ്ദേഹം കേരളം സന്ദർശിച്ചിട്ടുള്ളതായി ഞാൻ കേട്ടിട്ടുണ്ട്." സുന്ദരേശൻ പറഞ്ഞു.

"ഈ ആശയം കോസ്ലർ മുന്നോട്ടുവച്ചത് '*ജാനസ്*' എന്ന കൃതിയിലാണ്. മക്ലീൻ എന്ന ശാസ്ത്രജ്ഞൻ അവതരിപ്പിച്ച, പൊതുവേ അംഗീകരിക്കപ്പെട്ട, ഒരു സിദ്ധാന്തത്തിലേക്കാണു കോസ്ലർ നമ്മുടെ ശ്രദ്ധ ക്ഷണിക്കുന്നത്. മനുഷ്യമസ്തിഷ്കത്തിന്റെ പ്രധാനഭാഗങ്ങൾ ഒരിക്കൽ വിവരിച്ചതു നിങ്ങൾ ഓർക്കുന്നുണ്ടാവുമല്ലോ. സെറിബ്രവും സെറിബെല്ലവും ഒഴികെയുള്ള ഭാഗം ബ്രെയിൻസ്റ്റെം ആണല്ലോ. ഇതു മത്സ്യങ്ങൾ മുതൽ സസ്തനികൾ വരെയുള്ള എല്ലാ നട്ടെല്ലികളിലും ഒരുപോലെ കാണപ്പെടുന്നു. പരിണാമഗതിയിൽ വികാസം സംഭവിച്ചത് ദൗർഭാഗ്യവശാൽ സെറിബ്രത്തിനും സെറിബെല്ലത്തിനും മാത്രമാണ്. സസ്തനികളിൽ എത്തുമ്പോഴേക്കും സെറിബ്രത്തിന്റെ പുറംപാളി കൂടുതൽ വികസനത്തിനു വിധേയമായി. ഇതിനെ 'പുതിയ മസ്തിഷ്കം' എന്നു വിളിക്കുന്നത് അതുകൊണ്ടാണ്. ഹോമോസേപ്പിയൻസായ നമ്മളിൽ ഈ നവമസ്തിഷ്കം വമ്പിച്ച വളർച്ച നേടിയിരിക്കുന്നു. ഇതാണു ബുദ്ധിക്കും അതുമായി ബന്ധപ്പെട്ട മറ്റു സവിശേഷതകൾക്കും ഇരിപ്പിടം. പഴയ മസ്തിഷ്കം ജന്മവാസനകൾ, വികാരങ്ങൾ, ജൈവിക പ്രവർത്തനങ്ങൾ എന്നിവയെ നിയന്ത്രിക്കുന്ന കാതലായ ഭാഗമായി വലിയ മാറ്റം കൂടാതെ

നിലനില്ക്കുന്നു. നവമസ്തിഷ്കത്തിന്റെ ആവിർഭാവത്തോടെ മനുഷ്യന്റെ ചിന്താശക്തി അതിവേഗത്തിൽ പുരോഗമിക്കാൻ തുടങ്ങി. പക്ഷേ പഴയ മസ്തിഷ്കവുമായി ഘടനാപരമായും പ്രവർത്തനപരമായും അഭികാമ്യമായ രീതിയിലുള്ള ഉത്ഗ്രഥനം സാധിക്കാതെ പോയി. ഇതു വൈകാരികവും ബുദ്ധിപരവുമായ പ്രവർത്തനങ്ങൾക്കു തമ്മിൽ പൊരുത്തക്കേടുകൾക്കു കാരണമായി. ഈ പൊരുത്തക്കേടുകൊണ്ടാണ് യുക്തിസഹമായ ചിന്തയും യുക്തിരഹിതമായ വിശ്വാസങ്ങളും തമ്മിലുള്ള സംഘട്ടനങ്ങൾ, ശാസ്ത്രപുരോഗതിയുടെയും ധാർമ്മികബോധത്തിന്റെയും വേഗങ്ങളിലുള്ള വൈരുദ്ധ്യങ്ങൾ, ഉറച്ച മിഥ്യാധാരണകൾ, വിദ്രോഹവാസനകൾ എന്നിവ സംഭവിക്കുന്നത്. അധികാരിവർഗ്ഗത്തെയും സ്വേച്ഛാധിപതികളെയും സാധാരണ മനുഷ്യരെത്തന്നെയും ഗ്രസിക്കുന്ന പരനോയിയയും ഈ പൊരുത്തക്കേടിന്റെ ഫലമാണ്."

"എന്താണീ പരനോയിയ?" കുറുപ്പു ചോദിച്ചു.

"അതൊരു മാനസികരോഗമാണ്. തെറ്റായ ധാരണകൾ സദാ അലട്ടികൊണ്ടിരിക്കുക, താൻ ഒരു വലിയ ആളാണെന്നു കരുതുക, മറ്റുള്ളവരെ അകാരണമായി സംശയിക്കാനും അവിശ്വസിക്കാനും തോന്നുക- ഇതൊക്കെയാണു പരനോയിയയുടെ ലക്ഷണങ്ങൾ. ഈ മനോരോഗം മനുഷ്യവർഗ്ഗത്തെ ഒന്നാകെ ഗ്രസിച്ചിരിക്കുകയാണെന്നാണ് കോസ്ലർ പറയുന്നത്. കൂട്ടക്കൊലയും യുദ്ധവുമൊക്കെ അതിന്റെ ഫലമാണെന്നും അദ്ദേഹം പറയുന്നു. കാട്ടിലെ മാംസഭോജിയായ ഒരു ജന്തു മറ്റൊരു ജന്തുവിനെ ഭക്ഷണത്തിനു വേണ്ടിയല്ലാതെ ഹിംസിക്കുകയില്ല. വിശപ്പു ശമിച്ച സിംഹം മാൻകൂട്ടത്തെ ആക്രമിക്കുകയില്ല. കൊല്ലുന്ന ജന്തുവും കൊലയ്ക്ക് ഇരയാകുന്ന ജന്തുവും രണ്ടു ജൈവജാതികളിൽ പെടുന്നു. ഈ കാട്ടിലെ നിയമം നാട്ടിലെ നിയമത്തെക്കാൾ എത്രയോ ഭേദമാണ്. ഇംഗ്ലീഷുകാരും ജർമ്മൻകാരും പരസ്പരം വെടിവച്ചുവീഴ്ത്തിയതും അമേരിക്കക്കാരൻ ജപ്പാൻകാരന്റെ തലയിൽ ആറ്റംബോംബിട്ടതും ഭക്ഷണത്തിനുവേണ്ടിയല്ലല്ലോ. മൃഗങ്ങളും മനുഷ്യരും തമ്മിലുള്ള വ്യത്യാസം ഇതാണ്. പരിണാമപ്രക്രിയയിൽ എപ്പോഴോ പ്രകൃതിക്കു പറ്റിയ പിഴവാണ് ഇങ്ങനെയൊക്കെ സംഭവിക്കാൻ കാരണമെന്നു കോസ്ലർ അഭിപ്രായപ്പെടുന്നു.

"എന്തെങ്കിലും പ്രതിവിധി അദ്ദേഹത്തിനു നിർദ്ദേശിക്കാനുണ്ടോ?" പരമേശ്വരൻ ആരാഞ്ഞു.

"പഴയ മസ്തിഷ്കത്തിന്റെ മണ്ടത്തരങ്ങളെ അപ്പോഴപ്പോൾ വീറ്റോ ചെയ്യാൻ പുതിയ മസ്തിഷ്കത്തെ സജ്ജമാക്കുന്ന എൻസൈമുകൾ കണ്ടുപിടിക്കാൻ കഴിയുമെന്ന് കോസ്ലർ പ്രത്യാശിക്കുന്നു. വികാരത്തെ യുക്തിയുമായി സമരസപ്പെടുത്തണം. ജീവശാസ്ത്രം പ്രദാനംചെയ്യുന്ന നൂതനമായ അറിവുകളുടെ വെളിച്ചത്തിൽ താൻ എവിടെ നില്ക്കുന്നുവെന്നു മനുഷ്യൻ മനസ്സിലാക്കണം. ഇവയൊക്കെയാണ് അദ്ദേഹത്തിന്റെ പ്രതിവിധികൾ."

"മനുഷ്യജിനോമിനെ പൂർണ്ണമായി പഠിച്ചുകഴിയുമ്പോൾ കോസ്ലറുടെ സങ്കല്പത്തിലുള്ള എൻസൈമുകൾ ഗവേഷകർ കണ്ടെത്തിയെന്നുവരാം. അതിനുള്ള സാദ്ധ്യത തള്ളിക്കളയാനാവില്ല." സുന്ദരേശൻ പ്രത്യാശ പ്രകടിപ്പിച്ചു.

"ജനിതക എഞ്ചിനിയറിങ്ങും ഇക്കാര്യത്തിൽ മാനവരാശിയെ സഹായിക്കുമെന്നു കരുതാം." പരമേശ്വരൻ കൂട്ടിച്ചേർത്തു.

"ധ്യാനത്തിലൂടെ അവനവനെ അറിയാനുള്ള മാർഗ്ഗം ഋഷിവര്യന്മാർ നമുക്കു പറഞ്ഞുതന്നിട്ടുണ്ടല്ലോ. കോസ്ലർക്ക് അതിനെക്കുറിച്ച് അറിവില്ലായിരുന്നിരിക്കും." കുറുപ്പു പറഞ്ഞു.

"ഋഷിമാർ നിർദ്ദേശിക്കുന്ന ധ്യാനമാർഗ്ഗത്തിന്റെ പ്രാധാന്യം കുറച്ചുകാട്ടുകയാണെന്നു കരുതരുത്. അവനവനെ അറിയാൻ അന്തർമ്മുഖനാവുക എന്നു നമ്മെ ഉപദേശിക്കുന്ന പലരും സ്വന്തം ശരീരം എങ്ങനെ പ്രവർത്തിക്കുന്നുവെന്ന് അറിയാത്തവരാണ്. നമ്മളിൽ ഏറിയ പങ്കും അങ്ങനെയുള്ളവർ തന്നെ. നാം ആരെന്നറിയണമെങ്കിൽ ആദ്യം നേടേണ്ടതു നമ്മുടെ മസ്തിഷ്കമുൾപ്പെടെയുള്ള ശരീരഭാഗങ്ങളെക്കുറിച്ചുള്ള അറിവാണ്. നമുക്കു ചുറ്റുമുള്ള ലോകത്തെപ്പറ്റിയും അറിയണം. മാനവരാശിയുടെ ഇതഃപര്യന്തമുള്ള ചരിത്രത്തെക്കുറിച്ചു സാമാന്യമായ അവബോധം നേടണം. തമോഗർത്തത്തെക്കുറിച്ചോ പരമാണുവിന്റെ അന്തർഭാഗത്തുള്ള ക്വാർക്കുകളെക്കുറിച്ചോ നാം അറിഞ്ഞിരിക്കണം എന്നു ഞാൻ പറയുകയില്ല. പക്ഷേ 'നീഹാരനാശകരായ നമോ നമഃ' എന്ന മന്ത്രം ചൊല്ലി നാം ആരാധിക്കുന്ന സൂര്യൻ ക്ഷീരപഥത്തിലെ ഒരു മൈനർ നക്ഷത്രമാണെന്ന അറിവു നമ്മെ വിനയാന്വിതരാക്കും. ഇതൊക്കെയാണു നാം ആരാണെന്നറിയാനുള്ള, നാം എവിടെ നില്ക്കുന്നു എന്നറിയാനുള്ള, ഫലപ്രദമായ ഒരു മാർഗ്ഗം എന്നു ഞാൻ കരുതുന്നു. താൻ എത്ര അത്ഭുതകരമായ സൃഷ്ടിയാണെന്ന അറിവു മറ്റു മനുഷ്യരെ ബഹുമാനിക്കാൻ ഒരു വ്യക്തിക്കു പ്രേരകമായിത്തീരുമെന്നു കരുതുന്ന ഒരാളാണു ഞാൻ. നിങ്ങളിൽ ആരെങ്കിലും എന്നോടു യോജിക്കുമോ എന്നെനിക്ക് അറിഞ്ഞുകൂട."

"പ്രൊഫസറോടു ഞാൻ യോജിക്കുന്നു." പരമേശ്വരൻ പറഞ്ഞു.

"ഞാനും" സുന്ദരേശൻ പരമേശ്വരനെ പിന്താങ്ങി.

മത്തായിസാർ വിഷയം മാറ്റാനായി ചോദിച്ചു."പ്രൊഫസറേ, അങ്ങ് തമോഗർത്തമെന്നും ക്വാർക്കെന്നും പറഞ്ഞല്ലോ. എന്താണീ രണ്ടും?"

പ്രൊഫസർക്കു മത്തായിസാറിന്റെ ഉള്ളിലിരിപ്പു മനസ്സിലായി. അദ്ദേഹം പുഞ്ചിരിച്ചുകൊണ്ടു പറഞ്ഞു." "ഫിസിക്സിന്റെയും അസ്ട്രോഫിസിക്സിന്റെയും മേഖലകളിൽപെട്ട കാര്യങ്ങളാണവ. എങ്കിലും ഞാൻ ഒന്നു ശ്രമിച്ചുനോക്കാം. പരമാണുവിന്റെ അന്തർഭാഗത്ത് ന്യൂക്ലിയസും അതിന്റെ ചുറ്റും ഭ്രമണം ചെയ്യുന്ന എലക്ട്രോണുകളും ഉണ്ടെന്നറിയാമല്ലോ. ന്യൂക്ലിയസിൽ പ്രോട്ടോണുകളും ന്യൂട്രോണുകളുമുണ്ട്."

"ആ അറിവല്ലേ ഹിറോഷിമയുടെയും നഗസാകിയുടെയും ദുരന്തത്തിനു കാരണം?" നായർ ചോദിച്ചു.

"അറിവിന്മേൽ പഴിചാരരുത്. അറിവല്ല കുഴപ്പക്കാരൻ, ആ അറിവു ദുരുപയോഗപ്പെടുത്തിയ രാഷ്ട്രീയനേതൃത്വമാണ്. ഹിറോഷിമയിൽ ആറ്റം ബോംബു പൊട്ടിയപ്പോൾ ട്രൂമാൻ 'ചരിത്രത്തിലെ ഏറ്റവും മഹത്തായ സംഭവം' എന്നാണ് ആ അരുംകൊലയെ വിശേഷിപ്പിച്ചത്." സുന്ദരേശൻ വികാരാധീനനായി.

"പ്രോട്ടോണിനെയും ന്യൂട്രോണിനെയും ചേർത്തുനിർത്തുന്ന ശക്തി എന്താണ് എന്ന അന്വേഷണമാണ് ക്വാർക്കിൽ ചെന്നെത്തിയത്. ഒരു ഭൗതികവസ്തുവിന്റെ ഏറ്റവും ചെറിയ ഘടകം ഇപ്പോൾ ക്വാർക്കാണ്, പരമാണുവല്ല. അതിലും ചെറിയ വസ്തുവിനെ കണ്ടെത്താൻ കഴിയുമോ ഇല്ലയോ എന്നു പറയാനുമാവില്ല."

"ഈ അന്വേഷണം ഉള്ളി തൊലിക്കുന്നതുപോലെ ആവുമോ പ്രൊഫസറേ?" മത്തായിസാർ ചോദിച്ചു.

"ആയാലും കുഴപ്പമില്ല. തൊലിക്കാൻ തോന്നുന്നവർ തൊലിച്ചോട്ടെ." പരമേശ്വരൻ പറഞ്ഞു.

"ഇനി തമോഗർത്തത്തെക്കുറിച്ച് അല്പം പറയാം. ഭീമാകാരന്മാരായ നക്ഷത്രങ്ങളുടെ – സൂര്യനേക്കാൾ എത്രയോ മടങ്ങു വലുപ്പമുള്ള നക്ഷത്രങ്ങൾ ഉണ്ട്– അന്ത്യം രണ്ടുതരത്തിലാകാമെന്നാണു വാനശാസ്ത്രജ്ഞന്മാർ പറയുന്നത്. ഒന്നുകിൽ അവ ന്യൂട്രോൺ നക്ഷത്രങ്ങളാകും, അല്ലെങ്കിൽ തമോഗർത്തങ്ങളും. നക്ഷത്രത്തിന്റെ ഉപരിതലം കത്തിനശിച്ച് അന്തർഭാഗം ചുരുങ്ങിച്ചുരുങ്ങി 20 കിലോമീറ്ററിൽ താഴെ മാത്രം വ്യാസമുള്ള ഒരു ഗോളമാകും. അപ്പോൾ അതിന്റെ സാന്ദ്രത സങ്കല്പിക്കാനാവാത്ത വിധത്തിൽ കൂടുതലായിരിക്കും. ഒരുദാഹരണം പറഞ്ഞാൽ ഒരു ത്രാസിന്റെ ഒരു വശത്ത് ടൈറ്റാനിക് പോലുള്ള ഒരു കപ്പൽ വച്ചിട്ട് മറ്റേത്തട്ടിൽ ന്യൂട്രോൺ നക്ഷത്രത്തിന്റെ ഒരു തരി സൂചിമുന കൊണ്ടെടുത്തുവച്ചാൽ ത്രാസു നേരേ നില്ക്കും!

"ആരെടുക്കും? ഏതു സൂചികൊണ്ടെടുക്കും?" മത്തായിസാർ ചോദിച്ചു.

"എന്താണിതു മത്തായിസാറേ? പ്രൊഫസർ സങ്കല്പിക്കാൻ പറഞ്ഞതല്ലേ, ന്യൂട്രോൺസ്റ്റാറിന്റെ ഭാരം എന്തുമാത്രമായിരിക്കും എന്നു സൂചിപ്പിക്കാൻ" കുറുപ്പു പറഞ്ഞു.

"നക്ഷത്രത്തിന്റെ അന്തർഭാഗം ഒരു ഗർത്തമാവുകയാണെങ്കിൽ എന്തു സംഭവിക്കും. അതിന്റെ ഗുരുത്വശക്തി അതിഭയങ്കരമായിരിക്കും. പ്രകാശരശ്മിയെക്കാൾ വേഗമുള്ള ഒരു വസ്തുവിനു മാത്രമേ ആ ഗർത്തത്തിൽ നിന്നു രക്ഷപ്പെടാൻ കഴിയുകയുള്ളൂ. പ്രകാശരശ്മിയെക്കാൾ വേഗം ഈ പ്രപഞ്ചത്തിൽ മറ്റൊരു വസ്തുവിനും ഇല്ലെന്നു ഐൻസ്ടൈൻ സ്ഥാപിച്ചിട്ടുണ്ട്. വെളിച്ചത്തെ വിഴുങ്ങിക്കളയുന്നതുകൊ

ണ്ടാണ് അതിനെ തമോഗർത്തം, ഇംഗ്ലീഷിൽ ബ്ലാക്ക്ഹോൾ, എന്നു പറയുന്നത്. ഇത്രയും വിശദീകരണം മതിയാവും എന്നു തോന്നുന്നു.*

എത്ര കയ്പ്പേറിയ അനുഭവങ്ങൾ നമുക്കുണ്ടായാലും ഒരു കാര്യം മറക്കരുത്: ശാസ്ത്രം അതിന്റെ സ്വഭാവം കൊണ്ടുതന്നെ ഒരു വിമോചകനാണ്. ഭൗതികമായ കെട്ടുപാടുകളിൽനിന്നു നമ്മെ മോചിപ്പിക്കുന്ന ശക്തി. വിദ്രോഹകരമായ ആവേഗങ്ങളിൽനിന്നു ശാസ്ത്രം നമ്മെ മോചിപ്പിക്കുന്ന കാലം വിദൂരമല്ല. നമ്മുടെ മുന്നിൽ ഇപ്പോൾ രണ്ടേ രണ്ടു മാർഗ്ഗങ്ങളേ ഉള്ളൂ. ഒന്നു സർവ്വനാശത്തിലേക്കുള്ളത്; മറ്റൊന്ന് മഹനീയമായ നേട്ടങ്ങളിലേക്കു നയിക്കുന്നത്. മുമ്പൊരു കാലത്തും ഇത്രത്തോളം ഗൗരവാവഹമായ പ്രശ്നങ്ങൾ മനുഷ്യരാശിക്കു നേരിടേണ്ടിവന്നിട്ടില്ല. ഈ കുരുക്കഴിക്കാൻ നാം ഉറ്റുനോക്കേണ്ടതു ശാസ്ത്രത്തെയാണ്.

മതങ്ങളെയോ ദൈവത്തെയോ കൂട്ടുപിടിക്കാതെ മാനവരാശിയെ സേവിച്ച മഹാചിന്തകനും കർമ്മയോഗിയുമായ ബർട്രൻഡ് റസ്സലിന്റെ ചിത്രമാണ് എന്റെ മനസ്സിൽ ആദ്യം തെളിയുന്നത്. മതമില്ലാത്ത ശാസ്ത്രം മുടന്തും എന്നുപറഞ്ഞ ഐൻസ്റ്റൈനും സങ്കുചിതമായ അർത്ഥത്തിൽ ഒരു മതവിശ്വാസിയോ ദൈവവിശ്വാസിയോ അല്ല. അദ്ദേഹം മതത്തെക്കുറിച്ചു ചിലതുകൂടി പറഞ്ഞിട്ടുണ്ട്. അതു ഞാൻ ഓർമ്മയിൽനിന്ന് ഉദ്ധരിക്കാം. അത്യന്തം നിഗൂഢമായ ഒര ശക്തിവിശേഷത്തിന്റെ സാന്നിധ്യത്തെക്കുറിച്ചുള്ള അനുഭൂതിപോലെ സുന്ദരവും ഗാഢവുമായ മറ്റൊരു വികാരം ഇല്ലതന്നെ. സംശുദ്ധമായ ശാസ്ത്രത്തിന്റെ ഉറവിടവും മറ്റൊന്നല്ല. ഇത്തരം അനുഭൂതി അന്യമായ വ്യക്തി മൃതപ്രായനാണ്. നാം എത്ര ചുഴിഞ്ഞുചിന്തിച്ചാലും പിടികിട്ടാത്ത ഒരു ശക്തിവിശേഷം ഉണ്ട് എന്ന അറിവ്, പരമോന്നത ജ്ഞാനമായും സൗന്ദര്യമായും മാത്രമേ ആ ശക്തി വെളിപ്പെടുകയുള്ളു എന്ന അറിവ്, അതാണ് യഥാർത്ഥ മതവിശ്വാസത്തിന്റെ മർമ്മം' നമുക്ക് അജ്ഞേയമായ ഈ അണ്ഡകടാഹത്തെ നിയന്ത്രിക്കുന്ന, സയുക്തികമായി മാത്രം ചിന്തിക്കുന്ന, മഹാശക്തിയായിട്ടാണ് ഐൻസ്റ്റൈൻ ഈശ്വരനെ സങ്കല്പിക്കുന്നത്. ഒരു തികഞ്ഞ സത്യാന്വേഷിയുടെ മതത്തെയും ഈശ്വരനെയുമാണ് നാം ഇവിടെ കാണുന്നത്.

ഏതായാലും ഇത്രയുമായ സ്ഥിതിക്കു മനുഷ്യനും മതങ്ങളും തമ്മിലുള്ള ബന്ധത്തെക്കുറിച്ചുകൂടി നമുക്ക് പരിമിതമായി ചർച്ചചെയ്യാം. മത്തായിസാർ അസ്വസ്ഥനാവുകയില്ല എന്നു കരുതുന്നു."

"പ്രൊഫസർ കരുതുന്നതുപോലെ മതവിശ്വാസത്തിന്റെ കാര്യത്തിൽ എനിക്കു യാതൊരു അസഹിഷ്ണുതയും ഇല്ല. എനിക്ക് അത്തരം ചർച്ചകൾ ഇഷ്ടമാണുതാനും."

"അതപ്പടി വിഴുങ്ങാൻ പറ്റുമോ മത്തായിസാറേ?" കുറുപ്പു ചോദിച്ചു.

* ബ്ലാക് ഹോളല്ല, മാഗ്നറ്റിക് ബോൾ ആണെന്നാണ് പുതിയ സിദ്ധാന്തം

"അങ്ങനെ പറയരുത്. നമുക്കു സാറിന്റെ അഭിപ്രായം കൂടി അറിയാമല്ലോ." പരമേശ്വരൻ പറഞ്ഞു.

"ചർച്ച ഞാൻ തന്നെ തുടങ്ങിവയ്ക്കാം. മിക്ക മതങ്ങളും ഈശ്വര വിശ്വാസത്തിൽ അധിഷ്ഠിതമാണെന്നു നമുക്കറിയാം. അതുപോലെ നമുക്കറിയാവുന്ന മറ്റൊരു കാര്യമുണ്ട്. 'ഈശ്വരൻ' എന്ന വാക്കാണ് ഏറ്റവും കൂടുതൽ ദുരുപയോഗത്തിനു വിധേയമായിട്ടുള്ളതെന്ന്. അടുത്തകാലത്ത് എന്നെ വളരെ വേദനിപ്പിച്ച ഒരു സംഭവം ഞാൻ നിങ്ങളോടു പറയാം. ഇറാഖിലെ ഈജിപ്ഷ്യൻ സ്ഥാനപതിയായ ഇഹാബ് അൽഷെരീഫിനെ അൽഖൈദാ തീവ്രവാദികൾ തട്ടിക്കൊണ്ടുപോയി വധിച്ചു. അദ്ദേഹത്തിന്റെ മൃതശരീരത്തിനടുത്ത് ഇങ്ങനെ ഒരു കുറിപ്പുണ്ടായിരുന്നു.: "അവിശ്വാസികളുടെ പ്രതിനിധിക്കു ദൈവം വിധിച്ച ശിക്ഷ നടപ്പാക്കിയിരിക്കുന്നു.' എത്ര ജുഗുപ്സാവഹമാണ് ഇക്കൂട്ടരുടെ ഈശ്വരസങ്കല്പം!

"മനുഷ്യനാണു ദൈവത്തെ സൃഷ്ടിച്ചത് എന്ന ആശയത്തിന് ഇതിനെക്കാൾ മെച്ചമായ ഒരു തെളിവു വേണോ?" സുന്ദരേശൻ പറഞ്ഞു. "ക്രൂരതയും വൈരാഗ്യവും നിറഞ്ഞ മനസ്സുകൾക്ക് ഇങ്ങനെയേ ദൈവത്തെ സങ്കല്പിക്കാനാവൂ."

"അഞ്ചുനേരവും മുടങ്ങാതെ നിസ്കരിക്കുന്ന നമ്മുടെ മമ്മദും ഇസ്ലാമല്ലേ? എത്ര നല്ല മനുഷ്യനാണയാൾ!" മത്തായിസ്സാറാണ് ഇങ്ങനെ പറഞ്ഞത്.

"മനുഷ്യനു നൈസർഗ്ഗികമായ സദ്വാസനകളാൽ നയിക്കപ്പെടുന്ന മമ്മദിനെപ്പോലെ നിരവധി ആളുകൾ എല്ലാ മതങ്ങളിലുമുണ്ട്. ഇസ്ലാംമതസ്ഥാപകനായ നബി തിരുമേനിയുടെ വചനങ്ങൾ ഞാൻ വായിച്ചിട്ടുണ്ട്. അദ്ദേഹം പറഞ്ഞ രണ്ടുമൂന്നു കാര്യങ്ങൾ ഞാൻ നിങ്ങളുടെ ശ്രദ്ധയിൽപെടുത്താം. ഓരോ മതത്തിനും അതിന്റേതായ സവിശേഷതയുണ്ട്; ഇസ്ലാമിന്റെ സവിശേഷത വിനയമാണ്. ഔദാര്യവും ഭാഷണത്തിലുള്ള ശുദ്ധിയും അതിന്റെ മുഖമുദ്രകളാണ്. പരിചിതരെന്നോ അപരിചിതരെന്നോ ഉള്ള വ്യത്യാസം കൂടാതെ എല്ലാവർക്കും ആഹാരം നല്കുന്നതും ആശംസ നേരുന്നതും ഇസ്ലാമിന്റെ ധർമ്മമാണ്. അത്യാവശ്യമല്ലാത്തിടത്തു രക്തം ചൊരിയുന്നത് ദൈവകോപത്തിനിടയാക്കും."

"എത്ര നല്ല കാര്യങ്ങളാണിവ." പരമേശ്വരൻ പറഞ്ഞു.

"അതേ വളരെ നല്ല കാര്യങ്ങൾ തന്നെ. പക്ഷേ മതവിശ്വാസത്തിലൂടെ തങ്ങൾ സാധാരണ മനുഷ്യരെ നന്നാക്കുകയാണ് എന്നവകാശപ്പെടുന്ന എല്ലാ മതങ്ങളിലുംപെട്ട നേതാക്കൾ അവർ വിശ്വസിക്കുന്ന മതത്തിന്റെ അന്തസ്സത്തയിൽ നിന്ന് എത്ര അകന്നുപോയിരിക്കുന്നു!

'ഈശാവാസ്യമിദം സർവ്വം' എന്ന ഉപനിഷദ് വാക്യത്തിലെ വിശാലമായ ഈശ്വരസങ്കല്പം നമ്മുടെ ചർച്ചയുടെ അടിസ്ഥാനമായി സ്വീകരിക്കുന്നതിൽ തെറ്റുണ്ടെന്നു തോന്നുന്നില്ല.

കഴിഞ്ഞ നൂറ്റാണ്ടിലെ ഒരു വലിയ തത്ത്വജ്ഞാനിയായിരുന്നു ജിദ്ദു

കൃഷ്ണമൂർത്തി. മതവുമായി ബന്ധപ്പെട്ട രണ്ടുതരം മനസ്സുകൾ ഉണ്ടെ ന്നാണ് അദ്ദേഹം പറഞ്ഞത്. ഒന്നു മതവിശ്വാസത്തിൽ ഊന്നിയ മനസ്സ്. ആചാര്യന്മാരും ദാർശനികന്മാരും പുരോഹിതവൃന്ദവും വച്ചുകെട്ടുന്ന ഭാരം ചുമക്കുന്ന, ആചാരാനുഷ്ഠാനങ്ങളിൽ അഭിരമിക്കുന്ന, മനസ്സ്. ഒരു പ്രത്യേകമൂശയിൽ വാർത്തെടുത്ത മനസ്സാണിത്. പുതുതായി ലഭിക്കുന്ന അറിവിനനുസരിച്ചു മാറുന്ന മനസ്സല്ലിത്. നിയതമായ ആകൃതിയും വലുപ്പവുമുള്ള ഈ മനസ്സിൽ കൊള്ളിക്കാവുന്ന അറിവേ ആ മനസ്സിന്റെ ഉടമയ്ക്കു സ്വീകാര്യമാവുകയുള്ളു. പാത്രത്തിൽ കൊള്ളിക്കാനായി അറിവു വളച്ചൊടിക്കപ്പെട്ടെന്നും വരാം. പല പ്രശസ്തരും പ്രഗല്ഭരും ഇക്കൂട്ടത്തിൽ പെടുന്നു.

മൗലികമായ മതബോധമുള്ള മനസ്സാണു രണ്ടാമത്തേത്. സ്വതന്ത്ര ചിന്തയിൽ ഊന്നിയ അത്തരം മനസ്സുകൾക്ക് ആശയശാഠ്യങ്ങളും അന്ധവിശ്വാസങ്ങളും അന്യമാണ്. അപ്പപ്പോൾ ലഭിക്കുന്ന അറിവുകളെ മുൻവിധി കൂടാതെ പാകപ്പെടുത്തി ആത്മീയബോധത്തെ സമ്പന്നമാക്കുന്ന മനസ്സാണിത്. പ്രാദേശികമോ ദേശീയമോ ആയ സങ്കുചിതത്വങ്ങൾ അതിനെ തൊട്ടുതീണ്ടുകയില്ല. സംഘടിത പ്രസ്ഥാനങ്ങൾക്കൊന്നും അതിനെ തളച്ചിടാനാവില്ല. അതു നിർഭയവും സ്നേഹനിർഭരവും ആണെന്നതിനു പുറമേ ഉത്കൃഷ്ടമായ സൗന്ദര്യബോധം നിറഞ്ഞതുമായിരിക്കും. ഞാനെന്ന ഭാവം അശേഷമില്ലാത്ത ആ മനസ്സ് ആന്തരികപരിവർത്തനത്തിനു സദാ സന്നദ്ധവുമായിരിക്കും. ലൗകികജീവിതത്തെ അവഗണിക്കാതെതന്നെ അതു കർമ്മനിരതവും സത്യാന്വേഷണത്തിൽ വ്യാപൃതവുമായിരിക്കും.”

“ഐൻസ്റ്റൈന്റെയും റസ്സലിന്റെയും മനസ്സ് കൃഷ്ണമൂർത്തി പറഞ്ഞ രണ്ടാമത്തെ ഇനം മനസ്സിൽ അനായാസമായി പെടുത്താമെന്നു തോന്നുന്നു. പക്ഷേ മനസ്സിന്റെ ഈ ഗുണങ്ങൾ അപൂർവ്വം ചിലർക്കല്ലേ കിട്ടുകയുള്ളൂ.” സുന്ദരേശൻ പറഞ്ഞു.

“ഞാൻ അതിലേയ്ക്കു വരികയായിരുന്നു. മനസ്സെന്ന വർണ്ണരാജിയുടെ രണ്ടറ്റങ്ങളാണു നാം കണ്ടത്. ജനിതകവൈവിധ്യം ഇവ രണ്ടിനുമിടയ്ക്ക് ഒട്ടനവധി മനസ്സുകളെ സൃഷ്ടിച്ചിട്ടുണ്ട്. എങ്കിലും നല്ല മനസ്സുള്ളവരുടെ എണ്ണം തുലോം കുറവാണെന്നു സമ്മതിക്കാതെ തരമില്ല.”

“‘സുമനസ്സുകൾ’ എന്നത് ദേവന്മാരുടെ പര്യായമാണെന്ന് *അമരകോശം* പറയുന്നു.” കുറുപ്പാണ് ഇതു പറഞ്ഞത്.

“എങ്കിൽ ദേവന്മാരുടെ എണ്ണം കൂടേണ്ടിയിരിക്കുന്നു. അപ്പോൾ അവരെ അനുകരിക്കുന്നവരുടെ എണ്ണവും കൂടും. അനുകരണം മസ്തിഷ്കത്തിന്റെ സ്വഭാവമാണെന്ന പുതിയ സിദ്ധാന്തത്തെക്കുറിച്ചു നാം ചർച്ച ചെയ്തുകഴിഞ്ഞല്ലോ. ഒരു മനുഷ്യൻ നന്നായാൽ അതു മനുഷ്യരാശിക്കു മുതൽക്കൂട്ടാവും എന്നു ഗാന്ധിജി പറഞ്ഞത് ഈ സന്ദർഭത്തിൽ ഞാനോർക്കുന്നു.”

"അതിനെന്താണൊരു വഴി?" പിള്ള ചോദിച്ചു.

"നല്ല വിദ്യാഭ്യാസം തന്നെ. വിദ്യാഭ്യാസത്തിനേ അതു കഴിയുകയുള്ളു എന്നു സുന്ദരേശന്റെ ബർട്രൻഡ് റസ്സലും പറഞ്ഞിട്ടുണ്ട്."

"ഈ സുന്ദരേശനെപ്പോലുള്ളവരോടു ചോദിച്ചാൽ അവർ മതത്തിന്റെ ദോഷവശങ്ങളെക്കുറിച്ചു മാത്രമേ പ്രസംഗിക്കുകയുള്ളു. അക്കാര്യത്തിൽ അവർ വാചാലരുമാണ്. മതവിശ്വാസത്തിനു ധാരാളം ഗുണഫലങ്ങളുമില്ലേ?" മത്തായിസാർ പരാതിപ്പെട്ടു.

"തീർച്ചയായും ഉണ്ട്. സാറു തന്നെ ഗുണങ്ങളെക്കുറിച്ചു പറഞ്ഞു തുടങ്ങിക്കൊള്ളൂ."

"ഞങ്ങളുടെ ദു:ഖഭാരം താങ്ങാനാവാതെ വരുമ്പോൾ ആ ഭാരം ഒന്നിറക്കിവച്ച് ആശ്വസിക്കാനുള്ള അത്താണിയാണു ദൈവവിശ്വാസം. ദു:ഖം ഓരോ തരത്തിലാണ്. പാവപ്പെട്ടവന്റെ ദു:ഖമല്ല പണക്കാരന്റെ ദു:ഖം. ഇരുകൂട്ടർക്കും ദു:ഖമുണ്ടെന്നത് നിഷേധിക്കാനാവാത്ത സത്യമാണ്. യുക്തിവിചാരംകൊണ്ട് ദു:ഖം മാറ്റാൻ പറ്റുകയില്ല. പറ്റുമായിരിക്കാം. പക്ഷേ അതിനു കഴിവുള്ളവർ എത്രപേരുണ്ട്? ഇതാണു പ്രൊഫസറേ ദൈവവിശ്വാസം കൊണ്ടുള്ള ഗുണം. നമ്മളൊക്കെ സമൂഹത്തിൽ ജീവിക്കുന്നതുകൊണ്ടു ചില ചിട്ടകളും മുറകളും ഒക്കെ വേണം. മതം അതിലപ്പുറമൊന്നും ചെയ്യുന്നില്ല. അതുകൊണ്ടു മതവിശ്വാസം നിഷിദ്ധവുമല്ല."

"ക്ഷേത്രാരാധനയുമായി ഇഴുകിച്ചേർന്ന മതവിശ്വാസമാണ് എന്റേത്." കുറുപ്പു പറഞ്ഞു. "ഈശ്വരൻ സർവ്വവ്യാപിയാണ് എന്ന വിശ്വാസത്തിൽ അധിഷ്ഠിതമാണു ഹിന്ദുമതം. എങ്കിലും ഈശ്വരസാന്നിധ്യം തെളിഞ്ഞുകാണുന്നത് ക്ഷേത്രങ്ങളിലാണ് എന്നു കരുതുന്നവരാണ് ഭൂരിഭാഗം ഹിന്ദുക്കളും. വീട്ടിലെ കാരണവരെ ഏതു മുറിയിലും കാണാൻ കഴിയുമെങ്കിലും നാം അദ്ദേഹത്തെ കാണാൻ ഇഷ്ടപ്പെടുന്നതു സ്വീകരണമുറിയിലല്ലേ? എന്റെ ഉപമ ഒരു പക്ഷേ ഉചിതമല്ലെന്നു വരാം. ആരാധകനെ ആരാധ്യപുരുഷനുമായി – അതു ദേവനോ ദേവിയോ ആകാം– ബന്ധിപ്പിക്കുന്ന ഭക്തി എന്ന വികാരം ഉണരാനുള്ള സാഹചര്യം ക്ഷേത്രങ്ങളിലെന്നപോലെ മറ്റൊരിടത്തും കാണുകയില്ല."

"അവിടെ ഞാൻ കുറുപ്പിനോടു വിയോജിക്കുന്നു. അതും ശക്തമായി." പിള്ള ഇടപെട്ടു. "എന്റെ അഭിപ്രായത്തിൽ മഹാക്ഷേത്രങ്ങൾ എന്നു പറയപ്പെടുന്നിടങ്ങളിൽ ഭക്തിക്ക് ഇളക്കം തട്ടാനുള്ള സാഹചര്യങ്ങളാണു കൂടുതൽ. ക്ഷേത്രജോലിക്കാരുടെ പരുഷമായ പെരുമാറ്റം, വി ഐ പിമാരുടെ എഴുന്നള്ളത്ത്, ഈശ്വരസന്നിധിയിൽപ്പോലും തങ്ങളുടെ വലുപ്പം കാട്ടുന്ന ഇക്കൂട്ടരുടെ ഭോഷത്തം, പണംകൊടുത്തു കുറുക്കുവഴിയിലൂടെ നേടുന്ന ദർശനം– ഇതൊക്കെ കാണുമ്പോൾ ഭക്തി ഓടിയൊളിക്കും. ഹൃദയത്തിൽ വെറുപ്പു നിറയും. പ്രൊഫസറേ, ഭക്തിയിൽ കാട്ടുന്ന സ്വാർത്ഥതപോലെ നീചമായി മറ്റൊന്നില്ല. ഞാനിപ്പോൾ ക്ഷേത്രങ്ങളിൽ പോകാറില്ല. വീട്ടിലെ പൂജാമുറിയിൽ കിട്ടുന്നതിൽ കൂടുതലൊന്നും ഈ മഹാക്ഷേത്രങ്ങളിൽനിന്ന് എനിക്കു കിട്ടുകയില്ല."

“മഹാക്ഷേത്രങ്ങളിൽ ദർശനത്തിന് ധാരാളം ആളുകൾ എത്തും എന്നതുകൊണ്ട് അതിൽനിന്നു മുതലെടുക്കാൻ ശ്രമിക്കുന്നവരും ഉണ്ടാകും. അതു സ്വാഭാവികമാണ്. എളുപ്പത്തിൽ ദർശനം നടത്തി നാട്ടിലേക്കു മടങ്ങാൻവേണ്ടി പണംകൊടുത്തു ടിക്കറ്റു വാങ്ങുന്നതിൽ തെറ്റൊന്നും ഞാൻ കാണുന്നില്ല. ക്യൂവിന്റെ ദൈർഘ്യം കുറയും എന്നൊരു ഗുണം കൂടിയുണ്ട്.” കുറുപ്പു ന്യായീകരിക്കാൻ ശ്രമിച്ചു.

“ഞാൻ അതിനോടു യോജിക്കുന്നില്ല കുറുപ്പേ.” പ്രൊഫസർ പറഞ്ഞു. “ഈശ്വരസന്നിധിയിൽ എല്ലാവരും ഒരുപോലെയാണെന്ന ബോധം പ്രാർത്ഥിക്കാൻ എത്തുന്നവർക്കും ക്ഷേത്രഭാരവാഹികൾക്കും ഉണ്ടായിരിക്കേണ്ടതാണ്. നീതിനിർവഹണത്തിൽ തത്പരനായ, ജനങ്ങളെ സ്നേഹിക്കുന്ന, ഒരു മുഖ്യമന്ത്രിയെ നേരിൽക്കണ്ട് അഭ്യർത്ഥന നടത്താനും പരാതിപ്പെടാനും ബഹുജനങ്ങളുടെ വലിയ ഒരു ക്യൂ തന്നെ ഉണ്ടാവും. ഇക്കൂട്ടത്തിൽ വന്നെത്തുന്ന പ്രബലന്മാരെ, പുറംവാതിലിലൂടെ തന്നെക്കാണാനും നിവേദനം നടത്താനും കാമരാജിനെപ്പോലൊരു മുഖ്യമന്ത്രി അനുവദിക്കുമോ? പണക്കാരും പ്രബലരുമായ ഭക്തന്മാരും നിവേദകരാണെന്നും ദൈവദൃഷ്ടിയിൽ എല്ലാവരും തുല്യരാണെന്നും തൊഴാൻ വരുന്നവർ മനസ്സിലാക്കണം. ഈ ‘കുറുക്കുവഴി’ സിസ്റ്റം അനീതിയാണ്, സംസ്കാരശൂന്യതയാണ്. അത് ഈശ്വരസങ്കല്പത്തോടുള്ള അവഹേളനവും ആണ്.

പരമേശ്വരന് എന്തോ പറയാനുണ്ടെന്നു തോന്നുന്നു.”

“പ്രൊഫസർ, മതത്തെക്കുറിച്ചു ചിന്തിക്കാൻ തുടങ്ങുമ്പോൾ, ആശാന്റെ ‘*കരുണ*’യിലെ ഒടുവിലത്തെ വരികളാണ് എന്റെ മനസ്സിൽ ഓടിവരുന്നത്.

നമസ്കാരമുപഗുപ്ത, വരിക ഭവാൻ നിർവ്വാണ-
നിമഗ്നനാകാതെ വീണ്ടും ലോകസേവയ്ക്കായ്
പതിതകാരുണികരാം ഭവാദൃശസുതന്മാരെ
ക്ഷിതിദേവിക്കിന്നു വേണം അധികം പേരെ.

ഉപഗുപ്തൻ ബുദ്ധഭിക്ഷുവാണ്. ബുദ്ധമതക്കാർക്ക് ഈശ്വരവിശ്വാസമില്ലെന്നാണു ഞാൻ മനസ്സിലാക്കുന്നത്. ഈശ്വരവിശ്വാസത്തെക്കാൾ ഞാൻ മുൻതൂക്കം നല്കുന്നത് ദു:ഖിതരുടെ കണ്ണീർ തുടയ്ക്കുന്നതിനാണ്. സ്നേഹവും കാരുണ്യവും സഹജീവികളോടു കാട്ടാൻ ദൈവവിശ്വാസമില്ലാതെ തന്നെ കഴിയുമെങ്കിൽ ദൈവവിശ്വാസത്തിന്റെ പേരിൽ ഹിംസിക്കുന്നതിനെക്കാൾ എത്രയോ ഭേദമാണത്. സഹജീവികളെ സ്നേഹിക്കാനും അവരുടെ കണ്ണീരൊപ്പാനും കഴിയുന്നതിനെക്കാൾ മെച്ചമായ മതം മനുഷ്യന് ആവശ്യമില്ല എന്നു കരുതുന്നവനാണ് ഞാൻ.”

“മനസ്സിനെ മഹത്വമാർന്ന ഒരു പ്രതീകത്തിൽ കേന്ദ്രീകരിക്കുന്ന പ്രാർത്ഥന മനശ്ശാസ്ത്രപരമായി നല്ല കാര്യമാണെന്നു ഞാൻ കരുതുന്നു.” നായർ പറഞ്ഞുതുടങ്ങി. “ആ പ്രതീകം വിഗ്രഹമാകാം, ചിത്രമാ

കാം, അനുകരണീയമായ സദ്ഗുണങ്ങളുള്ള ഒരു വ്യക്തിയുമാവാം. വിഗ്രഹാരാധനയുടെ ഉത്ഭവം ഈ ആവശ്യം മൂലമാണെന്നു ഞാൻ കരുതുന്നു. സാധാരണ മനുഷ്യർക്കു സങ്കല്പിക്കാൻ ഒരു രൂപം ഉണ്ടായിരിക്കുന്നത് ധ്യാനത്തിനു സഹായകമായിരിക്കും.

ക്ഷേത്രദർശനത്തിൽ താത്പര്യമില്ലാത്ത ആളാണു ഞാൻ. പക്ഷേ ക്ഷേത്രത്തിൽ പോവുകയില്ല എന്ന ശാഠ്യം എനിക്കില്ല. ഭാര്യയോടൊപ്പം ഗുരുവായൂർ, തിരുപ്പതി, രാമേശ്വരം എന്നീ മഹാക്ഷേത്രങ്ങളിൽ ഞാൻ പോയിട്ടുണ്ട്. സവിശേഷമായ ഒരനുഭൂതിയും എനിക്ക് ഈ ക്ഷേത്രങ്ങളിൽനിന്നു ലഭിച്ചിട്ടില്ല. ഗുരുവായൂർ അമ്പലത്തിന്റെ മുന്നിൽ നില്ക്കുമ്പോൾ ഞാൻ ഓർക്കുന്നത് ആനന്ദതീർത്ഥനെ തല്ലിയതും യേശുദാസിനെ അമ്പലത്തിനുള്ളിൽ കയറ്റാത്തതുമാണ്. തിരുപ്പതിയിലെ സമ്പത്തിന്റെ പൊലിപ്പും കുന്നുകൂടുന്ന കറൻസിനോട്ടുകളും സ്പെഷ്യൽ ദർശനങ്ങളും ഒരുതരം വെറുപ്പാണ് എന്നിൽ ഉളവാക്കുന്നത്. രാമേശ്വരത്തു ഞാൻ കണ്ടത് പാവങ്ങളെ പറ്റിക്കാനുള്ള ത്വരയാണ്. ശബരിമലയിൽ ഞാൻ കാണുന്നത്, ദേവനെ മറന്ന്, അനാവശ്യമായി ഊതിപ്പെരുപ്പിച്ച മാമൂലുകളാണ്. പിള്ളയുടെ ധർമ്മരോഷം തികച്ചും ന്യായമാണെന്നു ഞാൻ കരുതുന്നു. ഒരു പക്ഷേ എങ്ങനെയാണു പ്രാർത്ഥിക്കേണ്ടത് എന്ന് എനിക്കു അറിഞ്ഞുകൂടായിരിക്കാം.

സംഗീതത്തെ, വിശേഷിച്ച് കർണ്ണാടകസംഗീതത്തെ, സ്നേഹിക്കുന്നവനാണു ഞാൻ. നല്ല സംഗീതം മനസ്സിലെ കറകൾ കഴുകിക്കളയും എന്നു ഞാൻ വിശ്വസിക്കുന്നു. എത്ര അമ്പലങ്ങളിൽ പോയാലും കിട്ടാത്ത ആനന്ദാനുഭൂതി ദീക്ഷിതരുടെ 'അഖിലാണ്ഡേശ്വരി' എന്ന കീർത്തനം പാടാനറിയാവുന്നവർ ശ്രുതിമധുരമായി ആലപിക്കുന്നതു വീട്ടിലിരുന്നു കേൾക്കുമ്പോൾ എനിക്കു കിട്ടുന്നു. ഇതു തികച്ചും വ്യക്തിപരമായ കാര്യമാണ്.

ആരാധനാലയങ്ങൾ– ക്ഷേത്രമോ പള്ളികളോ ആയിക്കൊള്ളട്ടെ– മാനവസംസ്കാരത്തിനു നല്കിയ വിലപ്പെട്ട സംഭാവനകളെക്കുറിച്ചു ഞാൻ ബോധവാനാണ്. തീർത്ഥാടനങ്ങളും ഉത്സവങ്ങളും ആഘോഷങ്ങളും മനുഷ്യമനസ്സിന്റെ അഗാധതലത്തിലുള്ള ഏതോ ആവശ്യങ്ങളെ തൃപ്തിപ്പെടുത്തുന്ന കാര്യങ്ങളാണെന്നും ഞാൻ കരുതുന്നു.

ഞാൻ ഏറെപ്പറഞ്ഞുവോ എന്നു സംശയിക്കുന്നു. ബോറടിപ്പിച്ചെങ്കിൽ ക്ഷമിക്കണം."

"ബോറടിപ്പിക്കുന്ന പ്രശ്നമേയില്ല. നായരുടെ ആർജ്ജവം അനുമോദനം അർഹിക്കുന്നു. ഇനി അഭിപ്രായം പറയേണ്ടതു സുന്ദരേശനാണ്."

അല്പനേരം ചിന്തിച്ചിരുന്നിട്ട് സുന്ദരേശൻ പറഞ്ഞുതുടങ്ങി. "ഈ വിഷയത്തിൽ വളരെ കുറച്ചു കാര്യങ്ങൾ മാത്രം പറയാനേ ഞാൻ ഉദ്ദേശിക്കുന്നുള്ളൂ. ഈശ്വരൻ എന്നത് മനുഷ്യന്റെ ഒരു സങ്കല്പമാണ്. ഭയ

ത്തിൽനിന്നും പ്രപഞ്ചപ്രതിഭാസങ്ങളെക്കുറിച്ചുള്ള അജ്ഞതയിൽനിന്നും ജീവിതത്തിന്റെ ഭദ്രതയെക്കുറിച്ചുള്ള ആശങ്കകളിൽ നിന്നും ഉടലെടുത്ത ആന്ത്രോപ്പോമോർഫിക്ക് സങ്കല്പം.

"എന്താണെടോ ആ വായിൽക്കൊള്ളാത്ത വാക്കിന്റെ അർത്ഥം?"

"മനുഷ്യന്റെ രൂപവും വികാരങ്ങളും ദൈവത്തിനുണ്ട് എന്ന സങ്കല്പം. മത്തായിസാറിനു മനസ്സിലായോ?" പരമേശ്വരൻ അർത്ഥം പറഞ്ഞു കൊടുത്തു.

"നമ്മോടു സ്നേഹവും ദയയും ഉള്ള ഒരു കാരണവരാണ് ദൈവം എന്ന സങ്കല്പം." സുന്ദരേശൻ തുടർന്നു. "അല്ലെങ്കിൽ, നമ്മെ ശിക്ഷിക്കാനും രക്ഷിക്കാനും പ്രാപ്തിയുള്ള സ്വേച്ഛാധിപതിയായ ഒരു ഭരണാധികാരി എന്ന സങ്കല്പം. ഈശ്വരൻ ഏറെപ്പേർക്കും ഇങ്ങനെയാണെങ്കിൽ, കുറേപ്പേർക്കു കുറുക്കുവഴിയിലൂടെ, മെയ്യനങ്ങാതെ, സുഖവും സമ്പത്തും സ്ഥാനമാനങ്ങളും നേടാൻ കൂട്ടുനില്ക്കുന്ന ഒരു അദൃശ്യശക്തിയുടെ പ്രതീകമാണ്.

ഈശ്വരനെ കേന്ദ്രസ്ഥാനത്തു പ്രതിഷ്ഠിച്ചുകൊണ്ടു മതങ്ങളുണ്ടായി. 'മനുഷ്യൻ മതങ്ങളെ സൃഷ്ടിച്ചു' എന്നു തുടങ്ങുന്ന വയലാറിന്റെ ഗാനം ഓർമ്മ വരുന്നു. മതങ്ങൾ വളരെ വേഗം സ്ഥാപനങ്ങളായി വളർന്നു. മതസ്ഥാപനങ്ങൾക്കു സ്ഥാപിതതാത്പര്യങ്ങൾ ഉണ്ടായി. അധ്വാനിക്കാതെ സുഖഭോഗങ്ങളും അധികാരങ്ങളും പദവിയും നേടാനുള്ള എളുപ്പവഴിയായി പലർക്കും മതസ്ഥാപനങ്ങൾ. സ്ഥാപിതതാത്പര്യങ്ങൾ തമ്മിൽ ഇടയുക എന്നതു സ്വാഭാവികമാണ്. അതുകൊണ്ട് ഒരേ മതത്തിൽ അവാന്തരവിഭാഗങ്ങൾ ഉണ്ടായി. ഈ അവാന്തരവിഭാഗങ്ങൾ തമ്മിൽത്തല്ലി; മതങ്ങൾ തമ്മിൽ വിശ്വാസത്തിന്റെ പേരിൽ യുദ്ധങ്ങളുണ്ടായി. ഇത്രയും മനസ്സിലാക്കാൻ സാമാന്യമായ ചരിത്രപരിചയം ധാരാളം മതിയാവും.

മത്തായിസാർ പറഞ്ഞു. ദൈവം ഒരത്താണിയാണെന്ന്, ദൈവത്തെ നിലനിർത്തുന്ന മതവും അത്താണിയാണെന്ന്. പള്ളിയിലെ പ്രാർത്ഥനയും കുമ്പസാരവുമൊക്കെ അതിന്റെ ഭാഗമാണ് അദ്ദേഹത്തിന്. ഞാൻ അതിനെ ചോദ്യം ചെയ്യുകയില്ല.

നാം ഒരു കാര്യം മനസ്സിലാക്കണം. വേറിട്ടു ചിന്തിക്കുന്ന സ്വഭാവമുള്ളവർക്ക് ഈ ചുറ്റുപാടുകൾ മത്തായിസാർ കരുതുന്നതുപോലുള്ള ആശ്വാസം നൽകുകയില്ല. ഒരു വ്യവസ്ഥാപിത മതവും സ്വതന്ത്രചിന്തയെ പ്രോത്സാഹിപ്പിക്കുകയില്ല; മറിച്ച്, നിരുത്സാഹപ്പെടുത്താൻ വേണ്ടതൊക്കെ ചെയ്യുകയും ചെയ്യും. ഗലീലിയോയും ബ്രൂണോയുമൊക്കെ അതിനുദാഹരണങ്ങളാണ്. ക്രിസ്തുദേവന്റെ സ്നേഹസൂക്തങ്ങൾ അറിയാത്തവരല്ല പൈശാചികമായ പീഢനങ്ങളാൽ കുപ്രസിദ്ധമായ ഇൻക്വിസിഷൻ ഏർപ്പെടുത്തിയത്.

യുക്തിചിന്ത ജനജീവിതത്തെ സ്വാധീനിക്കുന്നത് സുസ്ഥിരമായ ഒരു സാമൂഹികചുറ്റുപാട് ഉണ്ടെങ്കിൽ മാത്രമാണ്. നാം ജീവിക്കുന്ന ഈ കാല

ഘട്ടം, ദൗർഭാഗ്യവശാൽ, അസ്ഥിരതകൾ നിറഞ്ഞതാണ്. നമ്മുടെയൊക്കെ ചെറുപ്പകാലത്ത് ഒരു ഗവൺമെന്റു സ്ഥാപനത്തിലോ ബാങ്കിലോ അർദ്ധഗവൺമെന്റ് സ്ഥാപനത്തിലോ ഗുമസ്തനായി കയറുന്ന ഒരാൾക്ക് താൻ ജോലിയിൽ പ്രവേശിച്ച സ്ഥാപനത്തിൽനിന്നുതന്നെ റിട്ടയർ ചെയ്യാമെന്ന വിശ്വാസമുണ്ടായിരുന്നു. അവനവന്റെ വരുമാനത്തിനനുസരിച്ചു ജീവിക്കാമായിരുന്നു, കുട്ടികൾക്കു വിദ്യാഭ്യാസം നൽകാമായിരുന്നു. ആഗോളവത്കരണത്തിന്റെയും ഉപഭോക്തൃസംസ്കാരത്തിന്റെയും കടന്നുകയറ്റത്തോടെ ജീവിതത്തിന്റെ ഭദ്രതയും സുസ്ഥിരതയും താറുമാറായിരിക്കുന്നു. ഭാവിയെക്കുറിച്ച് ആശങ്കയുള്ള യുവാക്കൾ ജ്യോത്സ്യന്മാരുടെയും അത്ഭുതം കാട്ടുന്നവരുടെയും കാഷായധാരികളുടെയും പിന്നാലെ പോകുന്നു. ഞാൻ അടച്ചുപറയുന്നില്ല. ഇക്കൂട്ടരിൽ പലരും പിത്തലാട്ടക്കാരാണ്, ധനമോഹികളാണ്. സ്ത്രീലമ്പടന്മാരുമാണ്. ഉപരിപ്ലവമായ ദൈവവിശ്വാസവും മതവിശ്വാസവും വരുത്തിവച്ച വിനയാണിത്."

"അങ്ങനെ കടത്തിപ്പറയാതെടോ സുന്ദരേശാ" മത്തായിസാർ ക്ഷുബിതനായി.

"ഞാൻ ഒരു ഈശ്വരനിഷേധിയാണെന്നാണ് മത്തായിസാർ ധരിച്ചിരിക്കുന്നത്. അതിന്റെ മുഖ്യകാരണം വീക്ഷണവ്യത്യാസമാണ്. എനിക്ക് ഒരു മതമുണ്ട്. അത് മഹാകവി ഉള്ളൂർ പറഞ്ഞ മതമാണ്.

ഒരൊറ്റ മതമുണ്ടുലകിന്നുയിരാം
പ്രേമമതൊന്നല്ലോ
പരക്കെ നമ്മെ പാലമൃതൂട്ടും
പാർവ്വണ ശശിബിംബം

അദ്ദേഹം പറഞ്ഞ മറ്റൊരു കാര്യത്തോടും ഞാൻ ഭാഗികമായി യോജിക്കുന്നു.

അടുത്തു നില്പോരനുജനെ നോക്കാൻ
അക്ഷികളില്ലാത്തോ-
നരൂപനീശ്വരൻ അദൃശ്യനായാൽ
അതിലെന്താശ്ചര്യം.

എന്റെ പാഠഭേദം ഇതാണ്: അടുത്തുനില്ക്കുന്ന അനുജനെ കാണാനുള്ള കണ്ണുകളുണ്ടെങ്കിൽ ഈശ്വരൻ ഉണ്ടെങ്കിലെന്ത്? ഇല്ലെങ്കിലെന്ത്?

പ്രപഞ്ചത്തെ നിയന്ത്രിക്കുന്ന ഒരു ശക്തിയുണ്ടെന്നുള്ള എന്റെ വിശ്വാസത്തിനു വ്യക്തതയും ദൃഢതയും കൈവന്നത് നമ്മുടെ ചർച്ചകൾക്കുശേഷമാണ്. തെളിച്ചുപറഞ്ഞാൽ, ജീവശാസ്ത്രത്തെക്കുറിച്ചുള്ള സാമാന്യമായ അറിവു ലഭിച്ചതിനുശേഷം. അതിനു ഞാൻ പ്രൊഫസറോടു കടപ്പെട്ടിരിക്കുന്നു."

"മതങ്ങൾ സുന്ദരേശൻ കരുതുന്നതുപോലെ അത്ര അപകടകാരികളാണെന്ന് എനിക്കു തോന്നുന്നില്ല. മതങ്ങൾ അപഥസഞ്ചാരത്തിനു

പ്രേരിപ്പിക്കുന്നു എന്നു തീർപ്പുകല്പിക്കാനുള്ള ന്യായങ്ങളും കാണുന്നില്ല. സ്വാർത്ഥതാത്പര്യങ്ങളെ നിയന്ത്രിച്ചു ഭൗതികതയെയും ആത്മീയതയെയും സമന്വയിച്ചു ജീവിതം നയിക്കുന്ന എത്രയോ പേർ മതവിശ്വാസികളുടെ കൂട്ടത്തിലുണ്ട്. ദുഷ്പ്രേരണകൾക്കു വശംവദരാകാതിരിക്കത്തക്കവിധത്തിലുള്ള വ്യക്തിത്വം വളർത്തിയെടുത്തവരാണവർ. വാസ്തവത്തിൽ ഇത്തരം വ്യക്തികളാണ് മാനവരാശിയുടെ നിലനില്പിനു തന്നെ കാരണം. മതങ്ങളെ മനുഷ്യനെ മയക്കുന്ന കറുപ്പിനോട് കാറൽമാർക്സ് ഉപമിച്ചിട്ടുണ്ട്. പക്ഷെ അതേ കറുപ്പ് വേണ്ടുംവണ്ണം ഉപയോഗിച്ചാൽ വൈകാരികമായ തകരാറുകളെ മാറ്റാൻ പര്യാപ്തമായ ഭേഷജവുമാണെന്ന് ഓർക്കുക. കുഴപ്പം മതത്തിന്റേതല്ല, മറിച്ച് അതു കൈകാര്യം ചെയ്യുന്നവരുടേതാണ്.

മതങ്ങളുമായി ബന്ധപ്പെട്ട സംഘർഷങ്ങളും സംഘട്ടനങ്ങളും മതമൗലികവാദങ്ങളും ഭീകരപ്രവർത്തനങ്ങളും മൂർദ്ധന്യാവസ്ഥ പ്രാപിച്ചിരിക്കുന്ന ഒരു കാലഘട്ടത്തിലാണു നാമിപ്പോൾ ജീവിക്കുന്നത്. പാരിസ്ഥിതിക മലിനീകരണത്തിലെന്നപോലെ രൂക്ഷമായ ഈ പ്രശ്നത്തിലും ഐക്യരാഷ്ട്രസഭ ഉത്കണ്ഠ പ്രദർശിപ്പിക്കുന്നത് ഒരു കണക്കിന് ആശ്വാസകരമാണ്. ഏതാനും വർഷങ്ങൾക്കുമുമ്പ്, യു എൻ ആഭിമുഖ്യത്തിൽ ഒരു ലോകമതസമ്മേളനം നടന്ന കാര്യം നിങ്ങളിൽ ചിലരെങ്കിലും ഓർക്കുമെന്നു കരുതുന്നു. ആത്മീയനേതാക്കൾക്കു പുറമേ പ്രശസ്ത ചിന്തകരും ചില പ്രബല രാഷ്ട്രീയനേതാക്കളും പങ്കെടുത്ത ഈ മഹാസമ്മേളനം, ആചാരങ്ങളും പ്രതീകങ്ങളും വ്യത്യസ്തമാണെങ്കിൽപ്പോലും എല്ലാ മതങ്ങളുടെയും സത്ത ഒന്നുതന്നെയാണെന്നും ഒരേ ചൈതന്യത്തെത്തന്നെയാണ് ഏവരും ആരാധിക്കുന്നതെന്നും ഉള്ള അടിസ്ഥാന വസ്തുതകളിൽ യോജിപ്പു പ്രകടിപ്പിച്ചത് പ്രതീക്ഷയ്ക്കു വകനല്കുന്നു."

"ഇതു തന്നെയല്ലേ വിവേകാനന്ദസ്വാമികൾ ചിക്കാഗോയിൽ ഒരു നൂറ്റാണ്ടിനു മുമ്പു പ്രസ്താവിച്ചത്? അന്ന് ആ സത്യം അദ്ദേഹം മാത്രമേ പറഞ്ഞുള്ളൂ." കുറുപ്പു പറഞ്ഞു.

"ശരിയാണ്. സത്യം വൈകിയാണെങ്കിലും ബോദ്ധ്യമാകുന്നതു നല്ലതല്ലേ? ഈ അടിസ്ഥാനസാദൃശ്യത്തെക്കുറിച്ചു ബോധവാന്മാരാകാനും ബാഹ്യമായ വ്യത്യസ്തതകളുടെ പേരിൽ അകലാതിരിക്കാനും മനുഷ്യരാശിയെ ഉദ്ബോധിപ്പിച്ചുകൊണ്ടാണ് ആ സമ്മേളനം അവസാനിച്ചത്. ഈ ആശയങ്ങൾ ഉൾക്കൊള്ളുന്ന മൂല്യാധിഷ്ഠിതബോധനം വിദ്യാഭ്യാസത്തിന്റെ ഭാഗമാക്കാൻ എല്ലാ രാഷ്ട്രങ്ങളും സന്നദ്ധമാകണമെന്ന സുപ്രധാനമായ ഒരു തീരുമാനവും സമ്മേളനം കൈക്കൊണ്ടു. ഈ മഹാസമ്മേളനത്തിന്റെ തുടർനടപടി എന്നോണം, ഐക്യരാഷ്ട്രസംഘടനയുടെ സെക്രട്ടറി ജനറലായ കോഫി അന്നൻ, 2005ൽ 'ദി അലയൻസ് ഓഫ് സിവിലൈസേഷൻ' എന്ന പേരിൽ, ഒരു പദ്ധതിക്കു രൂപം നല്കി. പേരിൽ നിന്നുതന്നെ പദ്ധതിയുടെ അന്തിമലക്ഷ്യം എന്താണെന്നു വ്യ

ക്തമാണല്ലോ. നിസ്സാരകാര്യമല്ലിത്. രണ്ടു സുപ്രധാന സംസ്കാരങ്ങളെ സമരസപ്പെടുത്തുക എന്നത് മഹത്തായ, അതേസമയം ക്ലേശകരമായ, ഒരു ലക്ഷ്യമാണ്. ഈ സംസ്കാരങ്ങൾ യൂറോപ്യൻ സംസ്കാരവും ഇസ്ലാമികസംസ്കാരവും ആണെന്ന് എടുത്തുപറയേണ്ട കാര്യമില്ലല്ലോ. ഒരുപാടു പ്രശ്നങ്ങൾ കൈകാര്യം ചെയ്യേണ്ടതുണ്ട്. ദാരിദ്ര്യവും നിരക്ഷരതയും നിർമ്മാർജ്ജനം ചെയ്യണം, സർവ്വനാശം വിതയ്ക്കുന്ന ന്യൂക്ലിയർ ആയുധങ്ങളുടെ വ്യാപനം ഫലപ്രദമായി തടയണം, ഭീകരപ്രവർത്തനങ്ങളുടെ ഉറവിടവും മനുഷ്യത്വവിഹീനവും ആയ ആശയങ്ങളെ ഉച്ചാടനം ചെയ്യണം, മതസഹിഷ്ണുത വളർത്താനും എതിർചേരിയിൽ നിലകൊള്ളുന്നവരെ ബഹുമാനിക്കാനും ചെയ്യാവുന്നതൊക്കെ ചെയ്യണം. കോഫി അന്നൻ രൂപവത്കരിച്ച ഉന്നതതല സമിതിയിലെ ഒരംഗം എഴുതിയിരുന്ന ഒരു ലേഖനത്തിൽ ഊന്നൽ നല്കിയത് ഒരു പ്രത്യേക കാര്യത്തിനാണ്. എല്ലാ ഗവൺമെന്റുകളും അവരവരുടെ രാജ്യത്തു വിദേശികളോട് അക്രമാസക്തമായ സ്പർധ വളരുന്നതു ഫലപ്രദമായി തടയണമെന്ന കാര്യത്തിന്. കോഫി അന്നന്റെ പരിശ്രമം സമാധാനത്തിലേക്കുള്ള പാത വെട്ടിത്തുറക്കുമെന്നു നമുക്കു പ്രതീക്ഷിക്കാം.”

“തോമസ് പെയിൻ എന്ന മഹാൻ ‘*ദി റൈറ്റ്സ് ഒഫ് മാൻ*’ എന്ന വിശിഷ്ടഗ്രന്ഥത്തിൽ എഴുതിയിട്ടുള്ള ഒരു വാക്യം ഞാൻ ഉദ്ധരിക്കട്ടെ.” പരമേശ്വരൻ പറഞ്ഞു.

‘എന്റെ രാജ്യം ഈ ലോകമാണ്
നന്മചെയ്യുക എന്നതാണ് എന്റെ മതം.’

“ഇത്ര വിശാലമായി ചിന്തിക്കാനും ആ ചിന്ത പ്രാവർത്തികമാക്കാനും എത്രപേർക്കു കഴിയും? കൂടുതൽ കൂടുതൽ പേർക്കു കഴിയണമെന്നാണു നാം ആശിക്കുന്നത്. എങ്കിലും പ്രായോഗികതലത്തിൽ ഫലപ്രദമായ യേശുദേവന്റെ ഒരുപദേശമുണ്ട്. മത്തായിസാറിനു പറയാമോ?”

“നിന്നെപ്പോലെ നിന്റെ അയൽക്കാരനെയും സ്നേഹിക്കുക. അല്ലാതെന്ത്?”

“വളരെ ശരി. അക്കാര്യം തന്നെ പതിനെട്ടു നൂറ്റാണ്ടുകൾക്കുശേഷം ശ്രീനാരായണഗുരുവും ഉപദേശിച്ചിട്ടുണ്ട്. അദ്ദേഹം രചിച്ച ഈ രണ്ടു കവിതാഭാഗങ്ങൾ അതുതന്നെയല്ലേ പറയുന്നത്?

അവനവനാത്മസുഖത്തിനാചരിക്കു
ന്നവയപരന്നു സുഖത്തിനായ് വരേണം
....
അയലു തഴപ്പതിനായതിപ്രയത്നം
നയമറിയും നരനാചരിച്ചിടേണം

“ലോകാസ്സമസ്താസ്സുഖിനോ ഭവന്തു’ എന്ന പ്രാർത്ഥനയുടെയും സത്ത ഇതുതന്നെയാണ്.” പിള്ള പറഞ്ഞു. “വർഷങ്ങൾക്കു മുമ്പ് നിത്യചൈതന്യയതി ഒരു ലേഖനത്തിൽ താൻ ഈ പ്രാർത്ഥന ചൊല്ലിക്കൊ

ണ്ടാണു കിടക്കവിട്ട് പ്രഭാതത്തിൽ എഴുന്നേല്ക്കുന്നതെന്ന് എഴുതിയതു ഞാൻ വായിക്കാനിടയായി. അതിനുശേഷം ഞാനും അതൊരു പതിവാക്കിയിട്ടുണ്ട്. മത്തായിസാറിനും സുന്ദരേശനും ചായക്കടക്കാരൻ മമ്മതിനും ഒക്കെ ഈ പ്രാർത്ഥന ചൊല്ലാം."

"ഇനി മുതൽ ഞാൻ ചൊല്ലാം. ഉണരുമ്പോൾ മാത്രമല്ല ഉറങ്ങാൻ കിടക്കുമ്പോഴും, ബൈബിൾ വായനയോടൊപ്പം." മത്തായിസാർ പറഞ്ഞു.

"ആ പ്രസാദാത്മകത്വം നമ്മുടെ എല്ലാ പ്രവൃത്തികളിലും പ്രതിഫലിക്കുകയും വേണം. ഇന്നത്തെ ചർച്ച ഈ പ്രാർത്ഥനയോടെ അവസാനിപ്പിക്കാം."

10

അന്ത്യസായാഹ്നത്തിലെ ശിഥിലചിന്തകൾ

"പ്രൊഫസർ, നാം ഇന്നലെ മതത്തെക്കുറിച്ചും ദൈവത്തെക്കുറിച്ചുമൊക്കെ സാമാന്യമായി ചർച്ചചെയ്തു. ഇത്തരം ചർച്ചകൾ കാലാകാലങ്ങളായി നടന്നുവരുന്നതാണ്. പുതുതായൊന്നും കണ്ടുപിടിക്കാൻ നമുക്കു കഴിഞ്ഞിട്ടില്ലെങ്കിലും സംഘർഷരഹിതമായ ചർച്ചയിലൂടെ ഉരുത്തിരിഞ്ഞ ഒരു കാര്യം ഒരു നിയാമകശക്തിയുടെ സാന്നിധ്യം ബോധ്യപ്പെട്ടവരാണ് നമ്മൾ– ഈ ആൽച്ചുവട്ടിൽ കൂടിയിരിക്കുന്നവർ–എന്നതാണ്. പ്രൊഫസർ ഞങ്ങളോടൊപ്പമുള്ള ഈ അസുലഭമുഹൂർത്തത്തിൽ ഞാൻ ഒരു കാര്യം ആവശ്യപ്പെടുന്നു. ദുസ്സ്വാതന്ത്ര്യം കാട്ടിയെങ്കിൽ എന്നോടു ക്ഷമിക്കണം. സാമൂഹികജീവിതത്തിലെ അവിഭാജ്യഘടകങ്ങളായ സ്നേഹം, നന്മ, തിന്മ എന്നിവയെ ജീവശാസ്ത്രത്തിന്റെ, വിശേഷിച്ച് പരിണാമസിദ്ധാന്തത്തിന്റെ, പരിപ്രേക്ഷ്യത്തിലൂടെ എങ്ങനെ വീക്ഷിക്കാമെന്നു ചുരുക്കിപ്പറഞ്ഞാൽ കൊള്ളാമായിരുന്നു."

പരമേശ്വരന്റെ ദീർഘമായ ഈ ചോദ്യം എല്ലാവരും കേട്ടിരുന്നു. അങ്ങനെയൊരു ചോദ്യം പൊന്തിവന്നതിലുള്ള സംതൃപ്തി മത്തായിസാറിന്റെ മുഖത്തു തെളിഞ്ഞുവന്നു. പ്രൊഫസർ പുഞ്ചിരിച്ചു.

"അതു വളരെ നല്ല ഒരു ചോദ്യമാണു പരമേശ്വരാ. നമ്മുടെ ഈ ചർച്ചകളുടെ അന്തർധാര ജീവശാസ്ത്രമായതുകൊണ്ട് ചോദ്യം അത്യന്തം ഉചിതവുമാണ്. 'ഉരിയാടിയവൻ പ്ലാവില എടുക്കണം' എന്നൊരു പഴഞ്ചൊല്ലുണ്ട്. അതുപോലെ, പരമേശ്വരൻ തന്നെ ചർച്ചയ്ക്കു തുടക്കം കുറിക്കുക. സ്നേഹത്തെക്കുറിച്ചു തന്നെയാവട്ടെ തുടക്കം."

"ചണ്ഡാലഭിക്ഷുകിയിലെ രണ്ടു വരികളാണ് എനിക്കു തോന്നുന്നത്:

സ്നേഹത്തിൽ നിന്നുദിക്കുന്നൂ - ലോകം
സ്നേഹത്താൽ വൃദ്ധി തേടുന്നു."

"സ്നേഹത്തെക്കുറിച്ച് ഇതിനപ്പുറം പറയാനില്ലാത്ത പോലെ കാച്ചിക്കുറുക്കി ആശാൻ പറഞ്ഞില്ലേ സ്നേഹമാണഖിലസാരമൂഴിയിൽ എന്ന്." ആശാൻ ഭക്തനായ കുറുപ്പു കൂട്ടിച്ചേർത്തു.

"ഭാഗ്യവശാൽ, സ്നേഹം പോലെ നമ്മുടെ കവികളെ സ്വാധീനിച്ച മറ്റൊരു ശ്രേഷ്ഠവികാരം ഇല്ലെന്നു തന്നെ പറയാം. സ്നേഹം കവികളെ മാത്രമല്ല ജീനുകളെയും സ്വാധീനിക്കുന്നില്ലേ എന്നു ശാസ്ത്രലോകം സംശയിച്ചുതുടങ്ങിയിരിക്കുന്നു. നിങ്ങൾ ആശാനെ ഉദ്ധരിച്ചു. ഞാൻ വയലാറിന്റെ രണ്ടു വരികൾ ചൊല്ലുകയാണ്:

കാലമാണവിശ്രമം
പായുമെന്നശ്വം - സ്നേഹ
ജ്വാലയാണതിൽ തിങ്ങും
ചൈതന്യം സനാതനം.

'സ്നേഹത്തിൽ നിന്നുദിക്കുന്നൂ ലോകം' എന്ന ആശയത്തിനു ശാസ്ത്രീയമായി എന്തടിസ്ഥാനമാണുള്ളതെന്നു നമുക്കു പരിശോധിക്കാം. നന്മയുടെ ഉറവിടമാണ് സ്നേഹം. പ്രശസ്ത ചിന്തകനും സാഹിത്യകാരനുമായ ആൽഡസ് ഹക്സ്ലി '*എൻഡ്സ് ആൻഡ് മീൻസ്*' എന്ന പുസ്തകത്തിൽ നന്മതിന്മകളെ നിർവചിച്ചിട്ടുണ്ട്. നന്മ ഐക്യത്തിലേയ്ക്കും തിന്മ ശൈഥില്യത്തിലേക്കും നയിക്കുന്നു എന്നാണ് അദ്ദേഹം പറഞ്ഞത്. ഐക്യത്തിനാസ്പദമായ നന്മ സ്നേഹമല്ലാതെ മറ്റെന്താണ്? ഐക്യത്തിന്റെ ആദ്യസ്ഫുരണങ്ങൾ വ്യാവഹാരിക പ്രപഞ്ചത്തിന്റെ ഉത്ഭവകാലത്തു തന്നെ ഉണ്ടായി. ഊർജ്ജകണികകൾ യോജിച്ചു പ്രോട്ടോണുകളും ന്യൂട്രോണുകളും അവയ്ക്കു ചുറ്റും ഭ്രമണം ചെയ്യുന്ന എലക്ട്രോണുകളും ചേർന്ന പരമാണുക്കൾ രൂപംകൊണ്ടു. വിവിധതരം പരമാണുക്കളുടെ വ്യത്യസ്ത സംയോഗങ്ങൾ വിവിധതരം തന്മാത്രകൾക്കും വൈവിധ്യമാർന്ന വസ്തുക്കൾക്കും വഴിയൊരുക്കി. ഏകകോശങ്ങളായിരുന്ന ജീവികൾ ഐക്യത്തോടെ പ്രവർത്തിച്ചപ്പോൾ ബഹുകോശജീവികൾ ആവിർഭവിച്ചു. അവയുടെ പരിണാമഘട്ടത്തിൽ വ്യത്യസ്തകോശസമൂഹങ്ങൾ അഥവാ കലകൾ ഉണ്ടായി; അവ പലരീതിയിൽ സംയോജിച്ച് അവയവവ്യൂഹങ്ങൾ ഉണ്ടായി. ഇവിടെ ശ്രദ്ധിക്കേണ്ട രണ്ടു പ്രധാന വസ്തുതകൾ ഉണ്ട്: ഒന്ന്, യോജിച്ചുള്ള നില്പും യോജിച്ചുള്ള പ്രവർത്തനവും; രണ്ട്, വസ്തുപരിണാമത്തിന്റെ ശ്രേണീകരണം. ശ്രേണീകരണത്തിന്റെ സവിശേഷത, ഓരോ ശ്രേണിയിലും ഉള്ള വസ്തുവിന്റെ ഗുണങ്ങൾ, അവയുടെ നിർമാണത്തിലേർപ്പെട്ട ഉപഘടകങ്ങളുടെ ലക്ഷണങ്ങളിൽനിന്നു വ്യത്യസ്തമായിരിക്കും എന്നതാണ്. ഏറ്റവും ലളിതമായ ഉദാഹരണം ജലമാണ്. വാതകങ്ങളായ ഹൈഡ്രജനും ഓക്സിജനും ചേർന്നു ദ്രവരൂപത്തിലുള്ള ജലം ഉണ്ടാകുന്നു. ഹൈഡ്രജനും ഓക്സി

ജനും അവയുടേതായ പ്രത്യക്ഷസ്വഭാവങ്ങൾ ഉണ്ട്. എന്നാൽ അവയുടെ സ്വഭാവങ്ങളുടെ ആകെത്തുകയല്ല ജലത്തിന്റേത്. ഇതുതന്നെയാണ് ഊർജ്ജകണികകൾ മുതൽ ജീവജാലങ്ങൾവരെയുള്ള പരിണാമത്തിലെ ഓരോ ശ്രേണിയിലും കാണപ്പെടുന്നത്. ഓരോ വസ്തുവിനും അതിന്റെ ഉപഘടകങ്ങളിൽ ഏതിനെങ്കിലും മാറ്റം സംഭവിച്ചാൽ, ഐക്യം നഷ്ട പ്പെടുന്നു. അതോടെ ഒന്നുകിൽ അതിനു നാശം സംഭവിക്കുന്നു, അല്ലെ ങ്കിൽ അതിന്റെ സ്വഭാവത്തിനു മാറ്റം വരുന്നു."

"ഇതിൽനിന്നു നാം മനസ്സിലാക്കേണ്ടത് ഓരോ വസ്തുവിനും നില നില്പിനും തനിമ സംരക്ഷിക്കുന്നതിനും അതിന്റെ ഉപഘടകങ്ങളുടെ ഐക്യം അത്യന്താപേക്ഷിതം ആണെന്നല്ലേ?" കുറുപ്പു ചോദിച്ചു.

"അതേ' എന്നു നിസ്സംശയം പറയാം. ഇനി നമുക്കു മനുഷ്യന്റെ കാര്യം പരിഗണിക്കാം. മനുഷ്യശരീരത്തിലെ കോടിക്കണക്കിനു കോശ ങ്ങൾ അതാതിന്റെ ധർമ്മം അനുഷ്ഠിച്ചുകൊണ്ടിരിക്കുന്നു. ഒരു കോശ ത്തിലെ ഓർഗനെല്ലുകൾ ഉൾപ്പെടെയുള്ള ഭാഗങ്ങൾ ഐക്യത്തോടെ പ്രവർത്തിക്കുന്നതുകൊണ്ടാണ് അതു സാദ്ധ്യമാകുന്നത്. ഏതെങ്കിലും ഉപഘടകത്തിന്റെ പ്രവർത്തനം നിലച്ചാൽ ആ കോശം നിഷ്ക്രിയമാവു കയും നശിക്കുകയും ചെയ്യുന്നു. ശരീരത്തിനു കേടുപാടുകൾ തീർക്കാ നുള്ള സംവിധാനം ഉള്ളതുകൊണ്ട് മറ്റു കോശങ്ങൾ ആ കുറവു പരിഹ രിക്കും. അങ്ങനെ ചെയ്യുന്നതു സഹകരണാത്മകത കൊണ്ടാണ്. കോശ ങ്ങൾ ചേർന്നു കലകളും കലകൾ ചേർന്ന് അവയവങ്ങളും തുടർന്ന് അവ യവവ്യൂഹങ്ങളും ഉണ്ടാവുകയും ഈ അവയവങ്ങൾ ചിട്ടയോടെ, താളാ ത്മകതയോടെ പ്രവർത്തിക്കുകയും ചെയ്യുന്നത് ഈ ഐക്യത്തിന്റെ നിദർശനമാണ്."

"കോശങ്ങളിൽ നിഷേധികളും ഒറ്റയാന്മാരും ഇല്ലേ?" പരമേശ്വരൻ ചോദിച്ചു.

"ഉണ്ടല്ലോ. വിരളമായി മാത്രം. ഒരു കോശം ചിലപ്പോൾ അനിയ ന്ത്രിതമായി സ്വയം വിഭജിക്കാൻ തുടങ്ങിയെന്നു വരാം. അങ്ങനെയുണ്ടാ കുന്ന കോശങ്ങൾ അധികപ്പറ്റാണ്. അവ വീണ്ടും സ്വയം വിഭജിക്കുകയും വേർപെടാതെയിരിക്കുകയും ചെയ്താൽ ഒരു മുഴ രൂപംകൊള്ളുന്നു. ഈ മുഴ, അഥവാ ട്യൂമർ, തലച്ചോറിലാണെങ്കിൽ അത് അപകടകാരിയാണ്. മറ്റു ശരീരഭാഗങ്ങളിലും ട്യൂമറുകൾ ആരോഗ്യപ്രശ്നങ്ങൾ സൃഷ്ടിക്കും. ചില ട്യൂമറുകൾ ക്യാൻസറായിത്തീരാനും സാദ്ധ്യതയുണ്ട്. ഇത് യഥാർത്ഥത്തിൽ ഒരു കോശത്തിന്റെ വഴിതെറ്റിയ പെരുമാറ്റംകൊണ്ടു സംഭവിക്കുന്നതാണ്. അനൈക്യം എത്രത്തോളം അപകടകാരിയാണെന്നു നോക്കുക. വഴിവിട്ടു പെരുമാറിയ ഈ കോശത്തെപ്പോലെയാണു തിന്മ ചെയ്യുന്ന മനുഷ്യൻ. ഒരു വ്യക്തി തിന്മ ചെയ്താൽ, അത് പ്രത്യക്ഷ മായോ പരോക്ഷമായോ, ഉടനടിയോ ദീർഘകാലം കൊണ്ടോ, അയാൾ ഉൾപ്പെടുന്ന സമൂഹത്തിനോ അയാൾക്കുതന്നെയോ ദോഷകരമായിത്തീ

രും. ചില ദുഷ്പ്രവൃത്തികൾക്ക് ഒരു ചെയിൻ റിയാക്ഷൻതന്നെ ഉണ്ടാകും. ഇതിനു വേണ്ടുവോളം ഉദാഹരണങ്ങൾ ഉണ്ടെങ്കിലും ഒന്നുമാത്രം നമുക്കു പരിഗണിക്കാം. ഒരു മഹാസമ്മേളനത്തിലോ അച്ചടക്കത്തോടെ മുന്നോട്ടു നീങ്ങുന്ന ജാഥയിലോ ഗൗരവാവഹമായ പ്രശ്നങ്ങൾ സൃഷ്ടിക്കാൻ വിരലിലെണ്ണാവുന്നവർ മതിയാകും. എന്തിന്, ഒരാൾ മാത്രം മതിയാകും!

'സ്നേഹം' മനുഷ്യരെ സംബന്ധിച്ചിടത്തോളം പല മാനങ്ങൾ കൈക്കൊള്ളുന്നു. കാരുണ്യം, ദീനാനുകമ്പ, സഹാനുഭൂതി, സഹോദരഭാവം, സഹകരണം, സൗഹൃദം, പ്രേമം എന്നിവയെല്ലാം സ്നേഹത്തിന്റെ വകഭേദങ്ങളാണ്. യഥാർത്ഥ സ്നേഹത്തിൽ ത്യാഗത്തിന്റെ അംശമുണ്ടാകും. 'ഫലനിരപേക്ഷമാം സ്നേഹം ഉലകിന്നന്യമായതിൽ' ദുഃഖിതനാണു പ്രശസ്ത കവി ഒ എൻ വി. സ്നേഹത്തിലെ വികാരപരമായ അംശം വേണ്ടതിലധികമായാൽ സ്നേഹം ദോഷമായിരിക്കും ചെയ്യുക. ലൈംഗികതയുമായി കെട്ടുപിണഞ്ഞ സ്ത്രീപുരുഷസ്നേഹവും സ്നേഹം തന്നെയാണ്. എന്നാൽ ഉദാത്തമായ സ്നേഹം വിവരണാതീതമായ ഒരനുഭൂതിയാണു പകർന്നുതരുന്നത്.

പരമേശ്വരനെ തൃപ്തിപ്പെടുത്താൻ പ്രശസ്തനായ ഫ്രഞ്ചു ദാർശനികൻ 'ലെ കോംറ്റേ ഡു നോയി' നന്മതിന്മകളെക്കുറിച്ചു '*ഹ്യൂമൺ ഡെസ്റ്റിനി*' എന്ന പുസ്തകത്തിൽ പറഞ്ഞത് ഓർമ്മയിൽ നിന്നു ഞാൻ ഉദ്ധരിക്കാം.

'പരിണാമത്തിന്റെ പുരോഗതിയെ സഹായിക്കുന്നതും ജന്തുക്കളിൽനിന്നു നമ്മെ വേർതിരിച്ചു സ്വാതന്ത്ര്യത്തിലേക്കു നയിക്കുന്നതും എന്താണോ അതാണു നന്മ."

'പരിണാമം' എന്ന വാക്കുപയോഗിച്ചില്ലെങ്കിലും ആൽഡസ് ഹക്സ്ലി പറഞ്ഞതും ഏതാണ്ട് ഇതുതന്നെയാണ്.

നന്മതിന്മകളെക്കുറിച്ചു ഭൗതികതലത്തിൽ വിചിന്തനം ചെയ്യുമ്പോൾ അവഗണിക്കാനാവാത്ത ഒരു ഘടകമുണ്ട്. അതാണ് 'എൻട്രോപ്പി' കുറുപ്പ് ഓർക്കുന്നുണ്ടോ നാം സ്കൂൾ വിട്ടു വീട്ടിലേക്കു മടങ്ങുമ്പോൾ റെയിൽവേ സ്റ്റേഷനിൽ വണ്ടി വരുന്നതും കാത്തുനില്ക്കുന്നത്, എഞ്ചിൻ കാണാൻ"

"ഓർമ്മയുണ്ട്. ഇപ്പോഴത്തെ ഡീസൽ എഞ്ചിനുകൾക്ക് ആ പഴയ കരിഎഞ്ചിനുകളുടെ ഭംഗിയില്ല."

"കൽക്കരി കൊണ്ടു വെള്ളം തിളപ്പിച്ച് ആവിയാക്കി ആ ആവി കൊണ്ടു പിസ്റ്റൺ ചലിപ്പിച്ചു ചക്രങ്ങൾ കറക്കി പാളത്തിലൂടെ വണ്ടി വലിക്കുക. അതാണ് ആവിയന്ത്രം ചെയ്തുകൊണ്ടിരുന്നത്. പക്ഷേ, ഉത്പാദിപ്പിക്കുന്ന താപത്തിന്റെ ഒരംശം മാത്രമേ വണ്ടിയുടെ ഓട്ടത്തിനു പ്രയോജനപ്പെടുത്താൻ കഴിയുന്നുള്ളൂ. ബാക്കിയെല്ലാം അന്തരീക്ഷത്തിൽ വിലയം പ്രാപിക്കുന്നു; അതായത്, പാഴായിപ്പോകുന്നു."

"യന്ത്രത്തിന്റെ കാര്യക്ഷമത കൂട്ടിക്കൂടേ?" നായരുടെ ചോദ്യം.

"കാര്യക്ഷമത എത്ര കൂട്ടിയാലും അതിനൊരു പരിധിയുണ്ട്. എത്ര വിദഗ്ധനായ എഞ്ചിനീയർ വിചാരിച്ചാലും ഈ പാഴാകൽ പൂർണ്ണമായി ഒഴിവാക്കാൻ സാദ്ധ്യമല്ല. ഈ പാഴാകലിനെയാണ് ശാസ്ത്രജ്ഞന്മാർ 'എൻട്രോപ്പി' എന്നു വിളിക്കുന്നത്. ചിട്ടയോടെ പ്രവർത്തിക്കുന്നിടത്ത്, അതായത് ഓർഡർ ഉള്ളിടത്ത്, എൻട്രോപ്പി കുറവായിരിക്കും; ചിട്ടയില്ലാത്തിടത്ത്, അതായത് ഡിസോർഡർ ഉള്ളിടത്ത്, എൻട്രോപ്പി കൂടുതലായിരിക്കും. തീവണ്ടി എഞ്ചിൻ ചിട്ടയ്ക്കും വെറുതെ തിളയ്ക്കുന്ന വെള്ളം ചിട്ടയില്ലായ്മയ്ക്കും ഉദാഹരണങ്ങളാണ്. എൻട്രോപ്പിയുടെ അളവ് കൂടിയും കുറഞ്ഞും ഇരിക്കുമെന്നല്ലാതെ എൻട്രോപ്പി ഒഴിവാക്കുക സാദ്ധ്യമല്ല. വ്യവസ്ഥയിൽനിന്ന് അവ്യവസ്ഥയിലേക്കുള്ള, കുറഞ്ഞ എൻട്രോപ്പിയിൽനിന്നു കൂടുതൽ എൻട്രോപ്പിയിലേക്കുള്ള, ഈ പോക്ക് പിന്തിരിക്കാനാവാത്ത– ഇതിന് ഇറിവേഴ്സിബിൾ എന്ന് ഇംഗ്ലീഷിൽ പറയും– ഒരു പ്രകൃതിനിയമമാണ്. ശ്രദ്ധിക്കാൻ ആളില്ലാത്ത കെട്ടിടങ്ങളും സ്മാരകങ്ങളുമൊക്കെ ജീർണ്ണിച്ചു മണ്ണടിയുന്നത് ഈ പ്രപഞ്ചപ്രതിഭാസം കൊണ്ടാണ്.

പ്രപഞ്ചത്തിലാകെ എൻട്രോപ്പി വർദ്ധിച്ചുകൊണ്ടിരിക്കുന്നു. ഏതൊരു വസ്തുവും എൻട്രോപ്പിക്കു വിധേയമാണ്. എന്നാൽ ഓരോ ജീവിയും ഈ പ്രതിഭാസത്തിനെതിരെ സദാ പൊരുതിക്കൊണ്ടിരിക്കുന്നു. മറ്റൊരു തരത്തിൽ പറഞ്ഞാൽ, ജീവിച്ചിരിക്കണമെങ്കിൽ എൻട്രോപ്പിയെ പ്രതിരോധിച്ചേ മതിയാവൂ. എൻട്രോപ്പിയെ തടഞ്ഞുനിർത്തുന്ന ഏതൊരു പ്രവൃത്തിയും നന്മയാണെന്നു കരുതാം; മറിച്ച് എൻട്രോപ്പിയെ പ്രോത്സാഹിപ്പിക്കുന്ന പ്രവൃത്തി തിന്മയും. സാമൂഹികമായി ചിന്തിക്കുമ്പോൾ, നന്മ പുലരുമ്പോഴാണ് സമൂഹത്തിനു ഭദ്രതയുണ്ടാകുന്നതെന്നു മനസ്സിലാക്കാൻ പ്രയാസമില്ല. നന്മ അവ്യവസ്ഥയെ, ക്രമരാഹിത്യത്തെ, തടഞ്ഞുനിറുത്തുന്നു. തിന്മയാകട്ടെ സാമൂഹികവ്യവസ്ഥയിൽ പലവിധ പ്രശ്നങ്ങൾ സൃഷ്ടിക്കുന്നു.

നമുക്ക് അമൂല്യമായ ഒരു സാംസ്കാരിക പൈതൃകമുണ്ട് എന്നു സമ്മതിച്ചേ തീരൂ. അതിന്റെ ഈടുവെയ്പിൽ യാഥാർത്ഥ്യവുമായി ബന്ധമുള്ള, നന്മതിന്മകളെക്കുറിച്ചുള്ള വിവരങ്ങൾ ഉണ്ടായിരിക്കും എന്ന കാര്യത്തിൽ സന്ദേഹമില്ലല്ലോ. അവയെ പരിചയപ്പെട്ടാലും ശാസ്ത്രാധിഷ്ഠിത വീക്ഷണത്തോടെ അവയെ വിലയിരുത്തുന്നത് അഭികാമ്യമായിരിക്കും. പൈതൃകമായി ലഭിച്ച ധാരണകളെ യുക്തിവിചാരവുമായി പൊരുത്തപ്പെടുത്താനാവുമെങ്കിൽ നമുക്ക് നിരവധി അബദ്ധങ്ങൾ ഒഴിവാക്കാം."

"ആത്മീയതയെ സംബന്ധിച്ചു കുറുപ്പിനെപ്പോലുള്ളവർക്കുള്ള സംശയങ്ങളിൽ നിന്നു മോചനം നേടാനും ആവും." സുന്ദരേശൻ പറഞ്ഞു.

"ചിന്താസ്വാതന്ത്ര്യത്തിലൂടെ ലഭ്യമാകുന്ന ആത്മീയസുഖം അനുഭവവേദ്യം മാത്രമാണ് എന്നെനിക്കു തോന്നുന്നു." പിള്ള പറഞ്ഞു.

"മനുഷ്യപരിണാമവുമായി ബന്ധപ്പെട്ട ഒരു പുതിയ ചിന്താധാര ഞാൻ നിങ്ങൾക്കു പരിചയപ്പെടുത്താം. ബയോസ്ഫിയർ എന്നു നിങ്ങൾ കേട്ടിട്ടുണ്ടോ? സമുദ്രത്തിന്റെ അടിത്തട്ടുമുതൽ ഭൂമുഖത്തും ആകാശദേശത്തും എവിടെയെല്ലാം ജീവജാലങ്ങളുണ്ടോ അവയെയെല്ലാം ഉൾക്കൊള്ളിച്ചു പറയുന്നതാണ് ബയോസ്ഫിയർ അഥവാ ജൈവമണ്ഡലം എന്ന്. സദാ പ്രവർത്തനനിരതമായ ഈ ജൈവമണ്ഡലത്തിൽ, പരിണാമത്തിന്റെ അത്യുന്നതശ്രേണിയിൽ നിൽക്കുന്ന മനുഷ്യൻ ചിന്തകൊണ്ടും പ്രവൃത്തികൊണ്ടും ചെലുത്തുന്ന സ്വാധീനത അത്ഭുതാവഹമാണെന്നാണ് റഷ്യൻചിന്തകനായ വ്ളാഡിമിർ ഇവാനോവിച്ച് വെർണാഡ്സ്കി പറയുന്നത്. മനുഷ്യചിന്തകളും പ്രവൃത്തികളും ബയോസ്ഫിയറിനെ ഒരു 'നോ ഓസ്ഫിയർ' അഥവാ മനോമണ്ഡലമാക്കി മാറ്റുകയാണെന്ന് അദ്ദേഹം അവകാശപ്പെടുന്നു. ഈ നോ ഓസ്ഫിയർ എന്ന ആശയം സ്വതന്ത്രമായി ചിന്തിക്കുന്നവർക്ക് നല്ലൊരു പ്രചോദനമാണെന്ന് വെർണാഡ്സ്കിയെപ്പോലെ ഫ്രഞ്ച് ശാസ്ത്രജ്ഞനും ദാർശനികനുമായ പിയർ തെയാദ് ദ ഷാർദിനും കരുതുന്നു. മനുഷ്യൻ എന്ന ജൈവജാതിയെ ഒരു കോസ്മിക് ഫോഴ്സ് അഥവാ വിശ്വപ്രഭാവമായി ഉയർത്തിക്കാട്ടാനും ഇവർക്കു മടിയില്ല. ആകാശഗംഗയുടെ മറുകരയെത്താൻ തയ്യാറെടുക്കുന്ന മനുഷ്യനെ ഇങ്ങനെ കാണുന്നതിൽ അത്ഭുതം ഇല്ലതന്നെ.

നമ്മുടെ ചർച്ച അവസാനിപ്പിക്കാനുള്ള സമയമായിരിക്കുന്നു. ചർച്ചയുടെ ഭരതവാക്യം കുറിക്കുന്നതു ജീവനോടു യാത്ര പറഞ്ഞുകൊണ്ടാവാം. അതായത് മരണത്തെക്കുറിച്ചുകൂടി ചർച്ചചെയ്തുകൊണ്ട്. ചർച്ചയുടെ തുടക്കത്തിൽ നാം കൈക്കൊണ്ട സമുചിതമായ തീരുമാനമാണത്. മരണം മോശപ്പെട്ടതോ അമംഗളമോ ആയ ഒരു സംഗതിയല്ല. മരണം അനിവാര്യമാണ്, അപ്രതിഹതമാണ്.

പക്ഷേ യുഗങ്ങളായി മനുഷ്യരിൽ ഭൂരിപക്ഷവും മരണത്തെ ഭയപ്പെടുന്നു. മരണം എന്ന പ്രതിഭാസത്തെക്കുറിച്ചുള്ള അജ്ഞതയാണ് ഈ ഭയത്തിന്റെ മുഖ്യകാരണം. മരണം ഉളവാക്കുന്ന ദു:ഖവും നഷ്ടബോധവും വിസ്മരിക്കാതെ തന്നെ പറയുകയാണ്. അജ്ഞാതമായ ഈ മേഖലയ്ക്കു ചുറ്റും മതങ്ങൾ കെട്ടിപ്പടുത്ത വിശ്വാസങ്ങളും അർത്ഥശൂന്യമായ ആചാരങ്ങളും നല്ലൊരളവുവരെ മരണഭയത്തിന് ആക്കം കൂട്ടുന്നു.

ചില മഹാകവികളും മറ്റു ചിന്തകരും മരണം എന്ന വിഷയത്തോടു പ്രതികരിച്ചിട്ടുണ്ട്. അവർ പറഞ്ഞതിൽ ചിലതു മാത്രം നമുക്കു പൊടിതട്ടി ഉണക്കി ഭദ്രമായി തിരിയെ വയ്ക്കാം. നമുക്ക് ഷേക്സ്പിയറിൽ തുടങ്ങാം. ബാങ്കിലായിരുന്നു ജോലിയെങ്കിലും പിള്ള ഒരു ഷേക്സ്പിയർ വിദഗ്ധനാണെന്നു കേട്ടിട്ടുണ്ട്. പിള്ള തന്നെ പറയട്ടെ."

"ഞാൻ ഷേക്സ്പിയർ സ്പെഷ്യലിസ്റ്റൊന്നുമല്ല. എങ്കിലും ചില ഉദ്ധരണികൾ എനിക്കു തോന്നും. രണ്ടെണ്ണം ചൊല്ലാം. ആദ്യത്തേതു 'ജൂലിയസ് സിസറി'ൽ നിന്ന്. സീസർ പത്നിയോടു പറയുന്നതാണ്.

Death a necessary end,
Will come when it will come.
മറ്റൊന്ന് 'ആന്റണി ആൻഡ് ക്ലിയോപാട്ര' എന്ന നാടകത്തിൽനിന്ന്.
I will be a bridegroom in my death
And run into it as to a lover's bed.

"കൊള്ളാം." കുറുപ്പു പറഞ്ഞു. "ഷേക്സ്പിയർക്കു മരണം നവവധുവാണെങ്കിൽ മഹാകവി 'ജി' യ്ക്കു മരണം നവവരനാണ്. 'എന്റെ വേളി' എന്ന കവിതയിൽ

സമയം വരുന്നേരം സർവ്വശക്തമാക്കൈയിൽ
മമ ജീവിതം ക്ഷുദ്രം സസ്മിതം സമർപ്പിക്കും.

"വൈലോപ്പിള്ളിയുടെ മൂഡ് മറ്റൊന്നാണ്." പരമേശ്വരൻ പറഞ്ഞു.

ഹാ, വിജിഗീഷു മൃത്യുവിന്നാമോ
ജീവിതത്തിൻ കൊടിപ്പടം താഴ്ത്താൻ

"ജീയുടെ പ്രസിദ്ധമായ രണ്ടു വരികൾ കൂടി ഇപ്പോൾ ഞാനോർക്കുന്നു.

മുരളീരാഗ മധുരമുഖനാമൊരു യാത്രികൻ
വരും, വിളിക്കും, ഞാൻ പോകും.
വാതിൽ പൂട്ടാതെ, അക്ഷമം."

കുറുപ്പു കൂട്ടിച്ചേർത്തു.

"ടി എസ് എല്യട്ടിന്റെ പ്രിയകവിയായ ജോൺഡൺ മരണത്തെക്കുറിച്ചെഴുതിയ വരികളുടെ പരിഭാഷ ഇങ്ങനെയാണ്." നായർ പറഞ്ഞു.

മൃത്യോ നീ അഹങ്കരിക്കേണ്ട
നിന്നെ ചിലർ സർവ്വശക്തനെന്നോ
ഭയങ്കരനെന്നോ വിളിച്ചിട്ടുണ്ടാവും
പക്ഷേ, നീ അങ്ങനെയൊന്നുമല്ല.
നീ കീഴടക്കി എന്നു കരുതുന്നവർ
ആരും തന്നെ മരിക്കുന്നില്ല.
അല്ലയോ പാവം മരണമേ, നിനക്ക്
എന്നെത്തൊടാൻ കഴിയുകയില്ല.

"താരാശങ്കർ ബാനർജിയുടെ '*ആരോഗ്യനികേതനം*' എന്ന ആത്മകഥാപരമായ നോവലിൽ പിംഗളവർണ്ണവും പിംഗളകേശവുമുള്ള മൃത്യുദേവതയെ കാത്തിരിക്കുന്ന കഥാനായകന്റെ മാനസികാവസ്ഥ ഹൃദയസ്പൃക്കായി വിവരിച്ചിട്ടുണ്ട്. കണ്ണുതുടയ്ക്കാതെ അവിടം വായിച്ചുതീർക്കാൻ കഴിയുകയില്ല." ഇതും പറഞ്ഞതു നായരാണ്.

ഇതൊക്കെ സശ്രദ്ധം കേട്ടിരുന്ന സുന്ദരേശൻ പറഞ്ഞുതുടങ്ങി. "ഇവിടെ പറഞ്ഞതൊക്കെ മരണത്തോടുള്ള വൈകാരികത നിറഞ്ഞ സമീപനങ്ങളാണ്– ഒന്നൊഴിച്ച്. അതു ജൂലിയസ് സീസർ പത്നി കൽപ്പൂർണ്ണിയയോടു പറഞ്ഞതും നമ്മുടെ പിള്ളസാർ ഉദ്ധരിച്ചതുമാണ്. കൊള്ളാം,

ഒട്ടും വൈകാരികത ഇല്ലാത്ത സമീപനം. അതായിരിക്കണം, നിയതി അനുവദിക്കുമെങ്കിൽ, നമ്മുടെ സമീപനം. അതുവരെ പ്രവർത്തിക്കണം, ആവുമ്പോലെ ശരീരം കൊണ്ടും മനസ്സുകൊണ്ടും. സീസറുടെ അതേ സമീപനമായിരുന്നു കൃഷ്ണന്റേയും. 'തസ്മാദപരിഹാര്യാർത്ഥേ നത്വം ശോചിതു മർഹസി.' പരിഹരിക്കാൻ കഴിയാത്ത കാര്യങ്ങളെക്കുറിച്ചു ചിന്തിച്ചു വിഷാദിക്കരുത്. തികച്ചും യുക്തിസഹമായ മനോഭാവമാണത്.

പുനർജ്ജന്മത്തിൽ ഞാൻ വിശ്വസിക്കുന്നില്ല. പരിണാമം എന്ന മഹാപ്രസ്ഥാനത്തിനു നമ്മുടേതായ സംഭാവന നല്കിക്കൊണ്ടു നാം യാത്രയാകുന്നു. അത്രതന്നെ. അതിൽ ദു:ഖിക്കാൻ എന്തിരിക്കുന്നു?"

"എടോ സുന്ദരേശാ, മുമ്പായിരുന്നെങ്കിൽ ചെകുത്താൻ വേദമുദ്ധരിക്കുന്നു എന്നു ഞാൻ ചാടിക്കേറി പറയുമായിരുന്നു. താൻ ദൈവവിശ്വാസിയല്ലെങ്കിലും ജീവിതത്തോടുള്ള തന്റെ സമീപനം ഇപ്പോൾ എനിക്കിഷ്ടമാണ്. ഈ മനംമാറ്റത്തിന്റെ ക്രെഡിറ്റു ഞാൻ നൽകുന്നത് നമ്മുടെ പ്രൊഫസർക്കും അദ്ദേഹത്തിന്റെ പ്രിയശിഷ്യൻ ദേവസ്യയ്ക്കുമാണ്." മത്തായിസാറാണ് ഇതു പറഞ്ഞത്.

"സ്നേഹിതരേ, നമ്മുടെ ചർച്ചാപരമ്പര ഇവിടെ അവസാനിക്കുകയാണ്. നാളെ ഞാനും പേരക്കുട്ടികളും പട്ടണത്തിലേക്കു മടങ്ങും അടുത്ത ഓണത്തിനു ഞാൻ കുട്ടികളുമായി വരാം. എന്റെ തറവാട്ടു വീട്ടിലായിരിക്കും നമ്മുടെ ഓണസദ്യ."

മത്തായിസാർ എഴുന്നേറ്റു. "ഔപചാരികമായ നന്ദിപ്രകടനത്തിന് എഴുന്നേറ്റതാണു ഞാനെന്നു നിങ്ങൾ കരുതുമെന്ന് എനിക്കറിയാം. പക്ഷേ മാപ്പുപറയാനാണു ഞാൻ എഴുന്നേറ്റത്."

എല്ലാവരും അന്ധാളിച്ചു പരസ്പരം നോക്കി.

"ഞാൻ എന്റെ മാന്യസുഹൃത്തായ പ്രൊഫസറോട് ഒരു തെറ്റു ചെയ്തു. ഈ പച്ചക്കറിബാഗിൽ ഞാനൊരു ടേപ്പ് റിക്കോർഡർ ഒളിപ്പിച്ചിട്ടുണ്ട്. ഒരു തീപ്പെട്ടിയോളം വരുന്ന മിടുമിടുക്കൻ ടേപ്പ് റിക്കോർഡർ. മോൻ ഗൾഫിൽനിന്നും കൊണ്ടുവന്നതാണ് ഈ ചർച്ചയുടെ തുടക്കം മുതൽ എല്ലാം– ആ തീറ്റിപ്പണ്ടാരം പിള്ള പഴംപൊരി തിന്നുന്ന ശബ്ദം വരെ– എല്ലാം വളരെ കൃത്യമായും വ്യക്തമായും റെക്കോർഡു ചെയ്യപ്പെട്ടിട്ടുണ്ട്. പ്രൊഫസറുടെ അനുവാദം വാങ്ങാതെ ഇങ്ങനെ ചെയ്തത് പഴയ സുഹൃത്തിനോടു കാട്ടിയ അമിതസ്വാതന്ത്ര്യമാണെന്നു കരുതരുത്. എന്നോടു ക്ഷമിക്കണം."

"ഇതിൽ ക്ഷമ ചോദിക്കാൻ എന്തിരിക്കുന്നു. നല്ല കാര്യമാണു മത്തായി സാർ ചെയ്തത്." പ്രൊഫസർ പറഞ്ഞു.

"തെഹൽക്കാ മോഡലാണെങ്കിലും കൊള്ളാം സാറേ. അതു പകർത്തിയെഴുതാൻ ഞാൻ കൂടി സഹായിക്കാം. സാറു പറഞ്ഞ മണ്ടത്തരങ്ങൾ എഡിറ്റു ചെയ്തു മാറ്റുന്നുണ്ടോ എന്നുകൂടി നോക്കാമല്ലോ." കുറുപ്പു പറഞ്ഞു.

“എടോ സുന്ദരേശാ തന്റെ സഹായം കൂടി വേണം. കാര്യങ്ങൾ മുഴുവൻ തനിക്കേ മനസ്സിലാവുകയുള്ളൂ.”

“രണ്ടു ശത്രുക്കൾ വേണോ സാറേ?” നായർ ചോദിച്ചു. എല്ലാവരും ചിരിച്ചു.

“രണ്ടു കോപ്പി എടുക്കാം സാറേ. ഒന്നു നമ്മുടെ ലൈബ്രറിയിൽ വയ്ക്കാം. താത്പര്യമുള്ളവർ വായിക്കട്ടെ. മറ്റേ കോപ്പി പ്രൊഫസറെ ഏൽപ്പിക്കാം.” കുറുപ്പു നിർദ്ദേശിച്ചു.

എല്ലാവരും എഴുന്നേറ്റു. മത്തായി സാർ ഗർദ്ദഭസ്വരത്തിൽ പാടി.

‘ആലായാൽ തറവേണം

തറയിൽ ചർച്ചകൾ വേണം’

കുറുപ്പു പൂരിപ്പിച്ചു.

‘ചർച്ചകൾക്കു കനമുള്ള

വിഷയം വേണം.’

“കുറുപ്പേ, പട്ടുനൂലിനോടു വാഴനാര് ഏച്ചുകെട്ടാതെ” ഇത് അശരീരി ആയിരുന്നില്ല. പറഞ്ഞതു മത്തായിസാറായിരുന്നു.

www.ingramcontent.com/pod-product-compliance
Lightning Source LLC
LaVergne TN
LVHW102350051026
849518LV00017B/2000
9788126201457